ஹிட்லர்
ஒரு சர்வாதிகாரியின் சரித்திரம்

வெ. சாமிநாத சர்மா

ரிதம் வெளியீடு

ஹிட்லர்
வெ. சாமிநாத சர்மா ©

Hitler
Ve. Saminadha Sharma ©

1st Edition: Dec 2022
Pages: 288   Price: Rs.
ISBN: 978-93-93724-14-4

Publishing Editor
T. Senthil Kumar

Published by:
Rhythm Veliyeedu
New No.58, Old No.26/1, 1st Floor,
Alandur Road, Saidapet,
Chennai - 600 015, Tamil Nadu, INDIA
Ph : (044) 2381 0888, 2381 1808, 4208 9258
E-mail : senthil@rhythmbooks.in
Web : www.rhythmbooksonline.com

Book Layout by
Visual Vinodh - 9500149822

முன்னுரை

'பிரபஞ்ச ஜோதி'யின் மூன்றாவது சுடரில் ஒளிர்கிறவன், ஜர்மனியில் 'மூன்றாவது ஏகாதிபத்திய'த்தை ஸ்தாபித்திருக்கிறான். இவன் இந்த ஏகாதிபத்தியக் கட்டிடத்தை ஒழுங்காக அமைத்துக் காட்ட, நான்கு வருஷ கால தவணை கேட்டான். அந்தக் காலம் 1937ஆம் வருஷம் மார்ச் மாதத்தோடு முடிகிறது. ஆதலின் ஹிட்லரின் ஆட்சி முறையைப் பற்றி இப்பொழுது ஒன்றுந் தீர்ப்புக் கூறுவதற்கில்லை.

"கடவுளே! யுத்தத்தினின்று காப்பாற்றியது போதும்; சமாதானத்தினின்று எங்களைக் காப்பாற்றுவாய்" என்று ஓர் ஆசிரியன் பிரார்த்தனை செய்தான். ஐரோப்பாவின் இப்பொழுதைய நிலைமை இப்படித்தான் இருக்கிறது. மகா நாடுகள் கூடுவதற்குக் கணக்கில்லை. "இது மகா நாடுகள் யுகம் போலிருக்கிறது" என்று பேசினான் ஹிட்லர் கூட. உடன்படிக்கைகளுக்காகச் செலவழிக்கப்படும் தாளும் மையும், வாளும் கையுமாகவே உருவெடுக்கின்றன. உதட்டிலே உறவு உள்ளத்திலே பகை.

தங்கள் பொறுப்பைக் கழித்து, குற்றத்தை மறைத்துக் கொள்ள விரும்பும் பலர், ஹிட்லர்தான் இந்த நிலைமைக்கெல்லாம் காரணம் என்று கூறுகின்றனர். இந்தத் தீர்ப்பு சரியாகவுமிருக்கலாம்; தவறாகவுமிருக்கலாம். ஆனால், தீர்ப்புக் கூறுவது இந்த நூலின் நோக்கமல்ல. ஜர்மனியின் கட்சியை, ஹிட்லருடைய நோக்கத்தை எடுத்துரைப்பதுதான். இதனால் ஹிட்லரின் கொள்கைகளை அங்கீகரிப்பதாக ஆகாது. அவனைக் குறை கூறுவதாகவும் ஆகாது.

இந்த நூலை எழுதுவதற்கு எனக்குப் பல வகையிலும் உதவி செய்தவர் ஸ்ரீமான் வ.அ. தியாகராஜன் எம்.ஏ., அவர்கள். இவர் மைசூர் மகாராஜா கல்லூரியில் ஆங்கில ஆசிரியராக இருப்பவர். பிரெஞ்சு பாஷையிலும், ஜர்மன் பாஷையிலும் சிறந்த புலமையுடையார். இவர், ஜர்மன் பாஷையிலிருந்து சில விஷயங்களை எனக்காக மொழிபெயர்த்துக் கொடுத்தார். இவருக்கு எனது நன்றி.

ஜர்மனி சம்பந்தமாக எனக்குச் சில விவரங்களைத் தெரிவித்த ஜர்மானிய நண்பர் ஜமான் எர்வின் ஈவன் அவர்களுக்கும் எனது வந்தனம்.

இந்த நூலில் காணப்பெறும் குறைபாடுகள் யாவும் என்னுடையன வென்பதை அன்பர்களுக்குத் தெரிவித்துக் கொள்கிறேன்.

கடைசியில் சேர்க்கப்பெற்றிருக்கும் அநுபந்தங்களும், இடையிடையே காட்சி தரும் படங்களும் வாசகர்களுக்கு உபயோகமாகவும் இன்பம் அளிப்பனவாகவும் இருக்குமென்று எண்ணுகின்றேன்.

ஜர்மனியானது, உலக நிலையையொட்டி நாளுக்கு நாள் மாறிக் கொண்டு வருகிறது. ஆதலின் இந்த நூலில் கூறியுள்ள விஷயங்களை, வரம்பிட்ட முடிபுகளாகக் கொள்ள வேண்டாமென்று அன்பர்களைக் கேட்டுக் கொள்கிறேன்.

தாது ஐப்பசி, 8 வெ.சாமிநாதசர்மா

உள்ளே...

1. முதலாவது ஏகாதிபத்தியம் 7
2. பிறப்பு 23
3. படிப்பு 29
4. வியன்னா வாசம் 42
5. வாழ்க்கையின் ஆரம்பம் 53
6. யுத்த முனையில் 67
7. ஜெர்மனியின் சரணாகதி 78
8. விதியின் அழைப்பு 97
9. வய்மார் அரசியல் திட்டம் 110
10. சமாதான மகாநாடு 117
11. கட்சிப் பிரசாரம் 129
12. நாட்டின் தவிப்பு 142
13. நவம்பர் புரட்சி 150
14. நண்பர்களின் நிழலில் 163
15. நல்ல கைதி 172
16. தெளிவின் கீழ் கலக்கம் 178
17. பெயரளவில் பிரதம மந்திரி 183
18. மூன்றாவது ஏகாதிபத்தியம் 194
19. நாஜீயம் 203
20. ஆரியரும் யூதரும் 212
21. சமுதாய வாழ்வு 223
22. கல்வி முறையும் பெண்கள் நிலையும் 231
23. பொருளாதாரமும் கலையும் 239
24. வெளிநாடுகளோடு சம்பந்தம் 243
25. சர்வாதிகாரி – ஆயினும் மனிதன் 257

1. முதலாவது ஏகாதிபத்தியம்

ஐரோப்பா கண்டத்தின் மத்திய பாகத்திலேயுள்ள ஜெர்மனி, சுமார் ஆயிர வருட கால சரித்திரத்தை அஸ்திவாரமாகக் கொண்டது. இந்த அஸ்திவாரம் சில சமயங்களில் ஆட்டங் கொடுத்ததுண்டு; ஆனால் அடியுடன் இடிந்து மண்ணோடு மண்ணாகிக் கலந்துபோகவில்லை. ஒரு காலத்தில் ஜெர்மனியானது பூகோள படத்தின் அலங்காரமாக மட்டும் இருந்தது. எனவே சுற்றுப்புறமுள்ள நாடுகளின் பேராசைக்கு அவ்வப்போது இரையாகி வந்தது. இதனாலேயே பிற்காலத்தில் - அதாவது இருபதாம் நூற்றாண்டுத் தொடக்கத்தில் - இதற்கும் பிறநாடுகளைக் கைப்பற்ற வேண்டுமென்ற ஏகாதிபத்திய ஆசை உண்டாயிற்றோ என்னவோ?

முற்காலத்தில் ஜெர்மனியானது, கிழக்கே விஸ்டுலா நதியிலிருந்து மேற்கே ரைன் நதி வரையிலும், தெற்கே டான்யூப் நதியிலிருந்து வடக்கே பால்டிக் கடல் வரையிலும் பரவியிருந்தது. அடர்ந்த காடுகளும் விசாலமான சதுப்பு நிலங்களும் மணல் நிறைந்த சமதரைகளும் அப்பொழுது அதிகமாக இருந்தன. இங்கு வசித்த ஜனங்களும் அதிக நாகரிகமில்லாதவர்களா யிருந்தார்கள். இவர்கள் தங்கள் நாட்டிலே போதுமான உணவுப் பொருள்கள் அகப்படவில்லையென்ற காரணங் கூறிக்கொண்டு மெது மெதுவாக தெற்கேயும் மேற்கேயும் சென்று குடியேறினார்கள். இங்ஙனம் குடியேறிய பலர் ஆங்காங்கே நிலைத்துவிட்டார்கள். சிலர், அகப்பட்டதைச் சுருட்டிக்கொண்டு தாய் நாட்டுக்குத் திரும்பிவிட்டார்கள். தெற்கே வந்து குடியேறிய ஜெர்மானியர்கள், ரோமர்களோடு பழக்கம் கொண்டதனால் நாளாவட்டத்தில் ரோமர்களுடைய நாகரிகம், கலைஞானம் முதலியன ஜெர்மனியில் பரவலாயிற்று. மற்றும் அக்காலத்தில் ரோம ஏகாதிபத்தியம், ஐரோப்பா முழுவதையும் ஒருவாறு ஆட்கொண்டிருந்தது. ஜெர்மனியும் அதன் ஆட்சிக்குட்பட்டது. ஜெர்மானியர்களுக்குள் பல பிரிவுகள் இருந்ததனால், இந்த

ரோம ஏகாதிபத்தியம் பல நூற்றாண்டுகள் வரை அங்கு நிலைத்து நிற்பதற்குச் சாதகமாயிருந்தது. மேற்கே சென்ற ஜெர்மானியர்கள், பிரெஞ்சு ஆதிக்கத்திற்கு அடிகோலினார்கள். இதனால், பிற்காலத்தில், பிரான்சின் செல்வாக்கு, சிறப்பாக ஜெர்மானிய இலக்கியத்துறையில் பரவியிருந்தது.

கி.பி. 8வது நூற்றாண்டில், ஷார்லமேன்[1] *(768-814)* என்ற ஒரு மன்னன், மேற்கு ஐரோப்பா முழுவதையும் தன்னாதிக்கத்திற் குட்படுத்திக் கொண்டு ஆண்டு வந்தான். இவன் சிறந்த ராஜ தந்திரி; பெரிய போர் வீரன். அரசாங்க நிருவாகத்தைப் புதிய முறையில் அமைத்து ஒழுங்காக நடத்தி வந்தான். மக்களின் கல்வி வளர்ச்சிக்காகப் பெரிதும் பாடுபட்டான். ஆங்காங்குப் பள்ளிக் கூடங்கள் அமைத்தான். பல தேசங்களிலிருந்து வித்வான்களை வரவழைத்து பேஷித்தான். இவனுடைய செல்வாக்கு அக்காலத்தில் உலகத்தின் பல பாகங்களிலும் பரவியிருந்தது. பாரசீக நாட்டை ஆண்டு வந்தவனும் பல விநோதக் கதைகளுக்குப் பாத்திரமாயிருப்பவனுமான ஹரூன்-அல்-ரஷீத் என்னும் மன்னனுக்கும் இவனுக்கும் கடிதப் போக்குவரத்து நடந்ததாகச் சொல்லப்படுகிறது.

இந்த ஷார்லமேன் மன்னன் கி.பி. 800ஆம் வருடம் கிறிஸ்மஸ் தினத்தில் ரோம ஏகாதிபத்தியத்தின் சக்ரவர்த்தியாக முடி சூட்டிக்கொண்டு மகிழ்ந்தான். இவனிடம் பல குறைகள் இருந்திருக்கலாம். ஆனால் மிகுந்த திறமையுள்ளவன் என்பதில் சந்தேகமில்லை.

இவனுக்குப் பின்னர் வந்த இவனுடைய சந்ததியார், அவ்வளவு திறமைசாலிகளாயில்லை. இவனுடைய பேரன்மார்களாகிய லோதார், சார்லஸ், லூயிஸ் ஆகிய மூவரும் மேற்கு ஐரோப்பாவை மூன்று பிரிவுகளாகப் பங்கு போட்டுக்கொண்டார்கள். ரைன் நதிக்கும் ரோன் நதிக்கும் இடையே வட கடலையும் மத்திய தரைக்கடலையும் ஒன்று சேர்ப்பிக்கும் நீண்ட குறுகிய பிரதேசத்தையும் இத்தலியின் வடபாகத்தையும் மூத்தவனான லோதார் எடுத்துக்கொண்டான். இதுவே பிற்காலத்தில் பெல்ஜியம், ஹாலந்து, லக்ஸம்பர்க், ஸ்விட்ஜர்லாந்து என்ற தனிநாடுகளாக உருக்கொண்டன. மேற்கேயுள்ள பிரதேசத்தை சார்லஸ் எடுத்துக் கொண்டான். இது பின்னர் பிரான்ஸ் தேசமாகப் பரிணமித்தது. கிழக்குப் பிரதேசத்தை லூயிஸ் ஸ்வீகரித்துக் கொண்டான். இதுவே சில வருடங்கள் கழித்து ஜெர்மனியாகத் தலையெடுத்தது.

ஜெர்மனி தனித்ததொரு நாடாக அமைந்தது. கி.பி. 843லிருந்து தான். மஹா ஆட்டோ என்ற மன்னன்[2] (962-973) ஜெர்மனியர்களை ஒன்றுபடுத்தி, ஒரு சமூகத்தவராகப் பிறரால் மதிக்கப்படும்படி செய்தான். இது முதற்கொண்டே ஜெர்மனிக்குத் தனியான சரித்திரமும் ஆரம்பிக்கிறதென்று சொல்லலாம். ஆனால் ஆட்டோ மன்னன் காலத்திலிருந்து பத்தொன்பதாவது நூற்றாண்டுவரையில் ஜெர்மனியின் சரித்திர விளக்கானது சிறிது காலம் மங்கலாகவும் சிறிதுகாலம் பிரகாசமாகவும் எரிந்து கொண்டு வந்திருக்கிறது. இந்தக் காலத்தில் ஆண்ட ஜெர்மானிய அரசர்கள், தங்களை 'தெய்விகத் தன்மைபொருந்திய ரோம ஏகாதிபத்தியத்தின் சக்ரவர்த்திகள்' என்று சொல்லிக்கொள்வதிலேயே பெருமை கொண்டார்கள். ஏனென்றால் ரோம ஏகாதிபத்தியத்தின் செல்வாக்கு தெற்கே ரோமாபுரியிலிருந்து வடக்கே வடகடல் வரையில் பெயரளவிலாவது பரவியிருந்தது.

ஆட்டோ அரசனுக்குப்பிறகு, ஐரோப்பிய சரித்திரத்தில் எத்தனையோ சம்பவங்கள் நிகழ்ந்தன. ஐரோப்பிய பூகோள படம் எத்தனையோ முறை மாற்றியமைக்கப்பட்டது. ஜெர்மனிய தேவதை கண்ட காட்சிகளும் அவள் அடியிலே உருண்ட தலைகளும் எத்துணையென்பதைக் காலதேவனே கணித்துக் கூறவேண்டும். ஜெர்மன் அரசு கட்டிலில் ஆஸ்திரிய அரச பரம்பரை சிறிது காலம் அமர்ந்திருந்தது. இந்தப் பரம்பரையை வீழ்த்த வேறு சில அரச குடும்பங்கள் முயன்றன. கடைசியில் ஹோஹென்ஜொல்லர்ன் வம்சத்தினர்[3] கி.பி. 18வது நூற்றாண்டு முதல் ஜெர்மன் சிங்காதனத்தில் நிலைத்து உட்கார்ந்தனர். இந்த எண்ணூறு வருட காலத்தில் பிரான்ஸ், இத்தலி, ஆஸ்திரியா ஹங்கேரி முதலியவை தனித்தனி நாடுகளாக வடிவங்கொண்டன. இந்தக் காலத்தில் ஐரோப்பாவில் அரசியல், மதம், சமூகம் முதலியவை சம்பந்தமாகப் பல கிளர்ச்சிகள் எழுந்தன. ஆங்காங்குச் சிலர் தோன்றி தங்களுக்கென்று சில பிரதேசங்களை வகுத்துக்கொண்டு, அங்கு வசித்து வந்த மக்களையும் தங்கள் ஆதிக்கத்திற்குட்படுத்தி சுயேச்சையாக ஆண்டு வந்தார்கள்; இஷ்டப்படி சட்டதிட்டங்களைச் செய்து கொண்டார்கள். கிறிஸ்தவ மதத்தின் செல்வாக்கு உச்ச நிலையிலிருந்தது. எதற்கெடுத்தாலும் மதம் என்ற பேச்சு. மதத்தின் பெயரால் பல அட்டூழியங்கள் நடைபெற்றன. ரோமாபுரியில் வசித்த போப்பரசர்கள் ஆடம்பர வாழ்க்கையில் மூழ்கியிருந்தார்கள். இந்த வெளி மயக்கில் ஐரோப்பா முழுவதும் பிரமித்து நின்றது.

வெ. சாமிநாத சர்மா

ஒரு புறம், நிலச் சுவான்தார்களுடைய ஆதிக்கம்! மற்றொரு புறம், மறு உலகத்திற்கு வழி காட்டும் புரோகிதர்களுடைய ஆடம்பர வாழ்க்கை! ஏழைக் குடியானவர்கள் தங்கள் தேகத்திலிருந்து வழியும் வியர்வையால் நிலத்தை நனைத்துச் சாகுபடி செய்து கொடுத்தார்கள். பணமும் நிலமும் படைத்த எஜமானர்களோ, தங்கள் மாடிகளின் பலகணிகளில் இருந்து கொண்டே, நிலங்களை மேற்பார்வை செய்து தங்கள் கடமையைச் செய்துவிட்டதாகத் திருப்தியடைந்தார்கள். எனவே, ஏழை மக்களின் இகலோக வாழ்க்கைக்குப் பணக்கார எஜமானர்களுடைய தயவும், பரலோக வாழ்க்கைக்குப் புரோகிதர்களுடைய தயவும் வேண்டியிருந்தது. என்ன செய்வார்கள்? ஏங்கி நின்றார்கள்.

இச்சமயத்தில் ஜெர்மனியிலிருந்து ஒரு குரல் எழுந்தது. மார்ட்டின் லூதர்[4] (1483-1546) இந்தப் பெயரைக் கேட்ட மாத்திரத்தில் மக்கள், விடுதலையடைந்தது போன்றதோர் உணர்ச்சி பெற்றார்கள். இவன் போப்பரசர்களின் மத ஆதிக்கத்தை எதிர்த்துப் பிரசாரஞ்செய்தான். ஏழை மக்கள் இவனைப் பின்பற்றத் தொடங்கினார்கள். இங்ஙனம் பின்பற்றியவர்கள். ப்ராடெஸ்டெண்டுகள்[5] என்று அழைக்கப்பெற்றார்கள். இந்தக் காலத்திலேயே கிறிஸ்தவ மதத்தில் 'ப்ராடெஸ்டெண்டு' கிளை பிரிந்தது. மார்ட்டின் லூதருடைய இயக்கம், மதச் சீர்திருத்த இயக்கமாக மட்டும் இராமல், ஜெர்மனியரை ரோமாதிபத்தியத்தினின்று விடுதலையடையவும் தூண்டியது. இதன் விளைவு முப்பது வருட யுத்தம்.[6]

இந்த யுத்தத்தின் பயனாக ஜெர்மனி பெரிதும் சோர்வடைந்துவிட்டது. மக்கள்தொகையானது பாதிக்கு மேல் குறைந்துவிட்டது. இதனின்று மீள பல அறிஞர்கள் முயற்சி செய்தார்கள். ஆனால் இந்த முயற்சியானது, இருநூறு வருடங்களுக்குப் பிறகே, ஒருவாறு பயனளித்தது என்று கூறலாம். 17வது நூற்றாண்டில் ஜெர்மனியில் மட்டும் சுமார் 300 சில்லரை அரசாங்கங்கள் இருந்தன. இவைகளுக்குள் பரஸ்பரம் பகைமையும் பொறாமையும் நிலவியிருந்தன. இவற்றில் தலையெடுத்து நின்றது ப்ரஷ்யா தேசந்தான். இதனின்றுமே பிற்கால ஜெர்மன் ஏகாதிபத்தியம் சிருஷ்டிக்கப்பட்டது.

19வது நுற்றாண்டுக்கு முன்னர் பொதுவாக ஜெர்மனியில், சிறப்பாக ப்ரஷ்யாவில், வாழ்ந்த மன்னர் சிலர்; ஆண்ட அரசர்

பலர். மஹா பிரடெரிக் *(Frederick the Great) (1740-1786)* என்ற ப்ரஷ்ய மன்னன் உண்மையிலேயே வாழ்ந்தான். இவனிடத்தில் பல குறைகள் இருந்தன. ஆனால் 20ம் நூற்றாண்டுத் தொடக்கத்தில் உலகத்தையெல்லாம் நடுங்கச் செய்த ஜெர்மன் ஏகாதிபத்தியக் கட்டிடத்தின் அஸ்திவாரம் போடத் தொடங்கிய பெருமை இவனைச் சார்ந்ததேயாகும். இவனை மக்கள் பெரிதும் போற்றினார்கள். இவனது வீரத்தையும் விசால அறிவையும் வியந்து பாராட்டி, கவிஞர்கள் பாட்டிசைத்தார்கள். 'மக்களின் தொண்டன்' என்று சொல்லிக்கொண்டு இவன் 46 வருடகாலம் ஓய்வின்றி - ஆனால் நிதானமாக - உழைத்தான்; வாழ்ந்தான்.

இந்த பிரடெரிக் மன்னன், தான் ஆண்டு வந்த ப்ரஷ்யாவை, ஐரோப்பிய வல்லரசுகளில் ஒன்றாக மதிக்குமாறு செய்தான். இவன் காலத்தில் ப்ரஷ்யாவுக்கும் ஆஸ்திரியாவுக்கும் யுத்தம் நடைபெற்றது. இதன் விளைவாக சிலீஷியா[7], ப்ரஷ்யாவுடன் சேர்ந்தது. ப்ரஷ்யாவுக்கு ஏற்பட்டு வந்த செல்வாக்கைக் கண்டு, மற்ற ஜெர்மானிய நாடுகள் பொறாமை கொண்டன. எனவே, பிரடெரிக் வில்லியம் *III (Frederick William III) (1797-1840)* என்பவனுடைய காலத்தில் ரஷ்யாவை மட்டும் தனியாக ஒதுக்கி வைத்துவிட்டு, மற்ற ஜெர்மானிய நாடுகள் யாவும் 'ரைன்லாந்து ஐக்கியம்' என்ற பெயரால் ஒன்று சேர்ந்து கொண்டன. ஆனால் இதற்காக ப்ரஷ்யா சளைத்துப் போகவில்லை.

18வது நூற்றாண்டின் கடைசி பாகத்தில் ஐரோப்பிய, அரசியல் மேடையில் நெப்போலியன் *(Nepoleon Bonaparte) (1769-1821)* தோன்றினான். இவனைக் கண்டு மணி முடிகள் பணிந்து நின்றன; மண் தரை செந்தரையாகியது. இவனை ப்ரஷ்யா தைரியமாக எதிர்த்துப் போராடியது. ஆனால் ஜீனா என்ற இடத்தில் தோல்வியுற்றது. *(Battle of Jena - 1806)* இது காரணமாக ப்ரஷ்யாவில் ஒரு புத்துணர்ச்சி உண்டாயிற்று. அந்நிய ஆதிக்கத்தினின்று விடுதலையடைய வேண்டுமென்ற ஆவல் ஜெர்மனி முழுவதும் பரவியது. நெப்போலியனை வீழ்த்திவிட வேண்டுமென்று ஐரோப்பிய வல்லரசுகள் சேர்ந்து செய்த முயற்சியில் ப்ரஷ்யாவும் கலந்து கொண்டது. வாட்டர்லூ *(Battle of Waterlo 18.6.1815)* யுத்தத்தில் நெப்போலியன் வீழ்ந்துபட்டான். அவன் வீழ்ச்சிக்கு வெல்லிங்டன் *(Duke of Wellington - 1769-1852)* என்ற ஆங்கில சேனாதிபதி மட்டும் காரணமில்லையென்பதையும், வான் ப்ளூசர்[8] என்ற ப்ரஷ்ய சேனாதிபதி காட்டிய போர்த் திறமையும் ஒரு முக்கிய காரணம் என்பதையும் இங்குச் சுட்டிக் காட்டாமலிருக்க முடியாது.

நெப்போலியனுடைய படையெடுப்பானது, ஜெர்மனிக்கு ஒரு பெரிய நன்மையைச் செய்தது என்று கூறலாம். இதற்கு முன்னர் சுயேச்சையான சிற்றரசர்கள் தனித்தனிப் பிரதேசங்களை வகுத்துக் கொண்டு அவரவர் இஷ்டப்படி ஆட்சி புரிந்து வந்தார்களல்லவா? நெப்போலியனுடைய படையெடுப்புக்குப் பிறகு இவர்கள் தங்கள் பிரிவினையின் பலஹீனத்தை உணர்ந்தார்கள். பரஸ்பர பொறாமையை விட்டொழித்தார்கள். பொதுச் சத்துருவை எதிர்த்து நிற்குமுறையில் ஒன்றுசேர வேண்டுமென்ற எண்ணம் உண்டாயிற்று. இதற்குத் துணையாக வேறு சில காரணங்களும் சேர்ந்து கொண்டன. எனவே 1789ஆம் வருடத்தில் 300க்கு மேற்பட்டிருந்த சுயேச்சை நாடுகள், 1815ஆம் வருடத்தில் 39 நாடுகளாக உருக்கொண்டன. ஜெர்மனியர்களுக்குள் தேசீய உணர்ச்சி தலைகாட்டத் தொடங்கியது. 'எல்லோரும் ஓரினம்; எல்லோரும் ஓர் குலம்' என்ற உணர்ச்சிக்கு வித்திடப்பெற்றது.

இந்த நிலையில் 19வது நூற்றாண்டு பிறந்தது. ஜெர்மனியைப் பொறுத்தமட்டில் இது சோர்விலே பிறந்தது; நம்பிக்கையிலே வளர்ந்தது; செல்வத்திலே, செல்வாக்கிலே, ஏகாதிபத்தியப் பேராசையிலே முடிந்தது. எண்ணிக்கையில் சுருங்கிய நாடுகள் எல்லையில் பெருகின. குடியானவர்களின் உரிமைகளை எஜமானர்கள் மதிக்கத் தொடங்கினார்கள். ஸ்டீன் *(Baron Von Stein) (1757-1831)* என்ற ராஜதந்திரி தோன்றி விவசாயிகளின் அடிமைத்தளையை அறுத்தெறிந்தான். நகரங்களில் ஸ்தல சுய ஆட்சி முறையை நிறுவினான். மற்றும் இந்த நூற்றாண்டில் பல திறப்பட்ட விஞ்ஞான ஆராய்ச்சிகள் நடைபெற்றன. இவை விவசாயம், கைத்தொழில் முதலியவற்றின் அபிவிருத்திக்குத் துணைசெய்தன. லீபிக் *(Baron Von Liebig) (1803-1873)* என்ற விஞ்ஞான சாஸ்திரி, நிலத்தின் தராதரங்களைப் பரிசீலனை செய்து அதிகமான விவசாய உற்பத்திக்கு வழிகாட்டினான். ஸ்டீனின் ஸ்தல சுயஆட்சி முறையினால் பல புதிய நகரங்கள் தோன்றின. 'ஜெர்மனிய ஐக்கிய'த்தில் *(German Confederation)* கலந்திருந்த நாடுகளுக்கிடையே முன்னர் சுங்கவரிச் சுவர்கள் எழுப்பப் பெற்றிருந்தன. இதனால் உள்நாட்டு வியாபாரம் பெரிதும் தடைபட்டது. 1828ஆம் வருடத்தில் இவை உடைத்தெறியப்பட்டன. 'சுங்கவரி ஐக்கியம்' *(Zollverin)* (ஜால்வெரின்) என்ற திட்டம் அமுலுக்குக் கொண்டுவரப்பெற்றது. இந்த ஐக்கியத்திற்குக் கேந்திர ஸ்தானமாக இருந்தது ப்ரஷ்யாவேயாகும். இந்த 'ஜால் வெரின்' முறையினால்

உள்நாட்டு வியாபாரம் விருத்தியடைய ஆரம்பித்தது. ரெயில்வேக்களும் நல்ல பாதைகளும் பல இடங்களை இணைத்து வியாபார அபிவிருத்திக்குத் துணைசெய்தன.

இந்த நூற்றாண்டின் முதற் பாகத்தில் பிஸ்மார்க்[9] (1815-1898) தோன்றினான். ப்ரஷ்யாவுக்குப் பெருமை கொடுக்க எண்ணி அதற்காவன செய்தான்; அதில் வெற்றியும் பெற்றான். ஜெர்மனியை, ராணுவ பலம் நிறைந்த உலக வல்லரசுகளில் ஒன்றாகச் செய்த பெருமை இவனையே சேர்ந்தது. இவன் சிறந்த ராஜதந்திரியாகையால், ப்ரஷ்யாவோடு போட்டியிட்ட ஆஸ்திரியாவை வீழ்த்தினான். பிரான்சோடு போரிட்டு ஆல்சேஸ் - லோரெயின் பிரதேசங்களை ஜெர்மனிக்குச் சேர்த்துக் கொடுத்தான். இவனால் ப்ரஷ்யாவின் மதிப்பு அதிகரித்தது. இதுகாறும் தனித் தனியாக இருந்த சில்லரை நாடுகள், ப்ரஷ்யாவின் ஆதிக்கத்திற்குட்படச் சம்மதித்தன. 1871ஆம் வருடம் ஜனவரி மாதம் 18ந் தேதி, ப்ரஷ்யா தேசத்து மன்னனாகிய முதலாவது வில்லியம், வார்சேலில் ஜெர்மன் சக்ரவர்த்தி[10] என்று பட்டப் பெயர் சூட்டிக் கொண்டான். புதிய ஜெர்மனி, ஐக்கிய ஜெர்மனி, பிறந்தது. இது முதற்கொண்டு 'இரண்டாவது ஜெர்மன் ஏகாதிபத்தியம்' என்று ஜெர்மனி அழைக்கப்பெற்றது. முதலாவது ஏகாதிபத்தியம் 'தெய்வீகத் தன்மை பொருந்திய ரோம ஏகாதிபத்தியம்' என்பதோடு இணைந்து கௌரவம் பெற்றதாகக் கருதி நெப்போலிய யுத்தத்தோடு முடிவு பெற்றுவிட்டது. ஹிட்லர் 1933ஆம் வருடம் அரசாங்க நிர்வாகத்தை ஏற்றுக்கொண்ட பிறகு ஜெர்மனியை 'மூன்றாவது ஏகாதிபத்தியம்' என்று அழைத்து வருகிறான்.

பிஸ்மார்க்கினால் வகுக்கப்பட்ட அரசியல் திட்டப்படி 'இரண்டாவது ஜெர்மன் ஏகாதிபத்திய'த்தில் 26 நாடுகள் சேர்ந்திருந்தன. ஒவ்வொரு நாடும், தனது உள்நாட்டு விவகாரங்களைத் தானே நிர்வகித்துக் கொள்ளும் அதிகாரத்தைப் பெற்றிருந்தது. குறிப்பிட்ட சில அதிகாரங்கள்தான், ஐக்கிய அரசாங்கத்திற்கென்று ஒதுக்கப்பட்டிருந்தன. இந்த ஐக்கிய அரசாங்கத்தின் தலைவனான கெய்ஸருக்கு யுத்த காலங்களில் அதிகமான அதிகாரங்கள் அளிக்கப்பட்டிருந்தன. சமாதான காலங்களில் அந்தந்த நாட்டு அரசாங்கங்களின் மேல்பார்வைக்குட்பட்டிருந்த சைனியமானது, யுத்த காலங்களில் கெய்ஸரின் அதிகாரத்துக்குட்படுத்தப் பெற்றன. அந்நிய நாட்டு அரசாங்கங்களுடன் தொடர்பு வைத்துக்கொள்ள வேண்டிய உரிமை இவனைச் சேர்ந்ததாயிருந்தது. மற்றும்

ஏகாதிபத்தியத்தின் பிரதம மந்திரியை நியமிக்கும் பொறுப்பு இவனுக்கு அளிக்கப்பட்டிருந்தது. இங்ஙனம் நியமிக்கப்படும் பிரதம மந்திரி ஜெர்மன் ஐக்கிய பார்லிமெண்டுக்குப் பொறுப்பாளி இல்லாதவனாக இருந்தான். எனவே, இவன் மூலமாக, ஜெர்மனியின் உள்நாட்டு விகாரங்களிலும் வெளிநாட்டு விவகாரங்களிலும், கெய்ஸர், தனது செல்வாக்கை உபயோகித்து வந்தான். கெய்ஸரை விலக்கவோ, அவன் செயல்களுக்கு அவனைப் பொறுப்பாளியாக்கவோ எவருக்கும் அதிகாரமில்லை.

பிஸ்மார்க்கின் திட்டப்படி, மேல்சபை என்றும் கீழ்ச்சபை என்றும் இரண்டுவித சட்ட சபைகள் அமைக்கப் பெற்றிருந்தன. மேற்சபைக்கு 'பெடரல் கவுன்சில்' என்று பெயர். இது 'பூந்தேஸ்ராட்' (Bundesrat) என்று அழைக்கப்பெற்றது. 26 நாடுகளின் பிரதிநிதிகளும், அந்தந்த நாட்டு விஸ்தீரணத்திற்குத் தகுந்தாற்போல், இதில் தேர்ந்தெடுக்கப்பெற்றிருந்தார்கள். உதாரணமாக ப்ரஷ்யாவுக்கு 17 பேரும், பவேரியாவுக்கு ஆறு பேரும், சிறிய நாடுகள் சிலவற்றிற்கு ஒவ்வொரு பிரதிநிதியுமாக இருந்தார்கள். இவர்கள், தங்கள் அரசாங்கத்தின் பிரதிநிதிகளாகவே, 'பூந்தேஸ்ராட்'டில் 'ஓட்' கொடுத்தார்கள். கீழ்ச் சபையில் ஆஜர் படுத்தவேண்டிய மசோதாக்களை ரகசியக் கூட்டமாக இருந்து தயார் செய்யவும், கீழ்ச்சபையினால் நிறைவேற்றப்பட்ட மசோதாக்களை நிராகரிக்கவும் இந்த மேற்சபைக்கு அதிகாரமிருந்தது. கீழ்ச்சபைக்கு 'இம்பீரியல் டையட்' (Imperial Diet) என்று பெயர். இதனையே 'ரய்ஹ்ஸ்டாக்' (Reichstag) என்றும் அழைப்பர். வயது வந்தவர்களின் வாக்குரிமை பெற்று அவர்களின் பிரதிநிதிகளாகவே, அங்கத்தினர்கள் இதில் ஸ்தானம் வகித்தார்கள். இது பெயரளவில் ஜனநாயக ஸ்தாபனமாக விளங்கியதே தவிர உண்மையில், அரசாங்கச் சட்டங்களை நிறைவேற்றவோ, நிராகரிக்கவோ இதற்கு அதிகாரமில்லை. இது சில சட்டங்களை நிறைவேற்றலாம். ஆனால் மேற்சபையானது நிராகரித்து விடலாம். அரசாங்கத்தார் கொண்டு வரும் மசோதாக்களை இந்த 'ரய்ஹ்ஸ்டாக்' சபை நிறைவேற்ற மறுத்துவிடுமேயானால், மேற்சபையும், சக்கரவர்த்தியும் சேர்ந்து, இதனைக் கலைத்து புதிய தேர்தல் நடை பெறுமாறு உத்திரவிடலாம். இங்ஙனம் பலமுறை நடைபெற்றிருக்கின்றன. இவற்றால் விளங்குவதென்னையெனில், பிஸ்மார்க்கின் அரசியல் திட்டப்படி, ஜெர்மனி, சட்ட வரம்புக்குட்பட்ட அரசாங்கமாக

இருந்ததே தவிர, ஜனநாயக தத்துவம் நிரம்பிய அரசாங்கமாக இல்லை.

19வது நூற்றாண்டின் பிற்பாகத்தில், ஜெர்மனியில் செழிப்பு சிறிது வேகமாக வளரத்தொடங்கியது. பல இடங்களில் பாங்கிகள் ஏற்படுத்தப்பெற்றன. இந்தப் பாங்கிகளின் மூலமாக, வெளிநாடுகளில் ஜெர்மானியர்கள் தங்கள் வியாபாரத்தைப் பெருக்கிக் கொண்டார்கள். புதிய கைத்தொழிற் ஸ்தாபனங்களை நிர்மாணித்து நடத்தினார்கள். இதனால் அந்நிய நாடுகளில் ஜெர்மானியர்களுடைய கௌரவம் உயர்ந்தது. வர்னர் வான் சீமன்ஸூம்[11] எமில் ராதனோவும்[12] மின்சார வசதிகள் மிக மலிவாகக் கிடைக்கும்படி செய்தார்கள். க்ரூப்[13] (1787-1826) இரும்புத் தொழிலை விருத்தி செய்தான். தைஸன்[14] நிலக்கரி உற்பத்தியைப் பெருக்கினான். பாலின்[15] கப்பல் வியாபாரத்தை அதிகப்படுத்தினான். உலகமெங்கும் ஜெர்மன் சாமான்கள் பரவி நின்றன.

இந்த நூற்றாண்டில் ஜெர்மானியர்கள் தன் மதிப்புடன் வாழத் தொடங்கினார்கள். உழைத்துப் பிழைத்தலே கௌரவமென்று கருதப்பெற்றது, செல்வமானது. ஒரு சிலரிடத்தில் மட்டும் சேர்ந்து கொண்டு செல்லவில்லை. எல்லோருக்கும் ஜீவனோபாயத்திற்குத் தக்க வருமானம் கிடைத்தது. தொழிலாளர்கள் நலத்தை நாடப் பல தலைவர்கள் தோன்றினார்கள். ஹர்ஸ்ச்[16] என்பவன் ஆங்காங்குத் தொழிலாளர் சங்கங்களை ஸ்தாபித்தான். கார்ல்மார்க்ஸ்[17] (1818-1883) தோன்றி சமூகவாதக் கொள்கையைத் தொழிலாளர்களிடையே புகுத்தி பொதுவுடைமை இயக்கத்திற்கு விதை போட்டான். சமூகவாதத்திற்கும் அரசாங்கத்திற்கும் ஜெர்மனியில் பல போராட்டங்கள் நடைபெற்றன. இவற்றின் பயனாக, 1881ஆம் வருடத்தில் தொழிலாளர்களுக்குச் சட்ட பூர்வமான சில உரிமைகள் வழங்கப்பெற்றன. தொழிலாளர்களும் தங்கள் பொறுப்பை உணர்ந்து நடந்து கொள்ளத்தொடங்கினார்கள். மக்களுடைய சராசரி வருமானம் ஒன்றுக்கு இரண்டுமடங்கு ஆயிற்று. நாட்டின் செல்வநிலை அதிகரிக்கவே, மக்கள்தொகையும் பெருகியது. 1871ஆம் வருடத்தில் 410 லட்சமாக இருந்த ஜெர்மனியின் மக்கள்தொகை, 1913 வருடம் 660 லட்சமாக உயர்ந்தது. மக்கள்தொகைப் பெருக்கத்தினால் வேலையில்லாத் திண்டாட்டம் அதிகரிக்கவில்லை. அனைவருக்கும் வேலை கிடைத்து வந்தது. தொழில் அபிவிருத்தியின் சிறப்பையே இது காட்டுகிறதல்லவா?

கலை உலகத்திலும் ஜெர்மனியானது இந்த 19வது நூற்றாண்டில் மிகச் சிறந்து விளங்கியது. இந்த நூற்றாண்டிலேதான் கெயடே[18] (1749-1832) என்ற கவிஞனுடைய கம்பீர வாக்கு ஒலித்தது. ஷில்லர்[19] (1759-1805) இந்த ஒலிக்கு ஒளி கொடுத்தான். பீத்ஹோவன்[20] (1770-1827) சங்கீதசாகரத்தில் தனித்து மிதந்து சென்றான். வாக்னர்[21] (1813-1883) இவனுக்குத் தெப்பம்போல் அமைந்தான். ஆர்ண்ட் (Ernst Moritz Arndt) (1769-1860) கோர்னர், (Karl Theodor Korner) (1791-1813) முதலியோர் தேசீய உணர்ச்சியைத் தட்டியெழுப்பக்கூடிய கவிகள் பலவற்றை இயற்றினார்கள். காண்ட்[22] (1724-1804) ஹெகல்[23] (1770-1831) ஷோபன்ஹார்[24] (1788-1860) ஷெல்லிங்[25] (1785-1854) முதலியோர் ஞான தீபத்திற்கு வெளிச்சங் கொடுத்தார்கள். வெபர்[26], மாக்ஸ் முல்லர்[27], ஓர்டன் புர்க்[28], ஹல்ட்ச்[29], ஒப்பர்ட்[30] முதலியோர் தங்களுடைய நுண்ணிய ஆராய்ச்சித்திறனால் கீழ்நாட்டையும் மேல்நாட்டையும் ஒற்றுமைப்படுத்தி வைத்தார்கள்.

பிஸ்மார்க், மோல்ட்க்[31] (1800-1891) ஆகியோர் ஜெர்மன் ராணுவத்தை உலகிலுள்ள ராணுவங்களில் மிகச் சிறந்ததாகச் செய்துவிட்டார்கள். 1888ஆம் ஆண்டு ஜெர்மன் பார்லிமெண்டில் பிஸ்மார்க் பேசியபோது ஜெர்மனியர்களாகிய நாம் இந்த உலகத்தில் எவருக்கும் அஞ்சுவதில்லை - கடவுளைத் தவிர' என்று கூறினான், அந்நிய நாடுகளில் ஜெர்மானியர்களுடைய செல்வாக்கு ஓங்கி நின்றது. முதலாவது வில்லியத்திற்குப் பிறகு, ஜெர்மன் ஏகாதிபத்தியத்தின் செங்கோலைப் பிடித்தவன் மூன்றாவது பிரடெரிக் என்பவன். இவன் சில மாதங்களே இருந்து இறந்தான். இவனுக்குப் பிறகு 1888ஆம் ஆண்டு ஜூன் மாதம் 18ந் தேதி இரண்டாவது வில்லியம் ஜெர்மன் சிங்காதனத்தில் ஏறினான். இவனை 'கெய்ஸர்' என்ற பெயரால் உலகத்தார் நன்கு அறிவர். இவன் இளமையிலே பட்டத்துக்கு வந்து விட்டான். இவனுக்கும் பிஸ்மார்க்குக்கும் பிணக்கு ஏற்பட்டது. பின்னவன் விலகிக் கொண்டான். ஜெர்மனியில் ஏகாதிபத்திய ஆசை வளரத் தொடங்கியது. கெய்ஸர் இதற்குத் துணை செய்தான். இந்த நிலையில் 19வது நூற்றாண்டு முடிந்தது. செல்வம், செல்வாக்கு, கலைஞானப் பெருக்கம், ராணுவ பலம் ஆகிய குதிரைகள் பூட்டிய ஏகாதிபத்திய ஆசையென்னும் வண்டியில் ஏறிக் கொண்டு ஜெர்மனிய தேவதை 20வது நூற்றாண்டில் பிரவேசித்தாள்.

1913ஆம் ஆண்டு, கெய்ஸர் பட்டத்திற்கு வந்த இருபத்தைந்தாவது ஆண்டுக் கொண்டாட்டம்

கொண்டாடப்பெற்றது. இதன் நினைவாக 'இரண்டாவது வில்லியத்தின் கீழ் ஜெர்மனி' என்ற ஒரு சிறந்த பிரசுரம் வெளியிடப்பெற்றது. இதில் ஜெர்மனி அடைந்துள்ள முன்னேற்றம், உலகம் பிரமிக்கத்தக்கவண்ணம் வலியுறுத்தப் பெற்றிருந்தது. ஜெர்மனியின் ராணுவ யந்திரம் மிக ஒழுங்காக இருந்தது. கப்பற்படை வளர்ந்து வந்தது. கீல்வாய்க்காலின் விஸ்தரிப்பு பூர்த்தியாகிவிட்டது. நாடு செழுமையுற்றிருந்தது. ஜனங்களோ பூரண கல்வியறிவு பெற்றிருந்தார்கள். எல்லோருக்கும் வேலையகப்பட்டு வந்தது. தேசத்தின் ஜீவநாடி ஒழுங்காக அடித்தது. ஆனால் இந்த நாடித்துடிப்பிலே ஒரு நிம்மதியற்றதன்மை அதிகார ஆசை காணப்பெற்றது. ஏகாதிபத்தியப் பசியானது தீவிரமாகப் பற்றிக் கொண்டது. உலகத்தையெல்லாம் ஆளவேண்டுமென்ற ஆசையால் ஜெர்மனி, தன் ஆத்மாவையே இழந்துவிடத் தீர்மானித்துவிட்டது.

1914ஆம் ஆண்டு ஜுன் மாதம் கடைசியில் செராஜிவோவில், ஆஸ்திரிய இளவரசன், செர்விய மாணவனொருவனால் சுட்டுக் கொல்லப்பட்டான். ஐரோப்பா முழுவதும் யுத்த மேகம் கவிந்து கொண்டது. குண்டு மாரி பொழிந்தது. ரத்த வெள்ளம் பெருகியது. லட்சக் கணக்கான உயிர்கள் இந்த ரத்த வெள்ளத்திலே அடித்துச் செல்லப்பட்டன.

1918ஆம் ஆண்டு யுத்தம் நின்றது. பிரிட்டன், பிரான்ஸ் முதலிய நாடுகள் வெற்றி கொண்டாடின. ஜெர்மனி பணிந்து நின்றது; வார்சேலில் சமாதான உடன்படிக்கையில் கையெழுத்திட்டது. எந்த வார்சேல், முதலாவது வில்லியத்திற்கு ஜெர்மன் சக்கரவர்த்தி என்ற பட்டஞ்சூட்டி ஐக்கிய ஜெர்மனியை சிருஷ்டி செய்ததோ, அதே வார்சேல், ஜெர்மனியின் ஏகாதிபத்திய ஆசைக்குச் சவக்குழியாகிவிட்டது.

யுத்தம் நடைபெற்றுக் கொண்டிருந்தபோதே, ஜெர்மனியில் உள்நாட்டுக் குழப்பங்கள் உண்டாயின. மக்கள் புதிய அரசியலை விரும்பினார்கள். கெய்ஸர் முடிதுறந்து ஹாலந்துக்குச் சென்றுவிட்டான். குடியரசு ஏற்பட்டது. ஆனால் இது ஸ்திரமாக இருக்கவில்லை. அரசியல் கட்சிகள் பல இதனை அடிக்கடி ஆட்டி அசைத்துக் கொடுத்து வந்தன. கடைசியில் 1933ஆம் ஆண்டு ஹிட்லரின் தலைமையில் நாஜி கட்சி, அரசாங்க நிருவாகத்தை ஏற்றுக் கொண்டது. அது முதல் ஜெர்மனியில் ஒரே போக்கான ஆட்சி முறை நடைபெற்று வருகிறதென்று சொல்லலாம். இந்த நாஜி கட்சித் தலைவனாகிய ஹிட்லர் யார்?

அடிக்குறிப்புகள்

1. *Charlemagne - King of the Franks.*
2. *Otta the Great*
3. *இந்த வம்சத்தினர் 11வது நூற்றாண்டு முதற்கொண்டே தங்கள் செல்வாக்கைப் பெருக்கிக் கொண்டு வந்திருக்கின்றனர். ஜொல்லர்ன் என்ற ஒரு குன்றில் இவர்கள் முதலில் வசித்து வந்ததனால், இந்தப் பெயர் வந்தது. கெய்ஸர் இந்த வம்சத்தின் 24வது தலைமுறை.*
4. *Martin Luther - இவன் ஒரு சாதாரண குடியானவனாகப் பிறந்தான். உயர்தரக் கல்விபெற்று ஒரு பாதிரியாகச் சிலகாலம் இருந்தான். ஒரு சமயம் ரோமாபுரிக்குச் சென்று அங்கு நடைபெறும் போப்பரசர்களுடைய அட்டூழியங்களைக் கண்டு மன மாற்றமடைந்தான். இவன் ஜெர்மன் மொழியில் 'பைபிளை' மொழிபெயர்த்தான். பெரிய உழைப்பாளி; நாவலன்; எழுத்தாளன். மூன்று வருடத்திற்குள் சுமார் 446 நூல்களை எழுதியிருக்கிறான்.*
5. *It was called Protestant, because it protested against various dogmas of the Roman Church.*
6. *Thirty years war 1618-1648*
7. *Silesia - மத்திய ஐரோப்பாவில் இருந்த இந்தப் பிரதேசம் இப்பொழுது போலந்து, ஜெக்கோ ஸ்லோவேகியா ஆகிய நாடுகளில் ஐக்கியமாகிவிட்டது.*
8. *Von Blucher - 1745-1819. இவன் யுத்த தந்திரங்களில் மகாநிபுணன். தைரியசாலி. இவனைப் படைவீரர்கள் 'முன்னணி வீரன்' என்ற சிறப்புப்பெயர் கொடுத்து அழைத்து வந்தார்கள். வாட்டர்லூ யுத்தத்தில் கலந்து கொள்ளும்போது இவனுக்கு வயது 73.*
9. *Otto Bismark - இவன் 1815ஆம் வருடம் ப்ரஷ்ய நிலச் சுவான்தார் [Junker] குடும்பத்தில், பிராண்டன்பர்க் என்ற ஊரில் பிறந்தான். பணக்கார குடும்பத்தில் பிறந்தவனாதலால், இவன் மனப்பான்மை பிறரை அடக்கியாளும் தன்மையிலேயே அமைந்திருந்தது. இவன் கோட்டின்ஜன், பெர்லின் ஆகிய ஊர்களிலுள்ள சர்வகலாசாலைகளில் படித்துக் கொண்டிருந்தபோது, சாராயம் குடிப்பதிலும் பிறரோடு போராடுவதிலும் பெயரெடுத்தான். 31வது வயதில் சாக்ஸனி மாகாணத்துப் பிரதிநிதிகள் சபையில் ஓர் அங்கத்தினனாகி அரசியல் அநுபவம் பெறத் தொடங்கினான். ப்ரஷ்ய பார்லிமெண்டில் எட்டு வருடகாலம் அங்கத்தினனாயிருந்தான். ப்ரஷ்யாவின் பிரதிநிதியாக, ருஷ்யாவிலும் பிரான்சிலும் இருந்து சேவை செய்தான். தன்னுடைய நாற்பத்தேழாவது வயதில் ப்ரஷ்ய அரசாங்கத்தின் முதல் மந்திரியானான். இது முதல் இவன் பெயர் பிரபலமடைந்தது. ஐரோப்பிய வல்லரசுகள், இவனுடைய ராஜ தந்திரத்திற்கு வணக்கஞ் செலுத்தின. பிஸ்மார்க், ஜெர்மனிக்குப் புதிய அரசியல் திட்டத்தை வகுத்துக் கொடுத்து அதனை அமுலுக்கும் கொண்டு*

18 | ஹிட்லர்

வந்தான். இவன் இரண்டாவது வில்லியம் சக்கரவர்த்தி பட்டத்திற்கு வந்ததும், இருவருக்கும் மனத்தாங்கல் ஏற்பட்டு, தனது பிரதம மந்திரிப் பதவியினின்று விலகி கொண்டு விட்டான்.

10. ஜெர்மன் சக்கரவர்த்தி என்று இவன் முடிசூட்டப் பெற்றானே தவிர ஜெர்மனிக்குச் சக்கரவர்த்தி என்று முடிசூட்டப் பெறவில்லையென்பது குறிப்பிடத்தக்கது. இரண்டுக்கும் உள்ள வேற்றுமையைக் கூர்ந்து கவனிக்க.

11. Werner Von Siemens - இவன் 1867ம் வருடம் 'டைனமோ' யந்திரத்தைக் கண்டுபிடித்து மின்சார சக்தியைத் தொலை தூரத்திற்குக் கொண்டுபோவது சாத்தியமாகும்படி செய்தான். மற்றும், தந்தி மூலமாகச் செய்திகள் அனுப்பும் முறையை இவன் ஒழுங்குபடுத்திக் கொடுத்தான். இது மாதிரி இவன் பல காரியங்களைச் செய்திருக்கிறான்.

12. Emil - Rathenau - மின்சார வசதிகளை மலிவாக மக்களுக்குக் கொடுத்த பெருமை இவனுடையது. இவன் ஒரு தொழிற்சாலையில் வேலைக்கமர்ந்து தனது வாழ்க்கையை ஆரம்பித்தான். அங்கு வேலை செய்து கொண்டிருந்தபோது, இவன், மின்சார சம்பந்தமாகப் பல ஆராய்ச்சிகளைச் செய்து வந்தான். 1881ஆம் வருடம் பாரிஸில் நடைபெற்ற ஒரு பொருட்காட்சிக்கு இவன் சென்று அங்கு வைக்கப்பட்டிருந்த எடிஸனுடைய மின்சார விளக்குகளைப் பார்த்தான். அங்கிருநது திரும்பி வந்து தானும் ஒரு புதிய கம்பெனியை ஆரம்பித்தான். இவனே, 'டிராம்வேக்கள்' மின்சாரத்தின் மூலமாக ஓடும்படி செய்தவன்.

13. Friedrich Krupp - இவன் 1811ஆம் வருடம் எஸ்ஸென் என்ற ஊரில் தனது இரும்புத் தொழிற்சாலையை முதன் முதலாக ஆரம்பித்தான். இவனுக்குப் பின்னால் வந்த இவன் மகன் ஆல்ப்ரெட் க்ரூப் [Alfred Krupp] இந்தத் தொழிலை விருத்தி செய்து, உலகத்திலுள்ள பெரிய தொழிற்சாலைகளில் ஒன்றாக ஆக்கினான். ஐரோப்பிய யுத்தத்தின் போது, ஜெர்மனிக்கு இந்தத் தொழிற்சாலையினரே ஏராளமான யுத்த தளவாடங்களை உற்பத்தி செய்து கொடுத்தனர்.

14. Thyssen - இவன் 1860ஆம் வருடத்தில், சாதாரண ஒரு சிறிய மில் வைத்து நடத்திக் கொண்டிருந்தான். பிறகு தன்னுடைய உழைப்பினாலும், ஒருதரப்பட்ட தொழில்களை ஒன்று படுத்தி நடத்தும் ஆற்றலினாலும் முன்னுக்கு வந்தான். 20வது நூற்றாண்டுத் தொடக்கத்தில் இவனுக்குச் சொந்தமாக ஏராளமான சுரங்கங்கள், தொழிற்சாலைகள், கப்பல்கள் முதலியன இருந்தன. ரூர் பிரதேசத்தில் இவன் ஓர் அரசன் போலவே இருந்தான் இவனுக்குப் பின்னர், ஹ்யூகோ ஸ்டின்னஸ் [Hugo Stinnes] என்பவன் இந்தச் செல்வாக்கை நிலைநிறுத்திக் கொண்டான்.

15. Ballin இவன் ஒரு யூதன். வருவதை முன்னறிந்து வினையாற்றும் ஆற்றல் பெற்றவன். ஹாம்பர்க்குக்கும் அமெரிக்காவுக்கும் கப்பல்

விட்டுக் கொண்டிருந்த ஒரு கப்பல் கம்பெனியில் இவன் முதன்முதலில் வேலைக்கமர்ந்தான். 1886ஆம் வருடம் இந்தக் கம்பெனியில் இவன் வேலை செய்யத் துவங்கியபோது இதற்குச் சொந்தமாக 26 கப்பல்களே இருந்தன. இவன் இந்தக் கம்பெனிக்குத் தலைவனாக வந்த பிறகு 1913ஆம் வருடம் இதற்குச் சொந்தமாக 180 கப்பல்கள் இருந்தன. இதன் மூலதனமும் ஒன்றுக்குப் பதின்மடங்காகப் பெருகியது.

16. Hirsch அரசியல் கட்சிகளின் தொடர்பின்றித் தொழிலாளர்களின் பொருளாதார நிலையை உயர்த்தும் நோக்கத்துடன் ஜெர்மனி யெங்கும் தொழிலாளர் சங்கங்களை ஆரம்பித்தவன்.

17. Karl Marx - சமூகவாதக் கட்சியின் தந்தை என்று இவனை சொல்ல வேண்டும். இவனுடைய சிறந்த நூல் Das Kapital என்பது

18. Johann Wolfgang Von Goethe - இவன் சிறு வயதிலிருந்தே அறிவை வெளிப்படுத்தத் தொடங்கினான். தனது எட்டாவது வயதுக்கு முன்னரே ஜெர்மன், பிரெஞ்சு, இத்தலி, லத்தீன், க்ரீக் ஆகிய மொழிகளில் நன்றாக எழுதும் பழக்கம் பெற்றான். மத விசாரணையும் செய்யத் தொடங்கினான். சங்கீதம், ஓவியம், இயற்கைப் பொருளாராய்ச்சி பல மொழிகளில் பயிற்சி முதலியவற்றில் நிரம்பப் பிரியம் உண்டு. முதலில் சட்டக் கல்லூரியில் படித்துத் தேர்ச்சி பெற்றான். ஆனால் இவன் மனமெல்லாம் கவி இன்பத்திலேயே திளைத்திருந்தது. இவனுடைய கவிதா சக்தியை அறிந்த சாக்ஸனி நாட்டுச் சிற்றரசன், இவனைத் தன் சபையை அலங்கரிக்கும்படி கேட்டுக் கொண்டான். வீலண்ட், ஷில்லர், ஹெர்டர் முதலிய வித்வான்கள் இவனுடைய சகபாடிகளாக மேற்படி சபையில் வீற்றிருந்தார்கள். இவன் 1786ஆம் வருடம் முதல் இரண்டு ஆண்டுகாலம் இத்தலியின் இயற்கை வனப்பில் ஈடுபட்டிருந்தான். அக்காலத்தில் சில புதிய நூல்கள் எழுதினான். இவனுடைய சிறந்த நூல் பௌஸ்ட் [Faust] என்ற ஒரு தீயிறுதி நாடகம். இவன் செடி கொடிகள் சம்பந்தமாக ஒரு நூலும், ஸர் ஐஸக் நீயூட்டனுடைய ஆகர்ஷண சக்திதத்துவத்தை எதிர்த்து ஒரு நூலும் வெளியிட்டான்.

19. Johann Christoph Friedrich Von Schiller - சிறந்த கவி. சிறு வயதிலிருந்தே இவனுக்குப் பாடும் சக்தி இருந்தது. ஒரு சமயம் நல்ல மழை பொழிந்து கொண்டிருந்தது. அப்பொழுது இடியும் மின்னலும் அதிகமாயிருந்தன. சிறுவனான ஷில்லர் ஒரு மரத்தின் மீதேறி மேலே பார்த்துக் கொண்டிருந்தான். கீழேயிருந்தவர்கள் 'என்ன பார்க்கிறாய்' என்று கேட்க, "மின்னல் எங்கிருந்து உண்டாகிறது என்று பார்க்கிறேன். ஏனென்றால் அஃது அவ்வளவு அழகாயிருக்கிறது" என்று கூறினான். இதனின்று இவனுக்கு விஷயங்களைத் தெரிந்து கொள்ள வேண்டுமென்பதில் எவ்வளவு ஆவல் இருந்ததென்பது தெரிகிறது. இவன் தனது 14வது வயதிலேயே 'மோஸஸ்' என்ற காவியத்தை இயற்றினான்.

20. *Ludwig Van Beethoven* - இவன் பல கீதங்களை இயற்றியிருக்கிறான், வாழ்க்கையின் பிற்பாகத்தில் இவன் செவிடனாகி விட்டான்.

21. *Wilhelm Richard Wagner* - சங்கீத வித்வான். கவிஞன். இவன் நாடக மேடையில் பாட்டிசைப்போனாகச் சில காலம் அமர்ந்திருந்தான். இவன் இயற்றிய நாடகங்கள் பல பொதுமக்களின் அபிமானத்தைப் பெற்றிருந்தன. இவனுக்கென்றே, பவேரியா தேசத்து இரண்டாவது லட்விக் மன்னன், ஒரு நாடகக் கொட்டகையைக் கட்டிக் கொடுத்தான். சங்கீதம், கவி, ஓவியம் முதலியனயாவும் ஒரு துறையிலிருந்தெழுந்தவை யென்பதையே லட்சியமாகக் கொண்டு இவன் சில நாடகங்கள் எழுதியிருக்கிறான். தூய்மையும் கம்பீரமும் கலந்த இவனுடைய நடை, இவனுக்கு அழியாத புகழைத் தந்திருக்கிறது.

22. *Immanuel Kant* - இந்தத் தத்துவஞானி, கோனிக்ஸ்பர்க்கில் பிறந்து அந்த ஊர்க் கலாசாலையிலே தத்துவ ஞான போதகனாயிருந்தான். இவன் விவாகம் செய்து கொள்ளாமல் ஆயுள் முழுவதும் தத்துவ ஆராய்ச்சியிலேயே ஈடுபட்டிருந்தான். இவன் வெளியூர்களுக்குச் சென்றதுமில்லை. கடவுளுண்மை, ஆன்மாவின் நித்தியத்துவம், ஆஸ்திகத்தின் அவசியம் இவற்றைப்பற்றி ஆராய்ந்து பல அரிய நூல்களை வெளியிட்டிருக்கிறான்.

23. *Georg - Wilhelm Friedrich Hegel* - இவன் பல ஆண்டுகாலம் பலருக்குப் பாட்டுச் சொல்லிக் கொடுத்துத் தனது ஜீவனத்தை நடத்தி வந்தான். பிறகு ஒரு பத்திரிகாலயத்தில் வேலை செய்தான். கடைசியில் ஹைடெல்பர்க் சர்வகலாசாலையில் தத்துவ ஆசிரியனாக விருந்தான்.

24. *Arthur Schopenhauer* - இவன் தாயார் பெரிய படிப்பாளி. அந்த அறிவு இவனுக்குத் தொடர்ந்து வந்ததென்பர் அறிஞர். இவன் பல கலாசாலைகளில் படித்துத் தேர்ச்சிப் பெற்றான். கெயடேயுடன் நெருங்கிய உறவு கொண்டு, இத்தலியில் சுற்றுப் பிரயாணஞ்செய்து இயற்கையில் இன்புற்றிருந்தான். உலகமெல்லாம் சக்திமயமாகவே இயங்குகின்றன. வாழ வேண்டுமென்ற மனத்திண்மையே அறிவை ஊக்குவிக்கிறது. உடல்தான் அழிகிறது. ஆத்மா நித்தியமானது. நமது ஆசைகளை ஒழித்து தூய வாழ்வை நடாத்துவதே உயரிய லட்சியம். இத்தகைய கோட்பாடுகளை இவன் போதித்தான்.

25. *Friedrich Wilhelm Joseph Von Schelling* - இவன் ஊர்ஸ்புர்க் சர்வ கலாசாலையில் தத்துவ போதகாசிரியனாக இருந்தவன். இயற்கையோடியைந்த வாழ்வைப் பற்றி விஸ்தாரமாக எழுதியிருக்கிறான்.

26. *Weber* - வேத நூலாராய்ச்சியில் சிறந்தவன்.

27. *Oldenburg* - வேதங்கள், உபநிஷத்துக்கள் முதலியவற்றை ஆங்கிலத்தில் மொழி பெயர்த்திருக்கிறான்.

28. *Hultzch* - புத்தமத ஆராய்ச்சியில் வல்லுநன்.

29. *Gustav Oppert* - சென்னை சிலாசாஸன இலாகா தலைவனாக இருந்து தென்னிந்திய சரித்திரத்திற்குப் புத்துயிர் கொடுத்தவன்.
30. *Gustav Oppert* - சென்னை பிரசிடென்சி காலேஜில் சில வருஷகாலம் வடமொழி ஆசிரியனாக இருந்தவன்.
31. *Count Von Moltke* - சிறந்த போர்வீரன். ஆஸ்திரியாவுக்கும் ப்ரஷ்யாவுக்கும் நடந்த யுத்தத்திலும் [1866] பிரான்சுக்கும் ப்ரஷ்யாவுக்கும் நடைபெற்ற யுத்தத்திலும் [1870] இவன் தனது யுத்தத்திறமையை நன்கு வெளிப்படுத்தினான்.

~

2. பிறப்பு

"தாயே! திருவடி பணிகின்றேன். விடை கொடு இந்த வறண்ட பிரதேசத்தில் நாம் இன்னும் எவ்வளவு காலம் கஷ்டப்பட்டுக் கொண்டிருப்பது? தகப்பனாருக்குத் தள்ளாமை வந்துவிட்டது. அவரால் சம்பாதிக்க முடியாது. கிராமப் பொதுவின் கருணையில் நாம் வயிறு வளர்ப்பது மிகவும் கேவலமாயிருக்கிறது. நான் எங்கேயாவது போய் கஷ்டப்பட்டுச் சம்பாதித்து உன்னையும் தகப்பனாரையும் காப்பாற்றுகிறேன்" என்றான் சிறுவன்.

"என் ஒரு மகனல்லவா?" என்று சொல்லி, தாயார் சிறுவன் கன்னத்தைத் தடவிக்கொடுத்தாள். ஆனால் அவள் இரு கண்களிலும் கண்ணீர் வடிந்தது. என்ன செய்வாள்? மகனுக்கு விடை கொடுத்தனுப்பினாள்.

சிறுவன் வீட்டைவிட்டு வெளிக் கிளம்பினான். தாயாரைத் திரும்பிக்கூடப் பார்க்கவில்லை. முதுகிலே ஒரு பையை மாட்டிக் கொண்டான். குஞ்சம் கட்டின முழங்கால் சட்டை; இந்தக் கால் சட்டைக்கு அடிவாரத்திலே சரிகை விளிம்பு; மேற் சட்டைக்கு மேலே ஒரு பட்டை; தலையிலே வேட்டையாடப் போகும்போது அணிந்து கொள்ளவேண்டிய ஒரு தொப்பி. இந்தக் கோலத்துடன் சிறுவன் தனியனாக நடந்து செல்கிறான். இவன் மிடுக்காகச் செல்வதைப் பார்த்தால், இருபது வயதுக்கு மேற்பட்ட ஒரு போர் வீரன் யுத்தகளத்திற்குப் போவதுபோல் இருக்கிறது. உண்மையிலேயே இந்தச் சிறுவன் வாழ்க்கைப் போராட்டத்தை நடத்தச் செல்கிறான், என்றாலும் இவனுக்கு வயது பதின் மூன்றுதான். இவன் முகத்திலே என்ன உறுதி! பெற்றோர்களைக் கௌரவமான ஸ்திதியிலே வைத்துப் பார்க்க வேண்டுமென்பதிலே எவ்வளவு ஆவல்! இந்தச் சிறுவன் யார்? இவன் எங்கே செல்கிறான்?

ஆஸ்திரியாவின் வட பாகத்தில் டான்யூப் நதிக்கருகாமையில் ஒரு பிரதேசம் உண்டு. இதுகாடடர்ந்தது; குன்றுகள் பலவுள்ளது;

ஆங்காங்குச் சாகுபடிக்கு லாயக்கான சில சமதரைகள் மட்டும் இருந்தன. இவற்றிலிருந்து அதிகமான பொருள்களை உற்பத்தி செய்ய முடியாது. அப்படி உற்பத்தி செய்வதற்கும் அதிக உழைப்பு மேற்கொள்ள வேண்டியிருந்தது. இதனால் இப்பிரதேசங்களில் வசித்து வந்த விவசாயிகள் தேகக் கட்டுடையவர்களாகவும் துன்பத்தைத் துரும்பாக மதிப்பவர்களாகவும் இருந்தார்கள். மற்றும், சுருங்கிய வருமானத்தில் நிம்மதியான வாழ்க்கை நடத்த இவர்கள் நன்கு பயின்றிருந்தார்கள். 'வால்ட்ஜபீட்'[1] என்றழைக்கப்பெற்ற இந்தப் பிரதேசம், ஆஸ்திரியா அரசாங்க நிர்வாகத்திற்குட்பட்டிருந்த போதிலும் இங்கு வசித்து வந்தவர்கள் ஜெர்மனியர்களே. இவர்களிடத்தில் ஜெர்மானியப் பற்று நிரம்பியிருந்தது.

'வால்ட்ஜபீட்' பிரதேசத்தில் வால்டர்ஷ்லாக் *(Walterschlag)* என்றொரு சிறிய கிராமம் உண்டு. சுற்றுப்புறமெங்கும் காடுகள் நிறைந்திருந்தமையால் இந்த கிராம வாசிகள் மரங்களினாலேயே தங்கள் வீடுகளை நிர்மாணித்துக் கொண்டார்கள். இத்தகைய வீடுகள் ஒன்றில், கி.பி. 1672ஆம் ஆண்டு ஸ்டீபன் ஹிட்லர் என்றொருவன் பிறந்தான். இவன் பரம்பரை விவசாயத் தொழிலைச் செய்து, கௌரவமாக வாழ்ந்து இறந்தான். இவனுக்கு ஜொஹான்னஸ் ஹிட்லர் என்றொரு மகன். இவன் குமாரன் மார்ட்டின் ஹிட்லர் இவன் பிள்ளையாகிய ஜார்ஜ் ஹிட்லர் காலத்தில் இந்தக் குடும்பத்தின் அந்தஸ்து சிறிது குறைந்தது. இவர்களுடைய பரம்பரை நிலபுலங்கள் எப்படியோ பிறர் வசம் சிக்கிக்கொண்டன. எனவே ஜார்ஜ் ஹிட்லர், தனது பரம்பரை விவசாயத் தொழிலை விடுத்து, 'மாவுமில்' ஒன்று ஏற்படுத்தி நடத்தினான். இதனின்று கிடைத்த வருமானம் மிகக் குறைவு; ஆனால் இதற்காக மேற்கொண்ட உழைப்போ மிக அதிகம். கடைசியில் இந்தத் தொழிலையும் விட்டு விட்டான். வறுமை வந்து சூழ்ந்து கொண்டது. உடனே வயோதிகமும் வேகமாக வர ஆரம்பித்தது. இவனும் இவன் மனைவியும் மிகவும் கஷ்டப்பட்டார்கள். கிராமப் பொதுவில் கொடுக்கப் பெற்று வந்த சொற்பத் தொகையில் இவர்கள் அன்றாட காலட்சேபத்தை நடத்திக் கொண்டு வந்தார்கள். இவர்களுடைய மகன்தான் முதலில் கூறப்பட்ட சிறுவன். இவன் பெயர் அலோயி ஹிட்லர். இவன் சிறு குழந்தையாயிருந்தபோது மிகச் சுறு சுறுப்புள்ளவனாகவும் பிறரை வசீகரிக்கும் சக்தியுள்ளவனாகவும் இருந்தான். இவனைப் பார்த்து பெற்றோர்கள் தங்கள் வறுமையை மறந்திருந்தார்கள். இவனுக்குத் தன் பெற்றோர்கள் நடத்தி வந்த பிச்சைக்கார வாழ்க்கை பிடிக்கவில்லை.

வெளியுலகத்தில் சுற்றித் திரிந்து, சுயமாகச் சம்பாதித்துப் பெற்றோர்களைக் காப்பாற்றவேண்டுமென்ற ஆவல் மிகுதியும் கொண்டான். இதன் முடிவே இவன் புறப்பாடு.

அலோயி ஹிட்லர் வீட்டை விட்டுப் புறப்பட்ட போது கையிலே ஏறக்குறைய நாலரை ரூபாய்தான் இருந்தது. இந்தச் சிறு தொகையை இவனுடைய தாயார் எங்கேயோ பத்திரமாக ஒரு கந்தைத் துணியில் இறுக்கி முடிந்து மூலையில் போட்டிருந்தாள். அதை எடுத்து, பையனுடைய கையிலே வைத்து மூடினாள். தன் கண்கள் மூட ஆண்டவனைத் தொழுது, மகனை ஆசீர்வதித் தாள். பையனும் மேலே சொன்ன கோலத்துடன் புறப்பட்டான். இது நடந்தது 1850ஆம் ஆண்டு.

ஐரோப்பா கண்டத்தில் வசிக்கும் மக்களை மூன்று முக்கிய சாதியினராகப் பிரிக்கலாம். ட்யூடானியர் *(Teutons)* என்றும் ஸ்லாவியர் *(Slavs)* என்றும் லத்தீனியர் *(Latins)* என்றும் கூறப்படும் இந்த மூன்று சாதியினருக்கும் எப்பொழுதுமே சச்சரவு இருந்து கொண்டிருந்தது. ஐரோப்பிய சரித்திரம் முழுவதும் ஏறக்குறைய இந்த மூன்று சாதியினருக்குள்ளும் அவ்வப்பொழுது ஏற்பட்ட பிணக்குகள் நிறைந்ததாகவே இருக்கும். ஜெர்மனியர், டச்சுக்காரர், ப்ளெமிங்கர், ஸ்வீடன்காரர், நார்வேக்காரர், இங்கிலீஷ்காரர், ஸ்காத்லாந்துக்காரர் முதலியோரை ட்யூடானியராகவும், செர்வியர், மாண்டி நீக்ரோவர், குரோஷியர், ஸ்லோவேனியர், ஜெக்கர், ஸ்லோவேகியர், போலியர், ருஷ்யர் முதலியோரை ஸ்லாவியராகவும், ஆல்பேனியர், கிரேக்கர், இத்தாலியர், ஸ்பானியர், பிரெஞ்சுக்காரர், ருமேனியர் முதலியோரை லத்தீனியராகவும் சரித்திரக்காரர் பிரித்துக் கூறுவர். இவர்கள் தனித்தனி நாடுகளில், தனித்தனி அரசாங்கங்களின் கீழ் வாழ்ந்து வந்தபோதிலும் ஜாதி அபிமானம் என்பது இவர்களிடத்தில் ஊடுருவிப் பரந்திருந்தது; பரந்திருக்கிறது என்றும் சொல்ல வேண்டும். இங்கிலீஷ், டென்மார்க், ஜெர்மனி ஆகிய அரச குடும்பங்களுக்குள் விவாக சம்பந்தம் ஏற்பட்டிருந்ததன் காரணம் இந்த சாதி ஒற்றுமையே. பிரான்சுக்கும் இங்கிலாந்துக்கும், பிரான்சுக்கும் ஜெர்மனிக்கும் அடிக்கடி மன மாற்றங்கள் நிகழ்ந்ததும் நிகழ்வதும் இந்த சாதி வேற்றுமையினால்தான். ட்யூடானியர்களின் பிரதிநிதிகள் என்று ஜெர்மானியரும் ஸ்லாவியர்களின் பிரதிநிதிகள் என்று ருஷ்யரும் சொல்லிக் கொண்டு வந்திருக்கிறார்கள்.

ஆஸ்திரியா - ஹங்கேரியில், தனிப்பட்ட ஒரு சாதியினர் எப்பொழுதுமே வாழ்ந்து வரவில்லை. ட்யூடானிய சாதியின் உட்பிரிவினரும், ஸ்லாவிய சாதியின் உட்பிரிவினரும், ஹாப்ஸ்பர்க் அரச குடும்பத்தினிடம் வைத்த விசுவாசமொன்றினால் கட்டுப்பட்டு, தனித்தனிப் பிரிவினர்போல் வாழ்ந்து வந்தனர். சில சமயங்களில், ஒரு பிரிவினர் அரசாங்கத்தின் தயவைச் சம்பாதித்து அதன் மூலமாக மற்றொரு சமூகத்தாரை அடக்கியாளப் பார்த்தனர். ஏற்றமும் இறக்கமும் ஒவ்வொரு பிரிவினருக்கும் இருந்து கொண்டு வந்தது. இதனால் எவரும், ஒரு மனப்பான்மை கொண்ட சமூகத்தவரடங்கிய நாடாக இதனைச் செய்யவில்லை.

ஹாப்ஸ்பர்க் வம்சத்தினர், கி.பி. 1282ஆம் ஆண்டு முதல் 1918ஆம் ஆண்டு வரை இந்த நாட்டை ஆண்டு வந்திருக்கின்றனர். இந்த நாட்டு மன்னர் சிலர் தங்களை ஜெர்மன் சக்கரவர்த்திகளென்று சொல்லிக் கொண்டதுமுண்டு. ஆனால் கி.பி. 1806ம் ஆண்டிலிருந்து இவர்கள் அப்படி சொல்லிக் கொள்வதை நிறுத்திவிட்டார்கள்.

இதனிடையே ஆஸ்திரியாவுக்கும் ஹங்கேரிக்கும் அடிக்கடி போராட்டங்கள் நடந்து வந்தன. இவற்றில் 18வது நூற்றாண்டின் மத்திய பாகத்தில் நடந்த போராட்டம் மிகவும் முக்கியமானது. ஆஸ்திரியாவின் வட பாகத்தில் வசித்து வந்தவர்களில் பெரும்பான்மையோர் ஜெர்மனியர். இவர்களுடைய செல்வாக்கு ஆஸ்திரிய அரசாங்கத்தில் அதிகமாயிருந்தது. இது ஹங்கேரியிலுள்ளவர்களுக்குப் பிடிக்கவில்லை. ஹங்கேரிய நாட்டுவாசிகளில் பெரும்பாலோர் மாக்யர் (Magyars) என்ற ஒருவகைப் பிரிவினர். இவர்கள் ஆஸ்திரிய ஆதிக்கத்தினின்றும் விடுதலை பெற்றுச் சுதந்திரம் அடைய விரும்பினார்கள். இந்தச் சுதந்திர இயக்கத்திற்குத் தலைவனாயிருந்தவன் லூயி கோஸூத்[2] (1802-1894) என்பவன். ஆஸ்திரிய அரசாங்கம் முதலில் அடக்கு முறைகளைக் கையாண்டது; பலிக்கவில்லை. எனவே ருஷ்யாவின் துணையை நாடியது. சுயேச்சாதிகாரத்திற்குத் தாயாகமாயிருந்த ரஷ்யாவும் இதற்கிசைந்தது, கேட்க வேண்டுமா? பலாத்காரந்தான். சுதந்திர இயக்கம் நசுக்கப்பெற்றது. போராட்டத்தை நடத்திய தலைவர்களிற் சிலர் நாடு கடத்தப்பெற்றனர்; பலர் தூக்கிலிடப் பெற்றனர். கடைசியில் 1867ஆம் ஆண்டு ஜூன் மாதம் 8ந் தேதி ஆஸ்திரிய அரசனான பிரான்சிஸ் ஜோசப் I (1830-1916) ஆஸ்திரியாவின் சக்கரவர்த்தியாகவும் ஹங்கேரியின் அரசனாகவும் பட்டம் சூட்டிக் கொண்டான்.

ஆஸ்திரியாவின் தலைநகரம் வியன்னா. இது பல குழந்தைகள் வெவ்வேறு குரல்களில் அழும் ஒரு தொட்டில் போலிருந்தது. இங்குப் பல மொழிகள் பேசப்பெற்றன. ஒவ்வொரு சாதியினரும் ஒவ்வொரு காலத்தில் அரண்மனையில் செல்வாக்குப் பெற்றிருந்தனர். 'நாமிருக்கு நாடு நமது' என்ற உணர்ச்சி இல்லாமலிருந்தமையால் இவர்களுக்கு அரண்மனையிலுள்ள அரச குடும்பத்தினரின் தயவை எந்த விதமாகச் சம்பாதிக்கலாமென்ற ஒரே லட்சியந்தான் இருந்து கொண்டுவந்தது. ஊர் இரண்டுபட்டால் கூத்தாடிக்குக் கொண்டாட்டந்தானே? எனவே எந்த நாட்டையும் சொந்தமாகக் கொள்ளாத யூதர் முதலாயினோர் இங்கு பல துறைகளிலும் செல்வாக்குப் பெற்றனர்.

கி.பி. 19வது நூற்றாண்டுத் தொடக்கத்திலிருந்தே, வியன்னா நகரம் உலக நகரங்களுக்குள் ஒன்றெனக் கருதப்பட்டு வந்திருக்கிறது. இந்நகரத்தில் வசித்துவந்தவர்கள் ஆடம்பர வாழ்க்கையில் ஈடுபட்டவர்கள். ஏழைகளின் வருத்தத்தை உணராதவர்கள். மக்கள் சமூகமானது பிரபுக்களிடமிருந்து தான் ஆரம்பிக்கிறதென்ற மனப்பான்மை கொண்டவர்கள். குறுகிய சந்துகளிலே, காற்றோட்டமும் போதிய வெளிச்சமுமில்லாத இடங்களிலே வசிக்கும் ஏழைகள், மனித சமூகத்திலே சேர்ந்தவர்கள் தானோ என்ற சந்தேகம் சில பணக்காரப் பிரபுக்களுக்கு அப்பொழுது தோன்றாமலில்லை.

இந்த வியன்னா நகரம் நோக்கியே அலோயி ஹிட்லர் புறப்பட்டான். வியன்னாவுக்குச் சென்றால் எப்படியாவது பிழைப்புக்கு வழி உண்டாகும் என்ற ஓர் எண்ணம் அக்காலத்தில் கிராமவாசிகளுக்கு இருந்தது.

அலோயி ஹிட்லர் வியன்னா வந்து ஓர் ஏழைக் குடிசையில் நுழைந்தான். அஃதொரு சக்கிலியன் வீடு. அவனுடன் 'பூட்ஸ்' தைக்கும் வேலை கற்றுக் கொண்டான். இப்படி இரண்டு ஆண்டு காலம் கழிந்தது. பிறகு, இதனை விட உயர்ந்ததொரு தொழிலைச் செய்ய வேண்டுமென்ற எண்ணங் கொண்டு பல இடங்களில் சுற்றித் திரிந்தான். எங்கும் வேலையகப்படவில்லை. கடைசியில், கிராமத்திற்குத் திரும்பிச் சென்று கிராமப் பாதிரியாகவாவது காலந்தள்ளுவதென்று தீர்மானித்தான். சில காலம் பாதிரியாகவும் இருந்தான். ஆனால் இவன் திருப்தியடையவில்லை.

வியன்னாவில் இவன் வசித்து வந்த காலத்தில், அங்கு அரசாங்க உத்தியோகஸ்தர்கள் பளபளப்பான உடைகள்

அணிந்து செல்வதையும் அவர்கள் சமூகத்தில் கௌரவமாக மதிக்கப்படுவதையும் பார்த்திருந்தான். அது முதல், 'நாமும் அத்தகைய உத்தியோகஸ்தர்களில் ஒருவனாக மாட்டோமா? என்ற எண்ணம் இவன் மனதில் உண்டாயிருந்தது. இந்த எண்ணம் நாளுக்கு நாள் வலுத்தும் வந்தது. கடைசியில் கிராமப் பாதிரிப் பதவியினின்று விலகி, ஆஸ்திரிய அரசாங்கத்துச் சுங்க இலாகாவில் ஓர் உத்தியோகஸ்தனாகச் சேர்ந்து கொண்டான். தனது உத்தேசம் நிறைவேறிவிட்டதாகச் சந்தோஷித்தான் வேலையை ஏற்றுக் கொண்ட சில காலத்திற்குப் பிறகு தனது கிராமத்திற்கு வந்தான். ஆனால் இவனுடைய பெற்றோர்கள், இவனால் கௌரவமான முறையில் காப்பாற்றப்படக் கொடுத்து வைக்கவில்லை; காலமாகிவிட்டார்கள். அலோயி ஹிட்லர். கிராமத்திற்கு வந்து, தான் இளமையிலே காதலித்து வந்த கிளாரா போல்ஸ்ல் *(Klara Polz)* என்னும் கன்னியை விவாகம் செய்து கொண்டான். விவாகம் செய்து கொண்ட அதிர்ஷ்டமோ என்னவோ, இவனுடைய உத்தியோக அந்தஸ்து உயர்ந்தது. ஆஸ்திரியாவின் எல்லைப் புறத்திலிருந்த ப்ராநௌ *(Braunau)* என்ற இடத்தில் சுங்கவரி உத்தியோகஸ்தனாக நியமிக்கப் பெற்றான். இந்தச் சமயத்தில் இவனுக்கு ஒரு பெண் குழந்தை பிறந்தது. இதன் பெயர் அஞ்சேலா ரௌபால் *(Angela Raubal)* இதற்கு பிற பல ஆண்டுகள் கழித்து, 1889ஆம் ஆண்டு ஏப்ரல் மாதம் 20ந் தேதி ஓர் ஆண் குழந்தை பிறந்தது. இதற்கு அடோல்ப் என்று பெற்றோர்கள் பெயரிட்டார்கள். ஆனால் இந்தக் குழந்தை பிற்காலத்தில் ஒரு பெயர் எடுக்கும் என்று இவர்கள் கருதவில்லை. 44 ஆண்டுகள் கழித்து, இந்தச் சிறிய உருவம், ஜெர்மனியர்களுடைய உள்ளத்தில் நிரந்தரமான ஒரு ஸ்தானத்தைப் பெறப்போகிறது என்று தெரியாமலே பெற்றோர்கள் சந்தோஷப்பட்டார்கள்.

அடிக்குறிப்புகள்

1. *Waldgebeit - மலைகளும் காடுகளும் நிறைந்த பிரதேசம் என்று பொருள்.*
2. *Louis Kossuth - சிறந்த தியாகி. பல கஷ்டங்களை அநுபவித்தவன். இவன் ஹங்கேரிய அரசாங்கத்தின் வரவு செலவு மந்திரியாகச் சில ஆண்டுகாலம் இருந்தான். இவன் நடத்திய சுதந்திரப் போராட்டம் தோல்வியடைந்த பிறகு, 1849ஆம் ஆண்டு துருக்கியில் காப்பில் வைக்கப் பெற்றான். கடைசியில் இங்கிலாந்தின் தலையீட்டின்பேரில் விடுதலை செய்யப்பெற்றான்.*

~

3. படிப்பு

சுங்க இலாகாவில் உத்தியோகம் செய்வோர் அடிக்கடி ஊர் மாற்றப்படுவது வழக்கம். இந்த வழக்கத்திற்கு அலோயி ஹிட்லர் புறம்பாகவில்லை. அடோல்ப் பிறந்த சில ஆண்டுகளுக்கெல்லாம், அலோயி ஹிட்லர் பாஸௌ (Passau) என்ற ஊருக்கு மாற்றப் பெற்றான். இங்கிருந்தபோது தான், தன் குடும்பத்தை நிலையானதோர் இடத்தில் இருக்கச் செய்துவிட்டு, தான் மட்டும் உத்தியோகஸ்தலத்தில் இருந்து வேலை பார்ப்பதென்றும், அவ்வப்பொழுது குடும்பம் இருக்குமிடத்திற்குச் சென்று வருவதென்றும் தீர்மானித்தான். எனவே, ஹாபெல்ட் (Hafeld) என்ற கிராமத்தில் ஒரு சிறிய பண்ணை வாங்கி அதில் ஒரு சிறிய வீடு கட்டினான். அதில் தன் குடும்பத்தினரைக் குடியிருக்கச் செய்தான். ஹாபெல்ட் கிராமத்தில் வீடுகள் நெருங்கியிரா. ஒன்றுக்கொன்று இடம் விட்டிருக்கும். இதனால் கிராமம் பெரிதாகப் பார்ப்பவர்களுக்குத் தோன்றும். ஒவ்வொரு வீட்டைச் சுற்றியும் தோட்டம் உண்டு. தோட்டத்தில் பழந்தரு மரங்கள். இவற்றில் பலவகைப்பட்ட பழங்கள். பிள்ளைகள் வீட்டிலே ஏன் தங்குகிறார்கள்? கூட்டங் கூட்டமாகக் கூடித் தோட்டத்திலேயே காலங்கழிப்பார்கள். இந்தத் தோட்டங்கள் தவிர, புல் தரைகளும் வாய்க்கால்களும் ஹாபெல்ட் கிராமத்தில் உண்டு. அடோல்பின் விளையாட்டுகளுக்கு இவை இடந்தந்தன. குழந்தைப் பருவத்திலிருந்தே அடோல்புக்கு வீட்டிலேயே கட்டிப் போட்டது போல் இருக்கத் தெரியாது. திறந்த வெளிகளிலே சுற்றித்திரிவான்; வேகமான காற்றை எதிர்த்து ஓடுவான்; வாய்க் காலிலே விழுந்து நீந்துவான்; வரப்புகளிலே விழாமல் நடப்பான். அப்படி எப்பொழுதேனும் தவறி விழுந்துவிட்டால் வீட்டுக்கு ஓடி வருவான். தாய் முகத்தைப் பார்ப்பான்; படுத்திருந்தால் கிட்டச் செல்ல மாட்டான்; சிரித்து நின்றால் இருகாலையும் பிடித்துக் கட்டிக்கொள்வான். தகப்பனாருடைய பழக்கம் இவனுக்கு அதிகமாயில்லாமலிருந்தமையால் தாயாரிடத்திலேயே

அன்பு பாராட்டி வந்தான். தாயும் தன்னொரு மகனிடத்தில் இருதயத்தை ஒப்புக்கொடுத்துவிட்டாள்.

அலோயி ஹிட்லர், உபகாரச் சம்பளம் பெற்று உத்தியோகத்தினின்று விலகிக் கொள்ள இன்னும் இரண்டு மூன்று ஆண்டுகளே இருந்தன. தான் உத்தியோகத்திலிருக்கும்போதே தன் மகனை நல்லதொரு பள்ளிக்கூடத்தில் சேர்ப்பித்து, உயர் தரப் படிப்புக்கு வசதி செய்து கொடுத்து விடவேண்டுமென்று தீர்மானித்தான். எனவே, லாம்பாக் *(Lambach)* என்ற ஊரில் தன் குடும்பத்தைக் கொண்டு வைத்தான். இந்த ஊரிலுள்ள பாதிரிகள் மடத்திற்கு அடோல்ப் அனுப்பப் பெற்றான். இங்கேயே இவன் முதன் முதல் கல்வி கற்கத் தொடங்கினான். அப்பொழுது இவனுக்கு வயது எட்டு அல்லது ஒன்பது இருக்கும். அடோல்ப் புக்குக் குழந்தைப் பருவ முதற்கொண்டே சங்கீதத்தில் நிரம்பப் பிரியம் உண்டு. லாம்பாக்கிலுள்ள பாதிரிகள் மடத்தில் படிக்கத் தொடங்கியதும், சங்கீதத்தை முறையாகக் கற்க விரும்பினான். மாதாகோயில்களில் நடைபெறும் பிரார்த்தனையின் போது பாட்டிசைக்கும் குழுவில் சில சமயங்களில் கலந்து கொள்வான். இந்தச் சங்கீத குழுவினருக்குத் தலைவனாக வந்துவிட வேண்டுமென்பது இவன் ஆவல். அது மட்டுமல்ல. இவன் பாதிரிகள் மடத்தில் படித்துக் கொண்டிருந்தபோது, அம்மடத்தின் உயர்ந்த சுவர்களையும், கூரையின் உட்புறத்தில் செய்யப் பெற்றிருக்கும் சித்திர வேலைப்பாடுகளையும், வேறு பல அழகுகளையும் கூர்மையாகக் கவனித்து வந்தான். இவற்றில் இவன் மனம் ஈடுபட்டது. சங்கீதமும் சிற்பமும் ஒற்றுமையுடைய கலைகளல்லவா? இவ்விரண்டும் ஒன்று சேர்ந்து அடோல்பின் சிறிய மனதில் பெரிய வடிவம் எடுத்தன. வாழ்க்கையில் லட்சியம் என்ன? சங்கீத வித்வானாக வேண்டும்; அல்லது சிற்ப நிபுணனாக வேண்டும். இந்த எண்ணம் ஒன்பது வயதுள்ள அடோல்பின் உள்ளத்தில் வலுத்து வந்தது. ஆனால் தகப்பனாருடைய அபிப்பிராயம் வேறுவிதமாக இருந்தது. தன் குமாரனை ஓர் உத்தியோகத்தில் இருக்கச் செய்து கண் குளிரப்பார்க்க வேண்டுமென்பது அலோயியின் விருப்பம். உத்தியோகம் புருஷ லட்சணமல்லவா? தான் கிராமப் பாதிரியாயிருந்த போது தன்னை யார் லட்சியம் செய்தார்கள்? உத்தியோகம் பார்க்கத் தொடங்கிய பிறகு தானே, உற்றாரும் உறவினரும் கிராம மக்களும் தன்னைக் கௌரவமாக மதிக்கத் தொடங்கினார்கள்? மற்றும், உத்தியோகத்திலிருந்தால் மாதந்தோறும் நிரந்தரமான

வருமானம் கிடைக்கும். வாழ்க்கையைக் கவலையின்றி நடத்தலாம். இந்த எண்ணங்களெல்லாம் அலோயியின் மனதில் பதிந்திருந்தன. எனவே, தகப்பனாருக்கும் பிள்ளைக்கும் இது சம்பந்தமாக அடிக்கடி பேச்சுக்கள் நடைபெற்றன.

அலோயி: அடோல்ப்! நீ என்ன உத்தியோகம் செய்யப் போகிறாய்?

அடோல்ப்: உத்தியோகமா? நான் சித்திரக்காரனாக வல்லவோ ஆகப்போகிறேன்.

அலோயி: முடியாது; முடியாது. என் சொற்படி நீ கேட்க வேண்டும்.

அடோல்ப்: ஆம்; என்னுடைய லட்சியத்திற்குப் பாதகம் நேரிடாத வரை.

அலோயி: லட்சியமாவது? சிறு பையன். உனக்கென்ன தெரியும்? நான் சொல்கிறபடி நீ ஓர் உத்தியோகஸ்தனாக வேண்டும்.

அடோல்ப்: நான் சித்திரகாரனாக வாழ்க்கையை நடத்த எனக்கு உதவி செய்யவேண்டும்.

அலோயி: இந்த வீட்டுக்கு நான் எஜமானனாக இருக்கிறவரை, என் இஷ்டப்படிதான் நீ நடக்க வேண்டும்.

அடோல்ப்: காத்துப் பாருங்கள்.

மகனும் தந்தையும் இங்ஙனம் பிடிவாதமாகப் பேசுவார்கள். அடோல்ப் சிறிதுகூட விட்டுக்கொடுத்துப் பேச மாட்டான். பேச்சு முற்றும் சமயத்தில், தாயார் குறுக்கே வந்து இருவரையும் சமாதானம் செய்வாள். தாயார் முகத்தைப் பார்த்து அடோல்ப் சும்மாயிருப்பான்.

தகப்பனார் மனத்தை மாற்ற அடோல்ப் ஒரு சூழ்ச்சி செய்தான். வகுப்பில் அவ்வப்பொழுது நடைபெறும் சரித்திரம், பூகோளம் முதலிய பாடங்களில் சரியானபடி கவனஞ் செலுத்துவதில்லையென்று தீர்மானித்தான். ஆனால் 'டிராயிங்' என்கிற சித்திரபாடத்தில் மட்டும் அதிக கவனஞ் செலுத்தத் தொடங்கினான். தனக்குச் சித்திரம் ஒன்றில்தான் மனஞ் செல்கிறதே தவிர, மற்றப் பாடங்களில் மனஞ் செல்லவில்லையென்று காண்பித்துக் கொள்வதற்காக இந்தச் சூழ்ச்சி. ஆனால் மற்றப் பாடங்களை இவன் எவ்வளவு புறக்கணித்து வந்தபோதிலும், அவற்றில் முதன்மையாகவே தேறிக்கொண்டு வந்தான்.

அடோல்பின் பிற்கால வாழ்க்கையைப் பற்றி அவ்வப்பொழுது தகப்பனாருக்கும் மகனுக்கும் ஏற்பட்ட சச்சரவின் காரணமாகக் குடும்பத்தில் சுமார் ஒரு ஆண்டு காலம் அமைதியின்மை நிலவியிருந்தது. கணவனின் பிடிவாதத்தைக் கண்டு, கிளாரா போல்ஸ்ல் அம்மையார் கண்ணீர் வடிப்பாள். ஆனால் அவள் இருதயமானது, மகனின் புத்தி கூர்மையைக் கண்டு பூரிக்கும்.

இது சம்பந்தமாக, அடோல்ப், தனது சுய சரிதத்தில் பின்வருமாறு குறிப்பிடுகிறான்:-

> “ஓர் உத்தியோகஸ்தனாக இருக்க நான் விரும்பவில்லை. என்னுடைய விருப்பமின்மையை மாற்ற அதிக பேச்சுக்களாலோ, தர்க்கத்தினாலோ முடியவில்லை. உத்தியோகஸ்தனாக இருக்க வேண்டாமென்று நிச்சயித்தேன்; இருக்க மறுத்துவிட்டேன். என் தகப்பனாருடைய முன் மாதிரிகளை எடுத்துக் காட்டி, உத்தியோகத்தில் எனக்கு மோகம் உண்டாகுமாறு செய்யப்பெற்ற முயற்சிகள் யாவும், அவற்றிற்கு நேர் மாறான பலனையே உண்டாக்கின. எனது காலத்திற்கு நான் அதிகாரியாயில்லாமல், வாழ்நாள் முழுவதும் ‘பாரங்க’ளைப் பூர்த்தி செய்து கொண்டு ஒரு காரியாலயத்திலேயே கட்டிப் போட்டாற் போலிருப்பதை வெறுத்தேன். அந்த எண்ணமே எனக்குச் சலிப்பைக் கொடுத்தது.”

லாம்பாக் பாதிரிகள் மடத்தின் மத்தியில் ஒரு கிணறு இருந்தது. இந்தக் கிணற்றுக்கு மேலே வளைவான ஒரு கட்டிடம் உண்டு. இதில் ஒரு புறம் ஸ்வஸ்திக் சின்னம் பொறிக்கப் பெற்றிருந்தது. 1859ஆம் ஆண்டு இந்த மடத்தின் தலைவன், ஸ்வஸ்திக் சின்னத்தைப் பொறித்திருந்தான். இதை அடோல்ப் அடிக்கடி உற்று நோக்குவான். இதன் தத்துவம் என்பதைத் தெரிந்துகொள்ள ஆவல் கொள்வான். இதைப்பற்றிப் பின்னர் ஆராய்ச்சி செய்து, ஜெர்மனியின் தேசிய கொடியாக அமைத்துக் கொண்டதற்கு, லாம்பாக் பாதிரிகள் மடத்து ஸ்வஸ்திக் சின்னமே காரணமாயிருந்ததென்று துணிந்து கூறலாமல்லவா?

லாம்பாக் பாதிரிகள் மடத்தில் படித்துக் கொண்டிருந்தபோது, அடோல்புக்கு, பொதுவாக உலக சரித்திரத்தையும் சிறப்பாக ஜெர்மனியின் சரித்திரத்தையும் படித்தறிய வேண்டுமென்ற ஆவல் உண்டாவதற்கு ஒரு சந்தர்ப்பம் ஏற்பட்டது. விடுமுறை நாள். அடோல்ப் வீட்டிலேயே இருந்தான். தாயார் ஏதோ வேலையாக இருந்தாள். கூடியிருந்து விளையாடுவதற்குத் தோழர்களும் இல்லை.

அடோல்ப் மட்டும் தனியாக என்ன செய்வான்? வீட்டுக்குள்ளே அங்குமிங்குமாக வட்டமிட்டு வந்தான். யதேச்சையாக ஓர் அறைக்குள் சென்றான். அங்கு பழைய பத்திரிகைகளும் சில புத்தகங்களும் ஓர் அலமாரியில் கிடந்தன. இவை, அலோயி ஹிட்லர் படித்த பழைய பத்திரிகைகள். இவற்றை அடோல்ப் அலட்சியமாகப் புரட்டிப்பார்த்தான். படங்கள் நிறைந்த இரண்டொரு பத்திரிகைகளைமட்டும் எடுத்துக் கொண்டு வாய்க்கால் பக்கம் ஓடிவிட்டான். அங்குச் சென்று ஒரு புல்தரையில் கவிழ்ந்து படுத்துக் கொண்டு, பத்திரிகைகளைக் கவனமாகப் படிக்கத் தொடங்கினான்.

இந்தப் பத்திரிகைகளில் என்ன விஷயங்கள் அடங்கியிருந்தன? 1870-71ஆம் ஆண்டில் பிரான்சுக்கும் ப்ரஷ்யாவுக்கும் நடைபெற்ற யுத்தத்தைப் பற்றிய விவரங்கள், சிறு பிள்ளைகளும் எளிதில் தெரிந்து கொள்ளும்படி உணர்ச்சியுடன் எழுதப்பெற்றிருந்தன.

1870ஆம் ஆண்டு ஸ்பெயின் தேசத்தில் ஒரு புரட்சி உண்டாயிற்று. அதில் சம்பந்தப்பட்ட லிபரல் கட்சியினர் சிலர், ஹோஹென் ஜொல்லர்ன் வம்சத்தைச் சேர்ந்த ஓர் அரச குமாரனுக்கு ஸ்பானிஷ் சிம்மாசனத்தை அளிப்பதாகக் கூறினார்கள். இந்தச் செய்தி பிரான்சுக்குத் தெரிந்தது. ஜெர்மானிய அரச குடும்பத்தைச் சேர்ந்த ஒருவனை, ஸ்பானிஷ் சிம்மாசனத்தில் ஏற்றுவித்து அதன் மூலமாக ஜெர்மனியானது ஸ்பெயினில் செல்வாக்குத் தேடிக்கொள்ள முயலுமானால், அதுவே, தான் ஜெர்மனியின்மீது யுத்தந்தொடுப்பதற்குத் தகுந்த காரணமாகுமென்று பிரான்ஸ் ஜெர்மனிக்குத் தெரிவித்தது. அப்பொழுது ப்ரஷ்யாவை ஆண்டு கொண்டிருந்த முதலாவது வில்லியம் மன்னன், பிரான்சின் விருப்பத்திற்கு விரோதமாகச் செல்ல விரும்பவில்லை. ஹோஹென்ஜொல்லர்ன் அரச குடும்பத்தினர் எவரும் ஸ்பானிஷ் சிம்மாசனத்திற்கு ஆசைப்படவில்லை என்று தெரிவித்தான். ஆனால், அப்பொழுது பிரான்சை ஆண்டு வந்த மூன்றாவது நெப்போலியன் இந்த உறுதி மொழியால் திருப்தியடையவில்லை. ஹோஹென் ஜொல்லர்ன் அரச குடும்பத்தைச் சேர்ந்த எவரும் இனி எப்பொழுதுமே ஸ்பானிஷ் சிம்மாசனத்திற்கு ஆசைப்படுவதில்லையென்று உறுதி சொல்லுமாறு கேட்டான். இதற்கு வில்லியம் மறுத்துவிட்டான். பிரான்சு, ப்ரஷ்யாவின் மீது உடனே யுத்தம் தொடங்கியது. அப்பொழுது ப்ரஷ்யாவின் பிரதம மந்திரியாயிருந்தவன் பிஸ்மார்க் என்பவன். இவன் சிறந்த ராஜதந்திரி. ஏற்கெனவே

'ஜெர்மனி ஐக்கிய'த்தினின்று ஆஸ்திரியாவைப் பிரித்து விட்டிருந்தான். இப்பொழுது பிரான்சை எதிர்த்துப் போர் புரிவதன் மூலம், 'ஜெர்மனிய ஐக்கிய'த்தை வலுப்படுத்த முடியுமென்று நம்பினான். 1870ஆம் ஆண்டு ஜூலை மாதம் பிரான்சுக்கும் ப்ரஷ்யாவுக்கும் போர் நடந்தது. ஜெர்மனியர், பாரிஸ் நகரை நான்கு மாத காலம் வரை முற்றுகையிட்டனர். பிரெஞ்சு சேனை தோல்வியுற்றது. கடைசியில் பிராங்போர்ட் என்ற ஊரில் இருதரத்தாரும் சமாதான உடன்படிக்கை செய்து கொண்டனர். இதன் விளைவாக ஆல்சேஸ் லோரெயின் பிரதேசங்கள்[1] ஜெர்மனிக்குக் கொடுக்கப் பெற்றன. யுத்த நஷ்ட ஈடாக, பிரான்ஸ் பத்துகோடி டாலர்கள் ஜெர்மனிக்குக் கொடுக்க வேண்டுமென்றும், இந்தத் தொகையை மூன்று ஆண்டில் செலுத்த வேண்டுமென்றும், இத்தொகை செலுத்தப்படும் வரை, ஆல்சேஸ் - லோரெயின் பிரதேசங்களில் வைக்கப் பெற்றிருக்கும் துருப்புகளின் செலவை பிரான்ஸ் ஏற்றுக் கொள்ள வேண்டுமென்றும் பிஸ்மார்க் வலியுறுத்தினான். பிரான்சின் தோல்வியின் மீதுதான் ஏகாதிபத்திய ஜெர்மனி உதயமாயிற்று; முதலாவது வில்லியம் மன்னன், ஜெர்மன் சக்ரவர்த்தி என்று பட்டமுஞ்சூட்டிக் கொண்டான்.

இந்த வரலாற்றை அடோல்ப் ஊன்றிப் படித்தான். வீர உணர்ச்சி உண்டாயிற்று. இந்த யுத்தத்தில், ஜெர்மனி மட்டும் ஏன் தனித்து நின்று போர் புரிந்தது? ஆஸ்திரியர்களும் இதில் ஏன் கலந்து கொள்ளவில்லை? ஆஸ்திரியாவிலுள்ளவர்கள் ஜெர்மானியர்களல்லவா? பல இடங்களிலும் சிதறிக் கிடக்கும் ஜெர்மனியர் அனைவரும் ஏன் ஒன்று சேரக்கூடாது? இத்தகைய எண்ணங்கள் ஒன்றன் பின் ஒன்றாக இவன் உள்ளத்தில் எழுந்தன. இது முதற்கொண்டு இவன் சரித்திர நூல்களை அதிகமாகப் படிக்கத் தொடங்கினான். மற்றும், பிஸ்மார்க்கைப் பற்றி இன்னும் தெரிந்து கொள்ள விரும்பினான். ஜெர்மனியை ஒன்றுபடுத்த அவன் செய்த முயற்சிகள் ஹிட்லரின் மனத்தில் நன்கு பதிந்தன. தனது பிற்கால வாழ்வில் அவனே தனக்கு வழிகாட்டியென்று உறுதி கொண்டான். ஆனால் ஒவ்வொரு ஜெர்மனியனும் தான் ஜெர்மன் ஏகாதிபத்தியத்தில் சேர்ந்தவன் என்று பெருமையாகச் சொல்லிக்கொள்ள முடியாதென்பதையும், ஆஸ்திரியாவில் பிறந்த இந்த அடோல்ப் உணர்ந்தான். ஆஸ்திரிய எல்லையில் வசிக்கும் ஜெர்மானியர்களும், ஜெர்மனிய எல்லையில் வசிக்கும் ஜெர்மானியர்களும், வேற்றுமைப்பட்டவர்கள், இவர்கள்

ஏன் ஒன்றுபட்டவர்களாகயிருக்கக்கூடாது என்பன போன்ற சிக்கலான பிரச்சனைகள் இவனுக்குச் சரியாக விளங்கவில்லை.

பாதிரிகள் மடத்தில் அடோல்பை எத்தனை நாள் படிக்க வைப்பது? உயர்தரப்படிப்புக்காக வேறெங்கேனும் அனுப்ப வேண்டாமா? அந்தக் காலத்தில் வட ஆஸ்திரியாவில் லின்ஸ் *(Linz)* என்பது முக்கிய பட்டணமாயிருந்தது. இங்கு உயர்தரப் பள்ளிக்கூடங்கள் பல இருந்தன. இவற்றில், விஞ்ஞான சாஸ்திரம், சரித்திரம், சித்திரம் முதயலியவை சொல்லிக் கொடுக்கப்பெறும் ஒரு பள்ளிக்கூடத்திற்கு அடோல்பை அனுப்புவதென்று அலோயி ஹிட்லர் தீர்மானித்தான். இதனால் தனது குடும்பத்தை லாம்பாக்கிலிருந்து லின்ஸுக்குச் சமீபத்தில் லியோண்டாங்க் *(Leondang)* என்ற இடத்திற்கு மாற்றினான். உடனே, நல்லதென்று கருதப்பெற்ற ஒரு பள்ளிக்கூடத்திற்கு அடோல்ப் சென்றான். இங்கே பூகோளம், சரித்திரம், சித்திரம் ஆகிய மூன்றிலும் இவன் அதிக திறமை காட்டிப் படித்து வந்தான். இம்மூன்று பாடங்களிலும், வகுப்பில் இவனே முதன்மையாக நின்றான். சிறப்பாகச் சரித்திரத்தில் இவன் அதிக சிரத்தை காட்டினான். இவனுடைய சரித்திராசிரியன் பிள்ளைகளுக்கு உணர்ச்சியுண்டாகும்படியாகத் தனது பாடங்களைப் போதித்து வந்தான். தனது சரித்திராசிரியனை மிகவும் வியந்து பாராட்டிப் பிற்காலத்தில் அடோல்ப் பலமுறை பேசியிருக்கிறான். அடோல்பைப் பொறுத்தமட்டில், சரித்திரமானது ஒரு பழங்கதையாயிருக்கவில்லை; ஏற்கெனவே நடந்து முடிந்துபோன சம்பவங்களைத் தொடர்ச்சியாகக் குறிப்பிடும் ஒரு நூலாகவுமில்லை. சரித்திரமானது நிகழ் காலத்தின் அஸ்திவாரமாயிருப்பது. எதிர்காலத்தின் உயிர்த் தொடர்பாயிருப்பது. ஒரு தனி மனிதனோ அல்லது சமூகமோ உண்மையிலேயே வாழ்வதும், அல்லது உயிரோடிருந்தும் உண்மையிலேயே வாழாமலிருப்பதும் அவன் அல்லது அது பெற்றுள்ள சரித்திர ஞானத்தைப் பொறுத்திருக்கிறது. அடோல்ப் ஹிட்லர் உண்மையிலேயே வாழ விரும்பினான்; ஜெர்மனியையும் வாழ்விக்க விரும்பினான். ஆதலின் இளமையிலிருந்தே இவன் சரித்திரத்தில் அதிகப்பற்றுக் கொண்டதில் என்ன ஆச்சரியமிருக்கிறது? இவனுடைய சரித்திர அறிவு பெருகப் பெருக, இவனுடைய தேசிய உணர்ச்சியும் வலுத்து வந்தது. ஒரே சமூகத்தினராகவுள்ள ஜனங்களை வெவ்வேறு தேசத்தினராகப் பிரித்து வைத்திருப்பது இவனுக்குச் சிறிதும் பிடிக்கவில்லை. ஆஸ்திரிய எல்லைக்குள்ளிருந்த ஜெர்மனியர்கள், ஆஸ்திரிய

நாட்டை ஆண்டுவந்த ஹாப்ஸ்பர்க் அரச வம்சத்தினரிடம் அன்பு பூண்டிருந்தார்களே தவிர, உண்மையிலேயே அந்நாட்டின் மீது பற்றுக் கொள்ளவில்லை. இவர்களுடைய தேசபக்தியெல்லாம் ஜெர்மனியைச் சார்ந்ததாகவே இருந்தது. ஆனால் ஆஸ்திரிய அரசாங்கத்தார் இதனை விரும்பவில்லை. ஜெர்மனியர்களுடைய தேச பக்தியை - ஜெர்மனியர் அனைவரும் ஒன்றுபட்டு வாழ வேண்டுமென்ற உணர்ச்சியை - நசுக்கி விடவே முயன்றார்கள். ஆயினும் ஜெர்மனியின் செல்வாக்கு ஆஸ்திரியாவின் எல்லாத் துறைகளிலும் பரவியிருந்தது. இதனால் ஆஸ்திரியாவில் வசித்து வந்த ஜெர்மனியர்களுக்கும் ஜெர்மனியரல்லாதாருக்கும் எப்பொழுதும் மனத்தாங்கல் இருந்து வந்தது.

அடோல்பின் பசுமனதில் இவ்விஷயங்கள் உறுத்திக் கொண்டிருந்தன. தேசீய உணர்ச்சிமிக்கவனானான். இந்த உணர்ச்சியைச் செயலிலும் கொணர இவன் பின் வாங்கவில்லை. பள்ளிக்கூடத்தில் பிள்ளைகள், ஆஸ்திரிய தேசீயகீதம் பாட வேண்டுமென்பது கட்டளை. ஆனால் அடோல்பும் அவனைச் சேர்ந்தவர் சில சிறுவர்களும் ஜெர்மன் தேசீய கீதத்தையே பாடுவார்கள். ஆஸ்திரியர்களால் பெரிதும் வெறுக்கப்பட்டு வந்த பிஸ்மார்க்கைப் பற்றிய பாடல்களை வேண்டுமென்றே அடோல்ப் அடிக்கடி பாடுவான். இவனோடு மற்ற பிள்ளைகளும் சேருவார்கள். அதிகாரிகள் கடிந்து கொள்வார்கள். பிள்ளைகள் மீண்டும் ஜெர்மன் தேசிய கீதத்தையும் பிஸ்மார்க் பாடல்களையும் பாடுவார்கள். தங்களுக்கு ஜெர்மனியின்மீது அநுதாபம் உண்டென்பதைக் காட்டிக் கொள்ளச் சில பிள்ளைகள், காதுகளில் தானியக்கதிர்களைச் சொருகிக் கொண்டு வருவார்கள். இவற்றைக் கண்டு பள்ளிக்கூட அதிகாரிகள் கடுமையாகக் கோபித்துக் கொள்வார்கள்; முக்கியமான பிள்ளைகளை வகுப்புக்கு வெளியே சில மணிநேரம் நிற்கவைத்து விடுவார்கள். இவர்களில் அடோல்ப் ஹிட்லரும் ஒருவன் என்பதைச் சொல்லவும் வேண்டுமோ?

ஜெர்மன் கழைக்கூத்தாடிகள் சிலர் அவ்வப்பொழுது ஆஸ்திரிய எல்லைக்குள் வந்து வேடிக்கைகள் பல காட்டிக் காசு சம்பாதிப்பார்கள். இந்த வேடிக்கைகளுக்குப் பள்ளிக்கூடத்துப் பிள்ளைகள் செல்லக்கூடாது; அப்படி செல்வோர் தவறாக நடந்து கொண்டவர்களாகக் கருதப்படுவார்கள் என்று பள்ளிக் கூட அதிகாரிகள் உத்தரவு போட்டிருந்தார்கள். ஆனால் அடோல்ப், இந்தக் குற்றத்தைப் பலமுறை செய்து காட்டினான். நான் ஒரு ஜெர்மனியன், தன் தேகத்தில்

ஜெர்மனிய ரத்தமே ஓடிக் கொண்டிருக்கிறது என்பதை இவன் உணர்ந்து அதனை அடிக்கடி வெளிப்படுத்தியும் வந்தான். அடோல்ப், லின்ஸ் பள்ளிக்கூடத்தில் நான்கு ஆண்டு காலம் படித்தான். இந்தப் பள்ளிகூடத்திற்கும், இவன் வசித்து வந்த லியோண்டாங்க் கிராமத்திற்கும் சுமார் மூன்று அல்லது மூன்றரை மைல் தூரம் இருக்கும். லியோண்டாங்க் கிராமம் மேட்டுப்பாங்கான பூமி. லின்ஸ் நகரம் சமதரையில் இருந்தது. எனவே அடோல்ப், வீட்டிலிருந்து பள்ளிக்கூடத்திற்கு வரும்போது சிறிது வேகமாகவும், பள்ளிக்கூடத்திலிருந்து வீட்டுக்குப் போகும்போது சிறிது மெதுவாகவும் போவான். புத்தகங்களையும் பென்சில்களையும் ஒரு பையில் போட்டுக் கட்டி முதுகிலே தொங்க விட்டுக் கொண்டு செல்வான். செல்லும்போது, சில சமயங்களில் தானே பாடுவான். சில சமயங்களில் இயற்கையில் ஈடுபட்டு மௌனமாகப் போவான். பள்ளிக்கூடத்தில் இவனோடு படித்தவர்கள் மொத்தம் முப்பத்திரண்டுபேர். இவர்களுக்கு அடோல்பே தலைவனாயிருந்தான். பள்ளிக்கூடம் விட்டதும் நேரே வீட்டுக்கு வந்து சேர்வான். பகல் வேளை ஆகாரத்திற்கு வீட்டிலிருந்து ஒன்றும் கொடுத்தனுப்பமாட்டார்கள். எனவே, சில சமயங்களில் பட்டினியாகவும் இருப்பான். மற்றப் பிள்ளைகள் கொண்டுவரும் ஆகாரத்தில் சில சமயம் பங்கு போட்டுக் கொள்வான். பள்ளிக்கூடத்தில், பிள்ளைகள் சிவப்பு இந்தியர்கள் போல் வேடம் போட்டுக் கொண்டு விளையாடுவார்கள். அவற்றில் அடோல்ப் கலந்து கொள்வான். எப்பொழுதும் முதல் ஸ்தானம் கிடைத்து வந்தது. விளையாட்டிலும் சரி, வகுப்பிலும் சரி இவனுக்கே எப்பொழுதும் முதல் ஸ்தானம் கிடைத்து வந்தது. ஒரு சமயம் இவன் நிரம்ப முரட்டுத்தனமாக நடந்து கொள்வான். மற்றொரு சமயம் பரம சாதுவாக விளங்குவான். தங்கள் தேக பலத்தை விருத்தி செய்து கொள்ள, பிள்ளைகள் அடிக்கடி குஸ்தி போடுவார்கள். இவற்றில் அடோல்ப் சேர்ந்து கொள்வான்; வெற்றியும் அடைவான். இவன் சாதாரணமாகத் தன் வெற்றியில் சந்தோஷப்படுவானே தவிர, பிறனுடைய தோல்விக்காகச் சந்தோஷிக்கமாட்டான்.

வகுப்பில் ஆசிரியர்கள் முக்கியமான பாடங்களை விளக்கமாக எடுத்துச் சொல்லி, பிறகு தாம் சொன்னவற்றைத் திரும்பிச் சொல்லுமாறு யாராவது ஒரு பையனை ஏவுவது வழக்கம். அநேகமாக அடோல்புக்குத்தான் இந்தச் சந்தர்ப்பம் கிடைக்கும். ஆசிரியர் சொல்லிக் கொடுத்ததை இவன் திருப்பிச்

சொல்லும்போது ஒரு புதிய வேகம் அதில் காணப்பெறும். ஆசிரியர்கள் இவனுடைய திறமையை அடிக்கடி பாராட்டிப் பேசுவார்கள். ஆனால், இதற்காக இவன் சிறிதும் கர்வங் கொண்டதே கிடையாது. அடோல்ப், தனக்குப் பிடித்தமான சரித்திரம், பூகோளம், ஜெர்மன் மொழி, சித்திரம் முதலிய பாடங்கள் சொல்லிக் கொடுக்கப்படும்போதுதான் கவனமாகக் கேட்பான். மற்றப் பாட நேரங்களில், தனக்குப் பிடித்தமான ஒரு புத்தகத்தை வைத்துப் படித்துக் கொண்டிருப்பான். இதற்காக ஆசிரியர்கள் இவனைக் கோபித்துக் கொண்டதும் கிடையாது. சித்திர வகுப்பிலும் இவன் முதல் ஸ்தானத்தையே வகித்து வந்தான். பெரும்பாலும் இயற்கைக் காட்சிகளையே இவன் சித்திரமாக வரைவான். அப்படி வரைந்த படங்களுக்கு வர்ணந் தீட்டுவதில் இவனுக்கு விருப்பம் அதிகம். அது மட்டுமல்ல; வேறு யாராவது படம் எழுத ஆரம்பித்து அதை அரைகுறையாக விட்டிருந்தால், அடோல்ப் அதனைப் பூர்த்தி செய்வான். இதிலே இவனுக்கு ஓர் ஆனந்தம். பள்ளிக்கூடத்தில் பிஸ்மார்க்கினுடைய உருவப்படம் இருந்தால் அது பெருந்தவறென்று கருதப்பெற்றது. ஆனால், அடோல்ப் பிடிவாதமாக, பிஸ்மார்க்கினுடைய படத்தையே அடிக்கடி எழுதுவான். தனது சகபாடிகளையும் எழுதுமாறு சொல்வான். பிஸ்மார்க், ஆஸ்திரிய அதிகாரிகளால் எவ்வளவுக் கெவ்வளவு வெறுக்கப்பட்டு வந்தானோ அவ்வளவுக்கவ்வளவு அடோல்ப் அவனை நேசிக்கத் தொடங்கினான்.

ஒரு சமயம் லின்ஸில் அடோல்ப் மட்டும் தனியாகத் தங்க வேண்டி நேரிட்டது. இவனுடைய தாயாரும் சகோதரியும், தகப்பனார் உத்தியோகம் செய்யும் ஸ்தலத்திற்குச் சென்றிருந்தார்கள். ஒரு கிழவியின் வீட்டில் இவனை விட்டுப் போயிருந்தார்கள். இப்படி தங்கியிருந்தபோது இவன் அடிக்கடி மெழுகுவர்த்திகளை வாங்கிக் கொண்டிருந்தான். எதற்காக இவன் வாங்குகிறான்? எப்படி செலவழிக்கிறான்? இந்த விஷயங்கள் ஒன்றுமே கிழவிக்குப் புரியவில்லை. எனவே, ஒரு நாள் இரவு, அடோல்ப் படித்துக் கொண்டிருந்த அறைக்குத் திடீரென்று சென்று பார்த்தாள். என்ன கண்டாள்? அடோல்ப், மெழுகுவர்த்திகளை ஏற்றி அருகாமையில் வைத்துக் கொண்டு, பல தேசங்களின் பூகோள படங்களையும் விரித்துப் போட்டு அவற்றில் 'கலர் பென்சில்'களால் ஏதோ 'மார்க்' செய்து கொண்டிருந்தான்.

"அடோல்ப்! என்ன செய்து கொண்டிருக்கிறாய் இந்த இரவில்?" என்று கேட்டாள் கிழவி.

"பூகோள படங்களை ஆராய்ச்சி செய்து கொண்டிருக் கிறேன்" என்றான் அடோல்ப் புன்முறுவலுடன்.

விடுமுறை நாட்களில், லியோண்டாங்க் கிராமத்துச் சிறுவர்கள் ஒன்று கூடி பல இடங்களுக்கும் சென்று விளையாடுவார்களல்லவா? அடோல்ப், இந்தக் கூட்டத்திற்கு எப்பொழுதும் தலைவனாயிருந்தான். ஆனால் அந்தச்சிறு வயதில்கூட, இவன் தனது பதவியைத் தன்னலத்திற்காக உபயோகித்துக் கொண்டது கிடையாது. பிள்ளைகள் ஒன்றுகூடி ஒரு தோட்டத்திற்குள் புகுந்து ஏராளமான பழங்களைப் பறித்துக் கொண்டு வருவார்கள். அடோல்ப், இவற்றை எல்லாருக்கும் பகிர்ந்து கொடுப்பான். பிறகே ஓரிரண்டு பழங்களை தான் எடுத்துக் கொள்வான். இவன் எப்பொழுதும் தான் மட்டும் முதலில் பழங்களைப் பறித்துச் சாப்பிட்டதே கிடையாது. இதனால் பிள்ளைகள் இவனிடம் விசுவாசம் பாராட்டி வந்தார்கள்.

இராக் காலங்களில் இவன் கிராமத்து மாதா கோயிலின் மதிற் சுவரின் மீது ஏறி உட்கார்ந்து கொண்டு நீல ஆகாயத்தில் பளிச் பளிச்சென்று மின்னும் நட்சத்திரக் கூட்டங்களை உற்றுப் பார்த்துக் கொண்டிருப்பான். "இப்படியும் ஒரு பிள்ளை இருக்குமோ? ஆகாயத்திலே என்ன கொட்டி வைத்திருக்கிறது?" என்று கிராமத்துப் பாட்டிமார்கள் பேசிக்கொள்வார்கள். ஆனால் அடோல்ப், இங்ஙனம் உற்றுப் பார்த்துத்தன் சிந்தனா சக்தியை அதிகப்படுத்திக்கொண்டான் என்பது இவர்களுக்கென்ன தெரியும்?

உத்தியோகத்திற்குப் போகமாட்டேன் என்பது அடோல்பின் வைராக்கியம்; உத்தியோகஸ்தனாக வேண்டும் என்பது தகப்பனாரின் பிடிவாதம். இவ்விரண்டுக்கும் நடுவே, கிளாரா போல்ஸ்லின் கண்ணீர் வழிந்தோடியது. இந்தத் தர்க்கம், இந்தப்பிடிவாதம் யாவும் திடீரென்று ஒரு நாள் நின்றுவிட்டது. ஆனால் தாயாரின் கண்ணீர் மட்டும் வேகமாகப் பெருக்கெடுத்தோட ஆரம்பித்தது. 1903ஆம் ஆண்டு ஜனவரி மாதம் 5ந் தேதி, அலோயி ஹிட்லர் ஒரு நண்பனுடைய வீட்டுக்குச் சென்று பேசிவிட்டுத் திரும்ப வந்து கொண்டிருந்தான். வழியில் மாரடைப்பால் திடீரென்று கீழே விழ, அருகாமையில் சென்று கொண்டிருந்த ஒருவன்

வெ. சாமிநாத சர்மா | 39

இவனைக் கையிலேந்திக் கொண்டான். ஆனால் அதற்குள் அலோயி பிணமாகிவிட்டான். அப்பொழுது அடோல்புக்கு வயது பதின்மூன்று.

குடும்பத்தலைவன் திடீரென்று இறந்து விட்டதனால் தாயும் மகனும் தெப்பத்தினின்று வீழ்த்தப்பட்ட கடற் பிரயாணிகள் போல் சிறிது காலம் தவித்தார்கள். ஆனால் கிளாரா ஹிட்லர் உறுதியான மனமுடையவள். எனவே, தன் கணவனுடைய விருப்பத்தை நிறைவேற்றி வைக்கத் தீர்மானித்து அடோல்பைப் பள்ளிக் கூடத்துக்கு அனுப்பி வந்தாள். அலோயிக்குப் பிறகு, அவன் குடும்பத்திற்கு என்று அளிக்கப் பெற்ற உபகாரச் சம்பளத் தொகையைக் கொண்டு கிளாரா குடும்பத்தைச் சிக்கனமாக நடத்திக் கொண்டு வந்தாள். இந்த நிலையில் சுமார் மூன்று ஆண்டு காலம் அடோல்ப் பள்ளிக் கூடம் சென்று படித்து வந்தான்.

ஆனால் இந்தப் படிப்பும் தொடர்ந்து நடைபெற முடியாமல் போயிற்று. அடோல்புக்குத் திடீரென்று இருதய வியாதி உண்டாகிவிட்டது. சுமார் இரண்டு வருட காலம் படுக்கையிலே கிடந்தான். பிறகு சிறிது சரியாகிவிட்டான். இவனுக்கு வைத்தியம் செய்தவர்கள், இவன் ஓரிடத்திலேயே உட்கார்ந்து வேலை செய்யக்கூடாதென்று சொல்லி விட்டார்கள். இதனால் சுமார் ஒரு ஆண்டுகாலம் பள்ளிக்கூடம் போகாமலே இருந்தான் அடோல்ப். கிளாரா ஹிட்லர், தன் மகனை அவனிஷ்டப்படி சிற்பத்தொழிலில் ஈடுபடுத்துவதென்று முடிவு செய்தாள். இதனால் அடோல்ப் சிறிது சந்தோஷமடைந்தான். ஆனால் இந்தச் சந்தோஷம் நீடித்து நிற்கவில்லை. குடும்ப பாரம், மனக்கவலை முதலியவற்றினால் துரும்பாக இளைத்துப் போனாள் கிளாரா ஹிட்லர். கடைசியில் 1908ஆம் ஆண்டு டிசம்பர் மாதம் இருபத்தோராந்தேதி உயிர் நீத்தாள். அடோல்ப் தனியாளாகிவிட்டான், என்ன செய்வதென்று தெரியவில்லை. திசை தெரியாத ஆகாய விமானி போல் தயங்கினான். ஆனால் மயக்கங்கொண்டு வீழ்ந்து விடவில்லை.

துக்கத்தைத் தூரத் தள்ளினான்; ஏறிட்டு நின்றான். ஆண் மகனல்லவா? வாழ்க்கையில் தனியாகவே போராடுவதென்று தீர்மானித்து விட்டான். தகப்பனார் சேர்த்து வைத்திருந்த சொற்பத் தொகையும் தாயாரின் மரணத்திற்கு முன்னரே முடிந்துவிட்டது. குடியிருந்த வீட்டை விற்று காலட் சேபம் நடந்து வந்தது. அதுவும் செலவழிந்துவிட்டது. இவர்களுக்குக்

கிடைத்துவந்த 'அநாதை பென்ஷன்' தொகையோ மிகச் சொற்பம். இதைக் கொண்டு உடலிலே உயிரை வைத்து ஜீவனம் செய்ய முடியாது. என்ன செய்வான் அடோல்ப்? வயிற்றுச் சோற்றுக்கு வழியில்லாத வறுமை! பதினெட்டு வயது நிரம்பிய இளமை! உற்றாரும் பெற்றாரும் அற்ற தனிமை!

இந்தச் சமயத்தில் தகப்பனாருடைய நினைவு வந்தது. "தகப்பனார் தமது வாழ்க்கைப் போராட்டத்தை வியன்னாவிலன்றோ தொடங்கினார்? நாமும் ஏன் அப்படி செய்யக் கூடாது?" என்று தன்னையே கேட்டுக் கொண்டான். வியன்னா சென்று தனது சிற்பக்கலை ஞானத்தை விருத்தி செய்து கொள்வதோடு, வயிற்றுப் பிழைப்புக்கும் வழி தேடிக்கொள்ள வேண்டியதென்று தீர்மானித்தான். வியன்னாவில் சிறப்பக்கலா சாலைகள் என்னென்ன இருக்கின்றன வென்பதை விசாரித்துத் தெரிந்து கொண்டான். கடைசியில், ஒரு சிறு பெட்டியில் தனக்கு வேண்டிய துணிகளை எடுத்து வைத்தான்; உள்ளத்திலே உறுதியை நிரப்பினான்; வியன்னாவை நோக்கி நடந்தான்.

அடிக்குறிப்புகள்

1. *Alsace - Lorraine* - *இந்த இரண்டு தாலுக்காகளும் பிரான்சுக்குக் கிழக்கே இருக்கின்றன. விஸ்தீரணம் : சுமார் 5605 சதுரமைல். உத்தேச மக்கள்தொகை : 17,09,749. முக்கிய நகரம் : ஸ்ட்ராஸ்புர்க். 17வது நூற்றாண்டில் இவை பிரான்சின் ஆதிக்கத்திற்குட்பட்டிருந்தன. 1871ஆம் ஆண்டு யுத்தத்தில் ஜெர்மனி வசம் சேர்ந்தன. 1919ஆம் ஆண்டு வார்சேல் உடன்படிக்கைப்படி இவை மீண்டும் பிரான்சின் ஆதிக்கத்திற்குட்பட்டன. இந்தப் பிரதேசங்களில் மர உற்பத்தி அதிகம். இங்கிருந்து சாராய வகைகளும் உருளைக்கிழங்கு, கோதுமை, பார்லி முதலிய உணவுப் பொருள்களும் ஐரோப்பாவின் மற்ற இடங்களுக்கு ஏற்றுமதி செய்யப்படுகின்றன. ஷார்லமேன் சக்கரவர்த்தியின் பேரப்பிள்ளையாகிய லோதாருக்கு, கி.பி. 843ஆம் ஆண்டு வெர்டூன் உடன்படிக்கையின்படி கிடைத்த மத்திய பிரதேசத்தில் ஒன்றாக இருந்தது இந்த ஆல்சேஸ் - லோரேயின் பிரதேசம். இதனைத் தங்கள் தங்களுக்கே உரிமையாக்கிக் கொள்ள, மேற்படி ஷார்லமேன் ஏகாதிபத்தியத்தினின்று பிரிந்த ஜெர்மனியும் பிரான்சும் ஒன்றுக்கொன்று சண்டையிட்டுக் கொண்டதில் ஆச்சரியமில்லையல்லவா?*

~

4. வியன்னா வாசம்

அடோல்ப் வியன்னா வந்து சேர்ந்தான். இதற்கு முன்னர் இவன் இந்த நகரத்தைப் பார்த்தது கிடையாது. சிற்பக் கலையை உருவகப்படுத்தினாற் போன்று அழகிய கட்டிடங்கள், விசாலமான சதுக்கங்கள், ஒழுங்கான வீதிகளில் பிரகாசமான விளக்குகள், எங்குப் பார்த்தாலும் நீண்டு நிமிர்ந்து நிற்கும் உருவச்சிலைகள் முதலியன இவனை பிரமிக்கச் செய்துவிட்டன. 'இவ்வளவு பெரிய ஊரில் நாம் எப்படி பிழைக்கப் போகிறோம்' என்று சிறிது கலங்கினான். ஆயினும் துணிவு கொண்டு முன்னே நடந்தான்.

இவன் கையில் அப்பொழுதிருந்த ஆஸ்தியெல்லாம் பதினைந்து 'கல்டன்' தான்.[1] கிராமத்திலிருந்த போது தீட்டி வைத்திருந்த சில சித்திரப்படங்களை ஒரு கயிற்றில் சேர்த்துக்கட்டி ஒரு பக்கம் தோளிலே மாட்டிக் கொண்டிருந்தான். மற்றொரு கையில் இவன் கொண்டுவந்திருந்த உடைப்பெட்டி. இந்தக் கோலத்துடன் மிடுக்காக நடந்து சென்ற இவன் மேல் நோக்கி மட்டும் பார்க்கவில்லை; கீழ்நோக்கியும் பார்த்தான். உயர்ந்த மாளிகைகள் நிறைந்த வீதிகளில் மட்டும் இவன் நடந்து செல்லவில்லை; துர்நாற்றம் நிறைந்த, ஏழைகள் வசிக்கும் பொந்துகள் மலிந்த சந்துகளின் வழியாகவும் இவன் கால்கள் நடந்தன. பிரமிக்கத்தக்க செல்வமும் கேவலமான வறுமையும் நெருங்கி வாழும் காட்சியை வியன்னாவில் கண்டான். பல சமூகத்தவர் அடங்கிய ஆஸ்திரியா மாகாணத்தின் இருதய நாடியானது வியன்னா நகரத்தின் மத்திய பாகத்திலே துடித்துக் கொண்டிருப்பதைப் பார்த்தான். ஆனால் இந்தத் துடிப்பு, இன்னும் ஆறு ஏழு ஆண்டுகளுக்குள் நின்று விடும் என்று இவனுக்குத் தெரியாது.[2]

வியன்னாவுக்கு வந்து சேர்ந்த சில தினங்கள் கழித்து ஒரு நாள் இவன் தான் கோரிவந்த எண்ணப்படி, சித்திரக் கலா சாலையில் சேரச் சென்றான். இக்கலாச்சாலையின்

முன்னர் அகன்றதொரு சதுக்கம் உண்டு. இதன் நடுவில் ஓர் உருவச்சிலை. இது சிற்பக் களஞ்சியம் என்று கருதி இதனைச் சதுக்கத்தின் நடுவில் வைத்திருந்தார்கள். இவற்றையெல்லாம் கடந்து கலா சாலையின் அருகில் சென்றான். பார்த்தான் அங்குள்ள காட்சியை, திரும்பிப் போய் விடலாமா என்று யோசித்தான். ஏன்? அங்கு இவனைப்போல் நூற்றுக்கணக்கான மாணாக்கர்கள் விண்ணப்ப 'பாரங்'களையும், தாங்கள் எழுதிய சித்திரப் படங்களையும் கையிலே வைத்துக் கொண்டு, கலாசாலையில் சேருவதற்கு வரிசையாகக் காத்துக் கொண்டிருந்தார்கள். எல்லாருடைய முகத்திலேயும் தன்னம்பிக்கை குடிகொண்டிருந்தது. 'இந்தப் பெரிய கூட்டத்தில் நமக்கு எங்கே இடம் கிடைக்கப் போகிற' தென்று இவன் சிறிது கவலைப்பட்டான். ஆயினும் தைரியமாக, இவன், அவர்களுடைய வரிசையில் சேர்ந்து கொண்டான். கல்லூரித் தலைவன், ஒரு படிக்கட்டின்மீது நின்றுகொண்டு, கல்லூரியில் மேற் படிப்புக்காகச் சேருவதற்குத் தங்களுக்கு யோக்கியதையுண்டு என்று காட்டும் பொருட்டு விண்ணப்பத்தாரிகள் எழுதிக் கொண்டுவந்த சித்திரப் படங்களை ஒவ்வொன்றாகப் பரிசீலனை செய்து கொண்டிருப்பதை அடோல்ப் கண்டான். தன்னுடைய படங்கள் இந்தத் தலைவனின் அங்கீகாரத்தைப் பெறக் கூடிய அளவு நன்றாயிருக்குமாவென்று சந்தேகித்தான். 'ஏன் நன்றாயிராது' என்று தானே கேட்டுக்கொண்டான். நம்பிக்கையும் அவநம்பிக்கையும் மாறி மாறித் தோன்றிக் கொண்டிருந்தன.

கடைசியில் அடோல்பின் முறை வந்தது. தான் எழுதிக் கொண்டு வந்திருந்த சித்திரப் படங்களை நீட்டினான். அதிகாரி இவற்றை வாங்கி வெகு வேகமாகப் பார்த்து அடோல்பினிடம் கொடுத்துவிட்டு "நீ ஒரு சித்திரக்காரனாக முடியாது. தவறான இடத்தில் வந்து விட்டாய்" என்று சிறிது படபடப்பாகக் கூறினான்.

இதைக் கேட்ட அடோல்ப் தன் செவிகளையே நம்பவில்லை. சிறிது திகைத்து நின்றான்.

"உன் மனப்போக்கு கட்டிடத் தொழிலுக்கு ஏற்றதாயிருக்கிறது. 'இஞ்சினீரிங்' கலாசாலைக்கு சென்று விண்ணப்பித்துக் கொள். வேலையாள், வழி காண்பிப்பான்" என்றான் மீண்டும் அதிகாரி.

அடோல்ப் மௌனமாய் நின்றான். ஆனால் அப்படியே நீண்ட நேரம் நிற்க முடியுமா? அடுத்தாற்போலுள்ள

விண்ணப்பதாரிக்கு இடங் கொடுக்க வேண்டாமா? அப்புறம் சென்றான்.

"என்னுடைய ஓவியத்தில் பாராட்டக்கூடிய அமிசங்கள் ஒன்றுமே இல்லையா? நான் எடுத்துக்கொண்ட பிரயாசைகளெல்லாம் வீண் தானா? நான் கொண்டிருந்த நம்பிக்கைகளெல்லாம் எவ்வளவு சீக்கிரத்தில் சரிந்து விட்டன? ஐயோ! தகப்பனாருடன் இதற்காகவோ போராடினேன்?"

இப்படி பலவிதமாக ஆலோசித்துக்கொண்டிருந்தான் அடோல்ப். அதற்குள் ஒரு வேலைக்காரன் வந்து இவனை வேறொரு கட்டிடத்திற்கு அழைத்துச் சென்றான். இக் கட்டிடத்தின் முன் வரிசையில் கிரேக்க முறையில் அமைக்கப்பட்ட உருவச் சிலைகள் இருந்தன. இவற்றை அலங்காரமாகக் கொண்டிருக்கும் கட்டிடம் 'இஞ்சினீரிங்' கலாசாலையென்று அடோல்ப் தெரிந்து கொண்டான். இங்குச் சிறிது அமைதி குடிகொண்டிருந்தது. விண்ணப்பதாரிகளும் அதிகமான பேர் இல்லை. கலாசாலைப் பரிசோதகன் முன்னிலையில் போய் அடோல்ப் நின்றான். அவன், சிறிது நிதானமாக இவன் கொண்டுவந்திருந்த படங்களைப் பரிசீலனை செய்து பார்த்துக் கொண்டிருக்கையிலேயே, இவன் மனத்தில் நம்பிக்கை துளிர்த்தது.

"பரவாயில்லை; அப்படி மோசமானதென்று சொல்ல முடியாது" என்று அவன் தனக்குத்தானே சொல்லிக் கொண்டான்.

மீண்டும் சில படங்களைத் தள்ளினான். சிறிது மௌனம். பிறகு, தான் போட்டிருந்த மூக்குக் கண்ணாடியைச் சிறிது சரிப்படுத்திக்கொண்டு, அடோல்பின் முகத்தை உற்றுப் பார்த்தான்; குரலைச் சிறிது கனைத்துக் கொடுத்தான்.

"சிற்பக்கலையை நீ எங்கே கற்றாய்?"

"எங்குமில்லை; இதற்கு முன் சிற்பக்கலை சம்பந்தமாக எவரிடமும் பாடம் கேட்கவில்லை."

பரிசோதகன் இந்த வார்த்தைகளை நம்பவில்லை. படங்களைப் பார்த்தால் ஒழுங்கான முறையில் வரையப்பட்டிருக்கிறது. மறுபடியும் சில படங்களைத் தள்ளிப் பார்த்தான்.

"இஞ்சினீரிங் பள்ளிக்கூடம் ஒன்றிலும் சேர்ந்து நீ படிக்கவில்லையா? சாதாரண ஒரு கைத்தொழிற் பள்ளிக் கூடத்தில் கூடப் படிக்கவில்லையா?"

"இல்லை; நான் படிக்கவேயில்லை"

இதைக்கேட்டு பரிசோதகன் தோள்களை அசைத்துக் கொடுத்தான். உதட்டைப் பிதுக்கினான். "என்ன துரதிர்ஷ்டம்?" என்று முணு முணுத்துக் கொண்டே "சிறுவனே! உன் விஷயத்தில் இங்கு நான் ஒன்றுஞ் செய்யக் கூடாதவனாக இருக்கிறேன். ஆரம்பப் படிப்புக்கு இங்கே இடமில்லை. வேறெங்கேனும் பிரயத்தனப்படு. பலமான அஸ்திவாரம் போட்டுக்கொண்டு இங்கேவா" என்று நிதானமாகக் கூறினான்.

அடோல்ப் வெளியில் வந்தான். இவன் பின்னால் பரிசோதகனுடைய அறைக்கதவு மூடிக்கொண்டது. தனது வாழ்க்கையின் வழியும் அடைக்கப்பட்டுவிட்டதாக அடோல்ப் கருதினான். இவன் மூளை குழம்பியது. இளமையில் ஆசா பங்கம் ஏற்பட்டால், அது சொல்லொணாத துயரத்தைத் தரும் என்ற உண்மையை இவன் அநுபவித்தான். எந்தக் கலைக்காக, வீட்டில் தனது தகப்பனாரோடு ஓயாமல் போராடி வந்தானோ அந்தக் கலையானது, இப்பொழுது தனது வாழ்வுக்கு வழிகாட்ட மறுத்துவிட்டது!

என்ன செய்வதென்று தெரியாத நிலையில் வியன்னா வீதிகளில் நடந்து சென்றான் அடோல்ப். செல்லும் போது, வியன்னாவில் வாசம் செய்யத் தனக்கு யோக்கியதை உண்டா என்று யோசித்தான். 'இந்நகருக்கு நான் புறம்பானவனோ' என்று எண்ணினான். இங்ஙனம் எண்ணாத எண்ணமெல்லாம் எண்ணி எண்ணி மனம் புண்பட்டுச் சென்று கொண்டிருக்கையில், இவன் வைத்திருந்த படங்கள் கீழே விழும். "போனால் போகட்டும். இவை இருந்து என்ன பயன்? எல்லாவற்றையும் எறிந்துவிட்டுச் செல்லலாம்" என்று நினைப்பான். ஆனால் உடனே "இல்லை; இப்பொழுது இவை பயன்படாமற்போனாலும் பின்னர் ஒரு காலத்தில் பயன்படாமலிருக்குமா?" என்று மீண்டும் சேகரித்து எடுத்துச் செல்வான்.

கடைசியில் ஏழை மக்கள் வசிக்கும் குறுகலான தெரு ஒன்றில் சென்று சொற்பத் தொகையில் உண்ணவும் இருக்கவும் ஏற்பாடு செய்து கொண்டான். உண்டும் உறங்கியும் எத்தனை நாள் கழிப்பது? கையிலிருந்த காசெல்லாம் கரைந்து விட்டது.

வெ. சாமிநாத சர்மா | 45

இனி, உண்பதற்கு உணவு வேண்டுமானால், உழைத்துத்தானாக வேண்டும். வேலைக்காக வீதிதோறும் அலைந்து திரிந்தான்.

அடோல்ப் ஓவியத்திலும் சிற்பத்திலும் ஈடுபட்டவல்லவோ வியன்னா வந்து சேர்ந்தான். வியன்னாவில் இவை இரண்டுக்கும் என்ன குறைவு? நாள் முழுவதும் பார்த்துக் கொண்டிருக்கக் கூடிய சிற்பக்கலை நிறைந்த கட்டிடங்கள்; இருந்து அமைதியாகச் சிந்தனை செய்வதற்கேற்ற அழகிய பூங்காவனங்கள்; ஓவியப் பொருள்கள் பல நிறைந்த காட்சிசாலைகள். ஆனால் ஒன்றாவது இவனுடைய வயிற்றுப் பசியைத் தீர்த்து வைக்கவில்லை.

வேலைக்காக வீதிகள் தோறும் பல நாட்கள் அலைந்தான். வயிற்றுக்குச் சோறில்லை; கையிலே காசில்லை; ஆதரவான வார்த்தை கூற உற்ற துணைவருமில்லை. இனி உயிரை வைத்துக் கொண்டிருப்பதில் பயனில்லையென்று தீர்மானித்தான். ஆனால் உயிரை விட்டுவிட தைரியம் வரவில்லை. அதற்குக் கூட தைரியம் வேண்டுமல்லவா?

ஒரு நாள் ஓரிடத்தில் கட்டிடங்கள் பல எழும்பிக் கொண்டிருந்தன. வேலைக்காரர் பலர் சுறுசுறுப்பாக வேலை செய்து கொண்டிருந்தனர். அங்கே அடோல்ப் சென்று சிறிதுநேரம் நின்றான். ஒரு துணிவு உண்டாயிற்று; வேலைக்கார மேஸ்திரியிடம் சென்று 'எனக்கு இங்கே ஏதாவது வேலை கிடைக்குமா?' என்று கேட்டான். 'என்ன வேலை செய்வாய்' என்றான் மேஸ்திரி. "செங்கல் தூக்குவேன்; கல்லுடைப்பேன்; சுண்ணாம்பு அரைப்பேன்; எந்த வேலைக்கும் தயார். கூலி கொடுக்கிறவர் எந்த வேலையைச் சொன்னாலும் செய்ய வேண்டியதுதானே" என்று பணிவுடன் கூறினான் அடோல்ப். மேஸ்திரி இவனை ஏற இறங்கப் பார்த்தான். சிறிது நேரங்கழித்து, வேலைக்கு வைத்துக் கொள்வதாக ஒத்துக் கொண்டான். ஆனால் அன்றாடக் கூலிக்காரனாகவே அமர்த்திக் கொள்ள முடியுமென்றும், வேலை திருப்திகரமாயில்லா விட்டால் எப்பொழுதும் விலக்கிவிடப்படும் என்றும் கண்டிப்பாகக் கூறினான். அடோல்ப், தனக்கு வேலை அகப்பட்டதைக் குறித்துச் சந்தோஷப்பட்டானே தவிர, மற்றவற்றைப்பற்றிக் கவலைப்படவில்லை. தனக்குக் கிடைத்த சொற்பக் கூலியைக் கொண்டு ஏதோ ஒருவாறு காலங்கடத்தி வந்தான்.

இவனும் வேறொரு தொழிலாளியும் சேர்ந்து ஒரு சிறிய அறையை வாடகைக்குப் பிடித்துக் கொண்டார்கள். இதில் காற்றோட்டம் கிடையாது; வெளிச்சமில்லை. கீழே

ஈரத்தரை; சுற்றிலும் துர்நாற்றம். இந்த இடத்தில் அடோல்ப் வசித்தான். பகலில் கடுமையான வேலை செய்து, மாலையில் அரைவயிறு சாப்பாடு சாப்பிட்டுவிட்டு, இரவில் ஈரத்தரையில் படுத்துறங்கினான். ஆனால் இதற்காக இவன் சிறிதும் வருத்தப்படவில்லை. இவன் தொழிலாளியாயிருந்த போது பல விஷயங்களைப் பற்றிப் பேசவும் ஆராய்ச்சி செய்யவும் இவனுக்குச் சந்தர்ப்பம் கிடைத்தது. இவன் வேலை செய்து கொண்டிருக்கும்போது, சகோதர தொழிலாளர்களுடன் பல பிரச்சனைகளைப் பற்றிப் பேசுவான். இந்தப் பேச்சு சில சமயங்களில் பெரிய தர்க்கமாக மாறும். இதனால் இவன் வேலையை இழந்ததுமுண்டு.

அக்காலத்தில் வியன்னாவில் சமூக வாதத்திற்கு ஏழை மக்கள் மத்தியில் செல்வாக்கு இருந்தது. கார்ல் மார்க்ஸினால் தோற்றுவிக்கப் பெற்ற சமூக வாதமே தொழிலாளர்களுடைய துன்பங்களைப் பரிகரிக்கவல்லது என்ற நம்பிக்கை தொழிலாளர்களிடையே பரவியிருந்தது. ஆங்காங்குத் தொழிலாளர் சங்கங்கள் தோன்றலாயின. இந்தக் காலத்திலேதான் இவன் சமூக வாதம் என்றால் என்ன, பொதுவுடமை என்றால் என்னவென்பவற்றைப்பற்றி அறிந்து கொள்ளச் சந்தர்ப்பம் ஏற்பட்டது. மற்றும் யூதர்களின் செல்வாக்கு, முதலாளிகளின் ஆதிக்கம், தொழிலாளர்களின் பரிதாபகரமான வாழ்க்கை முதலியவைகளைப்பற்றி ஆராய்ச்சி செய்யத் தொடங்கினான். அடோல்பின் வாழ்க்கையில் இந்த வியன்னா வாசமே மிக முக்கியமானது. இதுவே இவனுடைய பிற்கால வாழ்க்கையைப் பண்படுத்தியது. இந்தக் காலத்தில் இவன் பெற்ற அநுபவங்களே, பிறகு நாஜி கட்சித் தோற்றத்திற்கு அஸ்திவாரமாக அமைந்தது. வியன்னாவில் இவன் ஐந்து ஆண்டு காலம் வாசம் செய்தான். இந்தக் காலத்தில் இவன் வறுமையோடு உறவாடினான். உணவு தேவை, உடை தேவையென்று எப்பொழுதும் தவித்து நின்றான். ஏழை மக்களின் வாழ்க்கை நிலையைக் கண்ணாரக் கண்டுணர்ந்தான். அதே சமயத்தில் ஆடம்பர வாழ்க்கையின் போலித் தன்மையையும் நன்கு தெரிந்து கொண்டான். இவற்றின் மூலமாகத் தனது பிற்கால சிந்தனைக்கும், ஆராய்ச்சிக்கும், செயலுக்கும் அடிகோலிக் கொண்டான். சமூக சீர்திருத்தமானது அடியிலிருந்துதான் தொடங்கப்பட வேண்டுமே தவிர மேலிருந்து தொடங்கப்பெறக் கூடாதென்ற சீரிய உண்மையை இந்தக் காலத்திலே தான் இவன் தெரிந்து கொண்டான்.

ஒரு நாள் இவன் ஒரு கட்டிடத்தின் மேல் தளத்தில் சாரம் போட்டு வேலை செய்து கொண்டிருந்தான். இவனோடு வேறு சிலரும் வேலை செய்து கொண்டிருந்தனர். இவனுக்கும் இவர்களுக்கும் பொதுவுடமையைப்பற்றித் தர்க்கம் ஏற்பட்டுவிட்டது. மற்றவர்கள் பொதுவுடமையை ஆதரித்துப் பேசியதோடு, தங்கள் கட்சியில் சேருமாறு அடோல்பை வற்புறுத்தினார்கள். எதையும் தீர விசாரிக்கும் சுபாவமுடைய அடோல்ப், இவர்களுடைய கட்சியில் திடீரென்று சேர மறுத்துவிட்டான். அவர்களோ, "உடனே எங்கள் கட்சியில் சேர்ந்தால் சேரு; இன்றேல் உன் வேலை போய்விடும்" என்றார்கள். அடோல்ப் மௌனமாய் நின்றான். பகல் சாப்பாட்டு மணியடித்தது. எல்லாரும் சாப்பாட்டுக்குச் சென்றார்கள். அடோல்பும் சென்றான். அரைமணி நேரங்கழித்து எல்லாருடனும் அடோல்பும் வந்தான். ஆனால், மேஸ்திரி, இவனை வேலைக்கு வைத்துக் கொள்ள முடியாதென்று சொல்லி விட்டான். அடோல்ப் இதற்காக விசனிக்கவில்லை. அவர்கள் கட்சியில் சேரவுமில்லை. மார்க்ஸின் தத்துவங்கள் செயல்முறையில் கொணர முடியாதவை என்று இவன் நம்பினான்.

சிறிது காலம் வேலையில்லாமல் திண்டாடினான். குடியிருந்த இடமும் போய்விட்டது. வாடகை கொடாமல் அங்கே எப்படி இருக்க முடியும்? எனவே, பகற் காலங்களில் அலைந்து திரிந்தான். இராக்காலங்களில் தெரு ஓரங்களிலோ, சந்து முனைகளிலோ படுத்துறங்கினான். பசிக் கொடுமையினால் சில சமயங்களில் தூக்கமும் வராது. தூரத்திலேயுள்ள பெரிய ஹோட்டல்களில் பணக்காரர்கள் வயிறு நிறைய உண்டு நாட்டியமாடி களிப்பதைப் பார்த்து, தன்னைப் போன்ற ஏழைகள் எத்தனை பேர் பட்டினியாகக் கிடக்கிறார்களோ என்று ஏங்குவான்.

ஒவ்வொரு நாள் இவனுக்கு வேலை கிடைக்கும். சில சமயங்களில் கல்லுடைப்பான். அப்படி உடைக்கும் போது இவன் உள்ளத்திலே பல எண்ணங்கள் உண்டாகும். சமூகப் பிரச்சினைகளையும் இங்ஙனமே உடைத்து ஒழுங்குபடுத்த வேண்டுமென்று நிச்சயிப்பான். இந்த மாதிரியான வேலைகள் செய்யும்போதுதான், இவன் தன்னுடைய சிந்தனா சக்தியையும் அதிகப்படுத்திக் கொண்டான். மற்றத் தொழிலாளர்களோடு சேர்ந்து வேலை செய்யும் போது, தர்க்கம் செய்யாமலிருக்க மாட்டான். இந்தத் தர்க்கமானது அநேகமாகப் பகற்

சாப்பாட்டின் போது முற்றிவிடும். எனவே, பகலுக்கு மேல் இவனை வேலையினின்று விலக்கி விடுவார்கள். இங்ஙனமே ஒரு முறையல்ல; பல முறை இவன் கஷ்டப்பட்டிருக்கிறான். ஆனால் தர்க்கத்திலே மட்டும் பின் வாங்கியது கிடையாது. தொழிலாளர் சிலர், 'அப்பா, வயிற்றுப் பிழைப்புக்காக வல்லவோ நீ வந்திருக்கிறாய்? பேசாமல் தொழிலாளர் சங்கத்தில் சேர்ந்து கொள்' என்று போதனை செய்வர். வயிற்றுப் பிழைப்புக்காகக் கொள்கையை விட்டுக் கொடுக்க முடியாதென்று அடோல்ப் சொல்வான்.

மறுபடியும் வேலையில்லாத் திண்டாட்டந்தான்; வீதி வாசந்தான்; 'இடும்பைகூர் என் வயிறே உன்னோடு வாழ்தலரிது' என்ற போராட்டந்தான். இந்த மந்திரியான சந்தர்ப்பமொன்றில் இவன் இரவில் படுப்பதற்கென்று ஒரு விநோதமான இடம் கிடைத்தது. இராக் காலங்களில் வேலை செய்யும் தொழிலாளர்கள் விளக்குகளை எடுத்துச் செல்வார்கள். இந்த விளக்குகளையெல்லாம் போட்டு வைப்பதற்கென்று ஓர் அறை உண்டு. அதில் வேறு பல அழுக்குச் சாமான்களும் போட்டுவைப்பார்கள். 'இந்த இடத்தில் வேண்டுமானால் படுத்துக்கொண்டிரு' என்று ஒரு தொழிலாளி இவனுக்குக் கருணையுடன் கூறினான். வீதிகளில் படுத்திருப்பதைவிட ஓர் அறையில் படுத்திருப்பது விசேஷமல்லவா? இந்த அறையில் சகிக்கமுடியாத நாற்றம்; பக்கத்திலே படுத்துறங்கும் தொழிலாளர்களின் கீழ்த்தரமான பேச்சுகள்; இவற்றோடு வயிற்றிலே பசியின் போராட்டம். இங்ஙனம் இவன் துன்பப்பட்ட நாட்கள் பல. ஆனால் இவை, இவனுக்கு ஒரு பொருட்டாகத் தோன்றவில்லை. பக்கத்து வீட்டிலே ஒரு தொழிலாளி குடும்பத்துடன் வசித்துக் கொண்டிருந்தான். அவன் தினந்தோறும் குடித்துவிட்டு வருவான். வந்து மனைவியை நன்றாக அடிப்பான். அவள் அழுவாள். அவனுடைய குழந்தைகள் பட்டினியால் கோவென்று கதறும். இந்தத் தினசரிக் காட்சியானது அடோல்பின் உள்ளத்தைப் பிளந்துவிட்டது. தன்னைச் சூழ்ந்திருந்த துர்நாற்றத்தையும் கீழ் மக்களின் சகவாசத்தையும் சகித்துக் கொண்டான். ஆனால் தொழிலாளர் குடும்பத்தினர் படும் அவஸ்தையைக்கண்டும் கேட்டும் இவனால் சகித்திருக்க முடியவில்லை. கார்ல் மார்க்ஸினுடைய போதனைகளின் விளைவுகள் இவையென்றும் இவற்றை எதிர்த்துப் போராடுவதென்றும் தீர்மானித்தான்.

சுமார் இரண்டு ஆண்டுகாலம் தொழிலாளியாக இருந்து கஷ்டப்பட்டான். இனி இந்தத் தொழிலில் சாரமில்லையென்று நிச்சயித்து, தனக்குப் பிடித்தமான சித்திரம் வரையும் தொழிலில் இறங்கினான். மிகவும் கஷ்டப்பட்டு ஒரு சிறு தொகையைச் சேர்த்துக்கொண்டு, வர்ணம், 'ப்ரஷ்' முதலியவற்றை வாங்கிக் கொண்டான். பழைய வீடொன்றில் நான்காவது மாடியிலிருந்த ஒரு சிறு அறையை வாடகைக்குப் பிடித்துக் கொண்டான். இங்கேயிருந்து கொண்டு, அவ்வப்பொழுது சில படங்களை எழுதினான். ஏற்கனவே இவனிடத்தில் சில படங்கள் இருந்தனவல்லவா? இவற்றையும், புதிதாக எழுதின படங்களையும் விற்றான். இவன் தினசரி ஆகாரத்திற்குப் போதுமான பணம் கிடைத்தது. மேலும் மேலும் படங்கள் எழுதினான். இங்ஙனம் சுமார் மூன்று ஆண்டு இவன் காலந் தள்ளினான். ஆனால் இந்த மூன்று ஆண்டு காலமும் இவன் படம் எழுதுவதோடு நிற்கவில்லை. கையிலகப்பட்ட நூல்களையெல்லாம் படித்து வந்தான். வெளியான பத்திரிகைகளையெல்லாம் புரட்டிப் பார்த்தான். இதனால் இவன் அறிவு முதிர்ந்தது. இந்த மூன்று ஆண்டுகாலத்தில் இவன் அடைந்த அநுபவங்களும் பல. இவன் பார்லிமெண்டரி ஆட்சி முறையை விவரித்துக் கூறும் நூல்கள் பலவற்றைப் படித்திருந்தான். ஆனால் எந்தப் பார்லிமெண்டின் நடைமுறையையும் நேராகக் கவனித்ததில்லை. ஒரு சமயம் வியன்னாவிலுள்ள ஆஸ்திரிய பார்லிமெண்டின் கட்டிடத்தைச் சித்திரமாக வரைய வேண்டுமென்ற எண்ணம் இவனுக்குத் தோன்றியது. எனவே, ஒரு காகிதத்தையும் பென்சிலையும் எடுத்துக் கொண்டு மேற்படி கட்டிடத்திற்குச் சென்றான் வெளியிலிருந்து, அக்கட்டிடத்தின் கம்பீர தோற்றத்தைக் கவனித்துக் கொண்டிருந்தான். அப்பொழுது சிலர், ஒழுங்கான உடைகள் தரித்துக்கொண்டு உள்ளே சென்று கொண்டிருந் தார்கள். என்ன விசேஷம் என்று அருகிலிருந்த ஒருவனை விசாரித்தான் அடோல்ப். 'பார்லிமெண்டின் கூட்டமல்லவோ இன்று? இது கூடத் தெரியாதா உனக்கு? என்றான் அவன். அப்படியானால் உள்ளே சென்று பார்ப்பதென்று நிச்சயித்தான் அடோல்ப். உடனே உள்பக்கமாகநோக்கி நடந்தான். சிறிது தூரம் சென்றதும் ஒருவன் இவனை வழிமறித்து "எங்கே போகிறாய்?" என்று கேட்டான்.

"பார்லிமெண்ட் விவாதத்தைக் கேட்கப் போகிறேன்."

"உன்னுடைய அநுமதிச் சீட்டு எங்கே? அஃதின்றி உள்ளே போக முடியாதே."

அடோல்ப் மௌனமாக வீடு திரும்பினான். மறுநாள் அநுமதிச் சீட்டுப் பெற்றுக் கொண்டு, தனது உடையையும் ஒழுங்குப்படுத்திக் கொண்டு பெரு நம்பிக்கையுடன் பார்லிமெண்ட் கட்டிடத்திற்குள் நுழைந்தான். உள்ளே சென்று, இரண்டாவது வகுப்பு 'காலரி'யில் உட்கார்ந்தான். மண்டபத்தில் என்ன கண்டான்? ஒழுங்கான முறையில் வாதங்கள் நடைபெறுமென்றும், பெரிய அரசியல் பிரச்சனைகளைப்பற்றி அனைவரும் தீவிரமாகப் பேசுவார்களென்றும் இவன் எதிர்பார்த்தான். ஆனால் அதற்கு மாறாக, அங்கத்தினர்கள் சிறு பிள்ளைகள் போல் கூச்சலிடுவதையும், யாரோ ஒருவர் பேசிக் கொண்டிருப்பதையும், மற்றவர்கள் அந்தப் பேச்சைக் கேளாமல் தங்களிஷ்டப்படி பேசுவதும் சிரிப்பதுமாயிருப்பதையும் கண்டான். ஒழுங்கு என்பது அங்கு இம்மியும் காணப்பெறவில்லை. மற்றும் அங்கு பேசியவர்கள் ஒரே மொழியில் பேசவில்லை. ஒவ்வொருவரும் ஒவ்வொரு மொழியில் பேசினார்கள். தவிர, சில அங்கத்தினர்கள் கோபத்தினால் காகிதங்களைத் தூக்கி எறிந்தார்கள்; மேஜைகளைத் தட்டினார்கள். இங்ஙனம் நடைபெற்ற இந்தப் பார்லிமெண்ட் கூட்டத்தை அடோல்ப் சில மணி நேரம் கவனித்துக் கொண்டிருந்தான். பெருமூச்சு விட்டான். 'இதுதானா பார்லிமெண்ட்' என்று ஆச்சரியப்பட்டான். பார்லிமெண்ட் முறையைப்பற்றி அதிக மதிப்பு வைத்துக் கொண்டு வந்த இந்தச் சிறுவன், பெரிய ஏமாற்றத்தையடைந்தான்.

மறுநாள் முதல் புதிய நூல்களை எடுத்துப் படிக்க ஆரம்பித்தான். சொல்லுக்கும் செயலுக்கும் எவ்வளவு தூரம் இருக்கிறதென்பதை நன்கு உணர்ந்தான். தான் படித்த நூல்கள், வெறும் தத்துவங்களையே கூறுகின்றனவன்றி, அவற்றை நடைமுறையில் கொணர்வதற்குரிய வழியைக் காட்டவில்லை என்பதைக் கண்டு விசனித்தான். இவன் கண்கள் திறந்தன. மனம் விரிந்தது. நடைமுறையில் கொணர முடியாதவைகளை உபதேசிப்பது வீண் என்று உறுதி கொண்டான்.

வியன்னாவில் இவன் வசித்து வந்த காலத்திலேயே, யூதர்களைப்பற்றிய அநுபவத்தையும் பெற்றான். யூதர்கள் முக்கியமான துறைகளையெல்லாம் கைப்பற்றிக்கொண்டு, தங்கள் செல்வாக்கை மற்றவர்களுக்குத் தீமை பயக்கும் வண்ணம் உபயோகிக்கிறார்கள் என்று கண்டான். அறிவுத்துறையிலும், அரசியல் துறையிலும், வியாபாரத்துறையிலும் யூதர்கள் செல்வாக்கான ஸ்தானங்களைக் கைப்பற்றிக் கொண்டு

ஜெர்மானியர்களைத் தலையெடுக்கவொட்டாதபடி செய்கிறார்கள் என்றும் நம்பினான். யூதர் மீது இவன் கொண்ட துவேஷம் இங்குதான் வித்திட்டது.

கடைசியில் ஐந்து ஆண்டு காலங்கழித்து வியன்னாவைவிட்டுப் போவதென்று முடிவு கொண்டான். தான் மேற்கொண்ட சித்திரம் வரையும் தொழிலில் எதிர்பார்த்த வருவாய் கிடைக்கவில்லை. எத்தனை நாட்கள் பசியோடு போராடுவது? கடைசியில் ம்யூனிக் நகரம் செல்வதென்று தீர்மானித்தான். சிறு பையனாக வியன்னாவுக்கு வந்த அடோல்ப், ஒரு மனிதனாகி ம்யூனிக்குக்குப் புறப்பட்டான்.

அடிக்குறிப்புகள்

1. சுமார் எட்டரை ரூபா
2. ஐரோப்பிய யுத்த காலத்தில் ஆஸ்திரிய அரச பரம்பரை வீழ்ந்து விட்டதல்லவா?

5. வாழ்க்கையின் ஆரம்பம்

1912 ஆம் ஆண்டு மே மாதம் ஒரு நாள் அடோல்ப் ம்யூனிக்[1] நகரம் வந்து சேர்ந்தான். வந்து ஒரு பெருமூச்சு விட்டான். ஏக்கத்தினால் ஏற்பட்ட பெருமூச்சல்ல; விடுதலையினால் உண்டான பெரு மூச்சு. வியன்னாவில் இருந்த காலத்தில் இவன், கட்டுப்பட்டவனைப் போலவே இருந்தான். தவிர அங்குப் பல சமூகத்தார் வசிப்பதும் அவர்களுக்குள் ஒற்றுமையில்லாமலிருப்பதும் இவனுக்குப் பிடிக்கவில்லை. ம்யூனிக் செண்டிரல் ஸ்டேஷனில் வந்திறங்கியதும், தான் நெடுங்காலமாகப் பழகிய ஒரு நகரத்திற்குத் திரும்பி வந்ததாகவே இவன் உணர்ந்தான். இவன் மனத்திலே சந்தோஷம் பொங்கியது. ம்யூனிக் நகர வீதிகள் இவனுக்குப் பழக்கமானவை போலக் காணப்பெற்றன. மக்களின் பேச்சு, பழக்க வழக்கங்கள் முதலியவை இவனுடைய மனோபாவத்திற்குத் தகுந்தாற் போலிருந்தன. தனது பூரண வளர்ச்சிக்கு இந்த நகரம் வழி காட்டும் என்று இவனுடைய அந்தராத்மா கூறியது.

அடோல்ப், ம்யூனிக்குக்கு வந்ததற்கு இரண்டு காரணங்கள் கூறலாம். ஒன்று வியன்னாவின் மீது ஏற்பட்ட வெறுப்பு. இரண்டாவது - ஆனால் முக்கியமானது தன்னுடைய சித்திரத் தொழிலுக்கு ம்யூனிக்கில் அதிகமான வசதிகள் இருக்குமென்றும், இங்கே தன்னுடைய படங்கள் நல்ல விலை போகுமென்றும் இவன் கருதியது. இந்தக் காலத்தில், இவன் வியாபார தந்திரங்களையும் ஒருவாறு கற்றுக்கொண்டான் என்று சொல்ல வேண்டும். எந்த மாதிரியான படங்களை எழுதினால் மக்களுக்குப் பிடிக்கிறது என்பதை இவன் தெரிந்து கொண்டான். தவிர படங்களின் தராதரத்திற்குத் தகுந்தபடி விலையை நிர்ணயிப்பதிலும் கெட்டிக்காரனாகி விட்டான். ஜெர்மனியில், சித்திரக் கலையை ஆதரிக்கும் நகரங்களில் ம்யூனிக் நகரம் தலை சிறந்து நிற்கிறது. எனவே, ஒரு சித்திரக்காரன் தன் பிழைப்பு

நிமித்தம் ம்யூனிக் நகரம் வந்தடைந்ததற்கு ஆச்சரியப்பட வேண்டியதில்லையல்லவா?

ரெயில்வே ஸ்டேஷனில் இறங்கிய அடோல்ப் முக்கியமான சில வீதிகளைக் கடந்து சென்றான். அன்று ஞாயிற்றுக் கிழமையானதால், தெருக்களில் அதிகமான கூட்டம் இல்லை. எனவே, இவன் நின்று நிதானித்து ஒவ்வொரு முக்கியமான கட்டிடத்தையும், அது கட்டப்பெற்றிருக்கும் மாதிரியையும் பார்த்துக்கொண்டே சென்றான். புதிய ஊரில் வந்திறங்கியதும், இவற்றின்மீது தான் இவன் மனம் சென்றது. சாப்பாட்டுக்கும் படுக்கைக்கும் இடந் தேடிக்கொள்ள வேண்டுமேயென்பதைப்பற்றி இவன் அதிகமாகக் கவலை கொள்ளவில்லை. கடைசியில் இவன் கால்கள் ஒரு சிறிய தெருவின் வழியாகச் சென்றன. இது, கீழ்த்தர மத்திய வகுப்பார் நிறைந்த தெருவாக இருந்தது. இங்கே வசித்தவர்கள், தங்களுடைய வருமானம் போதாமல், தங்கள் வீட்டிலேயே சிலருக்குச் சாப்பாடு போட்டு, இருக்க இடமும் கொடுத்துப் பணம் பெற்று, அதன் மூலமாக வாழ்க்கையை நடத்தி வந்தார்கள். சொற்ப வருமானமுள்ளவர்களுடைய நிலைமைக்குத் தகுந்தவண்ணமே இங்கு வீடுகள் அமைக்கப்பெற்றிருந்தன. அடோல்ப், கையிலே ஒரு பையுடன், ஒவ்வொரு வீடாகப் பார்த்துக் கொண்டு போனான். ஒரு வீட்டு மாடியின் ஜன்னலில் "படுக்க, இருக்க வசதிகளுடன் கூடிய அறைகள், கௌரவமான மனிதர்களுக்கு வாடகைக்கு விடப்பெறும்" என்று கையினாலெழுதப்பெற்ற ஓர் அட்டை தொங்கியது. 'கௌரவமான மனிதர்' என்றால் என்ன அர்த்தம்? ஆனால் அதைப்பற்றி இவன் சிந்திக்கவேயில்லை. மேற்படி வீட்டின் அருகே சென்றான். அஃது ஒரு தையற்காரன் கடை. "பாப்பின் சிறந்த தையற் கடை" என்று வீட்டின் முகப்பில் எழுதப்பெற்றிருந்ததைக் கொண்டு, கடைச் சொந்தக்காரனுடைய பெயரையும் தெரிந்து கொண்டான் அடோல்ப். உள்ளே நுழைந்தான். குறுகிய இருளடர்ந்த படிகள் மீது ஏறி மூன்றாவது மாடிக்குச் சென்று ஓர் அறையின் கதவைத் தட்டினான். ஒரு ஸ்திரீ கதவைத் திறந்தாள். அவள்தான் தையற்கார பாப் என்பவன் மனைவி.

"இந்த அறை வாடகைக்கு விடப்படுவதாகத் தெரிவிக்கப்படுகிறதே, நான் இதனைப் பார்க்கலாமா?" என்று பணிவாகக் கேட்டான் அடோல்ப்.

“தாராளமாகப் பார்க்கலாம்” என்று சொல்லி அறையைத் திறந்து காட்டினாள் வீட்டு எஜமானி. அந்த அறையில் ஒரு கட்டில், ஒரு மேஜை, ஒரு சோபா, ஒரு நாற்காலி இவை மட்டுமே இருந்தன. பழைய காலத்து முறையில் எழுதப்பெற்ற இரண்டு படங்கள் சுவற்றில் மாட்டப்பட்டிருந்தன. அந்த அறை தனக்குப் போதுமென்றும், தனக்குப் பிடித்திருக்கிறதென்றும் அடோல்ப் கூறி, வாடகை விவரங்களைப் பேசிக்கொண்டு, எஜமானியிடம் ஒரு சிறு தொகையை முன் பணமாகக் கொடுத்தான். இவனுடைய மரியாதையான நடவடிக்கைகளைக் கண்டு, எஜமானி நிரம்ப சந்தோஷத்துடன் இவனுக்கு எல்லாச் சௌகரியங்களையும் செய்து கொடுத்தாள். அவளுக்கு இரண்டு குழந்தைகள் இருந்தன. ஒன்றுக்குப் பதினோரு வயது; மற்றொன்றுக்கு ஏழு வயது. இனி அதிகமாகச் சப்தம் செய்யக்கூடாதென்றும், வந்திருப்பவருக்கு எவ்விதத்திலும் தொந்திரவு உண்டாக்கக் கூடாதென்றும் குழந்தைகளுக்குக் கண்டிப்பான உத்திரவு போட்டாள். பிறகு வாடகைப் பத்திரத்தை எடுத்துக் கொண்டு வந்து அதில் கையெழுத்திடுமாறு அடோல்பைக் கேட்டாள்.

அடோல்ப் ஹிட்லர்
வியன்னாவிலிருந்து வந்துள்ள ஒரு சிற்பி

என்று கையெழுத்திட்டான். இவன் இது முதல் இரண்டு ஆண்டு காலம் இந்த வீட்டிலேயே இந்த அறையிலேயே தங்கியிருந்தான். இந்தக் காலத்தில், இவன் தன் சுய முயற்சியினாலேயே, சம்பாதித்துச் சாப்பிட்டான். தனது தேவைகளுக்கும் பிறர் முகத்தைப் பார்த்ததே கிடையாது.

ம்யூனிக்குக்கு வந்த மறுநாளே அடோல்ப், கடைத் தெருவுக்குச் சென்று சித்திரப் பலகையொன்றை வாங்கிக் கொண்டு வந்தான். உடனே அதில் சித்திரம் எழுதத் தொடங்கினான். இதற்காகப் பல மணிநேரம் செவழித்தான். சாதாரணமாகவே அடோல்ப்புக்கு எந்த வேலையில் இறங்கியபோதிலும் அதிலேயே ஈடுபட்டு விடுகிற சுபாவம் உண்டு. இந்தப் பழக்கம் இவனுக்குச் சிறு வயதிலிருந்தே இருந்தது. அடோல்ப், இங்ஙனம் சில படங்களைத் தயாரித்துக் கொண்டு அவற்றை விற்கச் செல்வான். சில வாடிக்கைக்காரர்களைப் பிடித்து வைத்திருந்தான். அவர்களிடத்திலேயே இவன் அநேகமாகப் படங்களை விற்பனை செய்வான். அவர்களும் இவன் படம் எழுதும் திறமையைப் பாராட்டி, இவனை

மேன்மேலும் ஊக்க வேண்டுமென்ற நோக்கத்துடன் இவன் படங்களை வாங்குவார்கள். இவனும் அவர்களிடத்தில் மிகப் பணிவாக நடந்து கொள்வான். சில சமயங்களில், வீட்டுக்கு வர்ண மடிக்கும் வேலையையும் ஏற்றுக் கொண்டு சரிவரச் செய்து வந்தான்.

அடோல்ப், படங்கள் எழுதுவதில் மட்டும், வீட்டுக்கு வர்ணம் பூசுவதில் மட்டும் தன் காலத்தைக் கழிக்கவில்லை. அரசாங்கப் புத்தகசாலைக்குச் சென்று அரிய புத்தகங்களைப் படிப்பான். சில சமயங்களில் புத்தகங்களை நண்பர்களிடமிருந்தும், வாடிக்கைக்காரர்களிடமிருந்தும் இரவல் வாங்கி இரவு நேரங்களில் அவற்றைப் படித்து முடிப்பான். பகற்காலங்களில் சித்திரம் எழுதுவதும், இராக்காலங்களில் நூல்களை ஆராய்ச்சி செய்வதும் இவனுடைய முக்கிய வேலைகளாயிருந்தன. பொழுது போக்குக்காக வேறெங்கும் போவதே கிடையாது. காற்று வாங்கவோ, விளையாட்டுக்களை வேடிக்கை பார்க்கவோ வெளியில் செல்லமாட்டான்.

இச்சமயத்தில் இவன் எந்தவிதமான நூல்களைப் படித்தான்? எல்லாம் அரசியல் சம்பந்தமான நூல்கள். பிஸ் மார்க்கின் அரசியல் கோட்பாடுகள், கார்ல்மார்ஸின் சமூகவாதத் தத்துவங்கள், யூதர்களுடைய செல்வாக்கு, ஜெர்மானிய ஒற்றுமைக்கு வழிகாட்டும் சரித்திர நூல்கள் ஆகியவை, இவனுடைய சிந்தனை உலகத்தை நிரப்பிக்கொண்டிருந்தன. இவை பற்றி என்னென்ன நூல்கள் உண்டோ அவையனைத்தையும் ஆவலோடு படித்தான்; படித்தவற்றைப் பரிசீலனை செய்தான். கூடவே, வேறு பல நாட்டு அரசியல் முறைகளையும் ஆராய்ந்தான்.

வீட்டு எஜமானி, சில சமயங்களில் இவன் படித்துக் கொண்டிருக்கும்போது உள்ளே வந்து பார்ப்பாள். "இப்படி ஓயாமல் படித்தால் உடம்புக்கு ஆகுமோ? மற்றும் இந்த அரசியல் நூல்களைப் படிப்பதால் என்ன பயன்? உன் வேலைக்கும் இதற்கும் என்ன சம்பந்தம்?" என்று அன்பினால் கடிந்து கொள்வாள். அடோல்ப் பதிலே சொல்ல மாட்டான். மெதுவாகச் சிரித்துவிட்டு, பழையபடி புத்தகங்களின் மீது கவனத்தைச் செலுத்துவான். ஒவ்வொரு சமயம், பதில் சொல்ல வேண்டியதாக ஏற்பட்டுவிடும். "சகோதரி! வாழ்க்கையில் எது பயன்படும், எது பயன்படாது என்று யாருக்குத் தெரியும்?" என்று நிதானமாகச் சொல்வான்.

பாப்பின் வீட்டில் இவன் தங்கியிருந்த காலம் வரை, வீட்டில் குடியிருக்க வாடகை கொடுத்தானே தவிர, சாப்பாட்டுக்கு ஏற்பாடு செய்து கொள்ளவில்லை. எனவே தினந்தோறும் இவன் தன் வயிற்றை ஒருவாறு நிரப்பிக் கொள்வதற்கு வெளியே செல்லவேண்டியிருந்தது. வெளியே சென்றாலும் பலர் மத்தியில் உட்கார்ந்தோ அல்லது ஹோட்டல்களிலோ சாப்பிடமாட்டான். தனக்கு வேண்டிய ஆகாரத்தை வாங்கிக் கொண்டு வீட்டுக்கு வந்துவிடுவான். ஒரு சிறிய ரொட்டித் துண்டு; சிறிது சட்னி; இவற்றுடன் இவனுடைய ஒரு நாள் ஆகாரம் முடிந்தது. தன் அறையிலேயே காலையிலும் மாலையிலும் தேயிலைப் பானம் தயாரித்துக் கொள்வான். சில சமயங்களில் ரொட்டித் துண்டுக்கும் தேயிலைப் பானத்திற்கும் வேண்டிய காசு கையில் இராது. ஆனாலும் சும்மாயிருப்பான். தனக்குப் பசிக்கிறது என்று பிறரிடமும் சொல்ல மாட்டான். அந்த மாதிரியான சமயங்களில் இவன் ஒரு புத்தகத்தை எடுத்துக் கொண்டு விடுவான் அல்லது ஒரு சித்திரம் எழுதத் தொடங்குவான்.

அடோல்ப் மிகவும் சங்கோஜமுடையவன். ஒரு வீட்டுக்குத் திடீரென்று போகமாட்டான். பிறர் சௌகரியத்தை அறிந்து நடந்து கொள்ள வேண்டுமென்பதில் இவனுக்கு அதிக கவலை. "உனக்கெது வேண்டுமானாலும் தாராளமாக வந்து கேள்; சங்கோஜப்பட வேண்டாம். உன் தாய் வீட்டிலே நீ எப்படி தாராளமாக இருப்பாயோ அப்படியே நீ இங்கும் இருக்கலாம்" என்று சகோதரி பாப் கூறுவாள். ஆனால் அடோல்போ, 'டீ' போட்டுக் கொள்ள வெந்நீர் வேண்டி, பாப்பின் சமையலறைக்குச் செல்வான். அப்பொழுது அறைக்கு வெளியே நின்று கொண்டு "எனக்குக் கொஞ்சம் சுடுநீர் கொடுக்க முடியுமா? உங்களுக்குத் தொந்தரவு கொடுக்கிறேன்" என்று மரியாதையுடன் கேட்பான். அவளோ, உள்ளே வரும்படி பலமுறை கூறுவாள். இவன் போகவேமாட்டான். ஒவ்வொரு சமயம், சகோதரி பாப்புக்குக் கூட கோபம் வந்துவிடும். "இந்த உபசார வார்த்தைகள் எதற்கு? உள்ளே வந்து வேண்டியதைக் கேட்டு எடுத்துச் செல்வதுதானே" என்பாள். ஆயினும் அடோல்ப் உள்ளே போகமாட்டான்.

வீட்டு எஜமானனான பாப், அடோல்பை, தன்னுடனிருந்து உண்ணும்படி அழைப்பான். "ஒரு நாளாவது வீட்டுச் சாப்பாடு சாப்பிட வேண்டுமென்ற ஆசை உனக்கு இல்லையா?" என்று கேட்பான். அடோல்ப் எல்லாவற்றிற்கும் மௌனஞ் சாதித்து

விடுவான். பாப்பின் வற்புறுத்தலுக்கு இணங்கியது மட்டும் கிடையாது.

சில சமயங்களில் அடோல்ப், ஏராளமான புத்தகங்களை வெளியிலிருந்து வாங்கிக் கொண்டு வந்து விடுவான். அவற்றை அடுக்காக எதிரில் வைத்துக் கொண்டு ஒவ்வொன்றாகப் படித்து முடிப்பான். இதனால் நாட்கள் கணக்காகத் தன் அறையை விட்டு வெளியே நகரவும் முடியாமல் போகும். வீட்டு எஜமானியும் எஜமானனும் "இவனென்ன? துறவி போல் இருக்கிறது!" என்று ஆச்சரியத்துடன் பேசிக்கொள்வார்கள்.

பிறரைச் சிநேகம் செய்து கொள்ளும் சுபாவமும் அடோல்புக்கு கிடையாது. இவன், ம்யூனிக்கில் வசித்த இரண்டு ஆண்டு காலத்தில் இவனுடைய அறைக்கு எந்த நண்பரும் வந்தது கிடையாது. இவன் தன் படங்களை விற்பனை செய்வதற்காகச் சில இடங்களுக்குப் போவானே தவிர, அநாவசியமாகக் கண்டவர் வீட்டுக்கும் சென்று அவர்கள் பொழுதையும் தன் பொழுதையும் வீணாக்கமாட்டான். இவனுடைய உறவினர்கள் யார் என்பதும் ஒருவருக்கும் அச்சமயம் தெரியாது. இவனுடைய சகோதரியிடமிருந்து மட்டும் ஒரு சமயம் ஒரே ஒரு கடிதம் வந்தது. தனது குடும்ப விஷயங்களைப்பற்றி எப்பொழுதும் எவரிடமும் எதுவும் இவன் கூற மாட்டான்.

இப்படியாக இவனுடைய ம்யூனிக் வாழ்க்கை நடைபெற்றுக் கொண்டு வந்தது.

1914ஆம் ஆண்டு ஜூன் மாதம் இருபத்தெட்டாந்தேதி ஞாயிற்றுக்கிழமை பகல் சுமார் இரண்டு மணி அடோல்ப் மூன்றாவது மாடியிலுள்ள தனது அறையில் அமைதியாகப் படித்துக் கொண்டிருந்தான். அவன் உள்ளத்திலே எவ்வளவு இன்பம்? ஆனால் வீதியில் ஒரே குழப்பம்! மக்களின் இரைச்சல்! சிறு சிறு கூட்டமாகச் சேர்ந்து என்னென்னவோ பேசுகிறார்கள்! மாடி மீதிருந்தே எட்டிப் பார்த்தான் அடோல்ப்.

"செராஜிவோ என்னும் நகரத்தில், செர்விய மாணாக்கனான கேப்ரியல் பிரின்ஸெப் என்பவன், ஆஸ்திரிய தேசத்து இளவரசனான பெர்டினாந்தைச் சுட்டுக்கொன்று விட்டான் பகல் பதினோரு மணிக்கு."

இந்தச் செய்தியை, ஸ்ரீமதி பாப் இவனுக்குத் தெரிவித்தாள். இவன் உடனே பரபரப்புடன் கீழே இறங்கினான். தெருச் சுவர்களில் ஒட்டப்பட்டிருந்த விளம்பரங்களைக் கொண்டு

கொலை விவரங்களை ஒருவாறு தெரிந்து கொண்டான். கொலையாளிகள் கைது செய்யப்பட்டு விட்டார்கள்!

இந்தச் சம்பவமானது, பொதுவாக ஜெர்மனியின் முக்கிய தலைநகரங்களிலும், சிறப்பாக ம்யூனிக்கிலும் அதிக வருத்தத்தை உண்டு பண்ணியது. ஏனென்றால் இதற்கு முந்திய மார்ச் மாதந்தான், ஆர்ச்ட்யூக்கும் அவன் மனைவியும் ம்யூனிக்குக்கு வந்து பவேரிய மன்னர்களின் விருந்தினர்களாயிருந்தார்கள்.

இந்த ஆர்ச்ட்யூக்[2] யார்? இவன் ஆஸ்திரியா - ஹங்கேரியின் இளவரசனாகப் பட்டம் சூட்டப் பெற்றிருந்தான். இவன் பொதுவாக ஸ்லாவியர்களுக்கு அதிக சலுகை காட்டி வந்தான் என்ற ஒரு பெயருண்டு. பாஸ்னியா என்ற சிறிய தேசமானது. 1909ஆம் ஆண்டு துருக்கியிடமிருந்து ஆஸ்திரியாவுக்கு வந்து சேர்ந்தது. இந்தச் சிறு நாட்டிலுள்ள மக்கள் ஸ்லாவியர்கள். இவர்கள் ஆஸ்திரிய ஆதிக்கத்தின் கீழ் ஒருவாறு முன்னேற்றமடைந்து வந்த போதிலும் அந்நிய ஆதிக்கத்தின் கீழ் இருக்க விரும்பவில்லை. தங்கள் பக்கத்து நாடாகிய செர்வியாவுடன் சேர்ந்து வாழ விரும்பினார்கள். ஏனென்றால் செர்வியாவிலுள்ள அனைவரும் ஸ்லாவியர்கள். ஸ்லாவியருடைய இந்த அதிருப்தியை ஆஸ்திரிய அரச குடும்பத்தார் உணராமற் போகவில்லை. அதிருப்தியை ஒருவாறு தணிவிக்கவே, ஆர்ச்ட்யூக் பெர்டினாந்து, ஸ்லாவியரிடத்தில் சலுகை காட்டி வந்தான். பாஸ்னியாவிலுள்ள ஸ்லாவியரைத் திருப்தி செய்து, அவர்களைத் தனது ஆதிக்கத்தின் கீழ் கொண்டு வர வேண்டுமென்ற நோக்கத்துடனேயே இவன் பாஸ்னியாவின் தலைநகரமாகிய செராஜிவோவுக்குச் சென்றான். ஆனால் செர்வியா மீது ஆஸ்திரியாவுக்குச் சில ஆண்டுகளாகவே கோபம் இருந்து கொண்டு வந்தது. ஏனென்றால், பாஸ்னியாவில், ஆஸ்திரியாவுக்கு விரோதமாக உள்ள அதிருப்திக்கு செர்வியா துணை செய்து வருவதாக ஆஸ்திரிய அரசாங்கம் நம்பியது. வியன்னாவிலும் பெர்லினிலும், ஸ்லாவியரை அடக்கிவிட வேண்டுமென்ற எண்ணம் பொதுவாக இருந்தது. இதற்குத் தகுந்தாற்போல் ஆர்ச்ட்யூக் பெர்டினாந்தைக் கொலை செய்த பிரின்ஸெப் என்ற சிறுவன், செர்வியர்களுடைய தூண்டுதல் பேரிலேயே இக்கொலையைச் செய்திருக்கிறான் என்று வெளியாயிற்று. இதுவே ஐரோப்பிய யுத்தத்திற்கு மூல காரணம்.

இந்தச் சிறிய சம்பவம், காரணமாகக் கூறப்பட்ட போதிலும், இதற்கு முன்னர் சுமார் முப்பது ஆண்டுகாலமாகவே

ஐரோப்பாவில் யுத்தப் புகையானது புகைந்து கொண்டிருந்தது. தளவாட சாலைகளெல்லாம் சுறு சுறுப்புடன் வேலை செய்தன. ஐரோப்பிய ராஜதந்திரிகளின் நாவிலே, யுத்த தேவதை நாட்டியம் செய்து வந்தாள். பரஸ்பர அவ நம்பிக்கையிலே வாழ்ந்து கொண்டிருந்த ஐரோப்பிய வல்லரசுகள், செராஜிவோ சம்பவத்தை ஒரு காரணமாகக் கொண்டு போருக்கு எழுந்தன. இத்தகைய யுத்தம் ஏற்படும் என்று, செராஜிவோ சம்பவத்தைப் பற்றிக் கேள்விப்பட்ட தினத்தன்றே அடோல்ப் ஊகித்துக் கொண்டு விட்டான். ஐரோப்பிய அரசியல் நிலையை அளவு போட்டுக்கவனித்து வந்தான். இதைப் பற்றித் தனது சுய சரிதத்தில் பின்வருமாறு எழுதுகிறான்.

"ஆர்ச்ட்யூக் பிரான்சிஸ் பெர்டினாந்து கொலை செய்யப்பட்ட செய்தி, ம்யூனிக்குக்கு எட்டியதும், (அப்பொழுது நான் வீட்டிலிருந்தேன்; கொலை விவரங்களைப் பற்றி ஒருவாறு கேள்விப்பட்டேன்) ஸ்லாவியர்களுக்கு அதிக சலுகை காட்டி வந்த ஆஸ்திரிய இளவரசனாகிய உள்நாட்டுச் சத்துருவினின்று ஜெர்மானிய சமூகத்தை விடுதலை செய்ய வேண்டுமென்று விரும்பிய ஜெர்மன் இளைஞர்களுடைய துப்பாக்கிக் குண்டுகளினாலேயே இந்தக் கொலை நடைபெற்றிருக்க வேண்டுமென்று நான் அஞ்சினேன். இதன் விளைவு என்னவென்பதையும் ஒருவாறு ஊகித்துக் கொண்டேன். புதிய வேகத்துடன் அடக்குமுறை தொடங்குமென்றும், உலகத்து முன்னிலையில் இது நியாயமென்று எடுத்துக் காட்டப்படுமென்றும் நினைத்தேன். ஆனால் கொலையாளிகளின் பெயர்களைக் கேட்டு, அவர்கள் செர்வியர்கள் என்று தெரிந்து கொண்டதும், விதியின் பழிவாங்குந் தன்மையை நினைத்துப் பெரிதும் அச்சங் கொண்டேன். ஸ்லாவியர்களின் சிறந்த நண்பன், ஸ்லாவியப் பித்தர்களுடைய குண்டுகளுக்கு இரையாகி விட்டான்!"

இந்த யுத்தத்தில், ஜெர்மனி எப்படியாவது வெற்றி பெற வேண்டும், புதிய வாழ்வைக் காணவேண்டுமென்று என்று அடோல்ப் விரும்பினான். தன் விருப்பத்தைப் பின்வரும் வாக்கியங்களினால் வெளிப்படுத்துகிறான்.

"இது வரையில் உலகம் காணாத பெரிய அளவில் சுதந்திர யுத்தம் தொடங்கிவிட்டது! இந்த யுத்தத்தைப் பற்றி என்னுடைய கருத்து மிகத் தெளிவாக இருந்தது. செர்வியாவிடமிருந்து ஒரு சிறு பரிகாரந் தேடிக் கொள்ள, ஆஸ்திரியா போரிடுவதாக என் கண்களுக்குப் புலப்படவில்லை. ஜெர்மனியின் உயிருக்காகப் போராட்டம்! ஜெர்மனி இருப்பதா இறப்பதா என்பதற்காகப் போராட்டம்!

ஜெர்மனி சுதந்திரத்திற்காக அதன் எதிர்கால வாழ்வுக்காக - போராட்டம்! ஜெர்மனி பிஸ்மார்க்கின் அடிச் சுவடுகளைப் பின் பற்றவேண்டும். வீஸன்பர்க்கிலிருந்து சீடானுக்கும் பாரிசுக்கும்[3] நமது முன்னோர்கள், வீரத்துடன் எதற்காகப் போர் புரிந்தார்களோ அதைக் காப்பாற்றிக்கொள்ள பால்ய ஜெர்மனி மீண்டும் போராடவேண்டும். இந்தப் போராட்டம் உலக வல்லரசுகளினிடையே ஒரு ஸ்தானத்தைப் பெற முடியும். அப்பொழுது, ஜெர்மன் ஏகாதிபத்தியமானது சமாதானத்தின் பாதுகாப்பாளனாக இருக்கும். இந்தச் சமாதானத்திற்காக, அது, தன் பிரஜைகளின் தினசரி ஆகாரத்தைக் குறைக்க வேண்டியிராது."

செராஜிவோ சம்பவத்திற்குப் பிறகு, ஐரோப்பிய வல்லரசுகளிடையே கடிதப் போக்குவரத்துகள் நடைபெற்றன. ராஜ தந்திரிகள் கூடிப்பேசினார்கள். ஒவ்வொரு தேசத்தின் நரம்புகளிலும், ராணுவத்திமிரானது ஓடிக் கொண்டிருந்தது. சண்டை செய்து தீர்த்துவிட்டால்தான், ஒருவித மனநிம்மதி பெறலாம் போல் இவை உணர்ந்தன. இந்த நிலையில், போர் மூளாமலிருக்குமா?

ருஷ்யா, தனது சேனாபலத்தைத் திரட்டியது. ஜெர்மன் ராணுவ யந்திரம் நகரத் தொடங்கியது. இதற்குப் பலி கொடுக்க வீரர்கள் புறப்பட்டார்கள். மன்னர்களும் புறப்பட்டார்கள். ஆம்; பவேரிய அரச குடும்பத்தினர் யுத்தகளத்திற்குச் சென்றார்கள். அரச குடும்பத்து ஸ்திரீகள், தாதிமார்களாக வேலை செய்யக் கிளம்பினார்கள். அடோல்பின் கடமை என்ன? ராணுவத்தில் சேர்ந்து ஜெர்மனிக்காக, தன் தாய்த்திரு நாட்டுக்காகப் போர் புரிய வேண்டியதுதான்.

அடோல்ப், ஆஸ்திரிய அரசாங்க எல்லைக்குள் பிறந்து வளர்ந்தவனாதலால் ஆஸ்திரியப் பிரஜையல்லவா? எனவே, இவன் ஜெர்மன் ராணுவத்தில் சேர்ந்து கொள்வதற்கு அரசாங்க உத்திரவு பெற்றுக் கொள்ள வேண்டியிருந்தது. 1914ஆம் ஆண்டு ஆகஸ்ட் மாதம் முதல் தேதி, தான் பவேரியப் படை ஒன்றில் சேர்ந்து போர் புரிய விரும்புவதாகவும், தான் அப்படி சேர்ந்து கொள்ள அனுமதி தர வேண்டுமென்று பவேரிய மன்னனாகிய மூன்றாவது லட்விக்குக்கு விண்ணப்பம் செய்து கொண்டான். அதே தினத்தில் இவனுக்கு அனுமதி கிடைத்தது. சந்தோஷங் கொண்டான். முழந்தாளிட்டுக் கடவுளைப் பணிந்தான். தனது அனுமதிச் சீட்டை, வீட்டு எஜமானியிடம் கொண்டு காண்பித்தான். தாய்நாட்டுக்குத் தொண்டு புரியவும்

அவசியமானால் உயிர்விடவும் சந்தர்ப்பம் கிடைத்ததேயென்று மகிழ்ச்சி கொண்டான்.

> "அன்றே எனது வாழ்க்கையின் முக்கியமான பகுதி ஆரம்பமானது. அது மகத்தானது; மறக்க முடியாதது. ஜெர்மனியனாகப் பிறந்த ஒவ்வொருவனுக்கும் இந்த உணர்ச்சியே இருந்தது. இந்த மகா பெரிய போராட்டத்தில் நிகழ்ந்த சம்பவங்களோடு ஒப்பு நோக்கின், பழமையெல்லாம் சூனியத்திலே ஒடுங்கி விடுகின்றன. யுத்தத்தின் ஆரம்ப நாட்களை கர்வத்தோடும் துக்கத்தோடும் நினைவுபடுத்திக் கொள்கிறேன். இந்தப் போராட்டத்தில் பங்கெடுத்துக் கொள்ளுமாறு அன்புள்ள அதிர்ஷ்ட தேவதை எனக்கு இடங்கொடுத்தாள்."

அடோல்பினுடைய உள்ளத்தின் கைச் சித்திரம் இது. தேசத்திற்காகப் போர்புரியச் சந்தர்ப்பம் கிடைத்ததே யென்பதற்காகவா இவ்வளவு சந்தோஷம்? ஆம்; உண்மையான தேச பக்தனல்லவா ஹிட்லர்?

ராணுவத்தில் சேர்ந்து உழைக்க விரும்புவோர் முதலில் பயிற்சி பெற வேண்டுமன்றோ? இதற்கான ஏற்பாடுகள் ம்யூனிக்கில் செய்யப் பெற்றிருந்தன. அடோல்ப் பதினாறாவது பவேரிய காலாட்படையின் முதல் 'கம்பெனி'யில் 148வது 'நெம்பர்' தொண்டனாகச் சேர்ந்து கொண்டான். ஈட்டி குத்தல், துப்பாக்கிச் சுடுதல் முதலிய காலாட்படையினருக்கு வேண்டிய எல்லாப் பயிற்சிகளையும் பெற்றான். பயிற்சி பெறும் போது இவன் சிறிது கூட ஒழுங்கு தவறியது கிடையாது. பயிற்சிக் காலங்களில் இடையிடையே, இவன் தான் குடியிருந்த வீட்டிற்கு வந்து பாப் குடும்பத்தினரை நலம் விசாரித்து விட்டுப் போவான். இவன் வந்து போவதை ஸ்ரீமதி பாப் உற்சாகமாக வருணிக்கிறாள்:

> "அடோல்ப் பயிற்சி பெற்றுக் கொண்டிருக்கும்போது அடிக்கடி எங்களை வந்து பார்ப்பது வழக்கம். ஓயாமல் தேகப்பயிற்சி செய்வதினின்று சிறிது ஓய்வு பெறுவதில் அவன் எவ்வளவு சந்தோஷமடைந்தான்?" அடோல்ப் வந்ததும், என் கணவர் பெப்பியை[4] அனுப்பி, இருப்பதற்குள் நல்ல வகையான பீர் புட்டி ஒன்றை வாங்கி வரச் சொல்லுவார். ஹிட்லர் குடிப்பான். எதற்காக? எங்களையும் குழந்தைகளையும் திருப்தி செய்வதற்காக! அப்பொழுதிருந்தே ஹிட்லர் மதுபானம் செய்வதில்லையென்பது எங்களுக்குத் தெரியும். ஆனால் அடோல்ப்னிடத்தில் ஒரு பிடிவாதம் மட்டும் இருந்தது. தனக்காக வாங்கி வரப்பெற்ற பானத்திற்குக் காசு கொடுத்து விடுவான்! நாங்கள் வேண்டா மென்று மறுப்போம்.

ஆனால் அவன், ‘அப்படியானால் சரி, சகோதரி பாப். நான் மறுபடியும் இங்கே வரமாட்டேன். உங்களிடத்திலே அதிக பணம் இருக்கிறதா என்ன நிறைய செலவழிக்க? என்று கேட்பான்.”

என்ன கண்டிப்பு! பிறருடைய தயவிலே வாழக் கூடாதென்பதில் எவ்வளவு உறுதி!

அடோல்புக்கு பாப் குடும்பத்தினிடம் நிரம்ப விசுவாம் உண்டு. தன்னந்தனியனாக ம்யூனிக்குக்கு வந்தபோது முதன் முதலில் இடங்கொடுத்து உபசரித்தவர்களல்லவா? யுத்த முனையிலிருந்து இவர்களுக்கு அடிக்கடி கடிதம் எழுதுவான். ஒரு சமயம் இவர்கள் கிறிஸ்மஸ் சன்மானமாக இவனுக்குத் தின்பண்டங்களடங்கிய ‘பார்சல்’ அனுப்பினார்கள். அதைப் பார்த்துக் கோபங் கொண்டுவிட்டான் அடோல்ப். தனக்கு வயிறு நிறைய ஆகாரம் கிடைக்கிறதென்றும், தன் பொருட்டு மற்றவர்கள் சுகத்தைக் குறைத்துக் கொள்ளக் கூடாதென்றும் இவர்களுக்கு ஒரு கடிதம் எழுதினான்.

யுத்தம் முடிந்து ம்யூனிக்குக்குத் திரும்பியதும் இவன் பாப் குடும்பத்தினரைப் பார்க்க அவர்கள் வீட்டுக்குச் சென்றான். அனைவருடைய சௌக்கியத்தையும் விசாரித்தான். அப்பொழுது பெப்பியும் லீஸலும் பெரியவர்களாகி விட்டார்கள். எனவே அந்த வீட்டில் இடமில்லை. வேறு இடம் பார்த்துக் கொண்டு செல்ல வேண்டுவதாயிற்று. தான் எழுதி வந்த சித்திரப் பலகையை இவன் பெப்பிக்குச் சன்மானமாகக் கொடுத்தான்.

இதன் பிறகு கூட இவன் அடிக்கடி இந்தக் குடும்பத்தாரிடம் வந்து நலம் விசாரிப்பதுண்டு. தனக்கு வேண்டிய உடைகளை, ஸ்ரீமான் பாப்பினிடமே 1928ஆம் ஆண்டு வரை - அதாவது ஸ்ரீமான் பாப் தனது தையற் கடையை எடுக்கும் வரை - தைக்கக் கொடுத்து வந்தான்.

நாஜி கட்சியின் தலைவனாகி அரசாங்க நிர்வாகத்தை ஏற்றுக் கொண்ட பிறகும் இவன் தன்னுடைய பல வேலைகளுக்கிடையே இந்தக் குடும்பத்தாரை மட்டும் மறந்துவிடவில்லை. ஒரு முறை ஸ்ரீமதி பாப், ‘சான்ஸலர் ஹிட்லரை’ச் சந்தித்தாள். அதிலே அவளுக்கு எவ்வளவு பெருமை! எவ்வளவு ஆனந்தம்! ஸ்ரீமதி பாப்! ஹிட்லரை நீ எப்படி சந்தித்தாய் என்பதை எங்களுக்குக் கூறு.

“ஆம்; நான் ஹிட்லரைச் சந்தித்தேன். எப்பொழுது தெரியுமா? 1933ஆம் ஆண்டு செப்டம்பர் மாதம் பதினோராந்தேதி, ஹிட்லர்

ம்யூனிக்குக்கு வந்திருப்பதாகக் கேள்விப்பட்டேன். அவனைப் பார்க்க வேண்டுமென்று ஆசை உண்டாயிற்று. நல்ல உடைகளை அணிந்து கொண்டு அவன் இருப்பிடத்திற்குச் சென்றேன். அங்கு சூறாவளிப் படையினர் இருவர் காவல் காத்துக் கொண்டிருந்தனர். நான் உள்ளே செல்ல முடியாதென்று அவர்கள் சொன்னார்கள். 'ஒரே ஒரு நிமிஷம் பார்த்துவிட்டு வந்துவிடுகிறேன். நெடுநாட்களாக ஹிட்லரை எனக்குத் தெரியும் என்று நான் மன்றாடினேன். 'எத்தனை நாட்களாகத் தெரியும்' என்று அவர்கள் கேட்டார்கள். 'இருபத்திரெண்டு ஆண்டுகளாகத் தெரியும்' அவர்கள் சிறிது யோசித்து, பிறகு என்னை உள்ளே அழைத்துக் கொண்டு சென்றார்கள். அங்கு விசாலமான ஒரு முற்றம். அதில் ஒரு மோட்டார் வண்டி நின்று கொண்டிருந்தது. ஹிட்லரை வெளியே ஏற்றிச் செல்ல அது தயாராக இருந்தது. இரண்டு நிமிடம் கழிந்ததும், உயரமான இரண்டு பேர் பின் தொடர, ஹிட்லர் வெளியே வந்தான். அவனைப் பார்த்தேன். அவனும் என்னைப் பார்த்து விட்டான். ஓடோடியும் வந்தான். கைகளை நீட்டினான். என் கரங்களும் நீண்டன. அவன் முகத்தில் புன்சிரிப்பு! என் கண்களிலே ஆனந்தக் கண்ணீர்!

'என் அன்புள்ள சகோதரி! உன்னை மறுபடியும் பார்க்க என்ன சந்தோஷமாயிருக்கிறது! இவ்வளவு தூரம் என்னைத் தேடியா வந்தாய்? உன்னுடைய அன்புதான் என்ன?' என்று என்னென்னவோ சொல்ல ஆரம்பித்தான். நான் சொல்ல வேண்டுமென்று நினைத்திருந்த எல்லாவற்றையும் மறந்துவிட்டேன். ஏன், என்னையே நான் மறந்திருந்தேன். பிறகு மெதுவாக என்னைச் சமாளித்துக் கொண்டு 'ஏகாதிபத்தியத் தலைவா' என்று சொல்ல ஆரம்பித்தேன். அதற்குள், என்னைப் பேசவொட்டால் தடுத்து 'ஓ! அப்படியெல்லாம் தயவு செய்து என்னை அழைக்க வேண்டாம். சகோதரி! உனக்கு நான் எப்பொழுதும் சாதாரண ஹிட்லர்தான். சரி! அது கிடக்கட்டும்; லீஸெலும் பெப்பியும் சௌக்கியமா? அவர்கள் எங்கேயிருக்கிறார்கள்?' என்று மேலே கேட்க ஆரம்பித்தான். இருவருக்கும் கலியாணம் ஆகிவிட்டதென்றும், பெப்பி, ஹாம்பர்க் என்ற ஊரிலும் லீஸல், ஹேக் என்ற ஊரிலும் இருக்கிறார்களென்றும் கூறினேன்.

'அவர்கள் நிரம்ப தூரத்திலே இருக்கிறார்கள். இல்லையா? அப்படியானால் நீங்கள் (புருஷனும் மனைவியும்) மட்டும் தனியாக இருக்கிறீர்களா? இரண்டு பேரும் சௌக்கியந்தானே?' என்றான் ஹிட்லர்.

அவன் எங்களைவிட்டுப் பிரிந்து சென்ற பிறகு, நடந்த விஷயங்களை ஒருவாறு சுருக்கமாகக் கூறினேன். அவற்றைக் கேட்டு அவன் சந்தோஷப்பட்டான். மீண்டும் என்னை வந்து பார்க்கும்படி சொன்னான். என் கணவனுக்கும் என் குழந்தைகளுக்கும் அடிக்கடி கடிதம் எழுதுவதாகச் சொன்னான். ஆம்; இப்பொழுதும் எங்களுக்கு அடிக்கடி கடிதம் வந்து கொண்டிருக்கிறது. இதில் எங்களுக்கு எவ்வளவு பெருமை! எத்தனை பேருக்குப் பொறாமை!

யுத்தப் பயிற்சி முடிந்தது. அடோல்பின் படையானது யுத்த முனைக்குச் செல்ல வேண்டுமென்று உத்தரவு பிறந்தது. ஊக்கத்துடன் புறப்பட்டான். அடோல்ப் யுத்த முனைக்கு! போகுஞ் சமயத்தில் ஸ்ரீமான் பாப் வீட்டுக்கு வந்து அவன் குடும்பத்தாரிடம் விடைபெற்றுக் கொண்டான். ஸ்ரீமான் பாப்பின் கையைப் பிடித்து குலுக்கிக் கொண்டே "ஐயா! நான் மேற்குப் போர் முனைக்குப் போனால், என்னுடைய சகோதரிக்கு இந்தச் செய்தியைத் தெரிவிக்க வேண்டும். தெரிவிப்பீர்களா? அப்படி மேற்குப் போர்முனைக்குப் போகாவிட்டால் நீங்கள் ஒன்றுமே தெரிவிக்க வேண்டாம். இந்தத் தொந்திரவை உங்களுக்குக் கொடுப்பதற்காக வருந்துகிறேன்" என்று கூறினான். பிறகு ஸ்ரீமதி பாப்பின் கையைக் குலுக்கினான். அவள் அழுது விட்டாள். அடோல்ப் தன் கண்ணீரை அடக்கிக் கொண்டான். பாப்பின் இரு குழந்தைகளையும் கட்டித் தழுவினான். அவர்கள் முகத்தைத் தடவிக் கொடுத்தான். குழந்தைகளும் அவன் முகத்தைப் பார்த்துப் பார்த்து அழத் தொடங்கிவிட்டார்கள். அன்புக்கும் எல்லையுண்டோ? அடோல்ப், இவர்களிடம் பிரியா விடை பெற்றுப் புறப்பட்டு விட்டான் யுத்த முனைக்கு.

ஹிட்லருக்கு வியன்னா வாசம், வாழ்க்கையில் ஒழுங்கைக் கற்பித்தது. ம்யூனிக் வாசமோ, இவனை வினையாற்றும் வீரனாக்கியது.

"ஆயிரம் வழிகளில் அது (ம்யூனிக் வாசம்) எனக்கு நன்மையைச் செய்திருக்கிறது. இந்த உலகத்திலே உள்ள எந்த இடத்தைக் காட்டிலும் ம்யூனிக் நகரத்திற்கே நான் உரியவன். ஏனென்றால் அஃது, எனது வளர்ச்சியோடு இணை பிரியாது ஐக்கியப்பட்டிருக்கிறது." என்று தன் சுய சரித்திரத்தில் இவன் குறிப்பிட்டிருக்கிறான். இவன் ம்யூனிக்கில் வசித்த இரண்டு ஆண்டு காலத்தில் புத்தகங்களைப் படித்து அறிவை அதிகப்படுத்திக் கொண்டான். தனியாகச் சிந்தனை செய்து இருதயத்தை விசாலப்படுத்திக்

கொண்டான். அவ்வப்பொழுது, சிலருடன் தர்க்கம் செய்து செயலாற்றும் முறையை வகுத்துக் கொண்டான்.

மனிதனாக வந்தான்! வீரனாகப் புறப்பட்டான்!

அடிக்குறிப்புகள்

1. Munich - பவேரியா மாகாணத்தின் தலை நகரம்.
2. Archduke Ferdinand - 1863-1914.
3. பிரான்சுக்கும் ஜெர்மனிக்கும் 1870-71ஆம் ஆண்டுகளில் நடைபெற்ற யுத்தத்தைப் பற்றி இது குறிப்பிடுகிறது. சீடான் என்பது பிரான்சில் ம்யூஸ் நதிக் கரையிலுள்ள ஒரு நகரம். இந்த ஊரிலேயே 1870ஆம் ஆண்டு செப்டம்பர் மாதம் இரண்டாந்தேதி, பிரெஞ்சுப் படைகள், ஜெர்மானியருக்குச் சரணமடைந்தன. பிறகு ஜெர்மனியர் முன்னோக்கிச் சென்று பாரிஸ் நகரத்தை முற்றுகையிட்டனர். 1871ஆம் ஆண்டு ஜனவரி மாதம் 28ந் தேதி இந்நகரம் ஜெர்மானியர் வசம் சிக்கியது
4. ஸ்ரீமதி பாப்புக்கு பெப்பி என்றும் லீஸெஸ் என்றும் இரண்டு குழந்தைகள் உண்டு.

~

6. யுத்த முனையில்

1914ஆம் ஆண்டு ஆகஸ்ட் முதல் வாரத்திலிருந்தே ம்யூனிக் நகரத்தில் சாம்பல் வர்ணமுள்ள உடை தரித்துத் துருப்புகள் அணிவகுத்துச் செல்ல ஆரம்பித்தன. வீதிகளில் யுத்த வாத்தியங்கள் முழங்கின. சிறுவர்கள் கூத்தாடினார்கள். பெரியவர்கள் ஆசீர்வதித்தார்கள். மாதா கோயில்களில் பாதிரிமார்கள் விஜயலட்சுமியை மண்டியிட்டுப் பிரார்த்தனை செய்தார்கள். ஆங்காங்குள்ள பெரிய மைதானங்களில் ஆயிரக்கணக்கான படை வீரர் புன்சிரிப்புடன் தேசியக் கொடிக்கு வணக்கம் செலுத்தினார்கள். முன்னே கொடி பறக்க, இடையே 'பாண்டு' முழங்க, பின்னே வாளேந்திய வீரர்கள் வரிசைக் கிரமமாகச் செல்வதைக் கண்டு எங்கும் ஒரே குரல்தான் எழுந்தது. வாழ்க தாய் நாடு!

1914ஆம் ஆண்டு அக்டோபர் மாம் 21ந் தேதி ஹிட்லருடைய படை, போர் முனைக்குப் புறப்பட்டது. படையிலுள்ளவர்கள் பெரும்பாலோர் இளைஞர்கள். எனவே, உற்சாகம் நிரம்பியவர்களாயிருந்தார்கள். இவர்களுக்குள் எவ்வளவு பேச்சுக்கள் நடைபெற்றன. "கிறிஸ்மஸ் பண்டிகைக்குள் திரும்பிவிடலாம்" என்றார் சிலர். "திரும்பி விடலாம் என்ற சந்தேகப் பேச்சு எதற்கு? திரும்பவே வேண்டும். தன்னம்பிக்கையில்லாதவர்கள் உலகத்திலே என்ன சாதிக்க முடியும்?" என்று பதில் கூறினர் வேறு சிலர். "இந்த யுத்தத்திலே ஜெர்மானியர் அடையும் வெற்றியானது, உலக சரித்திரத்தில் புதிய அத்தியாயத்தை ஆரம்பிக்கப் போகிறது" என்று சொன்னார் மற்றும் சிலர். ஆனால் ஒருவராவது தோல்வியைப் பற்றிக் கனவிலும் கருதவில்லை.

புறப்பட்ட தினத்தன்று இரவு, ஹிட்லரின் படையானது, ரைன் நதிக்கரையை அடைந்தது. பரந்த வெளி, இரவு நேரம், ஆகாயத்திலே நட்சத்திரங்கள் ஒளி விட்டு வீசுகின்றன. பூமியிலே, ரைன் நதிக்கரையிலே, ஜெர்மானிய இளைஞர்கள், 'வாழிய

ஜெர்மனி' என்று வாய்விட்டுப் பாடுகிறார்கள்! ஹிட்லர் எங்கே? மௌனக் கோயிலில் சுதந்திர தேவியை ஆராதித்துக் கொண்டிருக்கிறான்!

பொழுது புலர்ந்தது. ரைன் நதிக்கு அக்கரையில் ஜெர்மனிய தேவதையின் பெரிய உருவச் சிலை படை வீரர்களின் கண்களுக்குத் தென்பட்டது. ஒரே ஆரவாரம்! வெற்றி நிச்சயமென்று நம்பிவிட்டார்கள்! இந்த நம்பிக்கையோடு முன்னோக்கி நடந்தார்கள்.

யுத்த ஆரம்பக் காலத்தில் ஜெர்மானியர்களுக்கு வெற்றி மேல் வெற்றி கிடைத்துக் கொண்டு வந்தது. லக்ஸ்ம்பர்க் ஒடுங்கிவிட்டது. பெல்ஜியம் வீழ்ந்துவிட்டது. பாரிஸ் நகரம் நோக்கி ஜெர்மன் படைகள் சென்றன. ஆனால் நேசக் கட்சியினர் இந்த ஜெர்மானிய சேனை வெள்ளத்தைத் திகைந்து நின்றனர். ஜெர்மானியப் படையின் ஒரு பகுதி பவேரிய இளவரசனின் சேனாதிபத்தியத்தின் கீழ் சண்டையிட்டு முன்னேற முயன்றது. இதற்குத் துணையாக அனுப்பப் பெற்ற படை ஒன்றிலேயே ஹிட்லர் சேர்ந்திருந்தான்.

ஹிட்லருடைய படையானது யுத்தகளத்திற்கு வந்துவிட்டது. பீரங்கிகள் முழங்கின. குண்டுகள் பட்டுக் குதிரைகள் துடி துடித்துக் கீழே விழுந்தன. சேனா வீரர்களோ, இந்த நிமிஷத்தில் சந்தோஷமாகப் பேசிக் கொண்டிருந்தவர்கள், மறு நிமிஷத்தில் புழுப்போல் துடித்துக் கீழே விழுந்து உயிர் துறந்தனர். அதைக் கண்டு பக்கத்திலிருப்பவன் விசனப்பட்டுக் கொண்டிருக்க முடியுமா? அது யுத்த தருமமல்லவே! மேலும் மேலும் குண்டுகளைப் பொழிய வேண்டியது தான்; துப்பாக்கி முனையை எதிர்ப்பட்ட சத்துருக்களின் மார்பிலே சொருக வேண்டியது தான். யுத்த களத்தில் இரக்கம் என்பது எங்கே இருக்க முடியும். இந்தக் கோரமான விளையாட்டிலே ஹிட்லர் பூரணமாகக் கலந்து கொண்டான்.

ஒரு சமயம், (11.11.1914) பெஸிலாரே என்ற பாழாகிப்போன ஒரு கிராமத்தின் வழியாக ஹிட்லருடைய படை, முன்னோக்கிச் சென்று கொண்டிருந்தது. குளிர் காலம், இரவு நேரம். ஒரே இருட்டு கீழே சேறு நிறைந்த பூமி. மேலே, நேசக் கட்சி யாருடைய யந்திர பீரங்கிகளிலிருந்து கனலைக் கக்கிக் கொண்டு குண்டுகள் பறந்து கொண்டிருக்கின்றன. இந்த வெளிச்சத்திலே ஜெர்மனியர் முன்னேறினர்; இடையிடையே குழிகள் தோண்டிக்கொண்டு சிறிது நேரம் தலை மறைந்திருந்தனர். குண்டு மழை சிறிது

நின்றதும் முன்னேற்றம்; கடைசியில் நேசக் கட்சிப் படையுடன் சந்திப்பு; உடனே கைகலந்த சண்டை. இப்படி ஒரு நாளல்ல; இரண்டு நாட்களல்ல; நான்கு நாட்கள் இடைவிடாது இரவு பகலும் சண்டை நடந்தது. போர் வீரர்களின் பரந்த மார்புகள் எல்லாம் ரத்த ஊற்றுக்களாக மாறின. துப்பாக்கி முனைகளெல்லாம் கூர் மழுங்கிவிட்டன. வாளாயுதங்கள் செந்தீ வண்ணத்தால் பிரகாசித்தன. பிணமலையின் மீது கால தேவன் களி நடனம் புரிந்தான்! மூவாயிரம் பேரோடு இந்த யுத்தத்திலே புகுந்த ஜெர்மானியப் படையானது, ஐந்நூறு பேரோடு வெளி வந்தது. இந்த ஐந்நூறு பேரிலே ஒருவன் ஹிட்லர். ஓர் இளைஞனாக இந்தத் தீக்குழியிலே இவன் இறங்கினான்; அலுத்துச் சலித்துப்போன ஒரு வயோதிகனாக மேலே வந்தான்.

ஹிட்லருக்கு இந்த அனுபவம் புதிதுமல்ல; இறுதியானதுமல்ல.

யுத்த காலத்தில் யுத்தம் நடைபெறுவது ஓர் இடமாக இருக்கும். இதற்குச் சில மைல்களுக்குப் பின்னால் சேனாதிபதிகளும், துருப்புக்களுக்கு உடை, உணவு முதலியவையும், இருப்பதற்குத் தனியான இடம் இருக்கும். இதற்குத் தலைமை ஸ்தானம் (Headquarters) என்று பெயர். சைனியமானது சண்டையிட்டு முன்னோக்கிச் செல்லச் செல்ல, அதற்கொத்தாற்போல் இந்தத் தலைமை ஸ்தானமும் பின்னாடி நகர்ந்து கொண்டிருக்கும். இங்கிருந்துதான் சேனாதிபதிகள், படைகளுக்கு உத்திரவு விடுத்துக் கொண்டிருப்பார்கள். இந்த உத்திரவுகளைத் தாங்கிச் செல்வதற்கும், சைனியத்திலிருந்து தலைமை ஸ்தானத்திற்குச் செய்திகள் கொண்டு வருவதற்கும் சில தூதர்கள் நியமிக்கப்படுவார்கள். இவர்களுடைய வேலையானது கஷ்டமானது; பொறுப்புள்ளது. எந்த நிமிஷத்திலும் ஆபத்துதான். இவர்களை வழிமறித்து, இவர்கள் என்ன செய்திகளை எடுத்துச் செல்கிறார்களோவென்பதை அறிந்து கொள்ள சத்துருக்கள் எப்பொழுதும் ஆவலாகக் காத்துக்கொண்டிருப்பார்கள். இத்தகைய தூதர்களில் ஒருவனாக ஹிட்லர் நியமிக்கப் பெற்றான். இந்தச் செய்திகளை அனுப்பும்போது ஒரே தூதனிடம் அனுப்பமாட்டார்கள். ஒரு செய்தியை இரண்டு பேரிடத்தில் கொடுத்தனுப்புவது வழக்கம். ஏனென்றால் ஒருவன் தவறிவிட்டாலோ, அல்லது சத்துருக்களின் கையிலகப்பட்டுக் கொண்டாலோ, மற்றவனாவது, செய்தியைக் குறிப்பிட்ட இடத்திற்குக் கொண்டு போய்ச் சேர்ப்பிப்பானல்லவா?

இந்த வேலையை ஹிட்லர் மிகவும் சாமர்த்தியமாகச் செய்து வந்தான் என்று சொல்லவும் வேண்டுமோ?

இந்தத் தூதர்கள் பெரும்பாலும் மோட்டார் சைக்கிளிலேயே செல்வார்கள். வேகமாகச் செல்ல வேண்டுமல்லவா? ஒழுங்கான பாதைகள் இராது. பள்ளத்தாக்குகள், உயர்ந்த குன்றுகள், கணவாய்கள் இவற்றையெல்லாம் தாண்டிச் செல்ல வேண்டியிருக்கும். மழை காலம் வந்து விட்டால் சொல்ல முடியாத கஷ்டம். எங்கும் ஒரே தண்ணீர்த் தேக்கம். மேடு பள்ளமென்று தெரியாது. இந்த ஆபத்திலே, சத்துருக்களின் கண்களுக்கும் படக்கூடாது. காரியமும் சீக்கிரமாக முடிய வேண்டும். எவ்வளவு ஆபத்து! ஹிட்லர் இவையனைத்திலும் வெற்றியே கண்டான். இவன், தனது சகபாடியுடன் செய்திகளை எடுத்துக் கொண்டு, மோட்டார் சைக்கிளில் வேகமாகச் செல்வான். சமீப தூரத்திலே யுத்த பீரங்கிகள் முழங்கிக் கொண்டிருக்கும். ஆனால், இவன் தன் நண்பனுடன் அரசியல் விஷயங்களைப்பற்றி உற்சாகத்துடன் பேசிக்கொண்டே செல்வான். யுத்தத்தைப்பற்றித் தாய்நாட்டு மக்கள் என்ன அபிப்பிராயம் கொள்கிறார்கள் என்பதை அறிந்து கொள்ள ஆவல் கொள்வான். வெற்றிக்காகச் சந்தோஷமோ தோல்விக்காகத் துக்கமோ இவன் படுவதில்லை.

சில சமயங்களில் இவனுடன் செய்திகள் எடுத்துச் செல்லும் சகபாடிகள் பத்து அல்லது பதினைந்து நாட்கள் ஓய்வெடுத்துக் கொண்டு போய்விடுவார்கள். அப்பொழுது இவன், அவர்களுடைய வேலையையும் சேர்த்துப் பார்ப்பான். தனக்கு ஓய்வு வேண்டுமென்று தானே வலியச் சென்று தளகர்த்தர்களைக் கேட்க மாட்டான். தேகத்தில் நடமாடும் சக்தி இருக்கிற வரை உழைக்க வேண்டுமென்பது இவன் கருத்து.

ஆங்காங்குப் பள்ளங்கள் தோண்டி அங்கு ஓர் அறைபோல் அமைத்துக் கொண்டு, அதிலிருந்து யுத்தம் செய்வதென்பது, ஐரோப்பிய யுத்தத்தில் நிகழ்ந்த முக்கியமான அம்சமாகும். மழைக் காலத்தில், இத்தகைய பள்ளங்களிலிருந்து கொண்டு சண்டையிடுவது மிகவும் கஷ்டம். இத்தகைய சண்டையிலும் ஹிட்லர் அனுபவம் பெற்றான். இடையிடையே செய்திகளைக் கொண்டு போகும் வேலையும் இவனுக்குக் கொடுக்கப்பெறும். பிறரால் முடியாது என்று கருதப்பட்ட காரியங்களையே தளகர்த்தர்கள் இவனிடம் கொடுப்பார்கள். அவற்றைச் சரிவர முடித்துக் கொண்டு வருவான் இவன்.

1915ஆம் ஆண்டு ஜுலை மாதத்திலிருந்து சுமார் ஒன்றரை மாதம் வரை சோம் என்ற இடத்தில் நேசக் கட்சிப் படையினருக்கும் ஜெர்மானிப் படையினருக்கும் மும்முரமான யுத்தம் நடைபெற்றது. இரு கட்சியினரும், ஓர் அங்குல இடம் கூட விட்டுக்கொடுக்க மறுத்து ஒரே பிடிவாதமாயிருந்தனர். சோம் யுத்தகளம் இந்த மூன்றரை மாதம் வரை "பயங்கரம், நெருப்பு, மரணம் ஆகிய இவை நிறைந்த இரும்புக் கொப்பரையாக இருந்தது. இந்த யுத்தத்தின் போது, ஹிட்லர் இருந்த பள்ளத்தில் ஒரு குண்டு விழுந்து வெடித்தது. நால்வர் உயிர் துறந்தனர்; ஏழு பேருக்குப் பலத்த காயம். ஹிட்லருடைய முகத்தில் ஓர் இரும்புத்துண்டு உராய்ந்து கொண்டு சென்றது. இதனால் ஹிட்லர் சோர்வடையவில்லை. இதற்குப் பிறகும், இவன் தனக்கிடப்பெற்ற வேலைகளை ஒழுங்காகச் செய்து வந்தான்.

சோம் யுத்தத்தின் கடைசி பாகமானது வெகு கொடுமையாக இருந்தது. இச்சமயம், ஹிட்லர் செய்திகளை எடுத்துச் செல்லும் வேலை செய்து கொண்டிருந்தான். இவனுடைய சகோதர தூதர்கள் ஒருவர் பின் ஒருவராக மடிந்து வீழ்ந்தனர். எனவே ஒவ்வொரு செய்தியையும் எடுத்துச் செல்வதற்கு மூன்று ஜோடிகள் வீதம் ஆறுபேர் அனுப்பப் பெற்றனர். இவர்களும் உயிரோடு குறிப்பிட்ட இடத்தையடையவில்லை. இதற்குப்பிறகு, 'படையினரில் இந்த வேலையைச் செய்ய யார் முன் வருகிறவர்' என்று ஒரு நாள் படைத்தலைவன் கேட்டான். யாரும் முன் வரவில்லை. யமனுடைய வாயிலே புக யாருக்குத்தான் துணிவு வரும்? ஆனால் ஹிட்லர் முன் வந்தான். இவனைப் பார்த்து ஷ்மிட் என்ற மற்றொரு போர் வீரனும் முன் வந்தான். இவ்விருவரையும் படைத்தலைவன் பாராட்டினான். படை முகத்திற்கு இருவரும் புறப்பட்டனர். ஆங்காங்குச் சிதறிக்கிடக்கும் பிணக் குவியல்களையும் பள்ளமேடுகளையும் கடந்து சென்றனர்; செய்திகளைக் கொடுத்தனர்; படை முகத்தலைவர்கள் அளித்த செய்திகளைப் பெற்றுக் கொண்டனர்; திரும்பினர் தலைமை ஸ்தானத்திற்கு. போய் வருவதற்கு ஐந்து நாட்கள் இரவும் பகலும் - ஆயின. இந்த ஐந்து நாட்களும் ஆகாரமில்லை; நித்திரையுமில்லை. ஷ்மிட் மட்டும் சுகமாகத் திரும்பி வந்தான். ஹிட்லருக்கு, வரும் வழியில் இடது காலில் குண்டு பட்டது. கீழே விழுந்துவிட்டான். பேச்சு மூச்சில்லை. சிகித்ஸா வீரர்கள், இவனை, தலைமை ஸ்தானத்திலிருக்கும் ஆஸ்பத்திரிக்குக் கொண்டு வந்தனர். சிறிது நேரங்கழித்துக் கண் விழித்துப் பார்த்தான். ஒரு பெண்ணின்

இனிய குரல் கேட்டது. எத்தனை மாதங்களாயின ஒரு பெண் முகத்தைப் பார்த்து? இந்தப் பெண் யார்? ஆஸ்பத்திரி 'நர்ஸ்! என்ன அன்பு! எத்தகைய உபசாரம்! பிறருடைய துன்பத்தைத் துடைக்கும் சக்தி பெண்களுக்கன்றோ இருக்கிறது? ஹிட்லர் இந்த உபசாரத்திலே தன் நோயை மறந்தான். ஆனால் வைத்தியர்கள், இவன் இன்னும் சில மாதகாலம் போர் முகத்துக்குச் செல்லக் கூடாதென்றும், ஓய்வு எடுத்துக் கொள்ள வேண்டுமென்றும் கூறினார்கள். எனவே பெர்லினுக் கருகாமையில் பீலிட்ஸ் என்ற இடத்தில் ஏற்படுத்தப் பெற்றிருந்த யுத்த ஆஸ்பத்திரிக்கு இவன் அனுப்பப் பெற்றான். இது நடந்தது 1916ஆம் வருஷம் அக்டோபர் மாதம்.

ஆஸ்பத்திரியில் மெத்தென்ற படுக்கை! தினந்தோறும் ஸ்நானம்! காலாகாலத்தில் ஆகாரம்! அவ்வப்பொழுது வந்து உபசரிக்க தாதிகள்! இத்தகைய சுகபோகத்தை இவன் எப்பொழுதுமே அநுபவித்தது கிடையாது. ஆனால் இந்தச் சுக போகத்தில் இவன் மனஞ்செல்லவில்லை.

இவன் தன்னைச் சுற்றி எங்கும் சோர்வையே கண்டான். யுத்தகளத்திலிருந்து திரும்பி வந்த போர் வீரர்கள், போர் வீரர்களாகப் பேசவில்லை. இவர்கள் பேச்சிலே கோழைத்தனம், தன்னம்பிக்கையின்மை முதலியன காணப்பெற்றன. "யுத்தகளத்திலிருந்து தப்பித்துக் கொள்வதற்காக, நான் வேண்டுமென்றே காயப்படுத்திக் கொண்டேன்" என்றான் ஒருவன். "எத்தனை நாட்கள் போர் முனையில் சரியான ஆகாரமும் படுக்கையும் இன்றி அவதிப்படுவது? ஏதோ ஒரு சாக்குச் சொல்லி ஓடி வந்துவிட்டேன் என்றான் வேறொருவன்." "சாசுவதமாக இறந்து போவதைக்காட்டிலும் ஒரு நிமிஷ நேரங் கோழையாக நடிப்பது சிறந்ததல்லவா?" என்றான் பிறிதொருவன். "எத்தனை பேர் தப்பி வந்தாலுமென்ன? தளகர்த்தர்கள் இவற்றைக் கவனிப்பதேயில்லை: தளகர்த்தர்களே சோர்வடைந்திருக்கிறார்கள்" என்று திருப்தி கொண்டான் மற்றொருவன். இந்தப் பேச்சுக்கள் ஹிட்லருக்குப் பெரிய வருத்தத்தை உண்டு பண்ணின. "யுத்தம் மகா கோரமானது; இதனால் விளையும் பயன்தானென்ன?" என்றும் சிலர் கேட்க ஆரம்பித்தனர். 'ட்யூடானிய ரத்தம் ஓடும் ஜெர்மானியர்களிடையே கூட இத்தகைய பேச்சுக்கள் எழுகின்றனவே' என்று ஹிட்லர் ஆச்சரியப்பட்டான். கோழைகளின் மத்தியிலே இருப்பதைக் காட்டிலும், பீரங்கி வாயிலே நிற்பது சிறந்ததென்று கருதினான்.

இவனுக்கு உடம்பு சிறிது குணமாயிற்று. பெர்லினுக்குச் சென்று சில காலம் ஓய்விலே கழித்தான். ஆனால் அங்கும் இதே சோர்வு. தரித்திர நாராயணன் ஜனங்களிடத்தில் உறவு கொண்டாட ஆரம்பித்து விட்டதைக் கண்டான். ஒவ்வொருடைய முகத்திலும், கவலையானது, கோடுபோடத் தொடங்கி விட்டது. யுத்த முனையிலிருந்து திரும்பி வந்த போர் வீரர்கள் தங்குவதற்காக ஏற்படுத்தப் பெற்றிருந்த விடுதிகள் சிலவற்றுக்குள் சென்று பார்த்தான். அங்கும் முணுமுணுப்பு; அசட்டைத் தனம்;

சுய நலம். இவற்றையெல்லாம் பார்த்த இவன் மனம் நொந்தது. ஆனால் இவன் அதற்காகத் தன் கடமையின் கை சோரவிடவில்லை. மீண்டும் யுத்தகளத்திற்குச் சென்றான்.

இவன் மறுபடியும் போர் முனைக்கு வந்து விட்டதற்காக இவனுடைய சகோதர வீரர்கள் மகிழ்ச்சி கொண்டார்கள். இவன் வந்த தினத்தில் இவனுக்காக ஒரு விருந்து நடத்தினார்கள்.

பிறகு இவன் போர் முனையின் பல இடங்களுக்கும் அனுப்பப் பெற்றான். இங்கெல்லாம் பல விதங்களிலும் துன்புற்றான். ஒரு சமயம், பத்து நாட்கள் இரவும் பகலும், இவனுடைய படை இருந்த இடத்தை நோக்கிச் சத்துருக்கள் யந்திர பீரங்கிகளிலிருந்து குண்டுகளைப் பொழிந்து கொண்டிருந்தார்கள். மேலே ஆகாய விமானங்கள் வட்டமிட்டவண்ணம் வெடி தீர்த்துக் கொண்டிருந்தன. விஷப் புகையும் விட்டுவிட்டார்கள், கேட்கவேண்டுமா? போதாக்குறைக்கு மழையும் பொழிந்தது. “யுகாந்தப் பிரளயம் வந்துவிட்டதென்றே நாங்கள் கருதினோம்” என்று ஒரு போர் வீரன் இந்தச் சம்பவத்தை வருணிக்கிறான்.

1918ஆம் ஆண்டு முதற் பாகத்தில் யுத்தமானது வெகு மும்முரமாக இருந்தது. ஜெர்மானியப் படையானது, திணறிக் கொண்டிருந்தது. படை வீரர்களுக்கு ஆகார வகைகள் குறைக்கப்பட்டு விட்டன. பலஹீனம், மனச் சோர்வு முதலியவை சேர்ந்து கொண்டன. இந்தச் சந்தர்ப்பத்தை ஒரு போர் வீரன் பின்வருமாறு வருணிக்கிறான்:

> “எங்குப் பார்த்தாலும் பீரங்கிகளின் முழக்கம்; குண்டுகள் விர்ரென்று பாய்ந்து வரும் பேரிரைச்சல்; வெடி மருந்துகள் வெடிக்கும்போது உண்டாகும் மின்னல் போன்ற வெளிச்சம்; இடிபோன்ற சப்தம். இவற்றினால் உண்டாகும் துர்நாற்றமோ சொல்ல முடியாது. எங்களுக்கோ பத்தியச் சாப்பாடு. தாகம் எடுக்கும். குடிக்க நல்ல

தண்ணீர் அகப்படாது. எங்களுக்காக உணவு வகைகளை ஏற்றிக்கொண்டு வரும் வண்டிகளோ பின்னாலே வந்து கொண்டிருக்கும் அவை சேற்றிலே அழுந்திவிடும்; அல்லது சத்துருக்களின் கையில் அகப்பட்டுக் கொண்டுவிடும். சில சமயம், இராக்காலங்களில் ஹிட்லருக்கும் எனக்கும் நல்ல பசி எடுத்துவிடும். ஏதேனும் தின்பதற்கு அகப்படுமாவென்று இருவரும், சப்தம் செய்யாமல் மார்பினால் ஊர்ந்து செல்வோம். ஹிட்லர் ஒரு காலி 'பெட்ரோல் டின்' எடுத்துக் கொள்வான். நான் ஒரு கத்தியை எடுத்துக்கொள்வேன். அப்பொழுதே இறந்து போனதும், துர்நாற்றம் வீசாததுமான ஒரு குதிரை அகப்படுமாவென்று நான் தேடிப் பார்ப்பேன். எங்கேனும் தண்ணீர் தேங்கியிருக்குமாவென்று அவன் அலைந்து திரிவான். அப்படி அகப்பட்டால் எங்களுக்குண்டாகும் சந்தோஷத்திற்கு அளவே கிடையாது. நான் குதிரை மாமிசத்தையும் அவர் தண்ணீரையும் கொண்டுவந்து படையின் மடைப் பள்ளியில் கொடுப்போம்."

1918ஆம் ஆண்டு ஜூன் மாதம் 4ந் தேதி சூரியன் நன்றாகக் காய்ந்து கொண்டிருந்தான். எங்கும் அமைதி குடிகொண்டிருந்தது. ஹிட்லர் சிறிது தூரம் சென்று ஒரு மேட்டின் மீதேறி நின்று பார்த்தான். உடனே, இவனை நோக்கிக் குண்டுகள் விழுந்தன. பூமியிலே கவிழ்ந்து படுத்துக்கொண்டு விட்டான். மெதுவாக அப்படியே நகர்ந்து போய் ஒரு பள்ளத்தில் இறங்கினான். மீண்டும் துப்பாக்கிச் சப்தம் கேட்டது. பத்து நிமிஷத்திற்கெல்லாம், இவன் இருந்த இடத்தில் சத்துருப் படையினரில் ஏழெட்டு பேர் வந்து நின்றனர். இவன் பார்த்தான். இச்சமயத்தில் அச்சத்தைக் காட்டிக் கொள்ளக் கூடாதென்று தீர்மானித்தான். உடனே குதித்தெழுந்தான். தனது துப்பாக்கியை எடுத்து, அவர்களுடைய மார்புகளுக்கு நேராக நீட்டி "உடனே பணிந்து விடுங்கள்; யாராவது ஒருவன் அப்படி இப்படி நகர்ந்தால் அவன் பிணமாகத்தான் கீழே விழ வேண்டும்" என்றான். அவர்கள் பயந்து, இவனுக்குப் பின்னால் பெரிய சைனியம் இருக்கிறதென்று நம்பி, அப்படியே பணிந்துவிட்டார்கள். எல்லாருடைய ஆயுதங்களையும் வாங்கிக் கொண்டான். 'என்னுடன் பின்னால் வாருங்கள் வரிசையாக' என்றான். அவர்களும் அப்படியே சென்றார்கள். வழி நெடுக, இவன், தனக்குத் துணைப் படை இருப்பது போலவே நடித்து வந்தான். அவர்களும் பயந்து பின்னாடியே சென்றார்கள். தளபதியிடம் வந்து அவர்களைக் கைதிகளாக ஒப்புவித்தான். உடனே கொல்லென்று சிரித்து விட்டான். என்ன வென்று

கேட்ட தளபதிக்கு நடந்த வரலாற்றைத் தெரிவித்தான். இதற்காக இவன் பெரிதும் பாராட்டப் பெற்றான். சத்துருப் படையினர் தாங்கள் ஏமாந்து போனதை நினைத்து வருந்தினார்கள். ஆனால் கைதிகளான பிறகு என்ன செய்வது?

யுத்தத்தின் கடைசி காலத்தில் விஷப் புகையின் பிரயோகம் மிக அதிகமாயிருந்தது. ஜெர்மானியப் போர் வீரர்கள், விஷப் புகையின் கொடுமையினின்று தங்களைத் தடுத்துக் கொள்ளும் பொருட்டு, எப்பொழுதும் முக மூடிகளை அணிந்து கொள்ள வேண்டியிருந்தது. சிலர் இந்த முக மூடியின் துர்நாற்றத்தைப் பொறுக்கமாட்டாமல் வாந்தி யெடுத்தார்கள். ஹிட்லரும் இந்த விஷப் புகைக்கு இரையானான். இரவு நேரங்களில் விஷப்புகைப் பிரயோகம்! பகற் காலங்களில் யந்திர பீரங்கிகளின் பிரயோகம்!

1918ஆம் ஆண்டு அக்டோபர் மாதம் 14ந் தேதி காலை ஏழு மணியிருக்கும். ஹிட்லர் இருந்த படையானது, ஓரிடத்தில் சோர்வினால் அயர்ந்து கிடந்தது. படைத்தலைவன், பின் பக்கத்துச் சேனைத் தலைவனிடம் ஒரு செய்தியைக் கொடுத்து வருமாறு ஹிட்லரை அனுப்பினான். விஷப்புகை உபத்திரவத்தினால் இவன் கண்கள் வலியெடுக்க ஆரம்பித்தன. அதற்கு முந்திய நாட்களில் தூக்கமேயில்லை. ஒரே சோர்வு. ஆயினும் இவன் உத்திரவுக்குக் கீழ்ப்படிந்து செய்தியை எடுத்துக் கொண்டு போனான். சிறிது தூரம் சென்றதும், விஷப்புகையானது தன் வேலையைச் செய்ய ஆரம்பித்துவிட்டது. பார்வை தெரியவில்லை. தட்டுத் தடுமாறிக் கொண்டு போனான். கண்வலி அதிக மாகியது. சோர்ந்து சோர்ந்து கீழே விழுந்தான். எவ்வளவு தூரம் இம்மாதிரி போக முடியும்? கடைசியில் ஓரிடத்தில் மூர்ச்சையாகிவிட்டான். எப்பொழுது எடுத்துச் செல்லப் பெற்றான் என்பது இவனுக்குத் தெரியாது. பல மணி நேரங்கழித்துச் சிகித்ஸர வீரர்கள் இவனை ஆஸ்பத்திரிக்கு எடுத்துச் சென்றார்கள். இங்கிருந்து இரண்டு நாட்கள் கழித்து பொமெரேனியா மாகாணத்திலுள்ள பாஸெவாக் என்ற ஊருக்குக் கொண்டு வரப் பெற்றான்.

இங்கே இவன் சிகிச்சைப் பெற்றுக் கொண்டிருக்கும்போது தான் யுத்தம் நின்றது.

ஹிட்லர், போர்க்களத்தில் எப்பொழுதும் ஒரு வீரனாகவே திகழ்ந்தான். தனது கடமையை இவன் எப்பொழுதும் புறக்கணித்தது கிடையாது. தன்னலத்திற்காகப் பிறரைக் காட்டிக் கொடுத்ததும் கிடையாது. அதற்கு மாறாகத் தன்

உயிரைத் துரும்பாக மதித்து, பிறரைக் காப்பாற்றியிருக்கிறான். இவனுக்கு மேலுத்தியோகஸ்தனாக இருந்த ஜெனரல் மேஜர் எஞ்செல் ஹார்ட் என்பான், இவனைப்பற்றிப் பின் வருமாறு கூறுகிறான்.

> "விட்ஷல் என்ற இடத்தில் ஒரு சமயம் மும்முரமான யுத்தம் நடைபெற்றுக் கொண்டிருந்தது. அது மரங்கள் நிறைந்த பிரதேசம். எதிரிகள், பீரங்கிகளிலிருந்து குண்டுகளைப் பொழிந்து கொண்டிருந்தார்கள். நான் படைத்தலைவன் என்ற முறையில், சத்துருக்கள் எங்கேயிருக்கிறார்கள் என்பதைப் பார்க்க வெளியே வந்தேன். அப்பொழுது ஹிட்லரும் வேறொருவனும், குண்டுகள் என் மீது படாதிருக்கும் பொருட்டு, கவசம் போல் எனக்கு முன் நின்று காத்து வந்தார்கள்.

இங்ஙனம் பலர், இவனுடைய தைரியத்தையும் வீரத்தையும் பாராட்டியிருக்கின்றனர். இவனுடைய போர்த்திறத்தைப் பாராட்டி அதிகாரிகள் இவனுக்கு 1917ஆம் வருஷம் செப்டம்பர் மாதம் 17ந் தேதி, 'ராணுவ சேவைச் சிலுவை' *(Military Service Cross with Swords)* என்ற கௌரவச் சின்னமும், 1918ஆம் ஆண்டு மே மாதம் 9ந் தேதி சத்துருக்களை எதிர்ப்பதில் தைரியங் காட்டியதற்காக ஒரு பத்திரமும், *(Regimental Diploma)* 1918ஆம் ஆண்டு ஆகஸ்ட் மாதம் 4ந் தேதி முதல் வகுப்பு இரும்புச் சிலுவையும்[1] *(Iron Cross first Class)* அளித்தார்கள்.

ஹிட்லர் எப்பொழுதும் ராணுவத்தில் உயர் பதவியை விரும்பவில்லை. சாதாரண போர் வீரனாயிருந்து ஊழியஞ் செய்வதிலேயே இன்பங் கண்டான். இவன் 'லான்ஸ் கார் போரல்' *(Lance Corporal)* என்ற பதவிக்கு உயர்த்தப்பட்டதோடு திருப்தியடைந்துவிட்டான்.

போர்க்களத்தில் இவன் எப்பொழுதுமே பிறருக்கு உற்சாகமூட்டி வந்தான். யாராவது மனத்தளர்ச்சியடைந்து பெருமூச்சுவிட்டுக் கொண்டிருந்தால் அவர்களிடம் சென்று அவர்களுக்கு ஊக்கமுண்டாகும்படி பேசுவான். மனைவி மக்களைவிட்டுப் பிரிந்து வந்திருக்கும் போர் வீரர்களுக்கு ஏதேனும் ஆபத்தான வேலை கொடுக்கப் பெற்றால், அதனைத் தான் செய்வதாகவும், ஏனென்றால் தானிறந்தால் துக்கப்படுவார் எவரும் இல்லையென்றும் சொல்லி அவ்வேலையை ஏற்றுச் செய்வான்.

யுத்த களத்திலிருந்த வரையில், ஹிட்லர், எப்பொழுதும், எத்தகைய ஆபத்தான காலங்களிலும், கடவுள் வழிபாட்டை மட்டும் தவறாமல் செய்து வந்தான்.

ஹிட்லருக்கு ஒரே ஒரு வேலை மட்டும் தெரியாது. அதுதான் சமையல் வேலை! இதற்காக இவனுடைய சகோதர வீரர்கள் இவனைப் பரிகசிப்பதுண்டு.

பிறருக்காக இவன் சில சமயங்களில் கஷ்டப்பட்டு உதவி செய்வான். அதற்காக அவர்கள் ஏதேனும் உபசார வார்த்தைகள் சொல்ல வந்தால், "இந்த சம்பிரதாயங்களெல்லாம் வேண்டாம்" என்று கண்டிப்பாக மறுத்து விட்டு வேறு வேலைக்குச் சென்று விடுவான்.

பாஸெவாக் ஆஸ்பத்திரியில் ஹிட்லர் படுத்துக் கொண்டிருக்கிறான். ஆம்; படுத்துக்கொண்டிருக்கட்டும். இந்தக் காலத்தில் ஜெர்மனியின் உள்நாட்டு நிலை எவ்வாறு இருந்ததென்பதைச் சிறிது கவனிப்போம்.

அடிக்குறிப்புகள்

1. இந்த இரும்புச் சிலுவையில் இரண்டு வகுப்பு உண்டு. முதல் வகுப்பு, அசாதாரண வீரத் தன்மையைக் காட்டியவர்களுக்கே அளிக்கப்படும். இரண்டாவது வகுப்பு, சாதாரண போர் வீரர்களைவிட சிறிது திறமைசாலிகளாயுள்ளவர்களுக்கு அளிக்கப்பெறும்.

~

7. ஜெர்மனியின் சரணாகதி

1871ஆம் ஆண்டு பிஸ்மார்க்கினால் ஜெர்மனிக்கென்று வகுக்கப் பெற்ற அரசியல் திட்டமானது ஜெர்மன் சக்ரவர்த்தியினிடம் அதிகமான அதிகாரத்தை ஒப்படைத்திருந்தது. உள்நாட்டு விவகாரங்கள், வெளிநாட்டுப் பிரச்சனைகள் இவை யாவற்றிற்கும் முடிவுகட்ட வேண்டியவன் சக்கரவர்த்தியாகவே இருந்தான். இவன், தன்னுடைய அதிகாரத்தை ஜனங்களுடைய நன்மைக்காக உபயோகித்து வந்த வரையில் இந்தத் திட்டத்தின்படி அதிகமான தீங்கு ஒன்றும் உண்டாவதற்கு இடமில்லாமல் இருந்தது. ஆனால் இரண்டாவது வில்லியம் என்கிற கெய்ஸர், தனது அதிகாரத்தைச் துஷ்பிரயோகப் படுத்தவில்லையானாலும், தனது ஜனங்களுடைய பூரண விசுவாசத்தையும், மற்ற வெளிநாட்டு அரசாங்கங்களுடைய நம்பிக்கையையும் பெறாமல் போய் விட்டான். இவன், குடிமக்களினின்று தான் வேறானவன் என்று கருதி வந்தான். அரசர்களுடைய 'தெய்வீக உரிமை'யில் பூரண நம்பிக்கை கொண்டு விட்டான். அரசன், பிரஜைகளின் முதல் தொண்டன் என்ற தத்துவத்தை மறந்தும் விட்டான். எனவே, இவனுக்கும் மக்களுக்கும் நெருங்கிய தொடர்பு இல்லாமலே இருந்தது. மக்கள் இவனை நன்கு தெரிந்து கொள்வதற்குச் சந்தர்ப்பம் கிடைக்கவில்லை. இவனுக்கும், அவ்வப்பொழுது ஜனங்களுடைய மன உணர்ச்சியில் நிகழும் மாறுதல்களைத் தெரிந்துகொள்ள முடியவில்லை. யுத்த காலத்தில், ஜெர்மனியில் உண்டான உள்நாட்டுக் குழப்பத்திற்கு இஃதொரு முக்கியக் காரணம்.

யுத்த ஆரம்ப காலத்திலிருந்தே ஜெர்மனிக்குள் எவ்வித உணவுப் பொருள்களும் செல்லவொட்டாதபடி நேசக் கட்சியார் தடை செய்து விட்டனர். இதனால் ஜெர்மானிய ஏழை மக்களின் பாடு திண்டாட்டமாகிவிட்டது. உணவுப் பொருள்களின் விலை அதிகப்பட்டதோடு, அவை அளந்து வழங்கப் பெற்றன. இதனால் ஏழைகளிடையே அதிருப்தி பரவ

ஆரம்பித்தது. இந்த அதிருப்தியானது, தொழிற்சாலைகளிலேயும் போர்முனையிலேயும்கூட தலைகாட்டத் தொடங்கியது. அரசாங்க நிர்வாகப் பொறுப்பில், பாமர மக்களின் பிரதி நிதிகளுக்கு ஓரளவு பங்கைக் கொடுத்து, இந்த அதிருப்தியை ஒருவாறு சமனப்படுத்தியிருக்கலாம். ஆனால், ஜெர்மன் அரசாங்க நிர்வாகச் சூத்திரக் கயிற்றைப் பிடித்துக் கொண்டிருந்தவர்களுக்கு இது தெரியவில்லை.

ஜெர்மனியில் யுத்தத்திற்கு முன்னர், அரசாங்க உத்தியோகங்களில் பெரும்பாகம் ப்ரஷ்ய நிலச்சுவான்தார்கள் வசமே இருந்தது. ப்ரஷ்ய அதிகாரவர்க்கத்தினர், தங்கள் அதிகாரத்தைப் பிரயோகிப்பதில் எப்படி முனைந்து நின்றார்களோ, அப்படியே அதனை இறுக்கிப் பிடித்துக் கொள்ளவும் முனைந்து நின்றார்கள். யுத்தத்தின் பயனாக அதிகார வர்க்கத்தினருக்கும், தங்களுக்கும் இருந்த வேற்றுமையானது ஒழிந்து விடும் என்று பொது ஜனங்கள் கருதினார்கள். ஆனால் அதிகார ஆசையானது மகா கொடியதல்லவா? இதனால் யுத்த ஆரம்பத்திலிருந்தே பாமர மக்களுக்கும் அதிகார வர்க்கத்தினருக்கும் மன ஒற்றுமை இல்லாமலே இருந்தது. கைத்தொழிற் ஸ்தாபனங்கள், பாங்கிகள் இவற்றை வைத்து நடத்தும் முதலாளிகள் அதிகாரவர்க்கத்தை ஆதரித்தார்கள். வேலை செய்யும் தொழிலாளர்கள் தங்களுடைய உரிமைகளைப் பெறும் பொருட்டு அதிகாரவர்க்கத்தையும் முதலாளிக் கூட்டத்தையும் எதிர்த்து நின்றார்கள். கட்சிகள் ஏற்பட்டன.

ஜெர்மன் கிராமவாசிகள் நல்ல பலசாலிகள்; உழைப்பாளிகள். எனவே, இவர்களில் பெரும்பாலோர் யுத்த முனைக்குச் சென்று விட்டார்கள். இவர்களுடைய நிலபுலன்களை ஸ்திரீகள், குழந்தைகள், வயோதிகர்கள் முதலியோர் சாகுபடி செய்ய வேண்டியதாயிற்று. இதனால் முன்போல் அதிகமாகச் சாகுபடி செய்ய முடியவில்லை. அப்படி சாகுபடி செய்யப்பெற்ற பொருள்களின் விலை குறைந்தது. ஆனால், தொழிற்சாலைகளில் தயாரிக்கப்பெற்று இவர்களுடைய அன்றாட உபயோகத்திற்காக வென்று விற்கப்பெறும் சாமான்களின் விலை அதிகமாகியது. இதனால் வருமானக் குறைவும் அதிகச் செலவும் ஏற்பட்டன. இவை போதாவென்று உணவுக் கட்டுப்பாடு கிராமாந்தரங்களிலும் தலைதூக்க ஆரம்பித்தது. அரசாங்க அதிகாரிகள் அவ்வப்பொழுது கிராமாந்தரங்களுக்கு வந்து, கிராம வாசிகள் தேவைக்கு

அதிகமான உணவுப் பொருள்களை எங்கேனும் ஒளித்து வைத்திருக்கிறார்களோவென்று பரிசோதனை செய்யத் தொடங்கினார்கள். போதிய அளவு தாங்கள் சாப்பிடுவதை அரசாங்கத்தார் தடை செய்கின்றனர் என்று கிராம வாசிகள் எண்ணிவிட்டார்கள். நகரங்களிலே தொழிலாளர்கள் அதிருப்தி! கிராமங்களிலே விவசாயிகளின் சாபம்!.

யுத்த முனையிலேயிருந்த படைத்தலைவர்களிற் பெரும்பாலோர் அவர்களுடைய திறமைக்காக மேற்படி பதவியில் நியமிக்கப் பெறவில்லை. குடும்ப அந்தஸ்து, பரம்பரைக் கௌரவம் முதலியவை, படைத்தலைமைக்கு முக்கிய சிபார்சுகளாயிருந்தன. இது சாதாரண போர் வீரர்களுக்குப் பிடிக்கவில்லை. தவிர, போர் வீரர்களுக்கு ஒருவகைச் சாப்பாடும் படைத்தலைவர்களுக்கு ஒருவகைச் சாப்பாடும் வழங்கப் பெற்றன. இதனோடு உணவுக் கட்டுப்பாடும் வந்து சேர்ந்தது. எனவே, போர் வீரர்கள், படைத்தலைவர்கள் சாப்பிடும் போது பொறாமைக் கண்களோடு பார்த்தார்கள். இதனால் அடிக்கடி சில்லரைக் குழப்பங்கள் உண்டாயின. "உழைப்பெல்லாம் எங்களுடையது; உயர்வகை உணவெல்லாம் உத்தியோகஸ்தர்களுடையதோ?" என்ற கேள்வி போர் வீரர்களிடையே எழுந்தது.

இந்த நிலையில் 1916ஆம் ஆண்டு மே மாதம் ஜெர்மனியிலுள்ள யுத்த தளவாடத் தொழிற்சாலைகளில் வேலை செய்து கொண்டிருந்த சுமார் ஐம்பத்தையாயிரம் தொழிலாளர்கள் திடீரென்று வேலை நிறுத்தம் செய்தார்கள். இது யுத்தமுனையிலே இருந்த போர் வீரர்களுக்குப் பெரிய சோர்வை உண்டாக்கி விட்டது. "யுத்தகளத்திலே நாம் இரவு பகலின்றி, வெயில் பனியின்றிக் கஷ்டப்பட்டுக் கொண்டிருக்க, தாய் நாட்டிலே உள்ளவர்கள், இங்ஙனம் நமது உற்சாகத்தின் மீது தண்ணீர் வார்த்தால் என்ன செய்வது?" என்று போர் வீரர்கள் கேட்கத் தொடங்கினார்கள். இதனால் ராணுவத்தில் ஆட்சேப சமாதானங்களும் அபிப்பிராய வேற்றுமைகளும் உண்டாயின.

இந்தச் சந்தர்ப்பத்தை நேசக் கட்சியார் சரியாக உபயோகித்துக் கொண்டுவிட்டனர். ஜெர்மனியப் படைகள் தங்கியிருக்குமிடங்களில் ஆகாய விமானங்களிலிருந்து துண்டுப் பிரசுரங்கள் அவ்வப்பொழுது வழங்கப் பெற்றன. "ஜெர்மனியிலே குழப்பம் - சண்டையை நிறுத்தி விடுங்கள் - நாங்கள் வெற்றியடைந்துவிட்டோம்" என்பன போன்ற

வாக்கியங்களடங்கிய பிரசுரங்கள், ஜெர்மனிய வீரர்களுடைய மனத்திலே ஒருவித தடுமாற்றத்தை உண்டாக்கின.

நேசக் கட்சியார், யுத்தத்திலே வெற்றி கண்டதற்கு முக்கிய துணையாயிருந்தது அவர்களுடைய திறமையான பிரசாரமே என்பதில் சந்தேகமில்லை; இதைப்பற்றி ஹிட்லர், தனது சுயசரிதத்தில், மிகக் கடுமையாக எழுதியிருக்கிறான். அதை அப்படியே இங்கு எடுத்துக் காட்டுவது பொருத்தமாயிருக்குமல்லவா?

"1915ஆம் ஆண்டு கோடைகாலத்தில், சத்துருக்கள் ஆகாய விமானங்களிலிருந்து துண்டுப் பிரசுரங்களை எறிய ஆரம்பித்தார்கள். இவற்றின் உள்ளடக்க விஷயங்கள் ஏறக்குறைய ஒன்றாக இருந்தன. ஆனால் வேறு வேறு மாதிரிகளில் இவை வழங்கப்பெற்றன. 'ஜெர்மனியில் நாளுக்கு நாள் பஞ்சம் அதிகரித்துக்கொண்டு வருகிறது - யுத்தம் எப்பொழுதுமே நிற்கப்போவதில்லை - யுத்தத்திலே நீங்கள் ஜெயிப்பது மிக அருமை - ஜெர்மனியிலுள்ள மக்கள் சமாதானம் செய்து கொள்ள வேண்டுமென்று ஆவலாயிருக்கிறார்கள், ஆனால் இராணுவ ஆட்சியும் கெய்ஸரும் இதற்கு விரோதமாயிருக்கிறார்கள். ஆகையால் இந்த உலகம் முழுவதும், அந்த உலகத்திற்கு இது நன்றாகத் தெரியும். ஜெர்மனிய சமூகத்திற்கு விரோதமாக யுத்தம் செய்யவில்லை. இந்த யுத்தத்திற்கு மூலகாரணமான கெய்ஸர் மீதே யுத்தம் தொடுத்திருக்கிறது. சமாதானத்திலே விருப்பமுள்ள மனித சமூகத்தின் இந்த விரோதி விலக்கப்பட்டாலன்றி, யுத்தமானது ஒரு முடிவுக்கு வராது. யுத்தம் முடிந்த பிறகு, தாராள மனப்பான்மையும் ஜனநாயக ஆட்சி முறையும் உள்ள சமூகங்கள், நிரந்தர உலக சமாதானத்திற்காகத் தோன்றும் சங்கத்தில் ஜெர்மானிய சமூகத்தை வரவேற்கும். ப்ரஷ்ய ராணுவத் திமிரானது அழிக்கப்பட்டால் இது நடைபெறுவது நிச்சயம்."

இந்த ஆசைத் தூண்டுதல்களைக் கண்டு போர் வீரர்களில் பெரும்பாலோர் நகைத்தனர்.

இத்தகைய பிரசாரத்தில் ஒரு விஷயம் கவனிக்கப்பட வேண்டும். பவேரியர்கள் இருந்த போர் முனையில் ப்ரஷ்யாவுக்கு விரோதமான எண்ணம் உண்டாயிற்று. ப்ரஷ்யா தான் முக்கியமான குற்றவாளி. நேசக் கட்சி யாருடைய நாடுகளில் - பொதுவாக ஜெர்மனியர்கள் மீது, சிறப்பாக பவேரியா மீது துவேஷமேயில்லை. ஆனால் ப்ரஷ்ய ராணுவ முறையோடு பவேரியா சேர்ந்துழைக்கும் வரையில்

பின்னதற்கு விமோசனம் கிடையாது. இந்த மாதிரியெல்லாம் பிரசாரம் நடைபெற்றது.

1915ஆம் ஆண்டுகளிலேயே இத்தகைய தூண்டுதல், குறிப்பிடத்தக்க பலனை அளித்தது. ப்ரஷ்யாவுக்கு விரோதமான உணர்ச்சி, துருப்புகளிடையே வெளிப்படையாகத் தோன்றியது. அதிகாரிகள் இவற்றைத் தடுக்க எவ்வித முயற்சியும் செய்யவில்லை”

யுத்தத்தின்போது ஜெர்மானியப் போர் முனையிலும், ஜெர்மனியிலும் இருந்த நிலைமையை ஹிட்லர் பின்வருமாறு சித்திரித்துக் காட்டியிருக்கிறான்.

“1916ஆம் ஆண்டு, யுத்த முனையிலிருந்தவர்களுடைய மனநிலையில் மாறுதலேற்படுவதற்கு, அவர்களுடைய குடும்பத்தாரிடமிருந்து வந்த கடிதங்கள் உதவி செய்தன. இதனால் ஆகாய விமானங்களிலிருந்து துண்டுப் பிரசுரங்களை வழங்கவேண்டிய அவசியம் சத்துருக்களுக்கு இல்லாமற் போய்விட்டது. ஜெர்மானிய ஸ்திரீகள் எழுதிய கேவலமான கடிதங்கள், நூறு, ஆயிரம் கணக்கான உயிர்களை பலி வாங்கிக் கொண்டன.

ஏற்கெனவே ஆட்சேபகரமான தோற்றங்கள் கிளம்பலாயின. போர் முகத்திலிருப்போர் சபித்தனர்; முணு முணுத்தனர்; கோபங் கொண்டனர்; அதிருப்தியடைந்தனர். இவை சில சமயங்களில் சரியாகவும் இருந்தன. இவர்கள் பட்டினி கிடந்து துன்பத்திலே உழல, இவர்களைச் சேர்ந்த மக்கள், வீடுகளில் வறுமையால் வாட, மற்றவர்கள், தேவைக் கதிகமான பொருள்களை வைத்துக்கொண்டு களியாட்டங்களில் கலந்திருந்தார்கள். போர் முனையில் கூட இது சம்பந்தமாக எப்படி இருக்கவேண்டுமோ அப்படி எல்லாமும் இல்லை.

இதனால் போர் முனையில் நெருக்கடிகள் சுலபமாக ஏற்பட்டன. ஆனால் இவை வெளிப்படையாகத் தோன்றவில்லை. எவனொருவன் சிறிது நேரத்திற்கு முன்னாடி சலிப்புக் காட்டிக் கொண்டானோ, அல்லது முணுமுணுத்தானோ, அவனே மறு நிமிஷத்தில் சுறுசுறுப்போடு தன் கடமையைச் செய்தான். இப்படி நடப்பது இயற்கை யென்றும் அவன் கருதினான்.

படையிலே அதிருப்தியடைந்த பிரிவினர், தாங்கள் இருந்த பள்ளத்தாக்கை – ஜெர்மானியின் தலைவிதி சில அடி நீளமுள்ள இந்த மண் துவாரங்களில் தான் இருக்கிறதென்றெண்ணும்படி – விடாப் பிடியாகப் பிடித்துக் கொண்டிருந்தனர். போர்முனை, வீரர்கள் நிறைந்த ராணுவ மயமாகவே இருந்தது.

1916ஆம் ஆண்டு அக்டோபர் மாதம் நான் காயமடைந்து சிகிச்சை பெற ஜெர்மனிக்குச் சென்றேன்.. .... நான் சென்ற விடமெல்லாம் கோபந்தான்! அதிருப்திதான்! சாபந்தான்!................ காயமடைந்தவன் போல நடிப்பது புத்திசாலித் தனமென்றும் கடமையைக் கருத்தோடு செய்வது பலஹீனத்தை காட்டுகிறதென்றும் கருதப் பெற்றன. உத்தியோக சாலைகள் யாவும் யூதர் மயமாகவே இருந்தன. ஒவ்வொரு குமாஸ்தாவும் யூதனாக இருந்தான். ஒவ்வொரு யூதனும் ஒரு குமாஸ்தாவாக இருந்தான். உத்தியோக சாலைகளில் இவர்கள் அதிகமான பேர் இருப்பதையும், போர் முனையில் இவர்கள் குறைவாக இருப்பதையும் நான் ஒப்பிட்டுப் பாராமல் இருக்க முடியவில்லை.

வியாபார உலகத்தில் இன்னும் மோசமாக இருந்தது. இங்கு யூத சமூகமானது இன்றியமையாததாகிவிட்டது.

யுத்தம் தொடங்கியபோது, ஜெர்மனியின் பிரதம மந்திரியாயிருந்தவன் பெத்மான் ஹால் வெக்[1] என்பவன். இவன் பெரிய அறிஞன்; கெய்ஸரின் பூரண நம்பிக்கையைப் பெற்றிருந்தான். ஆனால் இவன் தனது நிர்வாகத்தின் பிற்பாகத்தில் பலருடைய அதிருப்திக்கும் பாத்திரனாகிவிட்டான். பெல்ஜியத்தின் நடுநிலைமையைக் கௌரவிக்க வேண்டுமென்றும், இது சம்பந்தமான உடன்படிக்கை இருக்கிறதென்றும், இவன் நினைவுபடுத்தப்பட்டபோது, "அந்த உடன்படிக்கை வெறுங்காகிதத் துண்டுதானே" என்று அலட்சியமாகக் கூறினான். உடன்படிக்கைகளை வெறுங்காகிதத் துண்டுகளாகக் கருதிய ராஜ தந்திரிகள் பலர் இருந்தார்கள். ஆனால் எவரும் இப்படி பகிரங்கமாகத் தெரிவிக்கவில்லை. இதனால், இவன் வெளிநாட்டார் பலருடைய வெறுப்பைச் சம்பாதித்துக் கொண்டான். இவன் யுத்த சமயத்தில், ஜெர்மன் பார்லிமெண்டில், பல வாக்குறுதிகள் கொடுத்து அவற்றை நிறைவேற்றாமல் விட்டவன் என்ற பழியையும் பெற்றுக் கொண்டான். இவற்றிற்கெல்லாம், இவன்தான் காரணமா, அல்லது இவனைக் கவிழ்த்துவிட வேண்டுமென்று இவனுடைய அரசியல் விரோதிகள் செய்த சூழ்ச்சி காரணமா என்பதைப் பற்றி ஆராய்வது வேறு விஷயம். பொதுவாக இவனுடைய நிர்வாகத்தில் பலருக்கு வெறுப்பு உண்டாகத் தொடங்கியது. தவிர, யுத்த முனைகளில் தகுந்த சேனாதிபதிகள் தகுந்த காலங்களில் நியமிக்கப் பெறவில்லையென்ற குறையும் இருந்தது. கெய்ஸர், இந்த விஷயத்தில் சரியாக நடந்து கொள்ளவில்லையென்று யுத்த நிபுணர்கள் சொல்லி வந்தார்கள்.

இவன் தன்னுடைய போர்த் திறமையில் அதிகமான நம்பிக்கை கொண்டுவிட்டான். இதுவே இவனுக்கு ஆபத்தாக முடிந்தது. மற்றும் ஜெர்மன் யுத்த நிபுணர்களுக்குள்ளேயே அபிப்பிராய வேற்றுமைகளும் நாளுக்கு நாள் வளர்ந்து வந்தது.

இவற்றினால் உண்டான தோற்றங்கள் என்ன? "யுத்தம் தொடங்கிய இரண்டு ஆண்டு காலத்திற்குள், ஜெர்மன் அரசாங்கமானது, தேச மக்களின் எல்லாப் பிரிவாரிடத்தும் தன் அதிகாரத்தை இழந்து விட்டது. ஒருவரும் அரசாங்கத்தை நம்பவில்லை; அதனிடமிருந்து எதையும் எதிர்பார்க்கவில்லை."

யுத்தத்தின் இடைக் காலத்தில் ஜெர்மன் ராணுவ யந்திரத்தை ஹிண்டென்புர்க்கும்[2] லுடண்டார்ப்பும் சேர்ந்து நடத்தி வந்தார்கள். இவர்கள் பதவி ஏற்றுக்கொண்ட சொற்ப காலத்திற்குள் ஜெர்மானியருக்குச் சில வெற்றிகள் கிடைத்தன. இதனால் இவர்களுடைய செல்வாக்கு வளர்ந்தது. ஆனால் இவர்களில் லுடண்டார்ப்,[3] இந்தச் செல்வாக்கை, ஜெர்மன் அரசியல் விஷயங்களிலும் பிரயோகிக்க ஆரம்பித்தான். சாதாரணமாக ராணுவ அதிகாரிகள், ராணுவ சம்பந்தப்பட்ட விஷயங்களை மட்டும் கவனித்துக் கொண்டு செல்வார்கள்; அரசியல் விஷயங்களில் தலையிட மாட்டார்கள். ஆனால் லுடண்டார்ப், ஹிண்டென்புர்க்கைத் தன் கைக்குள் போட்டுக் கொண்டு, ஜெர்மனியின் தலை விதியை நிர்ணயிக்கும் சர்வாதிகாரிபோல் நடக்கத் தொடங்கி விட்டான். போர் முனையில் வெற்றி காண வேண்டுமானால், நாட்டின் அரசியல் நிலையும் அந்த வெற்றிக்குத் துணை செய்வதாயிருக்க வேண்டுமென்று சொல்லி, இவன் போர்க்களத்தையும், மந்திரிச் சபையையும் தன் வசப்படுத்த ஆரம்பித்தான். யுத்தத்தில் வெற்றி பெறுவதற்குத்தான் இடையூறாக இருந்ததாகப் பெயர் வரக்கூடாதென்ற நோக்கத்துடன் பிரதம மந்திரியான பெத்மான் ஹால்வெக் லுடண்டார்ப் - ஹிண்டென்புர்க் கூட்டுறவின் போக்கைத் தடை செய்யவில்லை. கெய்ஸரோ, இந்தக் கூட்டுறவின் வசம் அகப்பட்டுக் கொண்டு திணறினான். இவனுடைய பழைய மிடுக்கெல்லாம் போய்விட்டன. வளைந்து கொடுக்கும் பச்சை மூங்கில் போலாகிவிட்டான். அரசியல் சம்பந்தமான உத்தியோகஸ்தர்களை நியமனம் செய்யும் விஷயத்தில்கூட லுடண்டார்ப் தலையிட்டான். இவன் சொன்னபடி ஹிண்டென்புர்க்கும் கேட்டு வந்தான்.

ஜெர்மன் கப்பற்படை அதிகாரிகள், நீர் மூழ்கிக் கப்பல்களைக் கொண்டு சத்துருக்களின் சாமான் கப்பல் முதலியவற்றை மூழ்கடித்துச் சேதம் விளைவித்தால், நேசக் கட்சியார் - சிறப்பாக பிரிட்டிஷார் - பணிந்து சமாதானத்திற்கு வந்து விடுவர் என்று கருதினார்கள். பெத்மான் ஹால்வெக், பிரதம மந்திரியாக இருந்தவரை, இதற்கு இடங்கொடுக்கவில்லை. இதனால் கப்பற்படைத் தலைவனாகிய டர்பிட்ஸ்[4] கூட ராஜீநாமா செய்துவிட்டான். ஆனால் லுடண்டார்ப், அதிகாரத்திற்கு வந்த பிறகு, இந்த நீர் மூழ்கிக் கப்பல் யுத்தமும் மும்முரமாகத் தொடங்கியது. இங்கிலாந்துக்குச் சேதம் உண்டாயிற்று. ஆனால் இஃது அமெரிக்காவுக்குக் கோபத்தை மூட்டி விட்டது. இதை ஜெர்மன் அதிகாரிகள் எதிர்பார்த்தார்களாயினும், அமெரிக்கா தயார் செய்து கொண்டு, நேசக் கட்சியாருடன் வந்து சேர்வதற்குள், பின்னவரைப் பணியச் செய்து விடலாமென்று கருதினார்கள். இது முடியவில்லை. நேசக் கட்சியாரோடு அமெரிக்கா சேர்ந்து கொண்டது.

ஜெர்மனியிலோ நாளுக்கு நாள் உணவுப் பஞ்சம் அதிகமாகிக் கொண்டு வந்தது. பொதுமக்கள், எப்படியாவது விரைவில் சமாதானம் ஏற்பட வேண்டுமென்று விரும்பினார்கள். இந்தச் சமயத்தில், 1917ஆம் ஆண்டு மார்ச் மாதம் 14ந் தேதி, ரஷ்யாவின் தலைநகராயிருந்த பீட்ரோகிராடில்[5] பெருங்குழப்பம் ஏற்பட்டது. அடுத்த நாள் 15-ந் தேதி, ஜார் சக்கரவர்த்தி முடி துறந்தான். இந்தச் செய்தி ஜெர்மனி முழுவதும் பரவியது. இதை ஆதரவாகக் கொண்டு, ஜெர்மன் அரசியல் முறையை உடனே சீர்திருத்தி அமைக்க வேண்டுமென்றும், யுத்தத்தை நிறுத்தி சமாதானம் செய்து கொள்ள வேண்டுமென்றும் தொழிற் கட்சிப் பிரதிநிதிகள், ஜெர்மன் பார்லிமெண்டில் வற்புறுத்தி வந்தார்கள்.

இந்தச் சந்தர்ப்பத்தில், எதனுடைய துணைக்காக ஜெர்மனி போரில் இறங்கியதோ, அந்த ஆஸ்திரியா - ஹங்கேரி, ஜெர்மனியைக் கைவிட்டு விடும்போலிருந்தது. யுத்தம் தொடங்கிய போது ஆஸ்திரியா - ஹங்கேரியின் சக்கரவர்த்தியாயிருந்த பிரான்சிஸ் ஜோஸப், ஜெர்மனிக்குத் துணையாக இருந்தான். இவன் 1916ஆம் ஆண்டு நவம்பர் மாதம் 21ந் தேதி இறந்து போனான். இவனுக்குப் பின்னால் பட்டத்துக்கு வந்த கார்ல் என்பானுடைய மனப்பான்மை வேறு விதமாக இருந்தது. ஜெர்மனியானது இப்பொழுது நெருக்கடியான நிலையிலிருக்கிறதென்றும், முழுகிப்போகும் தருவாயிலிருக்கிற இந்தக் கப்பலின் தொடர்பை அறுத்துக்

கொண்டு, பிரான்சு, இங்கிலாந்து இவற்றுடன் தனியாகச் சமாதானம் செய்து கொள்வது நலமென்றும், கார்ல் மன்னனுக்கு அவனுடைய மந்திரிகள் ஆலோசனை கூறினார்கள். இதனால் ஜெர்மனிக்குச் சாதகமாயிருந்த உயர்தர உத்தியோகஸ்தர்களெல்லாரும் மெது மெதுவாக விலக்கப்பட்டார்கள். 1918ஆம் ஆண்டுத் தொடக்கத்தில், கார்ல் மன்னன், பிரெஞ்சு அரசாங்கத்துக்கு, சமாதான சம்பந்தமாக ஒரு கடிதம் எழுதினான். அச்சமயம், பிரான்சின் பிரதம மந்திரியாயிருந்தவனும், மகா ராஜதந்திரியுமான கிளமென்ஷோ[6], இந்தக் கடிதத்தைப் பகிரங்கப்படுத்திவிட்டான். இது ஜெர்மனியில் பெரிய பரபரப்பை உண்டு பண்ணிவிட்டது. ஹாப்ஸ்பர்க் அரச வமிசத்திற்கும், ஆஸ்திரியா – ஹங்கேரி அரசாங்கத்திற்கும் செய்த உதவிக்கெல்லாம் இது தான் நன்றியா என்று ஜெர்மன் ராஜ தந்திரிகள் மூக்கில் விரல் வைத்தார்கள்!

1918ஆம் ஆண்டு ஜுலை மாதம் 6ந் தேதி ஜெர்மன் பார்லிமெண்டில் ஒரு சமாதான தீர்மானம் கொண்டுவரப்பட்டது. மற்ற நாடுகளைப் பலவந்தமாக ஆக்ரமித்துக் கொள்வதில்லை என்ற நிபந்தனையின் பேரில் ஜெர்மன் அரசாங்கமானது உடனே சமாதானத்தைக் கோரவேண்டுமென்று கூறிய இந்தத் தீர்மானம் நிறைவேறியது. இதனால் பெத்மான் ஹால்வெக் ராஜிநாமா செய்துவிட்டான். இவனுக்குப் பதிலாக மைக்கேலிஸ் என்பான் சிறிது காலம் பிரதம மந்திரியாக இருந்தான். இவன் லூடண் டார்ப்பின் கருவி.

பார்லிமெண்ட் சபையில் நிறைவேற்றப் பெற்ற தீர்மானமானது, ஏழை ஜனங்களின் சமாதான எண்ணத்தை வலுப்படுத்தியது. அவர்களுடைய வயிற்றுப் பசியும் அதிகரித்தது. கப்பற் படையிலும் தரைப் படையிலும் இருந்தபோர் வீரர்களின் முணு முணுப்பு உரக்கக் கேட்க ஆரம்பித்தது. ருஷ்யாவில் நடைபெற்ற புரட்சியானது, இந்த உரத்த சப்தத்திற்கு அஸ்திவாரமாக அமைந்தது.

ஜெர்மன் பார்லிமெண்டில் சமாதான தீர்மானத்தைப் பற்றி வாதம் நடைபெற்றுக் கொண்டிருக்கையில், கீல் வாய்க்காலில்[7] வைக்கப்பெற்றிருந்த ஜெர்மன் யுத்தக் கப்பல்களின் மாலுமிகளிடையே குழப்பம் ஏற்பட்டது. யுத்த காலத்தில், ஜெர்மன் கப்பற்படையானது அதிக பங்கெடுத்துக் கொள்ளவில்லை. இதற்கு அவசியமுமில்லாமலிருந்தது. பலமும் எண்ணிக்கையும் நிறைந்த பிரிட்டிஷ் கப்பற் படையோடு

போராட ஜெர்மன் கப்பற் படைக்குப் போதிய பலமோ எண்ணிக்கையோ இல்லை. தவிர, பிரிட்டிஷ் கப்பற்படையானது, ஜெர்மன் துறைமுகங்களைத் தாக்கவுமில்லை. எனவே, அவ்வப்பொழுது நடைபெற்ற சில்லரைச் சச்சரவுகளிலேயே ஜெர்மன் கப்பற்படை காலந்தள்ளி வந்தது. பெரும்பாலும், கீல், வில்லியம் ஷாபென் ஆகிய இடங்களிலேயே இந்தக் கப்பற் படைகள் தங்கியிருந்தன. இவற்றில் வேலை செய்து கொண்டிருந்த மாலுமிகள், சமாதான காலத்தில் இருந்தபடியே இருந்தார்கள். அவ்வப்பொழுது சில பயிற்சிகள் முதலியன நடைபெற்றன. மேற்கு போர் முனையிலும் கிழக்குப் போர் முனையிலும் மரணத்தை ஒவ்வொரு நிமிஷமும் எதிர்பார்த்துக் கொண்டிருந்த லட்சக்கணக்கான படை வீரர்களுடைய வாழ்க்கையோடு இந்த மாலுமிகளுடைய வாழ்க்கையை ஒப்பிட்டுப்பார்த்தால், பிந்தியவர்களுடையது போகவாழ்க்கை என்று சொல்ல வேண்டும். நீர்மூழ்கிக் கப்பல்களில் வேலை செய்து கொண்டிருந்தவர்களும் தரைப் படையினரைப் போலவே ஒவ்வொரு கணமும் ஆபத்தை எதிர்பார்த்தே வேலை செய்து வந்தார்கள். இப்படியெல்லாமிருந்தும், இந்த மாலுமிகளிடையே குழப்பம் உண்டாவானேன்?

யுத்தம் நீடித்து நடப்பதனால் ஜெர்மனியெங்கும் ஏற்பட்ட அதிருப்தியானது, இந்த மாலுமிகளிடமும் பரவியது. ருஷ்யப் புரட்சி வாசனையும் இவர்களுக்கு எட்டியது. சுமார் மூன்று ஆண்டு காலமாக இவர்களுக்குக் குறைவான வேலையிருந்தபடியால் அதிகமான ஓய்வு கிடைத்தது. இந்த ஓய்வு நேரத்தை இவர்கள் பத்திரிகைகளைப் படிப்பதிலும் உலக நிகழ்ச்சிகளைத் தெரிந்து கொள்வதிலும் கழித்தார்கள். இந்த யுத்தத்திலே கஷ்டப்படுகிறவர்கள் எல்லாரும் ஏழை மக்களேயென்பதை உணர்ந்து கொண்டார்கள். ஆனால் பயனை அநுபவிப்போர் யார்? மற்றும், மேலதிகாரிகள், தங்கள் விஷயத்தில் நடந்து கொள்ளும் கண்டிப்பான மாதிரியும் இவர்களுக்குப் பிடிக்கவில்லை. கப்பற் படையில் ஒழுங்கு வேண்டியதுதான்; கண்டிப்பு தேவைதான். ஆனால் அளவுக்கு மீறியா? “சட்டையில் அழுக்குப்படாமல் மேற்பார்வை செய்து கொண்டே, எங்களை அதிகாரம் செய்ய இந்த உத்தியோகஸ்தர்களுக்கு என்ன உரிமை இருக்கிறது? எங்களை விட இவர்களுக்கு அதிகமான ஆபத்தா? தரைப் படையிலுள்ள தளகர்த்தர்களாவது, சாதாரண போர் வீரர்களைப்போல் எப்பொழுதும் ஆபத்துக்குட்படும் நிலைமையில் வைக்கப்பட்டிருக்கிறார்கள். அதனால்

அவர்களுக்கு ஆகாரம் முதலியவற்றில் சிறிது அதிகமான சௌகரியம் செய்து கொடுக்க வேண்டியது தான். ஆனால் கப்பற் படையிலுள்ள உத்தியோகஸ்தர்களுக்கு இந்தச் சலுகையேன்?" இத்தகைய கேள்விகளெல்லாம் மாலுமிகளிடையே தோன்றின. உத்தியோகஸ்தர்களுக்கு உயர்தரமான ஆகார வகைகள் அளிக்கப்படுவதையும், தங்களுக்கு மட்டும் உணவுக் கட்டுப்பாடு என்று சொல்லிக் குறைந்த சாப்பாடு கொடுக்கப்படுவதையும் இவர்கள் வெறுத்தார்கள்.

1917ஆம் ஆண்டு மத்தியில் ஸ்டாக்ஹோம் என்ற நகரத்தில் சர்வதேச சமூக வாதிகள் மகாநாடு கூடியது. ரஷ்ய சமூகவாதிகளின் தூண்டுதல் பேரில் கூட்டப் பெற்ற இந்த மகாநாட்டில், உலகத்திலுள்ள சமூகவாதிகள் எல்லாரும் ஒன்று சேர்ந்து பேசி, யுத்தத்தை நிறுத்த முயற்சி செய்வார்கள் என்று எதிர்பார்க்கப்பட்டது. ஆனால் எதிர்பார்த்தபடி இந்த மகாநாடு வெற்றி பெறவில்லை. ஜெர்மன் கப்பற் படையைச் சேர்ந்த மாலுமிகளோ இந்த மகாநாட்டினால் நன்மையுண்டாகுமென்று கருதினார்கள். இதன் நடவடிக்கைகளைக் கூர்ந்து கவனித்துக்கொண்டு வந்தார்கள். யுத்தமானது உடனே நின்றுவிட வேண்டுமென்றும், அதன் பிறகு தங்களுடைய உத்தியோகஸ்தர்கள், இப்பொழுதுள்ளதைப் போலில்லாமல் சிறிது கௌரவமாகத் தங்களை நடத்தக் கூடிய நிலைமை ஏற்பட வேண்டுமென்றும் விரும்பினார்கள். இவர்கள் அரசாங்க அமைப்பைப் பற்றி அதிகமாகக் கவலை கொள்ளவில்லை. சட்ட வரம்புக்குட்பட்ட குடிக்கோனாட்சி முறை நடைபெற்றால் இவர்கள் திருப்தியடையக் கூடியவர்களாயிருந்தார்கள். ஆனால் இவர்களுடைய ஆதரவெல்லாம் சமூக வாதக் கட்சியின் சார்பு பற்றியே இருந்தது.

கப்பற்படை உத்தியோகஸ்தர்களோ, ஜெர்மனியானது, வெற்றியுடன் கூடிய சமாதானத்தையே நாட வேண்டுமென்று கருதினார்கள். இவர்கள் மாலுமிகளைக் கடுமையாக நடத்தினார்களென்றால் அதுகெட்ட எண்ணத்தினால் என்று சொல்ல முடியாது. ஓரிரண்டு சம்பவங்கள் அங்கும் இங்குமாக நடை பெற்றிருக்கலாம். பொதுவாக, இவர்கள் மாலுமிகளைக் கட்டு திட்டத்திற்குட்படுத்தி நடத்துவது தங்கள் கடமையென்று கருதினார்கள்.

இந்த நிலையில், 1917ஆம் ஆண்டு ஜூலை மாதம் 31ந் தேதியிட்டு 'கிங் ஆல்பர்ட்' என்ற கப்பலில் வேலை

செய்து கொண்டிருந்த நானூறு மாலுமிகள், யுத்தத்தை நிறுத்த வேண்டுமென்றும், நாடு ஆக்கிரமிப்பு, யுத்த நஷ்ட ஈடு முதலியவை ஒன்றுமில்லாத முறையில் சமாதானம் ஏற்படவேண்டுமென்றும், எல்லா நாட்டாருடைய சுய நிர்ணய உரிமையையும் அங்கீகரிக்க வேண்டுமென்றும் அடங்கிய ஓர் அறிக்கையை வெளியிட்டார்கள். ஜெர்மனியப் பொது ஜனங்களுடைய அபிப்பிராயத்தையே இந்த அறிக்கை பிரதிபலிக்கச் செய்தது என்று கூறலாம். இதே மாதிரி, மற்றக் கப்பல்களிலுமுள்ள மாலுமிகள் அறிக்கை வெளியிட்டார்கள். 'கிங் ஆல்பர்ட்' கப்பலின் தலைவன், ஜட்லண்டில் நடைபெற்ற யுத்தத்தின் வருஷாந்தக் கொண்டாட்டம் என்பதை வியாஜமாக வைத்துக்கொண்டு, தனது கப்பல் மாலுமிகளுக்கு ஒரு பிரசங்கம் செய்தான். சத்துருக்கள் தோல்வியுற்று சமாதானத்திற்கு வரும் வரை நாம் யுத்தம் செய்ய வேண்டுமென்றும், இந்த அபிப்பிராயத்தை மாலுமிகள் அனைவரும் அங்கீகரிப்பதாகவே தான் கருதுவதாகவும் இவன் மேற்படி பிரசங்கத்தில் கூறினான். இது, மாலுமிகளின் அறிக்கைக்குப் பதில் கூறுவது போலிருந்தது. இதனைக் கண்டித்து, ஒன்பது மாலுமிகள் சேர்ந்து, "கீழ்த்தர சிப்பந்திகளின் கூக்குரல்" என்ற தலைப்புக் கொண்ட ஒரு கட்டுரையை 'வார்வர்ட்ஸ்' என்ற பத்திரிகைக்கு அனுப்பினார்கள். அந்தப் பத்திரிகை இதை வெளியிட மறுத்து, கட்டுரையை எழுதியவர்களுக்குத் திருப்பி அனுப்பிவிட்டது. ஆனால் துரதிர்ஷ்டவசமாக அப்படி திரும்பிவரும் போது, இந்தக் கட்டுரை, கப்பல் உத்தியோகஸ்தர்கள் வசம் சிக்கிக்கொண்டது. அவர்கள் இதனைப் பார்த்துக் கோபங்கொண்டார்கள். விசாரணை நடந்தது. கட்டுரை எழுதியவன் ஆறு மாதச் சிறைவாசத் தண்டனை விதிக்கப்பெற்றான். இது மாலுமிகளின் மனத்தைப் பெரிதும் புண்படுத்தியது.

மாலுமிகளுக்கு உணவு பங்கிட்டுக் கொடுப்பதைப் பரிசீலனை செய்வதற்காகச் சில கமிட்டிகள் நியமிக்கப் பெற்றிருந்தன. இந்தக் கமிட்டிகளில் மாலுமிகளுக்கும் ஸ்தானம் உண்டு. தங்கள் குறைகளை வெளிப்படுத்த இந்தக் கமிட்டிகளைத் தக்க சாதனங்களாக உபயோகித்துக்கொள்ள மாலுமிகள் தீர்மானித்தார்கள். இந்தக் கூட்டங்களில் இவர்கள் பலவித பிரச்சனைகளைப் பற்றிப் பேசினார்கள். இவற்றின் முடிவு என்ன? மாலுமிகள் உண்ணா விரதம் கொள்ள ஆரம்பித்தார்கள். சில கப்பல்களில், மாலுமிகள் மேலதிகாரிகளிடம் சொல்லிக் கொள்ளாமலே வெளியேறி விட்டார்கள். இவற்றையெல்லாம்

பார்த்து, கப்பற் படை அதிகாரிகள் திகிலடைந்து, இவற்றின் மூல காரணத்தை விசாரிக்கத் தொடங்கினார்கள். விசாரணையும் தொடர்ந்து நடந்தது. தீர்ப்பு, பலருக்கு மரண தண்டனை! சிலருக்குக் கடுங்காவல்!

1917ஆம் ஆண்டு நவம்பர் மாதம் ரஷ்யாவில் போல்ஷ்வெக்கர் இயக்கம் வேரூன்றத் தொடங்கிவிட்டது. ரஷ்யச் சேனைகள் சோர்ந்து போய், பின்னடைந்தன. லெனின், உள்நாட்டு நிலைமையைச் சீர்திருத்துவதில் முனைந்துவிட்டான். லுடண்டார்ப்பும், ஹிண்டென்புர்க்கும் எதிர்பார்த்தபடி, யுத்தமுனையில் ஜெர்மானியப் படைகளுக்கு வெற்றி உண்டாகவில்லை. நீர் மூழ்கிக் கப்பல்களைக் கொண்டு சத்துருக்களின் பலத்தை ஒடுக்கிவிடலாமென்ற முயற்சியும் பயன்படவில்லை. உள்நாட்டிலே நாளுக்கு நாள் மக்களுக்குச் சோர்வும் அதிருப்தியும் அதிகமாகிக் கொண்டுவந்தன. ஜெர்மன் பார்லிமெண்ட் சபையில் சமூகவாதக் கட்சியின் கை ஓங்கி நின்றது. இதனால் மைக்கேலிஸ், பிரதம மந்திரிப் பதவியிலிருந்து விலகிக் கொண்டான். இவனுடைய ஸ்தானத்தில் ஹெர்ட்லிங் என்ற ஒரு வயோதிக ராஜ தந்திரி நியமிக்கப் பெற்றான். இவன் சுயேச்சையாக ஒன்றையும் செய்யத் துணியவில்லை. ஜெர்மானிய வெற்றிக்காக லுடண்டார்ப் போட்டிருந்த திட்டங்கள் சித்தியடையுமென்றே இவன் நம்பினான். இவன் பதவி ஏற்றுக்கொண்ட பிறகு, ரஷ்யாவோடு சமாதானம் பேசிக்கொள்ள முயற்சிகள் செய்யப் பெற்றன. அப்படி சமாதானம் செய்து கொண்டுவிட்டால், கிழக்குப் போர் முனையிலுள்ள துருப்புக்களையெல்லாம் மேற்குப் போர் முனைக்கு மாற்றி விடலாமென்றும், அப்பொழுது நேசக் கட்சிப் படையை முறியடித்துவிடுவது சுலபமென்றும் லுடண்டார்ப் கருதினான். ஆனால் இந்தச் சமாதானப் பேச்சுகள் வெற்றிகரமாக முடியவில்லை. இந்தச் சமயத்தில் ரஷ்யாவின் பிரதிநிதியாக இருந்தவன் ட்ரோட்ஸ்கி என்ற அரசியல் நிபுணன். இவன் மகா கெட்டிக்காரன். ஆஸ்திரியா, ஜெர்மனி முதலிய நாடுகளில் உள்ள பொது மக்களுக்கு யுத்தத்தில் வெறுப்பு இருப்பதைத் தெரிந்து கொண்டான். இதனை ஆதாரமாக வைத்துக்கொண்டு மேற்படி நாடுகளில் போல்ஷ்வெக் இயக்கத்தைப் பரப்ப வேண்டுமென்பது இவன் ஆவல். எனவே தனது வாக்கு சாதுரியத்தினால், ரஷ்யா எப்பொழுதும் சமாதானத்திற்குத் தயாராயிருப்பதாகவும், ஆனால் ஜெர்மனிக்குத்தான் ஏகாதிபத்திய ஆசை நிரம்பியிருக்கிறதென்றும், இதனாலேயே

சமாதானத்திற்கு முட்டுக் கட்டை ஏற்பட்டிருக்கிறதென்றும், உலகத்தார் கருதும்படி ஜெர்மன் - ரஷ்ய சமாதான மகாநாட்டில் வெளியிட்டான். இது ஜெர்மனி முதலிய நாடுகளில் பெரிய கிளர்ச்சியை உண்டு பண்ணிவிட்டது.

ஜெர்மானிய அரசாங்கத்தை நடத்துபவர்களே தங்களுடைய சுய நலத்திற்காக யுத்த நிறுத்தத்திற்குத் தடையாயிருக்கிறார்கள் என்று ஜெர்மனியப் பொதுமக்கள் கருதிவிட்டார்கள். ஜெர்மன் பார்லிமெண்டிலிருந்த சமூக வாதக் கட்சியினரும் பிறரும், முன்னர் நிறைவேற்றப் பெற்ற சமாதான தீர்மானத்தைக் காற்றிலே பறக்க விட்டுவிடாதபடி பாதுகாக்க உறுதி கொண்டார்கள். ஆனால் இவர்கள் கொண்ட உறுதியிலே பொது ஜனங்களுக்கு நம்பிக்கையில்லை. "சென்ற மூன்றரை ஆண்டாகத்தான், பார்லிமெண்டு பிரதிநிதிகள், ஜெர்மனிய சமூகத்தின் துன்பத்தைத் துடைக்க முயற்சி செய்து கொண்டிருக்கிறார்கள். ஆனால் விளைந்த பயன் ஒன்று மில்லையே" என்று பொது மக்கள் பேசிக்கொண்டார்கள். இனி பார்லிமெண்ட் பிரதி நிதிகள் மீது நம்பிக்கை வைப்பதில் பயனில்லையென்றும், தாங்களே இனி நடவடிக்கை எடுத்துக் கொள்வது அவசியமென்றும் கருதினார்கள். எனவே, 1918ஆம் ஆண்டு ஜனவரி மாதம் கடைசியில் ஜெர்மனியின் பல பாகங்களில் வேலை நிறுத்தங்கள் நடைபெற்றன. இதற்கு முன்னர், 1916ஆம் வருஷத்திலிருந்தே பல வேலை நிறுத்தங்கள் நடைபெற்று, எவ்வித திருப்திகரமான பயனையும் கொடாமல் நின்றுவிட்டன. ஆனால் இந்த 1918ஆம் வருஷத்து வேலை நிறுத்தம் மிகவும் பெரிது மற்றும் ரஷ்யாவில் நடைபெற்ற போல்ஷ்வெக்கர் புரட்சியானது. வேலைநிறுத்தம் செய்த தொழிலாளர்களுக்குப் பெரிய உற்சாகத்தையூட்டியது. 1918ம் ஆண்டு ஜனவரி மாதம் 18ந் தேதி பெர்லின் தொழிற் சாலைகளிலுள்ள நான்கு லட்சம் தொழிலாளர்கள் வேலை நிறுத்தம் செய்தார்கள். யுத்தத்தை நிறுத்தி நியாயமான முறையில் சமாதானம் செய்துகொள்ள வேண்டுமென்றும், தற்போதைய சுயேச்சாதிகார ஆட்சி முறையை மாற்றி, ஜனநாயகம் பொருந்திய அரசாங்கம் அமைக்க வேண்டுமென்றும் இவர்கள் கோரினார்கள். பெர்லினில் தொடங்கிய இந்த வேலை நிறுத்தமானது, கீல், ஹாம் பர்க், லைப்ஸிக், ப்ரன்ஸ்விக், ம்யூனிக், நியூரன் பர்க் முதலிய முக்கிய நகரங்களிலும் பரவியது. வேலை நிறுத்தம் செய்த தொழிலாளர்கள் பத்து லட்சம் பேருக்கு மேல் ஆகிவிட்டார்கள். பார்த்தார்கள் ராணுவ

அதிகாரிகள். லுடண்டார்பினுடைய ஆதரவின் பேரில், இந்த நிலைமையைப் பலாத்காரத்தினால் சமாளிக்கத் தீர்மானித்து விட்டார்கள். தொழிலாளர் கூட்டங்கள் கலைக்கப் பெற்றன. தொழிலாளர் தலைவர்கள் கைது செய்யப்பெற்று கடுங்காவல் தண்டனைக்குட்படுத்தப் பெற்றனர். என்ன செய்வார்கள் ஏழைத் தொழிலாளர்கள்? பணிந்துவிட்டார்கள். ராணுவ ஆட்சி தற்போதைக்கு வெற்றி பெற்றுவிட்டது.

லுடண்டார்ப், வேலை நிறுத்தத்தினால் ஏற்பட்ட உள்நாட்டுச் சங்கடத்தை ஒருவாறு சமாளித்துக் கொண்டுவிட்டபடியால், போர்முனையில் வெற்றி காண முயன்றான். ஆனால் இவன் முயற்சிகள் பலிக்கவில்லை. ஆங்காங்குச் சில சில்லரை வெற்றிகள் கண்டானெனினும், பொதுவாக நேசக் கட்சியாருடைய கை வலுத்து வரத் தொடங்கியது.

1918ஆம் ஆண்டு ஜூலை மாதம் 18ந் தேதி மேற்குப் போர் முனையில் நடைபெற்ற பெரிய சண்டையிலே, ஜெர்மானிய சேனாதிபதிகள் தங்கள் உண்மை நிலையை உணர்ந்தனர். சமாதானம் செய்து கொள்ள வேண்டியதைத் தவிர வேறு வழியில்லையென்பதை இவர்கள் தெரிந்து கொண்டுவிட்டனர். ஜெர்மனியத் துருப்புகளோ, அலுத்துச் சலித்துப் போயிருந்தன. எனவே, ஆகஸ்ட் மாதத்தில் ராணுவ அதிகாரிகளும், அரசியல் தலைவர்களும், கெய்ஸலரும் ஒன்று கூடி, சமாதானத்திற்கு எப்படி வழி தேடுவது என்று ஆலோசிக்கத் தொடங்கினார்கள். இது முதற்கொண்டு லுடண்டார்ப்பின் வீழ்ச்சியும் ஆரம்பமாகத் தொடங்கியது. இந்தச் சமயத்தில், ஜெர்மனியோடு சேர்ந்து சண்டை செய்த பல்கேரியா விலகிக்கொண்டு விட்டது. ஏற்கெனவே ஒருமுறை முயற்சி செய்த ஆஸ்திரியா, மீண்டும் விலகிக்கொண்டு தனியாகச் சமாதானம் செய்துகொண்டு விடும் போலிருந்தது. எனவே, பிரசிடெண்ட் வில்ஸன் தலையிட்டுச் சமாதானம் செய்து வைக்க வேண்டுமென்று ஒரு வேண்டுகோள் அனுப்புவதாகத் தீர்மானிக்கப்பட்டது. இது சம்பந்தமாக ஜெர்மானியருக்கும் வில்ஸனுக்கும் நடைபெற்ற கடிதப் போக்குவரத்துகள் இருசார்பிலுமுள்ள அரசியல் தந்திரிகளின் மனப்பான்மையை நன்கு விளக்கின. ஒன்று விடாப் பிடி; மற்றொன்று கொடாப் பிடி. கடைசியில், ஜெர்மன் அரசியல் நிர்வாகத் தலைமையில் கெய்ஸர் இருக்கிற வரை, நேசக் கட்சியார் ஜெர்மனியோடு சமாதானம் செய்து கொள்ள முடியாதென்னும் கருத்துப் பட வில்ஸன்

தெரிவித்துவிட்டான். ஏற்கெனவே, நேசக்கட்சியாருடைய பிரசாரத்தின் பயனாகவோ என்னவோ, கெய்ஸரும் அவனைச் சேர்ந்த ப்ரஷ்ய நிலச்சுவான்தார்களுமே யுத்த நிறுத்தத்திற்குத் தடையாயிருக்கிறார்களென்ற எண்ணம், ஜெர்மானியப் பொது மக்களுக்குள் ஏற்பட்டிருந்தது. எனவே, ஜெர்மன் பார்லிமெண்ட் சபையானது, அதுகாறும் லுடண்டார்ப்பினால் கட்டுப்படுத்தப் பெற்றிருந்த அரசியல் நிர்வாகத்தைத் தானே ஏற்று நடத்த வேண்டியது அவசியமாயிற்று. ஹெர்ட்லிங் ராஜீநாமா செய்து விட்டான். ப்ரின்ஸ் மாக்ஸ் என்பான் பிரதம மந்திரியானான். இவன் ஹோஹென் ஜொல்லர்ன் அரச வமிசத்தைச் சேர்ந்தவன். இவன் நிர்வாகத்தை ஏற்றுக்கொண்ட பிறகு, ஜெர்மானிய அரசியல் திட்டத்தை ஒருவாறு சீர்திருத்தியமைக்க முயற்சி செய்தான்.

இதனிடையே ஜெர்மன் கப்பற்படை மாலுமிகள் மீண்டும் சத்தியாக்கிரகம் செய்யத் தொடங்கினர். இவர்கள் 1917ஆம் ஆண்டு செய்த கிளர்ச்சிகள் ஒருவாறு பலாத்காரத்தினால் அடக்கப்பட்டு விட்டனவல்லவா? அது முதல் இவர்களுடைய துவேஷம் வளர்ந்துகொண்டு வந்தது. 1918ஆம் ஆண்டு அக்டோபர் மாதம், ஜெர்மன் கப்பல்கள் தனித் தனியாகச் சென்று பிரிட்டிஷ் கப்பல்களைத் தாக்கிச் சேதம் உண்டாக்குவதென்று கடற்படை அதிகாரிகள் தீர்மானித்தனர். அப்படியே 29ந் தேதி, கப்பல்கள் புறப்பட வேண்டுமென்று உத்திரவு பிறந்தது. ஆனால் மாலுமிகள் அதிகாரிகளின் உத்திரவுக்குக் கீழ்ப்படிய மறுத்துவிட்டார்கள். இதற்காக 600 மாலுமிகள் கைது செய்யப் பெற்று, காப்பில் வைக்கப் பெற்றார்கள். மற்ற மாலுமிகள் இவற்றையெல்லாம் பார்த்தார்கள். இனி, சும்மாயிருந்தால் பலருக்கு மரண தண்டனை சம்பவிக்குமென்று நினைத்து, கலகக்கொடி நாட்டிவிட்டார்கள். 1918ஆம் ஆண்டு நவம்பர் மாதம் நான்காந் தேதி கீல் நகரத்தைக் கைப்பற்றிக் கொண்டார்கள். ஆங்காங்கு 'மாலுமிகள் கவுன்சில்' என்றும், துறைமுகங்களில் வேலை செய்யும் தொழிலாளர்களடங்கிய 'தொழிலாளர் கவுன்சில்' என்றும் ஸ்தாபனங்களை நிறுவினார்கள். ஏழாந்தேதிக்குள், கப்பற்படையிலுள்ள எல்லா மாலுமிகளும் - சில நீர் மூழ்கிக் கப்பல்களைச் சேர்ந்த மாலுமிகள் தவிர - ஒன்று சேர்ந்துவிட்டார்கள். மொத்தம் ஒரு லட்சம் மாலுமிகள்! இவர்கள் வசம் ஆயுதங்கள் அகப்பட்டுக் கொண்டன. கப்பற்படை உத்தியோகஸ்தர்கள் இவர்களுடைய தயவிலே சிக்கிக் கொண்டார்கள்.

இந்த விஷயம் ஜெர்மனி முழுதும் பரவிவிட்டது. போர் முகத்திலிருந்த தரைப் படையினருக்கும் இஃது எட்டியது. இவர்களும் கலகம் செய்ய ஆரம்பித்தார்கள். முக்கியமான நகரங்களில் மாலுமிகள் ஆர்ப்பாட்டம் அதிகமாயிற்று. அதிகார ஸ்தலங்களையும் இவர்கள் கைப்பற்றிக் கொண்டார்கள்.

நவம்பர் மாதம் ஏழாந்தேதி ம்யூனிக்கில் புரட்சி தொடங்கியது. லட்சக்கணக்கான தொழிலாளர்களின் ஊர்வலம்! பிரமாண்டமான பெருங் கூட்டம்! கெய்ஸர் மீதும் மற்ற அரச குடும்பத்தினர் மீதும் கணக்கற்ற சாபங்கள்! குர்ட் அய்ஸ்னர் என்பான் மக்களுடைய உணர்ச்சியைக் கிளப்பி விட்டான். அன்று இரவு, பவேரிய அரச குடும்பத்தினர் ஓடிவிட்டனர். உடனே 'தொழிலாளர்கள், விவசாயிகள், போர் வீரர்கள் ஆகியோர் அடங்கிய சபை' ஒன்று நிறுவி, பவேரியா குடியரசாகிவிட்டதென்று விளம்பரம் செய்யப் பெற்றது. குர்ட் அய்ஸ்னர் குடியரசின் முதல் தலைவனாக நியமிக்கப்பெற்றான்.

பெர்லினில் சமூகவாதக் கட்சியினரின் கைவலுத்து வந்தது. அதிகார ஸ்தாபனங்கள் இவர்கள் வசம் அகப்பட்டு வந்தன. தொழிற்சாலைகளில் வேலை செய்து கொண்டு வந்த தொழிலாளர்கள் வேலை நிறுத்தம் செய்து, சமூகவாதக் கட்சியில் சேர்ந்து கொண்டார்கள். எட்டாந் தேதி இவர்களின் பிரதிநிதியாக ஈபர்ட் என்பவனும் ஷைடிமான் என்பவனும் மந்திரியாகிய பிரின்ஸ் மாக்ஸைப் பேட்டி கண்டு, பொது மக்கள் தங்களுடைய கட்சியை ஆதரிக்கிறார்களென்றும், கெய்ஸர் உடனே அரச பதவியைத் துறந்துவிட வேண்டுமென்றும் கூறினார்கள். நகரத்திலோ அமளி அதிகமாயிருக்கிறது. கெய்ஸர் ஸ்பா என்னும் இடத்தில் முக்கியமான சில மந்திரிகளுடன், தனது எதிர்கால நிலைமையைப் பற்றித் தீவிரமாகச் சிந்தித்துக் கொண்டிருக்கிறான். பிரின்ஸ் மாக்ஸ் என்ன செய்வான்? கெய்ஸரும் இவனும் அடிக்கடி டெலிபோன் மூலம் பேசினார்கள். இன்னதுதான் செய்ய வேண்டுமென்று நிர்ணயிக்கக் கூடிய சக்தியை அந்தச் சமயத்தில் கெய்ஸர் இழந்துவிட்டிருந்தான். எனவே மாக்ஸ், நவம்பர் மாதம் ஒன்பதாந்தேதி காலை, தனது பொறுப்பிலேயே, கெய்ஸர் முடி துறந்துவிட்டதாகப் பகிரங்கப்படுத்தி விட்டான். இந்தச் செய்தி கெய்ஸருக்குத் தெரிந்தது. வேறு வழியின்றிப் பத்தாந்தேதி காலை ஹாலந்துக்குச் சென்று விட்டான். ஹோஹென் ஜொல்லர்ன் அரச வமிசப் புகழிலே, ப்ரஷ்ய ராணுவத் திமிரிலே, ஏகாதிபத்தியச் செருக்கிலே அழுந்திக் கிடந்த கெய்ஸர்[8], முடியிழந்து, நடை

மெலிந்து வேற்றூர் எண்ணிவிட்டான். ஆ! கால தேவதை எவ்வளவு கொடியவள்.

கெய்ஸர் ஹாலாந்துக்குப் புறப்பட்டு விட்டானென்று தெரிந்ததும், பிரின்ஸ் மாக்ஸ் பிரதம மந்திரிப் பதவியை ராஜீநாமா செய்துவிட்டான். சமூக வாதக் கட்சியின் சார்பாக ஈபர்ட் பிரதம மந்திரியானான். அன்று, அதாவது 1918ஆம் ஆண்டு நவம்பர் மாதம் பத்தாந்தேதி, ஜெர்மனி குடியரசாகியது. ராணுவத் தலைவர்களான ஹிண்டென்புர்க் முதலாயினோரும் இந்தக் குடியரசை அங்கீகரிப்பதாகச் சொல்லி, ராணுவ ஒத்துழைப்பையும் அளித்தனர்.

புதிய அரசாங்கத்தினர், ஜெர்மனி சமாதானத்திற்குத் தயாராக இருப்பதாகத் தெரிவித்தனர். நேசக் கட்சியாரும் இணங்கினர். 1918ஆம் ஆண்டு நவம்பர் மாதம் பதினோராந் தேதி யுத்தம் நின்றது.

அடிக்குறிப்புகள்

1. *Bethmann Hollweg - [1856-1921], இவன் 1909ஆம் ஆண்டு ஜூலை மாதம் 14ந் தேதி முதல் 1917ஆம் ஆண்டு ஜூலை மாதம் 14ந் தேதி வரை, சரியாகப் பன்னிரண்டு ஆண்டு காலம், ஜெர்மனியின் பிரதம மந்திரியாக இருந்தான்.*
2. *Paul Von Hindenburg - [1847-1935]. இவன் 1867ஆம் ஆண்டு ப்ரஷ்ய ராணுவத்தில் சேர்ந்து, தனது திறமையினால் படிப்படியாக உயர்ந்தவன். 1911ஆம் ஆண்டு, ராணுவத்திலிருந்து உபகாரச் சம்பளம் பெற்று விலகிக் கொண்டான். ஆனால் 1914ஆம் ஆண்டு யுத்தம் தொடங்கப் பெற்றபோது ராணுவத்தில் மறுபடியும் சேர்ந்து கொண்டான். டானன்பெர்க் என்ற இடத்தில் ருஷ்யர்களைத் தோற்கடித்துப் புகழ் பெற்றான். பிறகு, பிரதம சேனாதிபதியாக இருந்தான். ஜெர்மானியர்கள் இவனை தெய்வம் போல் போற்றி வந்தார்கள். இவன் ஜெர்மன் குடியரசின் தலைவனாக இரண்டு முறை தெரிந்தெடுக்கப்பட்டான்.*
3. *Erich Von Ludendorff – 9.4.1865ல் பிறந்தவன். 'எனது யுத்த நினைவுகள்' 'யுத்தமும் அரசியலும்' 'முழு யுத்தம்' ஆகிய சில நூல்களை வெளியிட்டிருக்கிறான். டானன்பெர்க் வெற்றிக்கு இவனே முக்கியக் காரணமென்று சொல்லப்படுகிறது. இவன்' டானன் பெர்க் சங்கம்' என்ற ஒரு ஸ்தாபனத்தைத் தோற்றுவித்தான். ஆனால் நாஜி அரசாங்கத்தார் இதனைத் தடை செய்துவிட்டனர். பலாத்காரத்தினாலேயே உலகத்தை நல்வழிக்குக் கொண்டு வரலாமென்பது இவன் கருத்து. இவனுக்கு ஜெர்மனியில் மறுபடியும் செல்வாக்கு உண்டாகுமென்று சிலர் நம்புகின்றனர். தற்போது இவன், ம்யூனிக்குக்குச் சில மைல் தூரத்தில் ஸ்டார்ன் பெர்கெர் ஏரிக்கரையில் நிம்மதியான ஓர் இடம் அமைத்துக் கொண்டு வசித்து வருகின்றான்.*

4. *Alfred Von Tirpitx - [1849-1930]. ஜெர்மன் கப்பற் படையைப் பெருகச் செய்தவன். நீர் மூழ்கிக் கப்பல்களைக்கொண்டு சத்துருக்களின் கப்பல்களைக் கவிழ்க்க வேண்டுமென்று செய்த முயற்சியினால், இவனை நேசக் கட்சியார் பெரிதும் வெறுத்து வந்தனர்.*

5. *தற்போது இது லெனின்கிராட் என்று அழைக்கப்படுகிறது.*

6. *Georges Clemenceau - பிறந்தது. 28.9.1841. இறந்தது. 24.11.1929. இவன் 1876ஆம் ஆண்டிலிருந்து 1893ஆம் ஆண்டு வரை, பிரெஞ்சு சட்ட சபை அங்கத்தினனாயிருந்தான். அக்காலத்தில் யுத்த மந்திரியாக இருந்த பௌலாங்கர் என்பவனைத் தீவிரமாக எதிர்த்துப் போராடி வந்ததால் இவனுக்கு 'புலி' என்ற அடைமொழிப் பெயர் கிடைத்தது. இவன் பல பத்திரிகைகளை ஆரம்பித்து நடத்தினான். சில நூல்களையும் எழுதியிருக்கிறான். ஐரோப்பிய யுத்தத்தில் நேசக் கட்சியார் வெற்றி பெற்றதற்கு, இவனுடைய ராஜ தந்திரமும் ஒரு முக்கியக் காரணமாயிருந்தது.*

7. *ஜட்லண்ட் தீபகற்பத்திற்குக் குறுக்கே செல்லும் இந்த வாய்க்கால் வடகடலையும் பால்டிக் கடலையும் ஒன்று சேர்ப்பிக்கிறது. 1887ஆம் ஆண்டு இந்தக் கால்வாய் வெட்டும் வேலை தொடங்கப்பெற்று, 1914ஆம் ஆண்டு பூர்த்தி செய்யப்பெற்றது. இதன் நீளம் 61 மைல், பெரிய கப்பல்களும் இதில் செல்லக்கூடும்.*

8. *கெய்ஸர் இப்பொழுது ஹாலந்து நாட்டில் டூர்ன் என்ற கிராமத்தில் தன்னுடைய சிறு பரிவாரத்தோடு அமைதியாகக் காலங்கழித்துக் கொண்டிருக்கிறான். செங்கோலைப் பிடித்த இவனுடைய கைகள் இப்பொழுது ரம்பம் பிடித்து மரமறுத்துக் கொண்டிருக்கின்றன. இதுவும் ஆண்டவன் கட்டளையென்று மன நிம்மதி பெற்று இவன் வாழ்கிறான். "என்னுடைய இந்த டூர்ன் வாழ்க்கையைக் கடவுளுடைய ஒரு பரிசோதனையாகவே நான் கொள்கிறேன். நம்முடைய சக்தியின் பரிசோதனைக் கருவியாகத் துன்பம் அமைகிறது. என்னை இந்த நிலைமைக்குக் கொண்டு விட்டதற்காகக் கடவுளை நான் சபிக்கவில்லை. நான் இறந்து போகவுமில்லை. என் விதியை வணக்கத்தோடு ஏற்றுக் கொண்டேன். ஒரு தேசத்தை ஆட்சி புரிவதற்குப் பதிலாக இந்தத் தோட்டத்திலே செடிகளை நட்டுப் பயிராக்குகிறேன். இரண்டிலும் ஆண்டவன் கட்டளை இயங்குவதையே நான் காண்கிறேன். கடவுளின் நற்புகழுக்காகவே என்னுடைய ஏகாதிபத்தியத்தை ஆண்டு வந்தேன். அதற்காகவே, இப்பொழுது இந்த டூர்ன் பிரதேசத்தை அழகுபடுத்தி வருகிறேன். கடவுள் என்னை முப்பது ஆண்டுகாலம் சக்கரவர்த்தியாக இருத்திப் பார்த்தார். பின்னர் அவரிடத்தில் நான் கொண்டுள்ள நம்பிக்கை எவ்வளவு தூரம் அசைந்து கொடுக்கிறது என்று பரிசோதனை செய்வதற்காகவோ என்னவோ சிம்மாசனத்தினின்று என்னைக் கீழே இறக்கினார். நான் நம்பிக்கை குன்றியவனல்லன். அவர் கட்டளைப்படி நடந்தே தீருவேன்." இவை கெய்ஸரின் வாக்கியங்கள்.*

~

8. விதியின் அழைப்பு

பாஸெவாக் ஆஸ்பத்திரியில் படுத்துக் கொண்டிருந்த ஹிட்லர் கண்வலியினால் அவஸ்தைப் பட்டான். விஷப்புகையின் வேகமானது இவன் கண்களில் நிலக்கரியை நிரப்பியது போன்றிருந்தது. இந்தத் தொந்தரவினிடையே அவ்வப்பொழுது நாட்டில் நடைபெற்றுக் கொண்டிருக்கும் விஷயங்களையும் இவன் தெரிந்து கொண்டு வந்தான். தொழிலாளர் கிளர்ச்சி, மக்களின் புரட்சி மனப்பான்மை முதலியன இவனுக்குப் பிடிக்கவில்லை. நாட்டிற்கு ஏற்பட்டிருக்கும் ஆபத்தினின்று அதனை மீட்கும் வகையையே நாம் தேட வேண்டுமென்றும், நமக்குள் பிளவு பட்டு நிற்றல் நமது காலை நாமே வெட்டிக் கொள்வது போலாகுமென்றும் இவன் கருதினான்.

1918ஆம் ஆண்டு நவம்பர் மாதம் பந்தாந்தேதி காலை நேரம். ஹிட்லர் தனது கட்டிலில் படுத்துக் கொண்டிருக்கிறான். என்றுமில்லாத ஒரு துக்கம் இவன் அடிவயிற்றிலிருந்து குமுறி எழுந்து அடங்கியது. இதற்கு என்ன காரணம் என்று யோசித்தான். ஒன்றும் புரியவில்லை. எழுந்து உட்கார்ந்தான். சுற்று முற்றும் பார்த்தான். ஒருவர் முகத்திலாவது புன்சிரிப்பைக் காணோம். துக்கம் கொண்டாடும் வீடு போல் இருந்தது ஆஸ்பத்திரி.

ஆஸ்பத்திரியிலுள்ள நோயாளிகளுக்கு மனச் சாந்தி உண்டாகும் பொருட்டு அவ்வப் பொழுது பாதிரிமார்கள் வந்து உபதேசம் செய்து விட்டுப் போவது வழக்கம். அத்தகைய பாதிரியொருவன் அன்று வந்தான். ஒரு பிரசங்கமும் செய்தான். எதைப்பற்றி?

> "கெய்ஸர் ஹாலாந்துக்குச் சென்றுவிட்டான். ஜெர்மனியில் குடியரசு ஸ்தாபிக்கப்பட்டுவிட்டது. குடியரசினருக்கும் நேசக் கட்சியினருக்கும் சமாதானப் பேச்சுகள் நடைபெற்றுக் கொண்டிருக்கின்றன."

இவற்றைப் பற்றிச் சுருக்கமாக, ஆனால் உணர்ச்சி ததும்ப பாதிரி கூறிச் சென்றான். ஹிட்லர் கேட்டான் இதை; விழுந்தான் படுக்கையில்; அழுதான் புரண்டு.

"எல்லாம் வீண்தானா? மாதக் கணக்காகக் குடிக்க நீரின்றி, வயிற்றுக்கு ஆகாரமின்றிப் பட்ட கஷ்டங்களெல்லாம், செய்த தியாகங்களெல்லாம் வீண்தானா? மரண பயத்தினால் ஒவ்வொரு கணமும் உந்தப் பட்டு கடமையைச் செய்த காலமெல்லாம் வீண்தானா? இருபது லட்சம் ஜெர்மானியர்கள் இறந்து போனது வீண்தானா?"

நமது நாடு?

நாம் சகித்துக் கொண்ட கஷ்டங்களெல்லாம் இதற்காகவா? ஜெர்மனியின் பழைய பெருமையைப் பற்றி என்னென்னவோ எண்ணிக் கொண்டிருந்தோமே, அப்படி யெல்லாம் இல்லையா? ஜெர்மனி, தன் தேச சரித்திரத்திற்கு எவ்விதத்திலும் கட்டுப்பட்டிருக்க வில்லையா? பழைய பெருமையால் நம்மை மூடிக்கொள்ள நமக்கு என்ன யோக்கியதை இருக்கிறது? இந்தச் சந்தர்ப்பத்திலே ஜெர்மனி நடந்து கொண்டது சரியென்று வருங்கால சந்ததியாருக்கு எப்படி எடுத்துக் காட்டுவது?" என்றெல்லாம் கதறினான். இவன் உள்ளத்தில் கோபம் கொழுந்து விட்டு எரிய ஆரம்பித்தது. தான் ஒரு ஜெர்மனியன் என்று சொல்லிக் கொள்ளவும் வெட்கப்பட்டான்.

அன்று முழுவதும் கண்ணீர் வடித்துக் கொண்டிருந்தான். இந்த மாதிரி இவன் இதற்கு முன் அழுதது கிடையாது. ஒரே ஒரு முறைதான் அழுதிருக்கிறான். தாயார் இறந்து போனபோது அவளது சவக்குழியினருகே நின்று கண்ணீர் விட்டுக் கலங்கினான். இப்பொழுது தாய் நாட்டின் வீழ்ச்சியைக் கேட்டுப் புலம்பினான்.

தாயும் தாய் நாடும் ஒன்றுதானே. தாய்க்கு ஓர் அழுகை! தாய் நாட்டுக்கு ஓர் அழுகை!

ஆஸ்பத்திரியிலிருந்து விடுதலை பெற்றுக்கொண்டு ஹிட்லர் நேரே ம்யூனிக்குக்குப் போய் தன்னுடைய ரிசர்வ் பட்டாளத்தில் சேர்ந்து கொண்டான். 'போர் வீரர்கள் சங்க' நிர்வாகத்தின் கீழ் இந்தப் பட்டாளம் இருந்தது. இங்குப் பழைய மாதிரி ஒழுங்கு, ஒழுக்கம் முதலியன ஒன்றும் காணப்பெறவில்லை. இந்தச் சூழல் இவனுக்குச் சிறிதும் பிடிக்கவில்லை. இந்தச் சமயத்தில் ட்ரவுன்ஸ்டீன் என்ற இடத்தில், யுத்தத்திலிருந்து பிடித்துக் கொண்டு வரப்பெற்ற கைதிகள் வைக்கப் பெற்றிருந்தார்கள்.

அவர்களைப் பாதுகாவல் செய்யப் போர் முனையில் பழகிய சில வீரர்கள் வேண்டுமென்று அதிகாரிகள் விளம்பரம் செய்தார்கள். இதைக் கண்ணுற்ற ஹிட்லர், விண்ணப்பம் செய்து கொண்டான். இவன் விண்ணப்பம் அங்கீகரிக்கப் பெற்றது. டிசம்பர் மாத மத்தியில் இவன் மேற்படி உத்தியோகத்தை ஏற்றுக் கொண்டான். அங்கு இவனுக்கு அதிகமான வேலையில்லை. சிறைச்சாலையின் வெளிப்புறத்து நுழைவாயிலில் குதிரை மீது இருந்து கொண்டு, போவோர் வருவோரைக் கவனித்துக் கொண்டிருக்க வேண்டியது தான். இந்த வேலையில்லாத வேலையில் இவன் எப்படி பொழுது போக்குவான்? ஆயினும் பொறுமையுடன் இதில் காலங் கழித்தான். கடைசியில் அதிகாரிகள், 1919ஆம் ஆண்டு ஜனவரி மாதம், கைதிகளை விடுதலை செய்வித்து, இடத்தைக் காலி செய்துவிட்டார்கள். எனவே, ஹிட்லர், மீண்டும் ம்யூனிக்குக்கு வந்து தன் பட்டாளத்தில் சேர்ந்து கொண்டான். இங்கே எவ்வித வேலையும் இல்லை. சோம்பேறித் தனமாக இருப்பதும், இவனுக்குப் பிடிக்கவில்லை. ஆகையால், இவன் வேறு சில நண்பர்களைச் சேர்த்துக் கொண்டு அதிகாரிகளிடம் சென்று, தாங்கள் சும்மாயிருக்க முடியாதென்றும், தங்களுக்கு ஏதேனும் வேலை கொடுக்க வேண்டுமென்றும் கேட்டான். விஷப் புகையினின்று தடுத்துக் கொள்வதற்கு யுத்த காலத்தில் ஏராளமான முகமூடிகள் வாங்கப்பட்டிருந்தன. அவை இப்பொழுது மலைபோல் ராணுவ விடுதியின் ஒரு மூலையில் குவிந்து கிடந்தன. இவற்றைப் பரிசோதனை செய்து, நல்லவையெல்லாம் ஒரு புறமும் பழுது பட்டவையெல்லாம் ஒருபுறமுமாக ஒதுக்கி வைக்குமாறு அதிகாரிகள் கூறினார்கள். மிகச் சுலபமான வேலையல்லவா? ஹிட்லர் இதனைச் சந்தோஷத்துடன் செய்தான். இதற்காக இவனுக்குத் தினசரி மூன்று மார்க் அதிக சம்பளம் கிடைத்தது. இதிலே சிறு தொகையை மிகுத்தி வைத்து, அதில் அவ்வப்பொழுது நாடகம் பார்க்கச் செல்வான். நாடகம் பார்ப்பதென்றால் இவனுக்கு நிரம்பப் பிரியம். நாடக மேடையில் பாடப்பெறும் பாடல்களில் இவன் தன்னை மறந்து ஐக்கியப் பட்டு விடுவான். சில சமயங்களில் பக்கத்திலிருப்பவர் கூட இவனுக்குத் தெரியாது.

இந்தச் சந்தர்ப்பத்தில் பவேரியாவின் அரசியல் நிலை ம்யூனிக்கில் நடைபெற்ற சம்பவங்களைக் கொண்டு பார்க்குமளவில் - கேவலமாகிக் கொண்டு வந்தது. மந்திரிச் சபைகள் மாறி மாறித் தோன்றின; விழுந்தன. பொது மக்கள்,

அமைதியான வாழ்க்கையை நடத்த முடியாமற் போய் விட்டார்கள். போல்ஷ் வெக்கர்களுடைய ஆதிக்கம் அதிகமாகி விட்டது. அடிக்கடி குழப்பங்களும் கலகங்களும் நடைபெற்றன. போல்ஷ்வெக்கர்களை எதிர்த்து மற்றக் கட்சியினர் சண்டையிட்டனர். இதனால் இரு இனத்தாருக்குள்ளும் பல சேதங்கள் விளைந்தன. ஆனால் ராணுவத்தைச் சேர்ந்த போர் வீரர்கள் இந்தக் கட்சிச் சண்டைகளில் கலந்து கொள்ளவில்லை. 1919ஆம் ஆண்டு மார்ச் மாதம் 27ந் தேதி, ஹிட்லர், ராணுவ விடுதியிலுள்ள தன் அறையில், உடைகளைச் சரிப்படுத்திக் கொண்டிருந்தான். அப்பொழுது போல்ஷ் வெக் இயக்கத்தைச் சேர்ந்த மூன்று போர் வீரர் இவன் அறைகளுள் நுழைந்தனர். அவர்கள் என்ன நோக்கத்திற்காக வந்தனர் என்பதை இவன் உடனே ஊகித்துக் கொண்டான். உடனே தனது துப்பாக்கியை எடுத்து அவர்களுக்கு நேராக நீட்டி, “இப்பொழுதே இந்த இடத்தை விட்டு நீங்கள் போகாவிட்டால், போர் முனையில் கலகக்காரர்களுக்கு என்ன கதி நேரிட்டதோ அந்தக் கதியே உங்களுக்கும் நேரிடும்” என்று அதிகார தோரணையில் கூறினான். அவர்கள் பயந்து போய், மௌனமாகத் திரும்பிவிட்டார்கள்.

1919ஆம் ஆண்டு மார்ச் மாதம் தொடக்கத்திலேயே, யுத்த முனையிலிருந்து விடுதலை பெற்ற போர் வீரர்கள் தத்தம் ஊர்களுக்குத் திரும்பி வந்து கொண்டிருந்தார்கள். என்ன கண்டார்கள்? பசி, பிணி, பொறாமை முதலியன இவர்கள் எதிரில் தாண்டவம் செய்தன. வேலையில்லாத் திண்டாட்டம் இவர்களிடையே அதிகமாகப் பரவியது. ம்யூனிக் வீதிகளில் மட்டும், இச்சமயத்தில் சுமார் முப்பதினாயிரம் பேர் வேலையின்றிச் சுற்றித் திரிந்தார்கள். இவர்களிற் பலர் போல்ஷ்வெக் இயக்கத்தில் சேர்ந்து கொண்டார்கள். ஆனால் இந்த இயக்கத்தின் செல்வாக்கு நீடித்து நிற்கவில்லை. ஏப்ரல் மாதக் கடைசி வாரத்தில் ம்யூனிக்கைப் பொறுத்த வரையில் ஒடுங்கிவிட்டது.

அப்பொழுது அரசாங்க நிர்வாகத்தை ஏற்றுக் கொண்டிருந்தவர்கள், துருப்புகளினிடையே புரட்சி எண்ணம் பரவாமலிருக்க முயற்சிகள் எடுத்துக் கொண்டார்கள். இதற்காக சோல்ஜர்களுக்கு அரசியல் பிரச்சனைகளின் உண்மையான தத்துவங்களை எடுத்துச் சொல்லும் பொருட்டு அடிக்கடி பாட வகுப்புகள் நடத்தினார்கள். தவிர, ஒவ்வொரு சோல்ஜருடைய மனப்பான்மையும் எந்தெந்த அரசியல் கட்சியின் சார்பு கொண்டு இருக்கிறதென்பதையும் கண்டு தெளியத் தீர்மானித்தார்கள்.

இந்த வேலைக்கு முதலில் ஹிட்லர் நியமிக்கப் பெற்றான். மனிதர்களைப் பார்த்தவுடன் அவர்களை ஒருவாறு அளவிடும் சக்தி இவனுக்கு அதிகமாயிருந்தது. இதனாலேயே இவன் இந்த வேலைக்கு நியமிக்கப் பெற்றான். இவன் ஒவ்வொரு சோல்ஜரிடமும் தனித்தனியாகச் செல்வான்; அவர்களுடன் பேச்சுக் கொடுப்பான்; அவர்களுடைய மனப்போக்கு எப்படியிருக்கிறதென்பதைத் தெரிந்து கொள்வான்; அப்படியே அதிகாரிகளுக்குத் தெரிவிப்பான். இதனால் இவனுக்கு நல்ல பெயர் கிடைத்தது. துருப்புகளிடையேயும் ஒருவித கட்டுப்பாடும், நேர்மையும் உண்டாயின. இதன் பிறகு, ஹிட்லர், சோல்ஜர்களுக்கு அரசியல் விஷயங்களைப்பற்றி எடுத்துக் கூறும் போதகாசிரியனாக நியமிக்கப்பெற்றான். இதுதான் இவனுடைய அரசியல் வாழ்வின் ஆரம்பமென்று கூறலாம். இங்கே, அரசியல் விஷயங்களைப் பற்றித் தெளிவாகத் தெரிந்து கொள்வதற்கும், தெரிந்தவற்றைப் பரிசீலனை செய்வதற்கும், பிறர்க்கு எடுத்துச் சொல்வதற்கும் இவனுக்குச் சந்தர்ப்பம் ஏற்பட்டது. இதனை இவன் நன்கு உபயோகப்படுத்திக் கொண்டான். தவிர, இவன் இந்தச் சந்தர்ப்பத்தை, சோல்ஜர்களிடையே தேசீய உணர்ச்சியைப் புகுத்துவதற்கும் பயன்படுத்திக் கொண்டான். போர் வீரர்கள், தாய் நாட்டுப் பற்று ஒன்றினையே குறிக்கோளாகக் கொண்டு, தங்கள் கடமையைச் செய்ய வேண்டுமென்பதை வலியுறுத்தினான்.

இந்தக் காலத்தில் ஜெர்மனியின் பல பாகங்களில் சிறப்பாக ம்யூனிக் நகரத்தில் - புதிய சங்கங்கள் தினந்தோறும் தோன்றிய வண்ணமாக இருந்தன. நான்கு பேர் சேர்ந்தால் ஒரு சங்கம்; புதிய பெயர்; புதிய கட்சி. இப்படி தோன்றும் கட்சிகளுக்குள் ஒற்றுமை கிடையாது. இந்தப் புதிய சங்கங்கள் பெரும்பாலும் ம்யூனிக் நகரத்திலுள்ள 'பீர் ஹால்'களில் கூடின.

இந்த 'பீர்ஹால்'களைப் பற்றிச் சிறிது கூற வேண்டுவது அவசியமாகும். நம்மவர்களிடையே, 'காபி' அல்லது 'டீ' சாப்பிடுவது எப்படி சகஜமான பழக்கமாயிருக்கிறதோ, அப்படியே ஜெர்மனியில் 'பீர்' என்னும் ஒருவகைச் சாராயத்தைச் சாப்பிடுவது சகஜமான வழக்கம். ம்யூனிக் நகரத்தில் இந்த 'பீர்' வியாபாரம் மிக அதிகம். ஆதலின் ஒவ்வொரு 'பீர்' வியாபாரியும் இத்தகைய 'பீர் ஹால்' களை வைத்து நடத்துவான். நமது நாட்டிலுள்ள ஹோட்டல்களுக்குச் சமமாக இவற்றைச் சொல்லலாம். இந்த 'பீர் ஹால்'களில் விசாலமான அறைகள் பல உண்டு. ஒரே சமயத்தில் ஐயாயிரம் பேர்

உட்கார்ந்து சாப்பிடக்கூடிய ஏற்பாடுகளும் இங்கே செய்யப் பெற்றிருக்கும். இங்கு இரவு பகலாக மக்கள் வந்து போய்க் கொண்டிருப்பார்கள். இவர்களுக்கு உணவும், 'பீரு'ம், சொற்ப தொகைக்குக் கிடைத்துவிடும். நண்பர்கள் ஒன்று சேர்ந்து பழகுவதற்கு இது தகுதியான இடம். பொதுக் கூட்டங்களைக் கூட்ட வேண்டுமென்று எந்தப் பொது ஸ்தாபனத்தாராவது விரும்புவாரானால் இந்த 'பீர் ஹால்' ஒன்றில் ஓர் அறையை எடுத்துக் கொள்வார்கள். இதற்காகத் தனிக் கட்டணம் ஒன்றும், செலுத்த வேண்டியதில்லை. ஆனால் கூட்டத்திற்கு வருவோர், தங்களுடைய பசியையும் தாகத்தையும் இங்கே தணித்துக் கொள்ள வேண்டுமென்பது நியதி. இதில் ஊதியம் கிடைக்கிறதேயென்பதற்காக, இந்த 'பீர் ஹால்' சொந்தக்காரர்கள் இடத்தை வாடகையின்றிச் சும்மா விடுவார்கள். இதனால் கூட்டம் கூட்டுவோருக்கும், கூட்டத்திற்கு வருவோருக்கும், இடம் கொடுத்து உதவும் 'பீர் ஹால்' சொந்தக்காரர்களுக்கும் நன்மை உண்டாகிறது. கூட்டம் நடந்து கொண்டிருக்கும். பேச்சுக்களைக் கேட்டுக்கொண்டே மக்கள் சாப்பிடுவார்கள். இது மிகவும் சௌகரியமான ஏற்பாடல்லவா?

இத்தகைய 'பீர் ஹால்'களில் கூடும் பலவகைக் கூட்டங்களுக்கும் சென்று அங்கே என்னென்ன நடக்கிறதென்பதைக் கூர்ந்து கவனித்து வந்து, அதிகாரிகளுக்குத் தெரிவிக்க வேண்டுமென்று ஹிட்லர் உத்திரவிடப் பெற்றான். சோல்ஜர்களுக்கு அரசியல் போதகாசிரியனாக நியமிக்கப்பெற்ற இவன், அதனைத் திறம்பட நடத்தி வந்ததன் விளைவாக, இந்த உத்தியோகம் பெற்றான். இதனால் அதிகாரிகள் இவனிடத்தில் எவ்வளவு நம்பிக்கை வைத்திருந்தார்கள் என்பது நன்கு புலப்படும்.

உத்தியோக முறையில் இவன் இந்தக் கூட்டங்களுக்குச் சென்ற போதிலும், சொந்த முறையில் இவற்றினின்றும் பல பாடங்களைக் கற்றுக் கொண்டான்; புதிய அனுபவங்களைப் பெற்றான். ஏனென்றால் இக்கூட்டங்களில் கலந்து கொள்வோர் ஒருதரத்தாரல்லர்; ஒரு மனப்பான்மையுடையோரல்லர், மற்றும், இவர்கள் மனம் விட்டுப் பேசுவார்கள். இதனால், பொது மக்களுடைய மனப்போக்கு எவ்வாறு அமைந்திருக்கிறதென்பதைத் தெரிந்துகொள்வதற்குச் சௌகரியமாயிருந்தது. தேசத்தின் அரசியல் நாடி எவ்வாறு ஓடிக்கொண்டிருக்கிறதென்பதை அறியும் பொருட்டு இவன் பல இடங்களுக்கும் தாராளமாகச் செல்வான். ஆங்காங்குப்

பேசப்படுவதைக் குறித்துக் கொள்வான். இவற்றில் சாரமுள்ளவை, சாரமற்றவை என்று பாகுபடுத்திக் கொள்வான். மக்களுடைய எண்ணங்கள் எவ்வாறுள்ளன என்பதை அவர்களோடு சம்பாஷித்துத் தெரிந்து கொள்வான். நாட்டின் விடுதலை நேரம் வந்தால், அப்பொழுது அதில் பங்கெடுத்துக் கொள்ள எத்தனை பேர் சித்தமாயிருக்கிறார்கள் என்பதையும் ஒருவாறு அளவு போட்டுக் கொள்வான். தவிர, இங்ஙனம் பல வகையாகத் தோன்றும் கட்சிகளுக்குள்ள தாரதம்மியங்களையும் பரிசீலனை செய்வான்.

ஆனால் இந்தச் சந்தர்ப்பத்தில் இவன் மனத்திற்குள்ளே பெரிய போராட்டம் நிகழ்ந்து வந்தது. ஜெர்மனியின் புனருத்தாரணத்திலே நமது பங்கு என்ன என்ற கேள்வியை எழுப்பி அதற்கு விடை தேடிக் கொண்டிருந்தான். ஜெர்மனியின் பிற்கால வாழ்க்கையிலே, தனக்கு ஒரு முக்கியமான ஸ்தானம் உண்டு என்பதை மட்டும் உணர்ந்தானே தவிர, அந்த ஸ்தானம் எது, எங்கே என்பவை இவனுக்குத் தெரியவில்லை. தானும் ஏன் ஒரு புதிய கட்சியை ஆரம்பிக்கக் கூடாது என்று கேட்டுக் கொண்டான். இவன் இப்படி நினைத்ததற்குச் சில காரணங்களில்லாமலில்லை. ஏனென்றால், இவனுக்குத் துணை செய்ய, பக்க பலமாயிருக்க, ஒரு சிலர் தயாராயிருந்தனர். இவர்கள், இவனுடைய வார்த்தைகளிலே நம்பிக்கை கொண்டவர்கள். தங்களுடைய தலைவனாக இவனைக் கருதி வந்தார்கள். ஆதலின், தனக்கு என்று ஒரு கட்சியிருக்க, தான் ஏன் சுயமாக வேலையொன்றைச் செய்யக் கூடாதென்ற எண்ணம் இவனுக்குண்டானது இயற்கை தானே.

1919ஆம் ஆண்டு ஏப்ரல் மாதம் ம்யூனிக் 'பீர் ஹால்'களின் சிறு அறையொன்றில் ஒரு கூட்டம் கூடியது. இரவு எட்டு மணி. விளக்கு வெளிச்சங்கூட அதிகமாயில்லை. இருபத்தைந்து பேரே கூட்டத்தில் ஆஜராயிருந்தனர். 'ஜெர்மன் தொழிலாளர் கட்சி' என்ற பெயரால் இக்கூட்டம் நடைபெற்றது. தனது மேலதிகாரிகள் உத்தரவுபடி இங்கு வந்த ஹிட்லர், ஒரு மூலையில் மோவாய்க்கட்டையில் கையை ஊன்றி வைத்துக்கொண்டு கூட்ட நடவடிக்கைகளைக் கவனித்துக் கொண்டிருந்தான்.

முதலில் காட்ப்ரெட் பீடர் என்ற ஒருவன் எழுந்து, போல்ஷ்வெக் இயக்கத்தில் தொழிலாளர் சேர்ந்து தொல்லைப்படுவதைத் தடுக்கும் பொருட்டு புதிய கட்சி ஏற்பட வேண்டிய தன் அவசியத்தைத் தெளிவாக எடுத்துப்

பேசினான். இதன் மூலமாக, ஜெர்மானியர் அனைவரும் ஒன்று பட்டு வாழ வேண்டுமென்பதையும் வலியுறுத்தினான். இந்தப் பேச்சு முடிந்ததும், ஹிட்லர், எழுந்து போகத் தீர்மானித்திருந்தான். ஆனால் இவன் எழுந்து போவதற்குள், கூட்டத் தலைவன் எழுந்து 'வேறு யாராவது பேச விரும்பினால் பேசலாம்' என்று கூறினான். இதைக் கேட்ட ஹிட்லர், 'இன்னும் யாரார் பேசுகிறார்களோ பார்ப்போம்' என்று உட்கார்ந்தான். ம்யூனிக் கலாசாலைப் போதகாசிரியன் ஒருவன் எழுந்து பீடர் கூறியவற்றை மறுத்துப் பேசத் தொடங்கினான்.

"பெர்லின் நகரத்தில் சமூகவாசிகளும், யூதர்களும் நிறைந்திருக்கிறார்கள். இவர்கள் விளைவித்த குழப்பங்களினாலேயே ஜெர்மனிக்குத் தற்போதைய துக்ககரமான நிலைமை ஏற்பட்டிருக்கிறது. ஆதலின் ப்ரஷ்யாவினின்று பவேரியா பிரிந்து கொண்டு, 'தெற்கு ஜெர்மானிய ஐக்கியமாக' வகுத்துக் கொள்ள வேண்டும். இந்த ஐக்கியத்தில் ஆஸ்திரியாவும் ஒரு காலத்தில் சேர்ந்து கொள்ளும்".

இவனுடைய பேச்சில் இத்தகைய கருத்துக்கள் அடங்கியிருந்தன. இவற்றைக் கேட்டுக் கொண்டிருந்த ஹிட்லருக்குக் கோபம் உண்டாயிற்று. தான் உத்தியோக தோரணையில் வந்திருப்பதையும் மறந்து விட்டான். எழுந்து நின்றான்.

"இதற்கு முன் பேசியவருடைய யோசனையைவிட அருவருக்குத்தக்க யோசனை வேறொன்றும் கிடையாது. மூழ்குந்தறுவாயிலிருக்கும் ஒரு கப்பலை விட்டு நாம் ஓடி விடுவதா? பெர்லின் யூதர்களையும் சமூகவாதிகளையும் வெளியே தள்ளிவிட்டு, நாம் ஏன் இந்த ஜெர்மானியக் கப்பலை அப்படியே காப்பாற்றக் கூடாது."

ஹிட்லருடைய இந்த ஆத்திரமான பேச்சைக் கேட்டு, கூட்டத்திலிருந்தவர்கள் பிரமித்துப் போய்விட்டார்கள். இவன் முகத்தையே பார்த்துக்கொண்டிருந்தார்கள். ஆனால் கூட்டத் தலைவன், தன் ஆசனத்தினின்று எழுந்து வெளியே போய்விட்டான். ஒரு வார்த்தை கூடப் பேசவில்லை. கூட்டமும் கலைந்துவிட்டது. கலையும் போது ஒரு துண்டுப் பிரசுரம் ஹிட்லர் கையிலே கொடுக்கப் பெற்றது. அதை இவன் அப்படியே வாங்கி மடித்துத் தனது சட்டைப் பையில் போட்டுக் கொண்டு தன்னிருப்பிடத்திற்குப் போய்விட்டான்.

அன்றிரவு முழுவதும் இவனுக்குத் தூக்கமே வரவில்லை. காரணம் கூட்டத்தில் உண்டான ஆத்திரம் ஒன்று. இரண்டாவது,

இவன் படுத்துக்கொண்டிருந்த அறையில் சுண்டெலிகள் உபத்திரவம் அதிகமாயிருந்தது.

ஹிட்லர் எப்பொழுதுமே, பிறர் வருந்துவதைப் பார்த்துச் சகித்துக் கொண்டிருக்க மாட்டான். அப்படி வருந்துவது மனிதர்களாயிருந்தாலும் சரி, வாயில்லாத பிராணிகளாயிருந்தாலும் சரி, எல்லாரிடத்தும் ஒரே விதமான கருணையே செலுத்துவான். இந்தப் பழக்கம் இவனுக்குப் பாலியத்திலிருந்தே இருந்தது. யுத்தத்திற்குப் பிறகு ஜெர்மனி முழுவதும் உணவுப் பஞ்சம் மிகக் கடுமையாக இருந்ததல்லவா? வீடுகளிலே சிந்திக் கிடக்கும் துண்டு துணுக்குகளை உண்டு வாழும் நாய், பூனை, எலி முதலியவை கூட பஞ்சத்தினால் மாண்டு போயின. "என்ன கொடுமை! வாயுள்ள மனிதர்களாவது, எப்படியேனும் அடித்துப் பறித்து வயிற்றை நிரப்பிக் கொள்ளலாம். வாயற்ற அற்பப் பிராணிகள் என்ன செய்யும்? அவற்றிற்கு ஆகாரம் போடுவார் யார்?" என்றெல்லாம் இவன் யோசனை செய்வான். ஆனால் இந்த யோசனையொடு நின்று விட மாட்டான். தனக்குக் கிடைக்கும் ஆகாரத்தில் தினந்தோறும் கொஞ்சம் மிகுத்தி அதனை, தன் அறைக்கு வரும் நாய், பூனை, சுண்டெலி முதலியவற்றிற்குப் போடுவான். இந்த முறையிலேயே இவனுக்குச் சுண்டெலிகள் நெருங்கிய சிநேகிதர்களாயின. தினந்தோறும் கொஞ்சம் சர்க்கரையை ஒரு பொட்டணமாகச் சுருட்டி தன் அறையின் மூலையில் வைப்பான். சுண்டெலிகள் வந்து இதனை ஆவலோடு தின்பதைப் பார்த்துச் சந்தோஷப்படுவான். இப்படி தினந்தோறும் மூன்று சுண்டெலிகள் இராக்காலங்களில் வந்து இந்த அறையில் மிகுந்த சுதந்திரம் கொண்டாடின. இவற்றின் ஓட்டமும், கீச்சு கீச்சு சப்தமும் அதிகமாயிருந்ததனாலேயே, அன்று ஹிட்லருக்குத் தூக்கம் வரவில்லை. எத்தனை நேரந்தான் விழித்துக் கொண்டு சும்மாயிருப்பது?

திடீரென்று ஒரு நினைவு வந்தது. கூட்டத்தில் ஏதோ துண்டுப் பிரசுரம் கொடுத்தார்களே, அதையாவது படிக்கலாம் என்று எண்ணி, தன் சட்டைப் பையிலிருந்து அதனை எடுத்துப் படிக்கத் தொடங்கினான். படிக்கப் படிக்க இவன் முகம் மலர்ந்தது. முதுகு நிமிர்ந்தது. கண்களிலே பிரகாசம் வீசியது. தேடிக் கொண்டிருந்த பொருள் அகப்பட்டது போல சந்தோஷப்பட்டான். இந்தத் துண்டுப் பிரசுரம் என்ன?

எனது அரசியல் விழிப்பு
ஒரு தொழிலாளியின் தினசரிக் குறிப்பிலிருந்து

என்று இதற்குத் தலைப்புக் கொடுக்கப் பெற்றிருந்தது.

ஹிட்லர் இதனை முழுவதும் படித்து முடித்தான். எழுந்து குதித்தான். புதிய கட்சி தொடங்குவதற்கு வழிதோன்றிவிட்டதென்று தானே சொல்லிக்கொண்டான். இனி யோசிப்பதிலும் பிறருடைய ஆலோசனைகளைக் கேட்பதிலும் பயனில்லையென்று உறுதிகொண்டான். செயலில் இறங்குவதென்று தீர்மானித்தான்.

இந்தத் துண்டுப் பிரசுரத்தை எழுதியவன் யார்? இவன் பெயர் ஆண்டன் ட்ரெக்ஸ்லர். இவன் பவேரிய ரெயில்வே தொழிற்சாலையில் வேலை செய்தவன். இதனால் தொழிலாளிகளின் கஷ்ட நஷ்டங்கள் இவனுக்கு நன்கு தெரிந்திருந்தன. இவன் யுத்தத்தை எந்தவிதத்திலும் நிறுத்தக் கூடாதென்றும், இறுதிவரை போராடிப் பார்க்க வேண்டுமென்றும் நோக்கங்கொண்ட கட்சியில் சேர்ந்திருந்தான். இதனால் இவன் சில துன்பங்களையும் அடைந்தான். கடைசியில் இவன் சில நண்பர்களைத் துணையாகச் சேர்த்துக் கொண்டு 'ஜெர்மன் தொழிலாளர் கட்சி'யென்ற பெயருடன் ஒரு கட்சியைத் தொடங்கினான். ஹிட்லர் போயிருந்தது இந்தக் கட்சியின் முதற் கூட்டத்திற்குத்தான். அங்கேயே ட்ரெக்ஸ்லர் எழுதிய துண்டுப் பிரசுரத்தையும் பெற்றான். இவனிடம் அந்தத் துண்டுப் பிரசுரத்தைக் கொடுத்தவன் இந்த ட்ரெக்ஸ்லரே!

இதன் பிறகு, ஒரு வாரங் கழித்து, ஹிட்லருக்குத் தபால் மூலம் ஒரு 'கார்ட்' கிடைத்தது. 'ஜெர்மன் தொழிலாளர் கட்சி'யில் இவனை ஓர் அங்கத்தினனாகச் சேர்ந்திருப்பதாகவும், கட்சியின் கூட்டம் அடுத்த புதன்கிழமை நடைபெறுமென்றும், அதற்கு அவசியம் வரவேண்டுமென்றும் அதில் காணப் பெற்றிருந்தன. இதைக் கண்டு ஹிட்லர் ஆச்சரியப்பட்டான்! 'கட்சிக்கு இப்படியா அங்கத்தினர்கள் சேர்ப்பார்கள்' என்று சிரித்தான். தானே ஒரு கட்சி ஏற்படுத்த வேண்டுமென்ற ஆவல் இவனுக்கு இச்சமயத்தில் அதிகமாயிருந்ததல்லவா? ஆகவே, இந்த 'ஜெர்மன் தொழிலாளர் கட்சி'யில் ஓர் அங்கத்தினனாகச் சேர்ந்துகொள்ள முடியாதென்று பதில் எழுதிவிடத் தீர்மானித்தான். ஆனால் உடனே வேறோர் எண்ணம் தோன்றியது. புதன் கிழமை கூட்டத்தில் என்னதான் நடக்கிறதென்று பார்ப்போமே என்று நினைத்து, அக்கூட்டத்திற்குப் போவதென்று முடிவு செய்தான்.

புதன்கிழமையும் வந்தது. கூட்டம் நடைபெறுவதாகக் குறிப்பிடப்பட்டிருந்த 'பீர் ஹாலு'க்கு ஹிட்லர் சென்றான். அங்கேயிருந்த முன் ஹாலில் ஒருவரையும் காணோம். பின் பக்கம் சமையலறைக்குச் சமீபத்திலிருந்து ஒரு சிற்றறையை நோக்கி நடந்தான். அந்த அறையில் பழைய மேஜை ஒன்று. அதன்மீது, ஒரு பக்கம் உடைந்து போன 'காஸ்' விளக்கு வைக்கப் பெற்றிருந்தது. மேஜையைச் சுற்றி நான்கு இளைஞர்கள் உட்கார்ந்து கொண்டிருந்தார்கள். ஹிட்லர் மெதுவாகக் கதவைத் திறந்து கொண்டு உள்ளே நுழைந்தான்; முன் கூட்டத்தில் இவன் கையில் ஒருவன் துண்டுப் பிரசுரத்தைக் கொடுத்தானல்லவா, அவன், அந்த ஆண்டன் ட்ரெக்ஸ்லர், எழுந்து முன் வந்து இவனைக் கைகொடுத்து வரவேற்று உட்காரச் செய்தான். புதிய அங்கத்தினன் என்று சொல்லி ஹிட்லரை மற்றவர்களுக்கு அறிமுகப்படுத்தி வைத்தான். ஹிட்லர் சிறிது திகைத்துப் போனான். ஆயினும் கடைசிவரை பார்ப்போம் என்று கருதிபேசாமல் உட்கார்ந்து கொண்டிருந்தான். வந்திருந்தவர்களுடைய பெயர்களை முதலில் விசாரித்துத் தெரிந்துகொண்டான். இந்தக் கட்சியில் மொத்தம் ஆறுபேர் அங்கத்தினராகச் சேர்ந்திருந்தனர். இவர்களில் கூட்டத்திற்கு வந்திருந்தவர் நான்கு பேர். வராதவர் இரண்டு பேர்.

ஆறு பேரடங்கிய இந்தக் கட்சிக்கு நாட்டுத் தலைவன் என்றும், நகரத் தலைவர்களென்றும் நியமிக்கப்பட்டிருந்தார்கள். ஜெர்மனி முழுவதற்கும் ஒரு தலைவன்; ஒவ்வொரு முக்கியமான நகரத்திலும் இக்கட்சியின் கிளைகளை ஏற்படுத்தி ஒவ்வொன்றுக்கும் ஒரு தலைவன், ஹெர் ஹாரர் என்பவன் ஜெர்மனிக்குத் தலைவன்; ஆண்டன் ட்ரெக்ஸ்லர் ம்யூனிக் நகரக் கிளைச் சங்கத்திற்குத் தலைவன் இந்த ஏற்பாடுகளைப் பார்த்து, ஹிட்லர் தன் மனத்திற்குள் சிரித்துக் கொண்டான்.

> "இந்தச் சிறிய கூட்டத்தினரால் என்ன செய்ய முடியும்? ரத்தமற்று வற்றிப் போயிருக்கிற, சோர்ந்து வீழ்ந்து கிடக்கிற, பலருடைய பேராசைகளுக்கும் இரையாகியுள்ள எனது தாய் நாட்டை – ஜெர்மானிய தேவதையை – முன் போல் எழுந்து நிற்கும்படி செய்ய இவர்களால் முடியுமா? போர் முகத்தைக்கூட இவர்கள் பார்த்தவர்களல்லவே!"

இத்தகைய அலட்சிய எண்ணங்கள் இவன் உள்ளத்தில் துள்ளிக் குதித்தன. ஆயினும் எல்லாவற்றையும் அடக்கிக் கொண்டு சும்மா உட்கார்ந்து கொண்டிருந்தான்.

வெ. சாமிநாத சர்மா

கூட்டம் ஆரம்பமானது. முதலில், சென்ற கூட்டத்து நடவடிக்கைகள் படிக்கப் பெற்றன. பிறகு, கட்சியின் பொக்கிஷதாரன் வரவு செலவு கணக்கைப் படித்தான். கையிருப்பு ஏழரை மார்க் - ஏறக்குறைய ஐந்து ரூபாய் பத்து அணா. இஃது அங்கீகரிக்கப் பெற்றது. அப்புறம், கூட்டத்திற்கு வர முடியாத அங்கத்தினர்கள் எழுதியிருந்த கடிதங்கள் படிக்கப் பெற்றன. பின்னர், புதிய அங்கத்தினர்களின் தேர்தல் நடைபெற்றது. ஹிட்லர் ஒருவன் தான் புதிய அங்கத்தினன். இவன் பல கேள்விகள் கேட்டான். தலைவனாயிருந்தவன் தகுந்த சமாதானங்கள் சொல்லிக் கொண்டு வந்தான்.

இப்பொழுது என்ன செய்வது?

"இந்தக் கட்சியில் சேருவதா? சேருவதற்கு இதில் என்ன இருக்கிறது? வேலைத் திட்டமில்லை. துண்டுப் பிரசுரங்கள் இல்லை. சாதாரண 'ரப்பர் ஸ்டாம்பு' கூட இல்லை. இதில் எப்படி சேருவது?".

சிறிது யோசித்தான்.

"ஆனால் இவர்களிடத்தில் நம்பிக்கையும் நல்லெண்ணமும் நிரம்பியிருக்கின்றன. இவை போதாதோ? ஏன் சேரக் கூடாது"?

இப்படியாக இவன் உள்ளத்தில் பல எண்ணங்கள் தோன்றின. பிறகு நடந்ததை இவனே கூறட்டும்.

"இனியும் சிரித்துக் கொண்டு அலட்சியமாக இருக்கக் கூடாதென்று தீர்மானித்தேன். இவர்கள் உள்ளத்திலே எத்தகைய உணர்ச்சிகள் நிரம்பியிருக்கின்றன என்பதைத் தெரிந்து கொண்டேன். இவர்கள் சாதாரணமான ஒரு கட்சியை மட்டும் தோற்றுவிக்க விரும்பினார்களில்லை. புதியதோர் இயக்கத்தையே காண அவாக் கொண்டிருந்தார்கள்".

எனது வாழ்க்கையில், மிகக் கடுமையான பிரச்சனை இப்பொழுது என் எதிர் நின்றது. நான் இந்தக் கட்சியில் சேருவதா? அல்லது ஒதுங்கிவிடுவதா?

விதி என்னைத் தன் பக்கம் அழைத்தது. ஏற்கனவே வேலை செய்து கொண்டிருக்கிற ஒரு கட்சியில் நான் சேர்ந்திருக்க மாட்டேன். ஆனால் அதற்கு மாறாக இந்தக் கட்சியில் சேர்ந்ததற்குச் சில காரணங்கள் உண்டு. எள்ளி நகையாடத்தக்க சொற்ப அங்கத்தினர்களைக் கொண்ட இச்சிறிய கட்சி இன்னும் ஒரு ஸ்தாபனமாக மாறி இறுகிப் போகவில்லை. இதனால் இதில் சேர்ந்து வேலை செய்ய வசதிகள் உண்டு. செய்யவேண்டிய வேலை

மிக அதிகமாயிருக்கிறது ஆதலின், ஸ்தாபனம் சிறிதாயிருந்தால், அதை உபயோகமான வழியில் திருப்பக் கூடும்; ஓர் உருவமாகவும் அமைக்க முடியும். இதன் அமைப்பு, லட்சியம், கையாள வேண்டிய முறைகள் முதலியவற்றை இனியே நிர்ணயிக்க வேண்டும். மற்றப் பெரிய கட்சிகளில் இது முடியாதல்லவா?

இரண்டு நாட்கள், இவற்றைப் பற்றிச் சிந்தித்தேன். கடைசியில், இந்த 'ஜெர்மன் தொழிலாளர் கட்சி'யில் சேருவதென்று தீர்மானித்தேன். எனது வாழ்க்கையில் இஃதொரு முக்கியமான மாறுதல். இதனின்றும் பின் வாங்குவது முடியாது; அது சரியுமல்ல."

ஹிட்லர் ஏழாவது அங்கத்தினனானான்.

~

9. வய்மார் அரசியல் திட்டம்

கெய்ஸரைச் சுற்றி யெழுந்த 'ஜெர்மன் சுயேச்சாதி பத்தியக் கட்டிடம், 1918ஆம் ஆண்டு நவம்பர் மாதம் 10ந் தேதியன்று இடிந்து விழுந்துவிட்டது. இதனையே பழுது பார்த்து ஒருவாறு திருத்தியமைக்கலாமென்பதற்கு, மக்களுடைய மனப்பான்மை இடங்கொடுக்கவில்லை. புதியதோர் அரசியல் கட்டிடத்தையே விரும்பினார்கள். ஆனால் அதனை எப்படி அமைப்பது என்பது இவர்களுக்குச் சரியாகத் தெரியவில்லை. பழைய சுயேச்சாதிபத்திய முறைதான், தங்களை இந்தக் கேவல நிலைக்குக் கொண்டு வந்துவிட்டதென்பதை மட்டும் நன்கு உணர்ந்தார்கள்.

ஏற்கனவே, நாம் குறிப்பிட்டுள்ளபடி யுத்த நிறுத்த சமயத்தில், சமூகவாதக் கட்சியின் செல்வாக்கு மேலோங்கி நின்றது. பொதுமக்கள் அபிப்பிராயத்தைத் தழுவியதாக இருக்க வேண்டுமென்பதற்காகவே, பிரின்ஸ்மாக்ஸ், தான் சான்ஸலராக வந்தவுடன் தன்னுடைய மந்திரிச் சபையில், சில சமூகவாதிகளையும் சேர்த்துக் கொண்டான்.

இந்தச் சமூகவாதிகள் யார்? கார்ல் மார்க்ஸ், சர்வ தேசத் தொழிலாளர் இயக்கத்தைத் தொடங்கிய காலத்தில், அவன் கொள்கைகளை ஆதரித்தவர்கள், ஜெர்மனியில் 'சமூகவாத மக்கள் நாயகக் கட்சி' என்ற பெயரால் ஒரு தனிக்கட்சி வகுத்துக் கொண்டார்கள். பிஸ்மார்க்கின் அரசாங்கம், இந்தக் கட்சியின்மீது பல அடக்குமுறைகளைப் பிரயோகித்த போதிலும், இதன் செல்வாக்கு, நாளுக்கு நாள் அபிவிருத்தி யடைந்து வந்தது. இந்தக் கட்சியொன்றே, மற்ற அரசியல் கட்சிகளைக் காட்டிலும் ஒழுங்கான ஒரு ஸ்தாபனத்துடன் வேலை செய்து வந்தது. பாமர மக்களிடத்தில் இதற்கு இருந்த செல்வாக்கு மிக அதிகம். ஜெர்மன் பார்லிமெண்டிலும் இதன் பிரதிநிதிகள் அதிகமாகத் தொடங்கினார்கள். பார்லிமெண்ட் தேர்தல்களில் இவர்களுக்கு வாக்குக் கொடுத்த வாக்காளர்கள், சமூக

வாதத்தில் நம்பிக்கை வைத்து வாக்குக் கொடுத்தார்கள் என்று சொல்ல முடியாது. சுயேச்சாதிப்பத்தியத்தையும், முதலாளிகளுக்கும் நிலச் சுவான்தார்களுக்கும் பலவித சலுகைகளைக் காட்டி, ராணுவ முறையில் அரசாங்கம் நடைபெறுவதையும் வெறுத்து வந்தார்களாதலால், இவர்கள் சமூக வாதிகளுக்கு 'ஓட்' கொடுத்தார்கள். இந்தச் 'சமூகவாத மக்கள் கட்சி'யார், தங்களுடைய பிரசாரத்தில் மக்கள் தத்துவத்தையே முக்கியமாக எடுத்துச் சொல்லி வந்தார்கள். பெரும்பான்மை வாக்குகளுக்குக் கட்டுப்படுவதென்பதும், சட்ட வரம்புக்குட்பட்டு பார்லிமெண்டரி முறைகளில் கிளர்ச்சி செய்வதென்பதும், இவர்களின் முக்கிய கொள்கைகளாக இருந்தன. இதனால் முதலாளிகளின் ஆதிக்கத்தை அசைத்துக் கொடுக்க இவர்களால் முடியவில்லை. அவர்களை எதிர்த்துக் கிளர்ச்சி செய்யவும் இவர்கள் துணிவு கொள்ளவில்லை. மிதவாத மனப்பான்மை கொண்ட சமூகவாதிகள் என்று இவர்களைச் சொல்லலாம்.

இந்த மிதவாத மனப்பான்மை, கட்சியிலிருந்த சிலருக்குப் பிடிக்கவில்லை. இவர்கள் நாளா வட்டத்தில், இந்தப் பெரும்பான்மைக் கட்சியினின்று பிரிந்து, தனிக்கட்சி யொன்று வகுத்துக் கொண்டு 'சுயேச்சை சமூகவாத ஜனநாயகக் கட்சியார் என்று தங்களைச் சொல்லிக் கொண்டார்கள். ஆனால் இவர்களும் தீவிரப் பேச்சுக்காரர்களாக இருந்தார்களே தவிர, செயலில் மிதவாதிகளை ஒத்தே இருந்தார்கள்'.

இவர்களிற் சிலர் பிரிந்து, முதலாளித்துவத்தை நேர் முகமாக எதிர்த்துப் போராடி ஒழிக்க வேண்டுமென்றும், இதற்காக நாட்டில் ஆயுத பலங்கொண்ட புரட்சியை உண்டு பண்ண வேண்டுமென்றும் கிளர்ச்சி செய்தார்கள். இவர்களே 'ஸ்பார்டகிஸ்ட்' கட்சியினர்.[1] இவர்கள், ருஷ்யாவில் பொதுவுடமை இயக்கம் வலுத்துவரத் தொடங்கியதும் அதில் தங்களை ஒன்றுபடுத்திக் கொண்டார்கள். ஐரோப்பிய யுத்த காலத்தில், ஜெர்மனியில், இந்தக் கட்சிக்குத் தலைவர்களாயிருந்தவர்கள் ரோஸா லக்ஸம்பர்க் என்ற ஒரு ஸ்திரீயும், லீப்நெட் என்ற ஒரு தீவிரவாதியும் ஆவார்கள்.

சமூக வாதத்தின் சார்பு கொண்ட இந்த மூன்று கட்சியினர் தவிர, முதலாளிகளையும் முதலாளித்துவத்தையும் ஆதரித்த இரண்டு கட்சிகள் இருந்தன.

நிலச்சுவான்தார்களையும் அவர்களுடைய பரம்பரை உரிமைகளையும் ஆதரித்த கட்சியினர் தங்களைத் 'தேசியவாதிகள்' என்று சொல்லிக்கொண்டார்கள்.

தொழிற்சாலைகளை வைத்து நடத்துவோர், பெரிய வியாபாரிகள் முதலியோர் 'ஜனக்கட்சி' என்று தங்களைச் சொல்லிக் கொண்டார்கள்.

இந்த ஐந்து கட்சியினர் தவிர, 'கத்தோலிக்க மத்திய கட்சி' என்றொரு கட்சி இருந்தது. இது, மத உணர்ச்சியை அடிப்படையாகக் கொண்டு தோன்றிய கட்சியேயானாலும், காலநிலையை அனுசரித்து, அரசியல் விவகாரங்களிலும் தலையிட்டுக் கொண்டது. ஜெர்மன் பார்லிமெண்டுக்குள், எந்தக் கட்சியேனும், அதிகப்படியான வாக்குகளைப் பெற வேண்டுமானால், இந்தக் கட்சியின் தயவையே நாட வேண்டியிருந்தது.

இந்தச் சமயத்தில், ஜெர்மனியின் முக்கிய மாகாணங்களெனக் கருதப்பெறும் பவேரியாவுக்கும் ப்ரஷ்யாவுக்கும் உள்ள தொடர்பைச் சிறிது விளக்கிக் கூறினால்தான், 'கத்தோலிக்க மத்திய கட்சி'யின் நிலை ஒருவாறு தெரியும்.

ஜெர்மன் ஏகாதிபத்தியத்திற்குட்பட்டிருந்த சுயேச்சை மாகாணங்களில், ப்ரஷ்யாவே தலைமை ஸ்தானத்தை வகித்தது. ஏனென்றால், ப்ரஷ்ய அரசனே ஜெர்மன் சக்கரவர்த்தியாக இருந்தான். இதனால் அந்நாட்டுக்கும் அந்நாட்டு மக்களுக்கும் ஒரு தனிப் பெருமை இருந்தது. உண்மையிலேயே பெருமை இருந்ததோ இல்லையோ, அந்நாட்டு மக்கள் அப்படி நினைத்துக் கொண்டார்கள். இந்த எண்ணத்தைப் புகுத்தியவன் பிஸ்மார்க்கல்லவா? மற்றும், ப்ரஷ்யா, விஸ்தீரணத்தில் பெரியது. ஜெர்மனியின் மொத்த மக்கள்தொகையில் மூன்றில் இரண்டு பங்கு ப்ரஷ்யாவைச் சேர்ந்தது.

ப்ரஷ்யாவின் சரித்திரத்தைச் சிறிது ஆராய்ந்து பார்ப்போமானால், அது பிறரால் தாக்கப்பெற்றும், தற்காப்புக்காகப் பிறரைத் தாக்கியும் வந்திருக்கிறது. இந்நாட்டில் பெரும்பாகம் சதுப்பு நிலம். மக்கள் உழைத்தே தங்கள் வயிற்றுக்கு வழி தேடிக்கொள்ள வேண்டியிருந்தது. அடிக்கடி இயற்கையோடு இவர்கள் போராட நேர்ந்தது. இதனால், இவர்களிடத்தில் ஒழுங்கு, கட்டுப்பாடு, எஜமான விசுவாசம், முரட்டுச் சுபாவம், பிடிவாதம் முதலிய குணங்கள் இயற்கையில் அமைந்திருந்தன.

மற்றும் ப்ரஷ்யாவில் ஏராளமான பூஸ்திதியுடைய நிலச் சுவான்தார்கள் அதிகம். இவர்கள் சுயேச்சை அரசர்களைப் போலவே அட்டகாச வாழ்க்கை நடத்தி வந்தார்கள். இவர்களுக்குப் பலவித உரிமைகள் அளிக்கப் பெற்றிருந்தன. இவர்களுடைய நிலங்களை ஏழை மக்கள் சாகுபடி செய்து கொடுத்தார்கள். ஆனால் இவர்கள் துன்பத்திலே உழன்றார்கள். இதனால் ப்ரஷ்யாவில், குவிந்து கிடக்கும் செல்வமும் அழுந்திக் கிடக்கும் வறுமையும் ஒன்று சேர்ந்திருந்தன.

ஜெர்மனியின் தெற்கேயுள்ள பவேரியாவின் மக்கள் தொகை சுமார் எண்பது லட்சம் என்று சொல்லலாம். இஃது ஒரு விவசாய நாடு. இங்குள்ள நிலவளம், விவசாயத்திற்குத் தகுதியானது. இதனால் மக்களிற் பெரும்பாலோர் விவசாயத்தையே முக்கியத் தொழிலாகக் கொண்டு வாழ்ந்தனர். விவசாயத்திற்குத் தகுந்தபடி, கைத் தொழில்களும் இங்கு அதிகம், சாராய உற்பத்தி முக்கியத் தொழில் உலகத்திலேயுள்ள சாராய வகைகளில் உயர்ந்தவை இங்கேதான் உற்பத்தியாகின்றன; இங்கேதான் உபயோகிக்கவும் படுகின்றன. பொதுவாகவே பவேரியர்கள் நல்ல சுபாவமுடையவர்கள்; கஷ்டப்பட்டுப் பிழைக்க வேண்டிய அவசியத்தை உணராதவர்கள்; சந்தோஷமாகக் காலங்கழிப்பதில் விருப்பமுள்ளவர்கள். இதனால் இந்த நாட்டில் சிற்பம், சங்கீதம், இலக்கியம் முதலியவை விருத்தியடைந்தன. அரசாங்கத்தாரும் இவைகளுக்கு ஆதரவு கொடுத்தார்கள். இத்துறைகளில் வல்லுநரான வெளிநாட்டார் பலர் இங்கு வந்து போதிய உதவி பெற்றார்கள். பவேரியாவின் தலைநகரம் ம்யூனிக், இங்கு உலகத்திலே சிறந்த சிற்பக்கலாசாலைகள், சங்கீதக் கழகங்கள், நூல்நிலையங்கள் முதலியன அதிகம்.

பொதுவாகவே, ப்ரஷ்யாவுக்கும் பவேரியாவுக்கும் ஒருவித பிடித்தம் இல்லாமலே இருந்தது. ப்ரஷ்யர்கள் புராடெஸ்டெண்டுகள்; பவேரியர்கள் கத்தோலிக்கர்கள். 'ப்ரஷ்யர்கள் முரடர்கள்; பலாத்காரத்திலே நம்பிக்கை யுடையவர்கள்; நாகரிகமாக நடந்து கொள்ளத் தெரியாதவர்கள்' என்று பவேரியர்கள் கருதி வந்தார்கள். எவனாவது முரட்டுத் தனமாக நடந்து கொண்டால், 'என்ன ப்ரஷ்யன் மாதிரி நடந்து கொள்கிறாயே' என்று தான் கேட்பார்கள்.

'கத்தோலிக்க மத்திய கட்சி' இந்த பவேரியாவிலிருந்துதான் தோன்றியது. ஜெர்மனியிலிருந்த கத்தோலிக்கர் எல்லாரும் இதனை ஆதரித்தனர். பவேரிய விவசாயிகளின் ஒற்றுமையான பலத்திலே இந்தக் கட்சி வேரூன்றியிருந்தது. இந்தக் கட்சிக்கு

ஜெர்மன் பார்லிமெண்டில் தனியான செல்வாக்கு. ஏனென்றால் இந்தக் கட்சிதான் ஒரு சுதந்திர நாட்டின் பிரதிநிதியாக இருந்தது. மற்றக் கட்சிகளோ, அரசியல் தத்துவங்கள், கொள் கைகள், திட்டங்கள், வகுப்புரிமைகள் இவற்றின் பிரதிநிதிகளாக விளங்கின.

யுத்த நிறுத்த சமயத்தில் புரட்சி ஏற்பட்டு, பவேரியாவில் குடியரசு ஸ்தாபிக்கப்பட்ட போதிலும், மக்களிற் பெரும்பாலோர் கோனாட்சியிலேயே விசுவாசம் உள்ளவர்களாக இருந்தார்கள். இந்த விசுவாசமானது, ப்ரஷ்யாவின் மீது வைத்த துவேஷத்தினால் அதிகப்படுத்தப் பெற்றது. ஏனென்றால் ப்ரஷ்யாவில் யுத்த நிறுத்தத்திற்குப் பின்னர் பொதுவுடமை இயக்கம் தீவிரமாகப் பரவி வந்தது. ப்ரஷ்யா, இந்த இயக்கத்திற்குப் பண்பட்ட நிலமாக இருந்தது. இந்தப் பொதுவுடமை இயக்கம் நாஸ்திக இயக்கம் என்று கத்தோலிக்க பவேரியர்கள் கருதினார்கள். இதனால் நாஸ்திகர்களுடைய குடியாட்சியினின்று பிரிந்து, தெற்கு ஜெர்மன் ஏகாதிபத்தியமாகத் தனித்து வாழ பவேரியர்கள் விரும்பினார்கள். இந்த எண்ணமானது பவேரியாவில் நாளுக்கு நாள் வலுத்து வரத் தொடங்கியது.

1918ஆம் ஆண்டு நவம்பர் மாதம் 10ந் தேதி பெர்லினில், 'சமூகவாத ஜனநாயக கட்சி'யினர் அரசாங்க நிர்வாகத்தை ஏற்றுக் கொண்டார்களென்று சொன்னோமல்லவா? இவர்களுடன் 'சுயேச்சையானான். ப்ரூஸ் என்பவன் உள்நாட்டு மந்திரி. சபையின் முதற் கூட்டத்தில் ஷைடிமான் பேசியபோது, பிரசிடெண்ட் வில்ஸன் கூறிய நிபந்தனைகளை அடிப்படையாகக் கொண்ட சமாதானத்தை ஏற்றுக் கொள்ளவேண்டுமென்றும், சர்வதேச சங்கத்தில் ஜெர்மனி கலந்துகொள்ள வேண்டுமென்றும், உள்நாட்டு நிர்வாக முறை இனி ஜனநாயகத்தை அடிப்படையாகக் கொண்டு நடைபெறுமென்றும் கூறினான். ஆனால் இந்த அரசாங்கத்திற்கு ஆரம்பத்திலிருந்து பல இடையூறுகள் ஏற்பட்டன. எங்கு பார்த்தாலும் தொழிலாளர்கள் வேலை நிறுத்தங்கள்; பொதுவுடைமைக் கட்சியினரின் கிளர்ச்சி. இவற்றையெல்லாம் அடக்கி நிர்வாக யந்திரத்தைச் செலுத்திக்கொண்டு போவதென்றால் மக்களின் அதிருப்தி'.

வய்மாரில் கூடிய மக்கள் பிரதிநிதி சபையானது ஜெர்மனிக்குக் குடியரசு முறையில் ஒரு புதிய அரசியல் திட்டத்தை வகுக்கத் தொடங்கியது. இந்தத் திட்டத்தைத் தயாரித்தவன், உள்நாட்டு மந்திரியான ப்ரூஸ் என்பவன். இந்தத்

திட்டம், பல சீர்திருத்தங்களுடன் 1919ஆம் ஆண்டு ஆகஸ்ட் மாதம் 14ந் தேதி அரசியல் சட்டமாக அமுலுக்கு வந்தது. இதற்குத்தான் 'வய்மார் அரசியல் திட்டம்' என்று பெயர். இந்தத் திட்டப் படியே பதின்மூன்று வருஷகாலம் - 1933ஆம் ஆண்டு வரை ஜெர்மன் குடியரசு நடைபெற்று வந்தது.

இந்தத் திட்டப்படி, ஜெர்மனி கூட்டுக் குடியரசாகியது. இதில் இணைக்கப்பட்டிருந்த மாகாண அரசாங்கங்கள் குடியரசு முறையைத் தழுவித் திருத்தியமைக்கப் பெற்றன. இவை, தங்களுடைய உள்நாட்டு விவகாரங்களில் சட்டம் செய்து கொள்ள உரிமை அளிக்கப்பட்டிருந்தன. ஆனால், அந்நியநாட்டு விவகாரங்கள், குடியேற்ற நாட்டுச் சம்பந்தமான விஷயங்கள், ராணுவ அமைப்பு, நாணயத் திட்டம், சங்க இலாகா நிர்வாகம், தந்தி, தபால், டெலிபோன் நிர்ணயம் முதலிய யாவும் கூட்டுக் குடியரசாங்கத்தின் நிர்வாகத்தில் வைக்கப் பெற்றன.

பழைய அரசாங்க முறையிலிருந்த சில திட்டங்களை இஃது அப்படியே நிறுத்திக் கொண்டது. கூட்டுக் குடியரசின் அங்கமாக இரண்டு சபைகள் முன்போல் வைத்துக் கொள்ளப் பெற்றன. பழைய 'பூந்தேஸ்ராட்'டுக்குப் பதில் 'ரய்ஹ்ஸ்ராட்' என்ற சபை அமைக்கப்பட்டது. இது, குடியரசில் இணைக்கப் பட்ட நாடுகளின் பிரதிநிதிகள் அடங்கிய சபையாக இருந்தது. ஒவ்வொரு நாட்டுக்கும் ஒவ்வொரு பிரதிநிதியுண்டு. பெரிய நாடுகளாயிருந்தால், ஏழுலட்சம் மக்களுக்கு ஒரு பிரதிநிதி வீதம் அனுப்பலாம். ஆனால் 'ரய்ஹ்ஸ்ராட்' டின் மொத்த பிரதிநிதிகளில், ஐந்தில் இரண்டு பங்கு பேர் ஒரு நாட்டிலிருந்தே வந்தவர்களாயிருக்கக் கூடாது. இந்த 'ரய்ஹ்ஸ்ராட்' சபையே மேல் சபை. 'ரய்ஹ்ஸ்டாக்' என்பது பழைய மாதிரி கீழ்ச் சபையாக அமைக்கப்பட்டது. ஆனால், தேசப் பொது நன்மைக்குரிய சட்டங்களை நிறைவேற்றும் அதிகாரம் இதற்குக் கொடுக்கப் பெற்றது. 'ரய்ஹ்ஸ்டாக்' நிறைவேற்றும் சட்டத்தை நிராகரிக்க 'ரய்ஹ ஸ்ராட்'டுக்கு, பழைய மாதிரி அதிகாரமுண்டு. ஆனால் 'ரய்ஹ ஸ்டாக்' மீண்டும் அதனை (மூன்றில் இரண்டு பங்கு) பெரும்பான்மையான வாக்குகளால் சட்டமாக்கலாம்.

ஜெர்மன் கூட்டுக் குடியரசின் தலைவனுக்கு 'பிரசிடெண்ட்' என்று பெயர். இவன் பொது மக்களால் தேர்ந்தெடுக்கப்பட வேண்டும். இவன் ஏழு ஆண்டுகாலம் இந்தப் பதவியை வகிக்கலாம். மறுதேர்தலுக்குப் பழைய தலைவனே மீண்டும் நிற்கலாம். இவனுக்கு அந்நிய நாடுகளோடு உடன்படிக்கை செய்து கொள்ளவும், உயர்தர உத்தியோகஸ்தர்களை

நியமிக்கவும், ராணுவத்தை நிர்வாகம் செய்யவும், 'சான்ஸலர்' என்கிற பிரதம மந்திரியையும் மந்திரிச் சபையையும் நியமிக்கவும், விலக்கவும் அதிகாரங்களுண்டு. ஆனால் மந்திரிச்சபையானது, 'ரய்ஹ்ஸ்டாக்'கின் நம்பிக்கையைப் பெற்றிருக்கிற வரையில்தான் உத்தியோகத்தை வகிக்கலாம்.

இந்த வய்மார் அரசியல் திட்டமானது, ஜெர்மனியின் அரசியல் வாழ்வையே மாற்றியமைத்துவிட்டது. திட்டத்தின் முதற் பிரிவானது "ஜெர்மன் கூட்டு அரசாங்கமானது குடியரசு முறையில் அமைந்ததாயிருக்கிறது: சர்வாதிகாரமும் மக்களிடத்திலிருந்தே உதயமாகிறது" என்ற வாக்கியம், கோனாட்சி மீண்டும் ஜெர்மனியில் தோன்றலாம் என்று யாருக்கேனும் நம்பிக்கையிருந்திருந்தால், அந்த நம்பிக்கைக்குச் சாவு மணி அடித்துவிட்டது. புதிய அரசியல் திட்டத்தை வகுத்தவர்கள், ஜெர்மனியின் தேசீயக் கொடியையும் மாற்றினார்கள். பழைய கொடியானது கறுப்பு, வெண்மை, சிவப்பு ஆகிய மூன்று வர்ணங்களைக் கொண்டது. புதிய கொடியானது கறுப்பு, சிவப்பு, பொன்வர்ணம் ஆகிய மூன்று வர்ணங்களைக் கொண்டதாக அமைக்கப்பட்டது.

பொருளாதாரம், சமூக அந்தஸ்து, கல்வி, தொழிலாளி முதலாளி சம்பந்தம் முதலிய துறைகளில், இந்தப் புதிய அரசியல் திட்டமானது ஒருவித சுதந்திரக் காற்றை வீசியது; சமத்துவ விளக்கைப் பிடித்துக் காட்டியது.

ஆனால் கூட்டுக் குடியரசின் இந்தப் புதிய திட்டத்தை எல்லா மக்களும் ஒரு மனப்பான்மையாக ஏற்றுக் கொண்டார்கள் என்று சொல்ல முடியாது. பவேரியாவில் இதற்கு எதிர்ப்பு இருந்து கொண்டிருந்தது.

அடிக்குறிப்புகள்

1. லீப்நெட் என்பவன், ஐரோப்பிய யுத்த காலத்தில் புரட்சியை ஆதரித்துப் பல துண்டுப் பிரசுரங்களை வெளியிட்டு ரகசியமாக விநியோகித்து வந்தான். அந்தத் துண்டுப் பிரசுரங்களின் அடியில் 'ஸ்பார்டகஸ்' என்று கையெழுத்திட்டு வந்தான். இதனாலேயே இந்தக் கட்சிக்கு 'ஸ்பார்டகிஸ்ட் கட்சி' என்ற பெயர் வந்தது. ஸ்பார்டகஸ் என்பவன், கி.மு. முதல் நூற்றாண்டில் பல்லாயிரக் கணக்கான அடிமைகளைச் சேர்த்துக் கொண்டு, ரோம ஏகாதிபத்தியத்தோடு போர் புரிந்தவன்.

10. சமாதான மகாநாடு

பிரான்சின் வட பாகத்தில் காம்பீனே என்ற ஊர். இதற்கருகாமையில் ஒரு காடு. இந்தக் காட்டின் நடுவேயுள்ள பாழ் வெளியில் ஒரு ஞாபகச் சின்னம். இந்தச் சின்னத்திலே சில எழுத்துக்கள். அவை யாவை?

"1918ஆம் ஆண்டு நவம்பர் மாதம் பதினோராந் தேதி, ஜெர்மன் ஏகாதிபத்தியத்தின் குற்றம் நிறைந்த கர்வமானது இங்கேதான் அழிந்தது. எந்த சுதந்திர மக்களை அஃது அடிமையாக்கப் பார்த்ததோ அவர்களாலேயே அது ஒடுக்கப் பெற்றது."

நேசக் கட்சியார் தங்களுடைய வெற்றியை இந்த விதமாகவே நிலை நிறுத்திக் களித்தனர். தாங்கள் அடைந்த வெற்றியைக்காட்டிலும் ஜெர்மானியர்கள் பணிந்ததுதான் இவர்களுக்கு முக்கியமாயிருந்தது. மேற்படி ஞாபகச் சின்னத்திலேயே இது விளங்குகிறதல்லவா?

இந்த யுத்தம் எதற்காக ஏற்பட்டது? மறுபடியும் யுத்தம் வராமலிருக்க! உலகத்திலே ஜனநாயக தத்துவம் நிலை நிற்க! சிறிய நாடுகளின் சுய நிர்ணய உரிமையைக் காப்பாற்ற! இத்தகைய சொல்லடுக்குகள் ராஜ தந்திரிகளின் வாயிலிருந்து கிளம்பிய வண்ணமாயிருந்தன!!

இந்த யுத்தம் என்கிற யாகத் தீயிலே, அந்தோ! எத்தனை உயிர்கள் பலி கொடுக்கப் பெற்றன! ஆழம் அறியாத இந்தத் தீக்குழியிலே எவ்வளவு ரூபாய்கள் காணிக்கை செலுத்தப் பெற்றன! எவ்வளவு மணி மகுடங்கள் இதிலே விழுந்து கருகிப் போயின! கோரம் கோரம்!!

இந்த யுத்தத்தினால் உண்டான சேதங்களை இன்னும் எவரும் திட்டமாகக் கணித்துக் கூறவில்லை. ஒரு கணக்கு பின்வருமாறு கூறுகிறது:

இறந்து போன சோல்ஜர்கள்

கணக்கில் வந்தது	-	10,000,000 பேர்
கணக்கில் வராதது	-	3,000,000 பேர்
இறந்து போன சாதாரண மக்கள்	-	13,000,000 பேர்
காயமடைந்தவர்கள்	-	20,000,000 பேர்
கைதியானவர்கள்	-	3,000,000 பேர்
நாதியற்றுப் போன குழந்தைகள்	-	9,000,000 பேர்
கைம்மை யடைந்த ஸ்திரீகள் வெளிநாடுகளில் தஞ்சம்	-	5,000,000 பேர்
புகுந்தவர்கள்	-	10,000,000 பேர்
மொத்தம்	-	73,000,000 பேர்

செலவழிக்கப் பெற்ற தொகை எவ்வளவு?

ஓர் அமெரிக்கக் கணக்குப்படி:

நேசக் கட்சியாருக்குச் செலவழிந்தது	ரூ. 614,994,000,000
ஜெர்மனிக்குச் செலவழிந்தது	ரூ. 226,834,500,000
மொத்தம்	ரூ. 841,828,500,000

உலகத்து மொத்த மக்கள் தொகை, யுத்தம் நடைபெற்ற காலத்தில் சுமார் 180 கோடி என்று வைத்துக் கொண்டால், உலகத்திலே தோன்றிய ஒவ்வொரு மனிதனும் இந்த ஐரோப்பிய யுத்தத்திற்காக சராசரி 425 ரூபாய் வீதம் கொடுத்திருக்கிறான்!

"யுத்தத்தினால் என்ன நன்மை விளைந்தது என்று சொல்ல முடியாது; ஆனால் பெரிய வெற்றி யுண்டாயிற்று" என்று ஒரு கவிஞன் கூறினான். அந்தக் கூற்று இந்த யுத்தத்திற்கு நேசக் கட்சியாரைப் பொறுத்த மட்டில் - முற்றிலும் பொருந்துமல்லவா?

இரண்டு சக்கரவர்த்திகள்[1] சிங்காதனத்திலிருந்து இழிந்து ஓடிவிட்டார்கள். இரண்டு ஜார்கள்[2] மண்ணிலே ஜீரணமாகிவிட்டார்கள். ஆறு அரசர்கள்[3] முடிதுறந்து மறைந்து போனார்கள். அரச குடும்பங்களின் ஆடம்பர நிழலிலே வாழ்ந்து வந்த எண்ணிறந்த பேர், தனிமையிலே, வேதாந்த விசாரத்திலே, பிற நாட்டார் கருணையிலே அடைக்கலம் புகுந்து கொண்டார்கள். இதுதான் யுத்தத்தின் ஐந்தொகை!

1878ஆம் ஆண்டு ஜனவரி மாதம் 18ந் தேதி வார்சேலில் முதலாவது வில்லியம், ஜெர்மன் ஏகாதிபத்தியத்தின் சக்கரவர்த்தியாக முடிசூட்டிக்கொண்டானல்லவா? நாற்பத்தெட்டு ஆண்டுகளுக்குப் பின்னால் அதே தினத்தில் - 1919ஆம் ஆண்டு ஜனவரி மாதம் 18ந் தேதி - பாரிஸ் நகரத்தில் சமாதான மகாநாடு கூடியது. உலகத்தாருடைய கவனமெல்லாம் இங்கே திரும்பியது. யுத்தத்திலே கலந்துகொண்ட நாடுகள், கலவாமலிருந்த நாடுகள், சுதந்திரத்திற்காகப் போராடிக் கொண்டிருக்கிற எகிப்து, அயர்லாந்து போன்ற நாடுகள், எல்லாம் இதில் கலந்து கொண்டன. புதிய நாடுகளை வகுத்துக் கொள்ள ஆவல் கொண்டிருந்த பலரும் இங்கு வந்து கூடினர். என்ன ஆர்ப்பாட்டம்! எவ்வளவு தடபுடல்! நவயுகம் பிறந்துவிட்டதாகவே இவர்கள் கருதினார்கள். ஆனால் யாருக்கு?

இந்த மகா நாட்டிற்கு ஜெர்மன் பிரதிநிதிகள் வரவழைக்கப் பெறவில்லை. வெற்றியடைந்தவர்கள் பங்கு போட்டுக் கொண்டிருக்கிறார்கள்; தோல்வியடைந்தவர்கள் வந்து நிற்க என்ன உரிமை இருக்கிறது? இவர்களுடைய கையெழுத்து தேவையாயிருந்தபொழுது இவர்கள் வரவழைக்கப் பெற்றார்கள்.

மகாநாட்டுப் பிரதிநிதிகள் அனைவரும் தினந்தோறும் ஒன்று கூடிக் காரியங்களைச் சரளமாக நடத்துவது அசாத்தியமாயிருந்தது. எனவே, பல விஷயங்களைப் பற்றிப் பரிசீலனை செய்யத் தனித்தனி கமிட்டிகள் நியமிக்கப்பெற்றன. இவற்றிற்கு மேலாக நிர்வாக சபை. அமெரிக்கா, கிரேட் பிரிட்டன், பிரான்ஸ், இத்தலி, ஜப்பான் ஆகிய ஐந்து வல்லரசுகளின் பிரதிநிதிகள் அடங்கியதே இந்த நிர்வாக சபை. ஒவ்வொரு வல்லரசுக்கு இரண்டு பிரதிநிதிகள் வீதம் நிர்ணயிக்கப்பட்டிருந்தது. இவர்கள் ஒற்றுமையான முடிவுக்கு வர முடியவில்லை. எனவே இந்தப் பத்துபேரும் ஐந்து பேராகச் சுருங்கினர். இவர்கள் தான் மகாநாட்டின் சூத்திரக் கயிற்றைப் பிடித்துக் கொண்டிருந்தார்கள். ஆனால் இந்த ஐவராலும் ஒன்றுபட்டிழுக்க முடியவில்லை. எப்படி முடியும்? பங்கு போட்டுக் கொள்வதில்கூட சிறிது விட்டுக்கொடுக்கும் மனப்பான்மை வேண்டாமா? சில நாட்களில், ஜப்பான் மெதுவாக நழுவிவிட்டது. நால்வரே நடத்திப் பார்த்தனர். இன்னும் சிறிது காலங் கழித்து இத்தலியும் ஒதுங்கிக் கொண்டது. எனவே, அமெரிக்கா, பிரிட்டன், பிரான்ஸ் ஆகிய மூன்று நாடுகளுமே எஞ்சி நின்றன. இந்த மூன்று நாடுகளின்

பிரநிதிகளான வில்ஸன்[4] லாயிட்ஜார்ஜ்[5] கிளமென்ஷோ, ஆகிய மூவரும் ஆட்டி வைக்கப் பெற்ற பாவையாகவே மகாநாடு விளங்கியது. யுத்தத்தினால் உலகத்திற்கு ஏற்பட்ட புண்களை ஆற்றுதலும், சகோதரத்துவம், சமத்துவம், சமாதானம் நிறைந்த புதிய உலகத்தைச் சிருஷ்டித்தலும் இவர்கள் பொறுப்பாயிருந்தது. இந்தப் பொறுப்பை நிறைவேற்றுவதற்கு மனித உள்ளமும் தெய்விக சக்தியின் தொடர்பும் வேண்டுமல்லவா? ஆனால் இந்த மூன்று பேரிடத்திலும் இவை யிரண்டும் சூனியமாயிருந்தன. தாங்கள் சாதாரண ராஜ தந்திரிகள் என்பதை இவர்கள் நிரூபித்து விட்டார்கள். வீழ்ந்து விட்ட ஜெர்மனியை எப்படி குழி வெட்டிப் புதைப்பது என்பதுதான் இவர்கள் முக்கிய நோக்கமாயிருந்தது.

இந்த மூவரும் ஒருவரை யொருவர் பிடித்திழுத்தார்கள்; இம்மூவரையும் மற்றவர்கள் பிடித்திழுத்தார்கள். வாதங்கள் நடைபெற்றன; ஊடல்கள் நிகழ்ந்தன; பிணக்குகள் குறுக்கிட்டன. கடைசியில் ஒருவிதமாகச் சமாதான உடன்படிக்கையைத் தயாரித்தார்கள். இந்த உடன்படிக்கை 440 பிரிவுகளைக் கொண்டது. இதிலே வெற்றி பெற்றவர்கள் கிளமென்ஷோவும் லாயிட் ஜார்ஜூம் தான். சர்வதேச சங்கத்தின் சிருஷ்டிகர்த்தன் என்பதோடு வில்ஸன் திருப்தியடைந்துவிட்டான். உடன்படிக்கையில் கையெழுத்திடுமாறு, பின்னரே, ஜெர்மானியப் பிரதிநிதிகள் வரவழைக்கப் பெற்றார்கள்.

இந்தச் சமாதான உடன்படிக்கையில் காணப் பெற்ற நிபந்தனைகள் யாவை? இவற்றை அப்படியே இங்கு விஸ்தரித்துக் கொண்டு போதல் முடியாத காரியம். ஆதலின் இந்த நிபந்தனைகளால், பூகோள படத்தில் ஏற்பட்ட மாற்றங்களையும் ஜெர்மனியின்மீது சுமத்தப்பெற்ற பொறுப்புக்களையும் மட்டும் இங்குக் கவனிப்போம். உலக சமாதானத்தை நிலை நிறுத்துவதற்காக, சர்வதேச சங்கம் தோற்றுவிக்கப்பட்டது. சுதந்திர நாடுகள் யாவும் இதில் அங்கத்தினராயிருக்கலாம் என்று ஒப்புக் கொள்ளப்பட்டது.

ஜெர்மனிக்குச் சொந்தமாயிருந்த ஆல்சேஸ் - லோரெயின் பிரதேசங்கள் பிரான்சுக்குப் போய்ச் சேர்ந்தன. யூபென், மால்மெடி ஜில்லாக்கள் பெல்ஜியத்தைச் சென்றடைந்தன. லோரெயின் ஜில்லாவுக்கு அடுத்தாற் போலிருந்த ஸார் பிரதேசம்[6] பதினைந்து ஆண்டு வரை, சர்வதேச சங்கத்தின் நிர்வாகத்துக்குட்படுத்தப் பெற்றது. இந்தக் காலத்தில் ஸார்

பிரதேசத்திலுள்ள நிலக்கரிச் சுரங்கங்களின் அனுபவ பாத்தியதை பிரான்ஸைச் சேர்ந்தது. யுத்தத்தில் தலையிடாமலிருந்ததற்காக, டென்மார்க்குக்கு ஜெர்மனியின் வட பாகத்திலுள்ள ஷ்லைஸ்விக் பிரதேசம் கொடுக்கப்பெற்றது.

ஜெர்மனியின் கிழக்கெல்லையிலிருக்கிற மெமல் பிரதேசம், முதலில் சர்வ தேச சங்கத்தின் நிர்வாகத்திற்குட்படுத்தப் பெற்று 1923ஆம் ஆண்டு லிதூனியாவைப் போய்ச் சேர்ந்தது. மேற்கு ப்ரஷ்யாவின் பெரும் பாகமும் போஸன் ஜில்லாவும் போலந்து என்னும் தனி நாடாக உருக்கொண்டது. சீலீஷியா என்னும் பிரதேசத்தை இருதுண்டாக வெட்டி ஒன்றை போலந்துக்கும் மற்றொன்றை ஜெக்கோ ஸ்லோவேகியாவுக்கும் கொடுத்தார்கள். போலந்து நாட்டுக்குச் சமுத்திரத்தோடு தொடர்பு இருக்க வேண்டுமென்று சொல்லி, கிழக்கு ரஷ்யாவுக்கும் ஜெர்மனியிலுள்ள பொமேரேனியா மாகாணத்திற்குமிடையே 754 சதுர மைல் விஸ்தீரணமுள்ள டான்ஸிக் பிரதேசம் சுதந்திர பிரதேசமாக்கப்பட்டது. போலந்தின் துறைமுகமாக இது கருதப்பெற்று வருகிறது. கீல் வாய்க்கால், சர்வ தேசங்களுக்கும் பொதுவானதென்று நிர்ணயிக்கப்பட்டது. ஜெர்மனியினுடைய மேற்கெல்லைப் புறத்தின் பெரும் பாகத்தில் ஜெர்மனியத் துருப்புகள் நிரந்தரமாக இருக்கக்கூடாதென்று அறிவிக்கப்பெற்றது. ஜெர்மனிக்குச் சொந்தமாயிருந்த குடியேற்ற நாடுகள் யாவும் அதனின்றும் பிடுங்கப்பட்டன. ஆப்ரிக்கா கண்டத்திலிருந்த பிரதேசங்களை, பிரான்ஸ், பெல்ஜியம், கிரேட் பிரிட்டன் ஆகிய மூன்று வல்லரசுகளும் பங்கிட்டுக் கொண்டன. சீனாவுக்குச் சமீபத்திலிருந்ததும் ஜெர்மனிக்குச் சேர்ந்திருந்ததுமான ஷாண்டங், கியாசௌ பிரதேசங்கள் ஜப்பானுக்கு அளிக்கப்பட்டன. எகிப்து, சயாம், லிபீரியா, மொராக்கோ, சைனா, துருக்கி, பல்கேரியா, முதலிய நாடுகளில் ஜெர்மனிக்கென்று இருந்த உரிமைகள் யாவும் பறிமுதல் செய்யப்பட்டன. ஜெர்மனி, ஒரு லட்சம் துருப்புகள், பன்னிரண்டு நாசகாரிக் கப்பல்கள், ஆறு யுத்தக் கப்பல்கள் முதலியவைகளுக்கு மேல் வைத்திருக்கக் கூடாதென்றும் ஆகாயப்படையே இருக்கக்கூடாதென்றும் வரையறுக்கப்பட்டது. யுத்தத்திற்காக ஏற்பட்ட செலவுகளையும், அதனால் உண்டான நஷ்டத்தை ஈடுபடுத்துவதற்கு வேண்டிய செலவுத் தொகையையும் ஜெர்மனியின் மீது சுமத்தினார்கள். தவிர, ஜெர்மனியின் ரயில்வேக்கள், துறைமுகங்கள் முதலியவை சம்பந்தமாகவும் சில ஏற்பாடுகளைச் செய்தார்கள்.

இதற்குத்தான் சமாதான உடன்படிக்கை என்று பெயர்! இந்த உடன்படிக்கையைத் தயாரித்தவர்கள் ஜெர்மனியின் சக்தியைப் பற்றியோ, அதன் உள்நாட்டு நிலைமையைப் பற்றியோ சிறிதும் சிந்தித்தாரில்லை. நேசக் கட்சியினர், மேற்கூறிய சமாதான உடன்படிக்கையைத் தயாரித்து வைத்துக் கொண்டு அதில் கையெழுத்திடுவதற்காக வருமாறு ஜெர்மானியப் பிரதி நிதிகளுக்குத் தாக்கீது அனுப்பினர்.

1919ஆம் ஆண்டு ஏப்ரல் மாதம் 29ந் தேதி நடுங்கும் குளிர். 'சோ' வென்ற மழை. ராத்திரி வேளை. வார்சேலுக்கு அருகாமையிலுள்ள வவ்க்ரெஸ்ஸான் (Vaucresson) ஸ்டேஷன் பிளாட்பாரத்தில் ஒரு சில விளக்குகள் மட்டும் எரிந்து கொண்டிருக்கின்றன. பிளாட்பாரத்தில் ராணுவ உடை தரித்த சிலர் தவிர வேறு எவருமேயில்லை. ஆனால் ஸ்டேஷன் மண்டபத்திலே, கையில் நோட்புக்கும் பென்சிலும் வைத்துக் கொண்டு ஒரு சிலர் காத்துக் கொண்டிருக்கின்றனர். வேறு சிலர் 'போடோ காமிரா'வைச் சரிப்படுத்திய வண்ணம் பிளாட்பாரத்தைப் பார்த்துக் கொண்டிருக்கிறார்கள். எதற்காக? யாருக்கும் தெரியாது.

சிறிது நேரங்கழித்து, பிளாட்பாரத்தில் ஒரு ரெயில் வண்டி வந்து நின்றது. அதன் 'இஞ்சின்' சப்தம் கூட குறைந்திருந்தது. வண்டியிலிருந்து ஆறு பேரும் சில சில்லரை உத்தியோகஸ்தர்களும் இறங்கினர். இவர்களோடு சில 'டைப் ரைட்டர்'களும் தஸ்தாவேஜு மூட்டைகளும் இறங்கின. பிளாட்பாரத்திலிருந்தவர்கள், வண்டியிலிருந்தவர்களைக் கைவாகு கொடுத்து வரவேற்றார்கள். ஆனால் எவர் முகத்திலும் புன்சிரிப்பில்லை. கற்சிலைகள், கற்சிலைகளைச் சந்திப்பது போலவே இருந்தது. வண்டியிலிருந்து இறங்கியவர்கள் யார்? இவர்கள் தான், சமாதான மகாநாட்டிற்கு வரவழைக்கப்பட்டிருக்கும் ஜெர்மானியப் பிரதிநிதிகள்!

இவர்கள், வார்சேலிலுள்ள 'ட்ரியானோன் பாலேஸ்' ஹோட்டலுக்கு அழைத்துச் செல்லப் பெற்றார்கள். இவர்களுக்கென்று அங்கே ஜாகை அமைக்கப்பெற்றிருந்தது. 'கண்ணியமான முறையில் நடத்தப்படுவோம்' என்று இவர்கள் எண்ணி வந்தார்கள். ஆனால் அப்படி எண்ணியது தவறு என்று வெகு சீக்கிரத்தில் தெரிந்து கொண்டார்கள். தோல்வியடைந்து போன சமூகத்தின் பிரதிநிதிகள் என்பதை உணருமாறு இவர்கள் நடத்தப்பட்டார்கள். இவர்கள் இருந்த ஹோட்டலைச்சுற்றி

முள்வேலி போடப்பட்டிருந்தது. இவர்களுடைய பாதுகாப்புக்காகவே இங்ஙனம் செய்யபட்டதாகச் சமாதானம் சொல்லப்பட்டது! முதல் இரண்டு மூன்று நாட்கள், ஜெர்மானியப் பிரதிநிதிகள் ஊரிலுள்ள கடைகளுக்குச் சென்று சில சாமான்களை வாங்கினார்கள். ஆனால் பிறகு இந்தச் சுதந்திரம் கட்டுப்படுத்தப்பட்டது. இவர்களோடு மற்றவர்கள் பேசாதபடி கூட தடை செய்யப்பட்டது. ஜெர்மானியர் மீதிருந்த துவேஷம், இங்ஙனம் சில்லரைத் தொந்திரவுகள் மூலமாகக் கொப்பளித்து எழுந்தது.

ஜெர்மானியப் பிரதிநிதிகள் வந்து சேர்ந்ததும் அவர்களிடம், ஏற்கெனவே தயாரிக்கப்பட்டிருந்த சமாதான உடன்படிக்கையை நேசக்கட்சியார் நீட்டினார்கள். அதன்மீது ஏதேனும் 'வியாக்கியானம்' செய்வதாயிருந்தால் செய்யலாம் என்றும் கூறினார்கள். என்ன தாராள மனப்பான்மை! இந்தச் சடங்கு மே மாதம் 7ந் தேதி நடைபெற்றது. அப்பொழுது ஜெர்மனி பிரதிநிதிக் கூட்டத் தலைவனான கவுண்ட் ப்ராக்டார்ப் ராண்ட்ஸௌ (Count Brockdorff Rantzau) தன் ஆசனத்தில் உட்கார்ந்திருந்தபடியே பின் வருமாறு பேசினான்:

> "நாங்கள் எம்மட்டில் தோல்வியடைந்திருக்கிறோ மென்பதைப் பற்றியோ, எங்களுடைய பலஹீனம் எவ்வளவில் இருக்கிறதென்பதைப் பற்றியோ எங்களுக்கு எவ்வித சந்தேகமுமில்லை. ஜெர்மனியின் ராணுவ பலம் முறியடிக்கப்பட்டுவிட்டதென்பதை நாங்கள் அறிவோம். நாங்கள் எத்தகைய துவேஷத்தின் கொடுமையினால் வரவேற்கப்பட்டிருக்கிறோம் என்பதையும் உணர்வோம். யுத்தம் செய்த குற்றத்தின் முழுப் பொறுப்பையும் நாங்கள் ஏற்றுக்கொள்ள வேண்டுமென்று கூறுகிறீர்கள். என்னுடைய வாயிலிருந்து அத்தகைய வார்த்தைகள் வருமானால் அது பொய் சொன்னதேயாகும். யுத்தத்திற்கு முன்னர் இருந்த ஜெர்மன் அசராங்கத்தின் மனப்பான்மை, 1914ஆம் ஆண்டு ஜுலை மாதம் அது செய்து கொண்ட தீர்மானங்கள், அது நிறைவேற்றாத காரியங்கள், ஆகிய இவையாவும் சேர்ந்து யுத்தம் ஏற்பட்டதற்குக் காரணமாக இருந்திருக்கலாம். ஆனால், ஜெர்மானியர்கள் தற்காப்புக்காகவே இந்த யுத்தத்தைச் செய்ததாக நம்புகிறார்கள். ஆதலின் யுத்தத்தின் முழுப் பொறுப்பையும் ஜெர்மனியின் மீது சுமத்தக் கூடாதென்று நாங்கள் வாதிக்கிறோம். ஆஸ்திரிய இளவரசனின் கொலைக்குப் பிறகே இந்தக் கோர யுத்தம் கிளம்பியதென்று நாங்கள் கூறவில்லை. சென்ற ஐம்பது வருஷ காலமாகவே ஏகாதிபத்திய எண்ணமானது ஐரோப்பிய நாடுகளின்

சம்பந்தத்தை விஷப்படுத்தியிருக்கிறது. வன்மபுத்தி, நாடுகளைப் பெருக்க வேண்டுமென்ற ஆசை, சுய நிர்ணய உரிமைகளைப் புறக்கணித்தல் ஆகிய அனைத்தும், யுத்த நெருக்கடிக்குக் காரணங்களாகச் சேர்ந்தன. சில பிரதேசங்களுக்கு எங்களால் சேதம் உண்டாயிற்றென்பதை நாங்கள் ஒத்துக் கொள்கிறோம். அதற்கான பரிகாரங்களைச் செய்து தரவும் நாங்கள் தயார். ஆனால் ஜெர்மனி மட்டும் யுத்தத்திற்குப் பொறுப்பாளி என்று சொல்லாதீர்கள். எங்களை மட்டும் வெள்ளைக் காகிதத்திலே நிறுத்திப் பார்க்க வேண்டுமென்று விரும்புவீர்களாயின், யுத்த நிறுத்த நிபந்தனைகளை மறந்துவிடாதீர்கள். 1918ஆம் ஆண்டு நவம்பர் மாதம் 11ந் தேதிக்குப் பிறகு கூட, ஜெர்மனிக்குள் உணவுப் பொருள்கள் செல்லக் கூடாதென்று செய்த தடையினால் லட்சக்கணக்கான மக்கள் மாண்டு போனார்கள். வெற்றி கொண்ட பிறகும் இவர்கள் கொலையே செய்யப்பட்டார்கள். குற்றம், தண்டனை என்ற வார்த்தைகளைச் சொல்லும் போது இதனை நினைத்துப் பாருங்கள். பட்ச பாதமற்ற ஒரு விசாரணை நடத்தப்பட வேண்டும். இந்தச் சம்பவத்திலே கலந்து கொண்ட எல்லாரும் ஆஜராகக் கூடிய ஒரு கமிஷன் நியமிக்கப்பட வேண்டும். இந்த கமிஷனாருக்கு யுத்த சம்பந்தமான எல்லா தஸ்தாவேஜுகளும் கிடைக்குமாறு செய்ய வேண்டும். அப்பொழுதுதான் இந்த யுத்த நாடகத்திலே கலந்து கொண்ட நடிகர்களுடைய பொறுப்பின் அளவை நிர்ணயிக்க முடியும்."

ஜெர்மானியர்கள் உடன்படிக்கையைப் புரட்டிப் புரட்டிப் பார்த்தார்கள்; படித்தார்கள். பிரசிடெண்ட் வில்ஸன் கூறிய பதினான்கு தத்துவங்களுக்கும், இந்த உடன்படிக்கையிலுள்ள நிபந்தனைகளுக்கும் எவ்வித ஒற்றுமையும் காணோமே என்று பெரு மூச்சுவிட்டார்கள்! ஆயினும் என்ன செய்வது? தங்களுக்குள் கலந்து ஆலோசித்தார்கள். சில மாற்றங்களைச் செய்து தருமாறு கேட்டார்கள். ஆல்சேஸ் - லோரெயின் பிரதேசத்தை பிரான்ஸ் எடுத்துக் கொள்வதைப்பற்றி ஒரு பொதுமக்கள் வாக்கு எடுக்கப் பெற வேண்டும். டான்ஸிக், மெமல், கோனிக்ஸ்புர்க் ஆகிய மூன்றும் சுதந்திரத் துறை முகங்களாக இருக்க வேண்டும். ஸார் பிரதேசத்திலுள்ள நிலக்கரிச் சுரங்கங்களின் அனுபவ பாத்தியதையை பிரான்ஸ் எடுத்துக் கொள்வதற்குப் பதிலாக, வருஷந்தோறும் குறிப்பிட்ட ஒரு தொகையை ஜெர்மனி வசூலித்துக் கொள்ள வேண்டும். இப்படியாகச் சில மாற்றங்களை இவர்கள் கோரினார்கள், யாவும் மறுக்கப்பட்டன. சர்வதேச சங்கத்தில் ஜெர்மனியை

உடனே சேர்த்துக் கொள்ள வேண்டுமென்று கேட்டார்கள். நிராகரிக்கப்பட்டது. ஜெர்மனியின் ராணுவ பலத்தைக் குறைக்குமாறு கூறியுள்ளதுபோல், நேசக் கட்சியாருடைய ராணுவ பலத்தையும் இரண்டு வருஷத்திற்குள் குறைக்க வேண்டுமென்று கேட்டார்கள். முடியவே முடியாதென்று பதில் கிடைத்தது. இன்னும் சில மாற்றங்களைக் கேட்டுப் பார்த்தார்கள் ஜெர்மானியர்கள். அவர்களுடைய கண்ணைத் துடைப்பதற்காக அங்கும் இங்கும் சில மாறுதல்களை - முக்கியமில்லாத மாறுதல்களை - செய்து கொடுத்தார்கள் நேசக் கட்சியார். கடைசியில், ஜூன் மாதம் 16ந் தேதி, திருத்தப்பட்ட இந்த உடன்படிக்கையை, ஜெர்மானியப் பிரதிநிதிக் கூட்டத்தின் தலைவனான ராண்ட்ஸௌ என்பவனிடம் கொடுத்து, இன்னும் ஒரு வாரத்திற்குள், இதனை அப்படியே அங்கீகரித்து இதில் கையெழுத்திடாவிட்டால், நேசக்கட்சித் துருப்புகள், ஜெர்மனி மீது படையெடுக்கப் புறப்படும் என்ற சந்தோஷகரமான செய்தியையும் தெரிவித்தனர். ஜெர்மன் பிரதிநிதிக் கூட்டத்திற்கும், பெர்லினிலிருந்த ஜெர்மன் அரசாங்கத்திற்கும் தந்திப் போக்குவரத்து துரிதமாக நடைபெற்றது. இந்தக் கேவலமான உடன்படிக்கையில், தான் கையெழுத்திட முடியாதென்று சொல்லி, தன் பதவியை ராஜீநாமா செய்து விட்டான், பிரதிநிதிக் கூட்டத்தின் தலைவனான ராண்ட்ஸௌ. அப்பொழுது ஜெர்மன் குடியரசின் தலைவனாயிருந்தவன், சமூகவாத மக்கள் கட்சியைச் சேர்ந்த ஈபர்ட் என்பவன். இவன் ஆலோசித்தான். யுத்த நிறுத்தம் ஏற்பட்டு ஆறு மாதங்களுக்கு மேலாகியும், ஜெர்மனிக்குள் உணவுப் பொருள்கள் வரக்கூடாதென்று போட்டிருந்த தடையை இன்னும் நேசக்கட்சியார் நீக்கவில்லை. இதனால் ஜெர்மனியில் ஏற்பட்டுள்ள நஷ்டங்கள் சொல்லத்தரமன்று. இந்த நிலையில் நேசக்கட்சித் துருப்புகளும் படையெடுத்து வந்தால் என்ன செய்வது? எனவே, வேறு வழியில்லை. உடன் படிக்கையில் கையெழுத்திடுமாறு உத்திரவு செய்தான். ஜெர்மன் பிரதிநிதிகள் கடைசி முறை, 'யுத்தத்திற்கு ஜெர்மனிதான் பொறுப்பாளி' என்றிருந்த பிரிவை ரத்து செய்துவிட பிரயத்தனம் செய்து பார்த்தார்கள். முடியவில்லை.

1919ஆம் ஆண்டு ஜூன் மாதம் 28ந் தேதி, வார்சேலில் 'கண்ணாடி ஹாலில்' சமாதான உடன்படிக்கை கையெழுத்திடப் பெற்றது. இதில் கையெழுத்திட்டவர்கள் எல்லோரும், தங்கள் முகங்களை, அங்கிருந்த கண்ணாடிகளில் நன்கு பார்த்துக்

கொண்டார்கள். ஆனால் இவர்களில் எத்தனை பேர், அதே சமயத்தில், தங்களுடைய மனச்சாட்சிகளையும் தொட்டுப் பார்த்துக் கொண்டார்களோ தெரியாது.

வார்சேல் உடன்படிக்கையாகிற ஆஸ்பத்திரியிலே, பிரசிடெண்ட் வில்ஸனுடைய குழந்தையாக சர்வதேச சங்கம் பிறந்தது. இதற்காக வில்ஸன் எவ்வளவு வேதனைப் பட்டான்? எத்தனை இரவுகள் கழித்தான்? இது பிறந்த பிறகு இதன் போஷணைக்காக எவ்வளவு பணச் செலவு? சுதந்திர நாடுகள் யாவும் இதில் அங்கத்தினர்கள். எதிர்காலத்தில் உலக யுத்தம் நேரிடாதபடி காப்பதே இதன் நோக்கம். எப்படி காப்பது? நியாயத்தையும் தர்மத்தையும் அடிப்படையாகக்கொண்டு எல்லா நாடுகளிடையும் ஒற்றுமை உணர்ச்சி உண்டாக்கி, யுத்தம் வராமல் தடுக்க வேண்டும். இதில் அங்கத்தினர்களாகச் சேர்ந்துள்ள நாடுகள் ஒன்றுக்கொன்று சச்சர விட்டுக் கொள்ளக் கூடாது. அப்படி சச்சரவேற் பட்டால் சமாதான முறையிலேயே அதனைத் தீர்த்துக் கொள்ள வேண்டும். அதனையும் மீறி, ஒரு நாடு மற்றொரு நாட்டோடு போர் புரியத் தொடங்குமானால், மற்றநாடுகள், போர் தொடங்கும் நாட்டுக்கு எவ்வித உதவியும் செய்யக்கூடாது.

இவையெல்லாம் காகிதத்திலே படிப்பதற்கு எவ்வளவு அழகாயிருக்கின்றன!

இந்தச் சங்கத்தின் அங்கங்களாயிருப்பன ஐந்து. முதலாவது 'கவுன்சில்'. இது நிர்வாக சபை மாதிரி. இதில் தற்போது பிரிட்டிஷ் ஏகாதிபத்தியம், பிரான்ஸ், இத்தலி, ருஷ்யா ஆகிய நான்கு நாடுகளின் பிரதிநிதிகள் அங்கத்தினர்கள். நிரந்தரமல்லாத அங்கத்தினர்கள் என்று பத்து பேர் உண்டு. இவர்கள், மற்ற நாடுகளினால் அவ்வப்பொழுது தெரிந்தெடுக்கப்பட வேண்டியவர்கள். இந்தக் 'கவுன்சில்' வருஷத்தில் குறைந்தது மூன்று முறையாவது கூட வேண்டும்.

இரண்டாவது 'அசெம்பிளி'. இதில் அங்கத்தினர்களாகச் சேர்த்துக் கொள்ளப்பட்ட எல்லா நாடுகளும் பிரதிநிதித்துவம் பெற்றிருப்பார்கள். வருஷத்திற்கொரு முறை, செப்டம்பர் மாதம் முதல் திங்கட்கிழமையன்று இது கூட வேண்டும். இது தவிர விசேஷ கூட்டங்கள் அவசியமானால் கூட்டப் படலாம். இந்த 'அசெம்பளி'யின் வருஷாந்தக் கூட்டத்திற்கு ஒவ்வொரு நாடும் மூன்று பிரதிநிதிகளை அனுப்பலாம். ஆனால் ஒவ்வொரு நாட்டுக்கும் ஒவ்வோர் 'ஓட்' தான் உண்டு.

மூன்றாவதாக, நிரந்தர காரியாலயம். இது ஜெனீவாவில் அமைக்கப்பட்டிருக்கிறது. இதில் பல இலாகாக்கள் அடங்கியிருக்கின்றன. ஒரு பொதுக் காரியதரிசியின் நிருவாகத்தின் கீழ் இதன் காரியங்கள் நடைபெறுகின்றன.

நான்காவது சர்வதேச தொழிலாளர் ஸ்தாபனம். இஃது உலகத்திலுள்ள தொழிலாளர் நிலையைப் பற்றிக் கவனிக்கும்.

ஐந்தாவது சர்வதேச உயர்தர நீதி மன்றம். இது ஹேக் என்ற நகரத்தில் ஸ்தாபிக்கப்பட்டிருக்கிறது. இதில் 11 நியாயாதிபதிகளும் 4 உதவி நியாயாதிபதிகளும் அடங்கியிருப்பார்கள்.

சர்வதேச சங்கத்தில் சேர்ந்துள்ள எல்லா நாடுகளும் தங்களுடைய ஆயுத பலத்தை, எவ்வளவு தேவையோ அவ்வளவுக்குக் குறைத்துக் கொள்ள வேண்டுமென்று ஓர் உடன்படிக்கை கையெழுத்திடப் பெற்றது. ஆனால், ஒரு நாடாவது இதன்படி பிற்காலத்தில் அனுஷ்டிக்கவில்லை. அது வேறு விஷயம்.

சர்வதேச சங்கம் ஆரம்பிக்கப்பட்டபோது, அதில், ஜெர்மனி, ஆஸ்திரியா, துருக்கி, ருஷ்யா ஆகிய நான்கு நாடுகளும் சேர்த்துக் கொள்ளப் பெறவில்லை. ஆனால் சுதந்திர நாடுகள் தான் அங்கத்தினர்களாகச் சேர்த்துக் கொள்ளப் பெறலாம் என்று விதி இருந்த போதிலும், இந்தியா ஓர் அங்கத்தினராகச் சேர்த்துக் கொள்ளப்பெற்றது.

இதில் வேடிக்கை யென்னவென்றால், அமெரிக்காவின் தலைவனான பிரசிடென்ட் வில்ஸன், இந்தச் சங்கத்தை ஸ்தாபித்த போதிலும், அமெரிக்கா மட்டும் இதில் அங்கத்தினராகச் சேரவேயில்லை.

சர்வதேச சங்கத்தின் நிரந்தர ஸ்தாபனத்திற்கு, வருஷத்திற்கு, ஏறக்குறைய இரண்டேகால் கோடி ரூபாய் தற்போது செலவாகிறது. அங்கத்தினர்களாகச் சேர்ந்து கொண்டுள்ள நாடுகள் யாவும் இந்தச் செலவை ஈவுபடுத்திக் கொள்ள வேண்டுமென்பது விதி. ஆனால் சில நாடுகள் தங்கள் ஈவுத்தொகையைக் கொடாமலே இருக்கின்றன. தற்போது சங்கத்தில் 55 நாடுகள் அங்கத்தினர்களாயிருக்கின்றன.

சங்க ஆரம்பகாலத்தில் சேர்த்துக்கொள்ளப் பெற்ற ஜப்பான், 1933ஆம் ஆண்டு விலகிக் கொண்டு விட்டது. முதலில் சேர்த்துக் கொள்ளப்பெறாத ஜெர்மனி, ரஷ்யா, துருக்கி ஆகிய

நாடுகள் பின்னர் சேர்த்துக் கொள்ளப்பட்டன. ஜெர்மனி மட்டும் 1934ம் ஆண்டு விலகிக் கொண்டுவிட்டது.

சர்வதேச சங்கத்தினிடம், ஜெர்மனிக்கு ஆரம்பத்திலிருந்தே நல்ல எண்ணம் கிடையாது. வார்சேல் உடன்படிக்கைப்படி, ஜெர்மனியிலிருந்து பிரிக்கப்பட்ட நாடுகள் யாவும், சர்வதேச சங்கத்தைக் கருவியாக உபயோகித்தே பிரிக்கப்பட்டன. மற்றும் யுத்தத்தில் வெற்றி பெற்ற வல்லரசுகளின் கையாட்டிப் பொம்மையாக இச்சங்கம் இருப்பதாக ஜெர்மனி கருதியது. அப்படி கருதுமாறு வல்லரசுகளும் நடந்து கொண்டன. 1926ம் ஆண்டு பிரிட்டிஷ் அரசாங்கத்தின் முயற்சியின் பேரில், ஜெர்மனி, சங்கத்தில் சேர்த்துக் கொள்ளப்பெற்ற போதிலும், சங்க உடன்படிக்கையிலுள்ள ஷரத்துகளுக்கும் வல்லரசுகளின் செயல்களுக்கும் முரண்பாடு இருப்பதாகக்கருதி, ஜெர்மனி சங்கத்தினின்று விலகியது.

அடிக்குறிப்புகள்

1. ஜெர்மனி, ஆஸ்திரியா
2. ருஷ்யா, பல்கேரியா
3. ப்ரஷ்யா, சாக்ஸனி, பவேரியா, ஊர்டம்பர்க், ஹங்கேரி, கிரீஸ்
4. Thomas Woodrow Wilson - 1856-1924. அமெரிக்கா ஐக்கிய நாட்டின் 28வது பிரசிடெண்ட்.
5. David Lloyd George - 1863ம் ஆண்டில், வேல்ஸ் மாகாணத்தில் பிறந்தவன். சிறந்த பிரிட்டிஷ் ராஜ தந்திரிகளின் வரிசையில் வைக்கத் தகுந்தவன். ஐரோப்பிய யுத்தத்தின்போது, சர்வாதிகாரி போல் காரியங்களை நடத்தி வந்தான். இந்தியாவின் சுதந்திரப் போராட்ட சரித்திரத்திலும், ஐர்லாந்தின் சுதந்திரப் போராட்ட சரித்திரத்திலும் இவன் பெயர், மறக்க முடியாத ஒரு ஸ்தானத்தைப் பெற்றிருக்கிறது.
6. 1935ம் ஆண்டு எடுக்கப்பெற்ற பொது மக்கள் வாக்கின்படி இந்தப் பிரதேசம் ஜெர்மனிக்குப் போய்ச் சேர்ந்தது.

~

11. கட்சிப் பிரசாரம்

'ஜெர்மன் தொழிலாளர் கட்சி'யில் ஹிட்லர் ஓர் அங்கத்தினனாகச் சேர்ந்து விட்டான். இனியும் இவனால் சும்மாயிருக்க முடியுமோ? ஒரு கட்சியில் அல்லது ஓர் இயக்கத்தில் சேருவதற்கு முன்னர், நன்றாக ஆலோசனை செய்ய வேண்டும். அப்படி ஆலோசனை செய்ததன் முடிவாக, அக்கட்சியில் அல்லது இயக்கத்தில் சேர்ந்து விட்டால் அதனுடைய நன்மைக்காக, வளர்ச்சிக்காகத் தன்னையே தியாகம் செய்துவிட வேண்டுமல்லவா? இந்த உயரிய உண்மையை ஹிட்லர் நன்கு உணர்ந்திருந்தான். கட்சியில் சேர்ந்து தீவிரமாக உழைக்கத் தீர்மானித்தான். வாரந்தோறும் தவறாமல் கட்சிக் கூட்டங்களுக்குச் சென்று வந்தான். ஆனால் ஏழு அங்கத்தினர்கள் தவிர, புதிய அங்கத்தினர்கள் சேரவில்லை. இத்தகைய கட்சியொன்று தோன்றியிருக்கிறதென்றே பொது மக்களுக்குத் தெரியாது. ஒரு கட்சியானது, எவ்வளவு உயர்ந்த லட்சியத்தைக் கொண்டதாயிருந்தாலும், அது பொதுமக்களுக்குத் தெரியாத வரையில் அதனால் என்ன நன்மையைச் செய்ய முடியும்?

"எங்கள் இயக்கத்தின் ஆரம்ப திசையில், பல குறைகளால் நாங்கள் கஷ்டப்பட்டோம். ஏனென்றால் எங்களுடைய பெயர் ஒருவருக்கும் தெரியாது. அப்படி பிரபலமான மனிதர்களும் எங்களில் யாரும் இல்லை. இதனால் எங்களுடைய இயக்கம் வெற்றியடையுமா என்ற சந்தேகம் இருந்து கொண்டே இருந்தது. ம்யூனிக் நகரத்தில், எங்கள் இயக்கத்தில் அங்கத்தினர்களாயிருந்தவர்களும் அவர்களுடைய நண்பர்களும் தவிர, மற்றவர்கள் எங்கள் கட்சியின் பெயரையும் அறியமாட்டார்கள். எனவே, இந்தச் சிறிய இயக்கத்தைப் பெரிதாக்குவதற்குப் புதிய அங்கத்தினர்களைச் சேர்க்க வேண்டியதும், இந்த இயக்கத்தைப்பற்றி எல்லாருக்கும் தெரியப்படுத்த வேண்டியதும் அவசியமாயின."

இதற்கான காரியங்களை ஹிட்லர் செய்யத் தொடங்கினான். கட்சியின் நோக்கங்ளைப் பொதுமக்களுக்கு அறிமுகப்படுத்தி வைக்கும் பொறுப்பை கட்சியினர், இவனிடம் விட்டார்கள். இவன் கட்சியின் பிரசாரகனாக நியமிக்கப் பெற்றான். முதலில் மாதத்திற்கொருமுறை பொதுக் கூட்டம் ஒன்று கூட்டிப் பொதுமக்களுக்குக் கட்சியின் நோக்கங்களை எடுத்துச் சொல்வதென்று தீர்மானிக்கப் பெற்றது. ஆனால் இது போதாதென்று மாதத்திற்கு இருமுறை கூட்டுவதென்று நிச்சயிக்கப் பெற்றது. கூட்டங்களுக்கு அழைப்பு அனுப்ப வேண்டுமே, எப்படி அனுப்புவது? அச்சடிக்கப் பணமில்லை. அழைப்புக்களை விநியோகிக்க ஆட்களில்லை. சில காலம்வரை, ஹிட்லர், கார்டுகளில் டைப் அடித்தும் கையால் எழுதியும் அழைப்புக்கள் அனுப்பினான். ஒரு கூட்டத்திற்கு எண்பது அழைப்புக்களைத் தன் கையால் எழுதி எண்பது பேருடைய வீட்டுக்கும் தானே கொண்டு கொடுத்துவிட்டு வந்தான். நேரில் சந்தித்தவர்களைப் பார்த்து 'கூட்டத்திற்கு அவசியம் வர வேண்டும்' என்று அழைப்பான். ஆனால் கூட்டத்திற்கு எத்தனை பேர் வந்தனர்? அநேக கூட்டங்களுக்குப் பொதுமக்கள் வருவார்களோ என்று ஒரு மணி நேரம் வரை கூட ஹிட்லரும் அவன் சகாக்களும் காத்துக் கொண்டிருப்பார்கள். கடைசியில் கட்சி அங்கத்தினர்களாகிய ஏழு பேருடன் தான் கூட்டம் தொடங்கும்!

இதற்காக ஹிட்லர் சிறிதும் சோர்வு கொள்ளவில்லை. கட்சியின் உயரிய லட்சியத்திலே இவனுக்குக் பூரண நம்பிக்கை இருந்தது. மெதுமெதுவாகக் கட்சியின் பொதுக் கூட்டங்களுக்கு மக்கள் வர ஆரம்பித்தனர். ஒரு கூட்டத்திற்கு 11 பேர்; அடுத்ததற்கு 25; அதற்கடுத்தற்கு 47.

ஆனால் ஹிட்லருக்கு இந்த மெதுவான முன்னேற்றம் பிடிக்கவில்லை. எத்தனை யுகங்களாகும் இந்த மாதிரி மூன்று பேரும் நான்கு பேருமாக அதிகப் பட்டுக் கொண்டுபோனால்? யோசித்தான். கட்சி அங்கத்தினர்களாகிய ஏழுபேரும் ஒரு சொற்பத் தொகையை நன்கொடையாகக் கொடுப்பதென்றும், இதனைக் கொண்டு, கட்சியின் பொதுக் கூட்டத்தைப் பற்றிப் பத்திரிகையில் விளம்பரம் செய்வதென்றும் தீர்மானித்தான். அப்படியே ஒரு சிறுதொகையை வசூலித்து 'ம்யூனிக் அப்சர்வர்' என்ற பத்திரிகையில், 'ஜெர்மன் தொழிலாளர் கட்சி'யின் சார்பாக 'கோர்ட் பீர்ஹாலி'ல் இரவு ஏழு மணிக்குச் சரியாக, பொதுக் கூட்டம் நடைபெறுமென்று ஒரு விளம்பரம்

போடுவித்தான். விளம்பரப்படுத்தி விட்டானே தவிர கூட்டத்திற்கு எத்தனைபேர் வருவார்களோ என்ற பயம் இவனுக்கு இருந்தது. கூட்டத்தினன்று, சிறிது முன்னாடியே இவன், ஹாலுக்குச் சென்றான். அப்பொழுது இவன் இருதயம் படபடத்து அடித்தது. சிறிது நேரங்கழித்து, ஏழுமணியும் அடித்தது. ஹாலுக்குள் எத்தனைபேர் வந்திருந்தனர்? ஹிட்லர் எண்ணிப்பார்த்தான். சரியாக நூற்றுப்பதினோருபேர். பெரிய வெற்றியல்லவா? உடனே கூட்டம் தொடங்கப் பெற்றது. ஏற்கெனவே ஏற்பாடு செய்யப்பட்டிருந்தபடி முதலில் ஒரு கலாசாலை ஆசிரியன் பேசினான். இரண்டாவது ஹிட்லரின் பேச்சு. கூட்டத்தலைவன் இவனைப் பேசுமாறு அழைத்தான். தன் ஆசனத்தினின்று எழுந்து, தலைவனுடைய மேஜையருகில் சென்று நிற்பதற்குள் இவன் இருதயம் விண்டுவிடும் போலிருந்தது. இதற்கு முன்னர் இவன், ஒரு சில நண்பர்களைக் கூட்டி வைத்துக் கொண்டு 'ஆலையில்லாத ஊருக்கு இலுப்பைப் பூ சர்க்கரை' என்கிற மாதிரி ஏதாவது பேசுவானே தவிர, பொதுமக்களின் முன்னிலையில் வந்து பேசியதில்லை. அதுவும் ஒரு கட்சியின் கொள்கைகளை எடுத்துச் சொல்வதென்றால் லேசான காரியமா? ஆயினும் இவன் ஒருவாறு சமாளித்துக்கொண்டு பேசத் தொடங்கினான். இவன் பேசியது மொத்தம் முப்பது நிமிஷம். இதைக் கேட்டவர்கள் புதியதொரு ஜீவ சக்தியைப் பெற்றவர்கள் போலானார்கள். மக்களைத் தட்டி எழுப்பக்கூடிய பேச்சுவன்மை தன்னிடம் இருக்கிறதென்பதை அப்பொழுதுதான் இவன் உணர்ந்தான். இவன் பேசி முடிந்ததும் 'மக்கள் தொழிலாளர் கட்சி'யின் செலவு வகைக்காக, ஹாலிலேயே முந்நூறு மார்க்கு வசூலாயிற்று! ஹிட்லரிடத்தில் ஒரு பழக்கம் உண்டு. தன்னுடைய இயக்கத்திற்குப் பணம் தேவையென்றும், அதற்கு எல்லாரும் உதவி செய்ய வேண்டுமென்றும் நேராகப் பொது மக்களைப் பார்த்து எப்பொழுதும் கேட்கமாட்டான். இயக்கத்தை வலுப்படுத்த உதவி செய்யுங்கள் என்று பொதுவாகத்தான் குறிப்பிடுவான்.

ஹிட்லர், முதற் பொதுக் கூட்டத்தில் கிடைத்த வெற்றியைக் கண்டு மகிழ்ச்சியடைந்தான்; உற்சாகங் கொண்டான். யுத்த காலத்தில் இவனோடு சேர்ந்து போர் புரிந்த வீரர்கள் பலர் இவனுடைய கட்சியில் அங்கத்தினர்களானார்கள். கட்சிக்குப் பண வருவாயும் பெருகிக் கொண்டு வந்தது. அடிக்கடி பொதுக் கூட்டங்கள் நடைபெற்று வந்தன. ஒவ்வொரு கூட்டத்திலும் ஹிட்லர் பேசி வந்தான்.

ஹிட்லர் பேசுவதற்காக மேடைமீதேறி நின்றதும், இவனிடத்திலேயே மக்கள் தங்கள் கண்களைப் புதைத்து விடுவார்கள். பேசும் நேரத்தைத் தவிர மற்ற நேரங்களில் இவன் பொது மக்களுடன் நெருங்கிப் பழகமாட்டான். தன்னிடம் உபதேசம் கேட்க வந்திருப்பவர்களாகவே மக்களைக் கருதுவான். தான் ஓர் உபதேசகனாகவும் கருதிக் கொள்வான். எப்பொழுதுமே, இவன், கூட்டம் தொடங்குவதற்கு முன்னாடி ஹாலுக்கு வரமாட்டான். கூட்ட நடவடிக்கைகள் ஆரம்பமாகிச் சிறிது நேரங்கழித்து ஏற்கெனவே ஏற்பாடு செய்திருக்கிறபடி பக்கத்திலேயுள்ள ஒரு வழியாக, பொறுக்கியெடுத்த சில நண்பர்களுடன் வருவான். இப்படி வரும்போது, கூட்டத்திலிருப்போர் அனைவருடைய கவனமும் இவன்மீது செல்லும். பாமர மக்களை, வசியப்படுத்துவதற்குச் சில ஆடம்பரங்கள் அவசியமென்பது இவன் நம்பிக்கை. ஏனென்றால் பொது மக்களுடைய மனமானது ஒரு குழந்தையின் மனத்தைப் போன்றது. இதற்குச் சிறிது வேடிக்கையும் பகட்டும் கலந்துதான் அறிவு புகட்ட வேண்டும். ஓர் அரசியல்வாதி, பொது மக்களைக் கவர்ந்து அவர்களுக்குத் தலைமை பூண வேண்டுமானால், வெறும் அரசியல் தத்துவங்களை அப்படியே எடுத்துரைத்துக் கொண்டிருந்தால் வெற்றியடையமாட்டான். அவனுடைய பிரச்சாரத்திற்குத் துணை செய்வன சங்கீதம், வாத்தியம், கொடிகள், ஊர்வலம் முதலியவையுமாம். இந்த ரகசியத்தை ஹிட்லர் நன்கு உணர்ந்திருந்தான்.

குறிப்பிட்ட ஓர் அரசியல் கட்சியின் பிரதிநிதியென்ற முறையில் ஹிட்லர் மேடையில் தோன்றிப் பேசமாட்டான். தேசீயத்தை அடிப்படையாகக் கொண்ட ஒரு மதப் பிரசாரகனாகவே பேசுவான். இவனிடம் தன்னம்பிக்கை அதிகமாகக் குடிகொண்டிருந்தது. யுத்தத்தினால் வீழ்ந்துபோன ஜெர்மனியைக் காப்பாற்றிக் கொடுக்கும் பொறுப்பைக் கடவுள் தன்னிடம் ஒப்படைத்திருப்பதாக இவன் நம்பினான். இதனால் தன்னிடத்திலே பக்தி விசுவாசத்துடன் நடந்து கொள்ளக்கூடிய, தனக்காக எதையும் தியாகம் செய்யவல்ல ஒரு கூட்டத்தாரைச் சேர்த்துக் கொள்ள விரும்பினான். இந்த விருப்பத்தை இவன் சொற்ப காலத்திற்குள் நிறைவேற்றிக்கொண்டான் என்பதைச் சொல்லவும் வேண்டுமோ? கட்சியில் இவனுடைய செல்வாக்கு அதிகமாகிக் கொண்டுவந்தது.

ம்யூனிக் 'பீர் ஹால்' களில் இங்ஙனம் பல பொதுக் கூட்டங்கள் சுமார் ஒரு ஆண்டு காலம் வரை அடிக்கடி நடை

பெற்றுக் கொண்டு வந்தன. பொதுமக்கள் இக்கட்சியைப்பற்றி ஒருவாறு தெரிந்து கொண்டார்கள். ஆனால் பொதுவுடைமைக் கட்சியினரும் மற்றக் கட்சியினரும், ஹிட்லரின் கட்சி வலுத்து வருவதைக் கண்டு பொறாமைப் பட்டார்கள். ஹிட்லர் பேசும் கூட்டங்களுக்கு வந்து தொந்திரவும் விளைவித்தார்கள். ஆனால் ஹிட்லர் இவற்றிற்கெல்லாம் பயந்துவிடுகிறவனா?

1920ஆம் ஆண்டுத் தொடக்கத்தில் பெரியதொரு பொதுக் கூட்டம் விசாலமானதோர் இடத்தில் நடத்த வேண்டுமென்று ஹிட்லர் விரும்பினான். ஆனால் இதற்குக் கட்சித்தலைவர்கள் இணங்கவில்லை. எனவே இவன் தன் சொந்தப்பொறுப்பிலேயே கூட்டத்தை நடத்துவதாகவும் அதனுடைய பலாபலன்களை, தான் அனுபவிக்கச் சித்தமாயிருப்பதாகவும் உறுதியாகத் தெரிவித்தான். கடைசியில் 1920ஆம் ஆண்டு பிப்ரவரி மாதம் 24ந் தேதி இரவு ஏழு மணிக்குப் பெரியதொரு மண்டபத்தில் பொதுக் கூட்டம் நடத்துவதாகத் தீர்மானிக்கப்பட்டது. அதற்கு வேண்டிய ஏற்பாடுகளை இவனே செய்தான். இந்தக் கூட்டத்தில், 'ஜெர்மன் தொழிலாளர் கட்சி'யின் வேலைத் திட்டத்தை எல்லாரும் அறியும்படி வெளியிடுவதென்று நிச்சயித்தான். அப்படியே அன்று கூட்டம் தொடங்கியது. சரியாக ஏழேகால் மணிக்கு ஹிட்லர் மண்டபத்துக்குள் நுழைந்தான். பார்த்தான் சுற்று முற்றும். மண்டபம் நிறைய ஜனங்கள்! ஓர் இடம் கூட காலியாயில்லை. சுமார் இரண்டாயிரம் பேருக்கு மேலிருக்கும். வெற்றியடைந்தவன் போன்ற உணர்ச்சி பெற்றான். அந்தக் காலத்தில் இந்த இரண்டாயிரம் பேரடங்கிய கூட்டம் பெரிய கூட்டமாக இவனுக்கு தென்பட்டது.

முதலில் ஒருவன் பேசி முடித்தான். இரண்டாவதாக ஹிட்லர் பேசத்தொடங்கினான். உடனே கூட்டத்தில் கலகம் விளைவிக்க வேண்டுமென்ற நோக்கத்துடன் வந்திருந்த எதிர்க் கட்சியினர் கூச்சலிடத் தொடங்கினர். மண்டபத்திற்குள் குழப்பம் உண்டாயிற்று. ஹிட்லருடைய நண்பர்கள் - தொழிலாளர் கட்சியைச் சேர்ந்தவர்கள் - குழப்பம் விளைவித்தவர்களை அடக்கினர். ஹிட்லர் மேலே பேசத் தொடங்கினான். 'ஜெர்மன் தொழிலாளர் கட்சி'யின் வேலைத் திட்டத்தை ஒவ்வொரு பகுதியாக எடுத்துச் சொல்லி வியாக்கியானம் செய்து கொண்டு வந்தான். எதிர்ப்பு ஆரவாரமாக மாறியது. மக்களுடைய முகத்தில் கோபக்குறி மாறி சந்தோஷக்குறி உண்டாயிற்று. கூட்டத்தைக் கலைத்துவிட வேண்டுமென்ற நோக்கத்துடன் வந்த எதிர்க் கட்சியினர் பலரும் ஹிட்லர்

கட்சியில் ஈடுபட்டவர்களாய், புதிய நம்பிக்கை, புதிய பலம், புதிய உறுதி பெற்று விளங்கினார்கள்.

> "தீ பற்றிக் கொண்டது. இந்த செந்தழலிலிருந்து, ஜெர்மானிய சுதந்திரத்தை மீட்டுக் கொடுக்கக் கூடிய, ஜெர்மன் சமூகத்திற்கு உயிரளிக்கவல்ல, ஒரு வாளாயுதம் தோன்ற வேண்டும்"

என்றான் ஹிட்லர்.

இந்தக் கூட்டத்திற்குப் பிறகு அதிகாரிகள், இந்தத் தொழிலாளர் கட்சியின் மீது கண் செலுத்தத் தொடங்கினார்கள். பொதுவுடமைக் கட்சியினர் இதனை அடக்கிவிட வேண்டுமென்பதில் முனைந்து நின்றார்கள். இவற்றையெல்லாம் ஹிட்லர் நன்கு தெரிந்து கொண்டான். தற்காப்பு நிமித்தம் சில ஏற்பாடுகளைச் செய்தான்.

கூட்டங்களில் அமைதியைக் காப்பதற்காக அதிகாரிகளின் உதவியையோ போலீஸ் உதவியையோ இவன் நாட விரும்பவில்லை. அப்படி அதிகாரிகள் உதவி செய்வதற்கு வந்தாலும் அது எதிர்க்கட்சிக்குத் துணை செய்வதாக இருக்குமே தவிர, தனது கட்சிக்கு ஆக்கம் தேடித் தருவதாயிராதென்பதை இவன் தெரிந்து கொண்டிருந்தான், மற்றும் போலீஸ் உதவியை நாடுவது கௌரவக் குறைவென்று கருதினான். நம்மை நாம் காத்துக்கொள்ள வகை தெரியாது. நம்முடைய கட்சியைப்பற்றிப் பொது மக்கள் முன்னிலையில் சிறப்பித்துக் கூறுவோமானால், அவர்கள் நம்மைக் கேவலமாக மதிப்பார்களேயன்றி கௌரவமாகக் கருதமாட்டார்கள் என்பதையும் தெரிந்து கொண்டிருந்தான். ஒரு கட்சியோ அல்லது ஒரு பொதுநலத் தொண்டனோ தேசத்திற்கு நன்மை செய்ய முன் வருவதற்கு முன்னர், தன்னைப் பாதுகாத்துக் கொள்ளும் சக்தியைப் பெற்றிருக்க வேண்டியது அவசியமல்லவா? இவற்றை யெல்லாம் தனது நண்பர்களுக்கு விளக்கமாக எடுத்துச் சொன்னான். இந்த உலகத்தில், சமாதான தேவதை பவனி வரவேண்டுமானால் அவளைப் பின் தொடர்ந்து யுத்ததேவனும் வரவேண்டியிருக்கிற தென்றும், நாம் செய்யும் ஒவ்வொரு சமாதான காரியமும் பலாத்காரத்தினால் காப்பாற்றப்பட வேண்டியிருக்கிறதென்றும், இவன், தன் தொண்டர் படைத் தோழர்களுக்கு எடுத்துச் சொன்னபோது அவர்களுடைய கண்களில் புதிய பிரகாசம் தோன்றியது. சம்பளத்திற்கு உழைக்கிற, மேலதிகாரிகளின் அச்சத்திற்கு ஆட்பட்டு நடக்கிற தொண்டர்களை இவன் விரும்பவில்லை. கடமையை உணர்ந்த தியாகிகளையே, தேசம் வாழ்வதற்காகத் தங்கள் வாழ்வைப் பலி கொடுக்கக்கூடிய

வீரர்களையே, இவன் தொண்டர் படைக்கு எதிர்பார்த்தான். அப்படியே ஆயிரக்கணக்கான பேர் இவனது தொண்டர் படையில் சேர்ந்தனர். இவர்களைக் கொண்டே, தனது கட்சியின் சார்பாக நடைபெறும் பொதுக் கூட்டங்களில் அமைதியை நிலை நிறுத்தத் தீர்மானித்தான். இப்படையினரை அணி அணியாகப் பிரித்து ஒவ்வோர் அணிக்கும் ஒவ்வொரு தலைவனை நியமித்தான். அவரவர் செய்ய வேண்டிய வேலைகளையும் பிரித்துக் கொடுத்தான்.

இனி, கட்சிக்கென்று தனியாக ஓர் அடையாளம் வேண்டுமே? இந்த அடையாளம் கட்சியின் லட்சியங்களையும் தெளிவுபடுத்தக்கூடியதாக இருக்க வேண்டுமே? இவற்றைப்பற்றித் தனது நண்பர்களுடன் பல நாட்கள் கலந்தாலோசித்தான். கடைசியில், "சிவப்பு அடிப்படையின்மீது வெண்மையான வட்டம்: அதன் நடுவில் கறுப்பு ஸ்வஸ்திகைச் சின்னம்" என்று தீர்மானித்தான். "சிவப்பு வர்ணத்தில் சமூகவாதமும், வெண்மையில் தேசியவாதமும், ஸ்வஸ்திகைச் சின்னத்தில் ஆரியர்களுடைய உயர்வுக்காகப் பாடுபடும் நோக்கமும் தெளிவாக விளங்குகிறது" என்று இவன் ஒரு கூட்டத்தில் இக்கொடியின் தத்துவத்தை விளக்கிக் கூறினான்[1] இக் கொடியின் அளவைச் சிறியதாக்கித் தொண்டர் படையினர் ஒவ்வொருவரும் தங்களுடைய மேற்சட்டையின் வலது புஜத்தருகில் சேர்த்துக்கட்டிக் கொள்ளுமாறு செய்தான். இந்த அடையாளத்தோடு கூடிய ஆயிரக்கணக்கான சின்னங்கள் தயாரிக்கப்பெற்று தொண்டர்களுக்கு வழங்கப்பட்டன.

தவிர தொண்டர் படையினர், குறிப்பிட்ட ஒரு முறையில் வணக்கம் செலுத்த வேண்டுமென்றும் தீர்மானித்தான். இடது கையை முன்புறமாக உயர்த்திக் காட்டுவதே இந்த வணக்கம், மற்றும் தொண்டர் படைக்கு என்று சில வாத்தியக்கருவிகள் வாங்கினான். தொண்டர் படை அணிவகுத்துச் செல்லும்போது, ஒரு சிறு கூட்டம், தேசிய கீதங்களை வாத்தியக் கருவிகளில் இசைத்துப் பாடிக் கொண்டு செல்ல வேண்டுமல்லவா?

கட்சிப் பிரச்சாரத்திற்குத் துணை செய்வது பத்திரிகை. இதன் அவசியத்தை ஹிட்லர் நன்கு உணர்ந்தான். எனவே 1920ஆம் ஆண்டு டிசம்பர் மாதம் 'நேஷனல் அப்சர்வர்' என்ற பத்திரிகையைத் தன் கட்சிக்காக வாங்கினான். இதற்காக இவன் பட்டபாடு கொஞ்சமல்ல. முதலில் இது, வாரமிருமுறைப் பத்திரிகையாகவே வெளிவந்தது. 1923ஆம் ஆண்டிலிருந்துதான்,

இது தினசரிப் பத்திரிகையாகச் சீர்திருந்திய முறையில் வெளிவரத் தொடங்கியது.

1921ஆம் ஆண்டுத் தொடக்கத்தில், யுத்த நஷ்ட ஈட்டுத்தொகையின் முதல் தவணையாக நூறு கோடி தங்க மார்க்குகளை ஜெர்மனி செலுத்த வேண்டுமென்று நேசக் கட்சியார் திட்டம் போட்டனர். அப்பொழுதிருந்த ஜெர்மன் அரசாங்க நிருவாகிகளும் இதற்குச் சம்மதித்தனர். ஆனால், இது, ஜெர்மனியில் பெரிய ஆத்திரத்தைக் கிளப்பி விட்டது. ஹிட்லர், மக்களுடைய இந்த ஆவேசத்தை ஒருமுகப்படுத்திக் கிளர்ச்சி செய்ய விரும்பினான். முதலில் ஒரு கண்டனக் கூட்டம் நடத்திப் பார்க்க வேண்டுமென்பது இவன் எண்ணம். இது சம்பந்தமாகத் தனது கட்சித் தலைவர்களோடு கலந்து ஆலோசித்தான். அவர்கள் சிறிது பின் வாங்கினார்கள். 1921ஆம் ஆண்டு பிப்ரவரி மாதம் முதல் தேதி செவ்வாய்க் கிழமையன்று, தனக்குக் கடைசியாக முடிவு கூற வேண்டுமென்று தெரிவித்தான். புதன்கிழமை வரை தள்ளிப் போட்டார்கள். புதன்கிழமை பகல் வரை இவனுக்கு எவ்வித நிச்சயமான பதிலும் கிடைக்கவில்லை. எனவே இவன் பொறுமையை இழந்துவிட்டான். தனது சொந்தப் பொறுப்பிலேயே, கண்டனக் கூட்டத்தை நடத்துவதென்று தீர்மானித்தான். பிற்பகலில், சில நண்பர்களைக் கூட்டி வைத்துக் கொண்டு அன்று கூட்டத்திற்கு வேண்டிய ஏற்பாடுகளைச் செய்தான். பத்து நிமிஷங்களுக்குள் விளம்பரங்களை எழுது வித்தான். கூட்டம் எப்பொழுது? அடுத்தநாளே! வியாழக்கிழமை மாலை 'கிரவுன் சர்க்கஸ்' என்ற பெரிய கொட்டகையைச் சேர்ந்த மைதானத்தில் கூட்டம் நடக்க வேண்டும். மற்றக் கட்சிகளின் எதிர்ப்பு ஒரு புறமிருக்க, தன் கட்சியே இவனுக்கு ஆதரவு கொடுக்கவில்லை. ஆயினும் துணிந்துவிட்டான். விளம்பரங்களை அச்சிட்டு வழங்க இருபத்து நான்கு மணிநேரமே இருந்தது. அன்றிரவே சுவரொட்டி விளம்பரங்களைத் தயாரித்து முக்கியமான இடங்களில் ஒட்டுவித்தான். மறுநாள் வியாழக்கிழமை பொழுது விடிந்தது. ஆனால் பலத்த மழையும் வந்தது. சாயந்திரக்கூட்டத்திற்கு எப்படி ஆள் சேரும்? தவிர இத்தகைய கூட்டங்களுக்குச் செல்வதனால் ஆபத்துக்கள் உண்டு என்பதும் பொதுமக்களுக்குத் தெரிந்திருந்தது. இந்தக் கூட்டமானது வெற்றிகரமாக நடைபெறாவிட்டால், கட்சியின் செல்வாக்கு அடியோடு சீரழிந்து போகும் என்பதை ஹிட்லர் உணர்ந்தான். வியாழக்கிழமை காலையில் இரண்டு மோட்டார் லாரிகளை வாடகைக்குப் பிடித்தான். இவற்றைச் சிவப்பு வர்ணத்துணியாலும் காகிதத்தாலும்

அழகுபடுத்தினான். இரண்டு ஸ்வஸ்திகைக் கொடிகளை முன் பக்கம் நாட்டுவித்தான். ஒவ்வொரு லாரியிலும் பதினைந்து அல்லது இருபது பேருக்குமேல் தொண்டர்களை உட்காரச் செய்தான். ம்யூனிக் நகரத்தின் முக்கிய வீதிகளில் இந்த லாரிகளை வேகமாக ஓட்டிச் செல்ல வேண்டுமென்றும், அப்படி செல்லும்போது லாரியிலுள்ள தொண்டர்கள், கூட்ட சம்பந்தமான துண்டுப்பிரசுரங்களைப் பொதுமக்களுக்கு வழங்கிக் கொண்டு போக வேண்டுமென்றும் உத்திரவிட்டான். இதற்கு முன்னர், பொதுவுடமைக் கட்சியினர் மட்டுமே லாரிகளில் சிவப்புக் கொடிகளை நாட்டிக் கொண்டு, வீதிகள் தோறும் தங்கள் கட்சி சம்பந்தமான துண்டுப் பிரசுரங்களை வழங்குவது வழக்கம். மற்றக் கட்சியினருக்கு இந்தத் துணிவு உண்டாகவில்லை. ஹிட்லரின் இந்தத் துணிவான ஏற்பாட்டைக் கண்டு பொதுவுடமைக் கட்சியினர் ஆச்சரியப்பட்டனர்.

வியாழக்கிழமை மாலை, 'கிரவுன் சர்க்கஸ்' கொட்டகையைச் சேர்ந்த பெரிய மைதானத்தில் கூட்டம் தொடங்கியது. ஏராளமான மக்கள் வந்திருந்தார்கள். ஒலி பெருக்கும் கருவிகள் ஆங்காங்கு அமைக்கப்பட்டிருந்தன. பாண்டு வாத்தியங்கள் தேசிய கீதங்களை முழக்கின. "எதிர் கால வாழ்வு அல்லது அழிவு" என்ற விஷயத்தைப் பற்றி ஹிட்லர் சுமார் இரண்டரை மணி நேரம் வாசாமகோசரமாகப் பேசினான்.

"நேசக் கட்சியார் நிர்ணயித்துள்ள யுத்த நஷ்ட ஈட்டுத் தொகையனைத்தையும் ஜெர்மானியர் கொடுப்பதாக வைத்துக் கொள்வோம். அப்படியானால் நாம் உழைத்து எவ்வளவு பணம் சேகரிக்க வேண்டும் தெரியுமா? நாம் கொடுக்க வேண்டிய பணத்தைப் பதினைந்து மார்க் நோட்டுகளாக அச்சடிப்பதாக வைத்துக் கொள்வோம். இந்த நோட்டுகளை வரிசையாக ஒரு கயிற்றில் கோத்துக் கட்டினால், அந்தக் கயிற்றைக் கொண்டு இந்த உலகத்தை ஐம்பது முறை சுற்றிக் கட்டலாம்: அல்லது பூமிக்கும் சந்திரனுக்கும் இடையே ஐந்து முறை போய் வரலாம்."

★ ★ ★

"தன்னுடைய கௌரவத்தையும் சுதந்திரத்தையும் காப்பாற்றிக்கொள்ள ஜெர்மனிய சமூகம் எல்லாவித துன்பங்களையும் அனுபவிக்கத் தயாராக இருக்கிறது."

இந்த வார்த்தைகளைக் கேட்டு மக்கள் அப்படியே ஸ்தம்பித்துப் போய்விட்டார்கள். ஜெர்மனிக்குப் புதிய வாழ்வு நல்க ஒருவன் தோன்றிவிட்டான் என்று பூரித்தார்கள்.

இந்தக் கூட்டம் வெற்றியுடன் முடிந்ததைக் கண்ட ஹிட்லர், அதே இடத்தில் இன்னும் பல கூட்டங்களை நடத்தத் தீர்மானித்தான். வாரத்திற்கொருமுறை, மூன்று முறைகூட சில சமயங்களில் பொதுக் கூட்டங்கள் நடைபெற்றன. எல்லாக் கூட்டங்களும் வெற்றிகரமாகவே முடிந்து வந்தன. 'ஜெர்மன் தொழிலாளர் கட்சி'யில் அதிகமான அங்கத்தினர்கள் சேர்ந்ததோடு ஹிட்லரின் செல்வாக்கும் அதிகமானது.

பொதுவுடமைக்காரர்களும், அரசாங்க நிர்வாகக் கட்சியினரும், இனியும் ஹிட்லர் கட்சியை வளர விடக்கூடாதென்று தீர்மானித்தார்கள். ஹிட்லர் கூட்டும் கூட்டங்களைப் பலாத்காரத்தினால் கலைத்து உடைத்துவிட நிச்சயித்தார்கள். 1921ஆம் ஆண்டு நவம்பர் மாதம் நான்காம் தேதி, 'கோர்ட் ஹவுஸ் பீர் ஹாலி'ல் நடைபெறும் கூட்டத்தில் ஹிட்லர் பேசுவதாக ஏற்பாடு செய்யப் பெற்றிருந்தது. அந்தக் கூட்டத்திலேயே, கலகம் விளைவிக்க வேண்டுமென்று பொதுவுடமைவாதிகள் தீர்மானித்தார்கள். இரவு எட்டு மணிக்குக் கூட்டம், மாலை ஆறு மணிக்கு மேல் தான், ஹிட்லருக்கு இந்த விஷயம் தெரிந்தது. அன்று 'ஜெர்மன் தொழிலாளர் கட்சி'யின் காரியாலயமானது வேறொரு புதிய இடத்திற்கு மாற்றப் பெற்றது. இது சம்பந்தமாக இவனுக்கும் இவனுடைய நண்பர்களுக்கும் அதிகமான வேலையிருந்தது. இதனால் வெளி விஷயங்களை முன்னரே தெரிந்து கொள்ள முடியவில்லை. தவிர, இவனுடைய நண்பர்களில் அதிகமான பேர் இந்தப் பொதுக் கூட்டத்திற்கு வர முடியவில்லை. ஆயினும், தைரியத்துடன் ஹிட்லர் கூட்டத்திற்கு வந்தான். இவனுடன் நாற்பத்தாறு பேர் வந்தனர். அவர்களும் திடசாலிகளல்லர். சரியாக ஏழே முக்கால் மணிக்கு இவன் ஹாலுக்குள் வந்தான். பொதுவுடமைக்காரர்கள் ஹால் முழுவதும் நிறைந்திருந்தனர். உள்ளே நுழைவதற்கு இடமில்லை. ஹிட்லர் கட்சியினர் ஹாலுக்கு வெளியே நிற்க வேண்டியதாயிற்று. இவன், நிலைமையை ஒருவாறு பரிசீலனை செய்து கொண்டான்: தனது நாற்பத்தாறு நண்பர்களையும் தனியான ஓரிடத்திற்கு அழைத்துச் சென்று பின் வருமாறு பேசினான்:

"இன்று நமது இயக்கத்திற்கு ஒரு பரிசோதனை நாள். நமது இயக்கம் உடைந்து கொடுக்கப் போகிறதா, அல்லது வளைந்து கொடுக்கப் போகிறதா என்பது இன்று தெரிந்துவிடும். இந்த நாற்பத்தாறு பேரில் ஒருவர் கூட இந்த ஹாலைவிட்டு வெளியேறக் கூடாது. அப்படி செல்ல வேண்டுமானால் பிணமாகவே செல்ல வேண்டும்.

ஆனால் எவரும் என்னை விட்டு விட்டுப் போய்விடமாட்டீர்கள் என்பது எனக்குத் தெரியும். உங்களிலே யாராவது கோழையாக நடந்துகொண்டால், அவர்களுடைய புஜத்திலே அணிந்து கொண்டிருக்கும் கட்சிச் சின்னத்தை நானே கிழித்தெறிந்துவிடுவேன். கூட்டத்தில் கலவரம் தொடங்கியவுடன் நான் உங்களுக்குச் சைகை செய்வேன். அப்பொழுது நீங்கள் கலவரம் செய்வோரை அடக்கி, கூட்டத்தை மேலே நடத்தும்படியாகச் செய்ய வேண்டும்."

ஹிட்லரின் இந்த மிடுக்கான பேச்சைக் கேட்டு, நாற்பத்தாறுபேரும் 'ஜே' கோஷம் போட்டனர்.

கூட்டம் ஆரம்பித்தது. முதலில் ஹெர் ஹிஸ்ஸர் என்பான் பேசினான். இரண்டாவதாகப் பேச ஹிட்லர் எழுந்தான். மண்டபத்திலிருந்தவர்கள் தங்களுடைய கோபப் பார்வையினாலேயே முதலில் இவனைத் தாக்கினார்கள். ஹிட்லர் பேச ஆரம்பித்தான். கால் மணி, அரைமணி ஆயிற்று. மூலை முடுக்குகளிலிருந்து சிறிய கூச்சல்கள் கிளம்பின. சிலர் சீட்டியடித்தனர். வேறு சிலர் பூனைபோல் கத்தினர். ஹிட்லர் இவையனைத்தையும் லட்சியம் செய்யாமல் உரத்த சப்தத்துடன் பேசிக்கொண்டு போனான். கூட்டத்தில் திடீரென்று ஒருவன் நாற்காலியின் மீது எழுந்து நின்று 'சுதந்திரம்' என்று கத்தினான். இதை ஒரு சூசகமாகக் கொண்டு, மண்டபத்திலிருந்த பொதுவுடைமைவாதிகள் கலகம் விளைவிக்கத் தொடங்கினர். ஹிட்லர் படையினரும் இவர்களோடு கைகலந்து விட்டனர். 'பீர்' புட்டிகள் வீசி எறியப்பட்டன. நாற்காலிகள் ஒடிந்து வீழ்ந்தன. பலருக்கு ரத்த காயம். ஆனால் ஹிட்லர் மட்டும் மேடைமீது நின்ற இடத்திலேயே ஒரு பதுமைபோல் அசைவற்று நின்று கொண்டிருந்தான். இவனை நோக்கி எறியப்பட்ட 'பீர்' புட்டிகளும் நாற்காலிகளின் மரத்துண்டுகளும் இவன் மீது படாமலே பக்கத்தில் விழுந்தன. இவன் அன்று தப்பியது தெய்வச் செயல் என்றே இன்றும் ஜெர்மனியிலுள்ளவர்கள் கூறிப் பெருமை கொள்கிறார்கள். கடைசியில் கலகம் விளைவிக்க வந்தவர்கள் சிதறுண்டு ஓடி விட்டார்கள். குழப்பம் அடங்க இருபத்தைந்து நிமிஷம் பிடித்தது. மீண்டும் கூட்டம் தொடர்ந்து நடைபெற்றது. ஹிட்லர் எடுத்துக் கொண்ட விஷயத்தைப் பூராவும் பேசி முடித்தான்.

"வாழ்க்கையில் முக்கியமானது எதுவும், மனிதனை வலியவந்து அடைவதில்லை. ஒவ்வொன்றுக்கும் போராடியே தீர வேண்டும். அதிர்ஷ்டவசத்தினாலோ, அல்லது 'எல்லாம் தலைவிதிப்படி ஆகிறது'

என்று சொல்லிக் கொண்டிருப்பதனாலோ ஒரு தேசம் முன்னேற்றம் அடைவதில்லை. முயற்சியினாலேயே அடைய முடியும்".

★ ★ ★

"ஜெர்மனியை, அதன் அவமானத்தினின்றும் துன்பத்தினின்றும் மீட்க, நாமனைவரும் இரவு பகலாக உழைப்போமாக."

கூட்டம் கலையுந்தறுவாயில் ஒரு போலீஸ் உத்தியோகஸ்தன் ஹிட்லரிடம் வந்து கைகளையும் கால்களையும் வீசிக் கொண்டு அதிகார தோரணையில் 'கூட்டம் முடிந்தது' என்றான். ஹிட்லர் கேட்டுச் சிரித்தான். அதிகார ஆர்ப்பாட்டம்!

இந்தக் கூட்டத்திலிருந்து, ஹிட்லர் கட்சியின் தொண்டர் படையானது வலுவடைந்தது. அன்று முதல் இதற்கு 'சூறாவளிப் படை' (Storm Troops) என்று ஹிட்லர் பெயரிட்டான். இந்தப் படையினர் பல போராட்டங்களை நடத்த வேண்டியதாயிருந்தது. மற்றக் கட்சியினரும், தங்கள் கொள்கைகளைப் பிரசாரம் செய்யவும், கூட்டங்களைப் பாதுகாக்கவும் தொண்டர் படைகளை ஏற்படுத்திக் கொண்டபோதிலும், ஹிட்லர் படைக்கே அதிக செல்வாக்கு இருந்தது. ஹிட்லர் தன்னுடைய தொண்டர் படையினருக்குப் பல விதமான தேகப்பயிற்சிகள் அளித்தான். இவர்களை யுத்தப் படையினராகப் பழக்க இவன் விருப்பங் கொள்ளவில்லை. ஆனால் கட்சியைப்பற்றிப் பிரசாரம் செய்வதற்கும், அதனைக் காப்பாற்றுவதற்கும் உபயோகப்படக் கூடிய கருவியாக உபயோகித்துக் கொண்டான். இதை இவன் தன் சுய சரிதத்தில் நன்கு வலியுறுத்தியிருக்கிறான். பிற்காலத்தில் தேசத்திற்கு ஒரு சிறந்த படை தேவையாக இருக்குமானால், இந்தத் தொண்டர் படையிலிருந்து பொறுக்கலாமென்பதை அதில் குறிப்பாகத் தெரிவித்திருக்கிறான்.

ஹிட்லர், கட்சியின் பிரசார வேலையில் மட்டும் ஈடுபட்டிருக்கவில்லை. கட்சிப் பிரசாரகன் என்ற முறையில் தன் கடமைகளை இவன் ஒழுங்காகச் செய்து வந்த போதிலும், கட்சியின் உள் விஷயங்களிலும் அடிக்கடி கவனஞ்செலுத்தி வந்தான்.

எந்த பார்லிமெண்டரி முறையை ஒழிப்பதற்காக இந்தக் கட்சி ஏற்பட்டதோ, அந்த முறை இந்தக் கட்சிக்குள்ளேயே வளர்ந்து வந்தது. எதற்கு எடுத்தாலும் கமிட்டி! பெரும்பான்மையோர் அபிப்பிராயம்! இதனால் காரியம் நடைபெறுகிறதில்லை. வாய்ப்பந்தல் வேயும் வீரர்களுக்குத்தான் கமிட்டி வேண்டும். ஆனால் ஹிட்லர் செயல் வீரனல்லவா?

இவற்றையெல்லாம் வெறுத்தான். கட்சியின் விதிகளைத் திருத்தியமைத்தான். தானே கட்சித் தலைவனானான். கட்சித் தலைவனுக்குச் சர்வாதிகாரங்களும் உண்டு என்று ஏற்பாடு செய்தான். கட்சியின் காரியாலயத்தை, ஏற்கெனவே கூறியுள்ளபடி விசாலமானதோர் இடத்தில் அமைத்தான். இங்கே, ஒரு கட்சியின் செல்வாக்குக்குத்தக்க வண்ணம் எல்லாச் சாதனங்களும் அமையுமாறு ஏற்பாடு செய்தான்.

எல்லாக் கட்சியினரும் கூடுமானவரை ஒன்று சேர்ந்திருக்க வேண்டுமென்ற நோக்கத்துடன் கட்சியின் பெயரையும் மாற்றியமைத்தான். தேசீயவாதம் என்ற பெயரால் ஏழைகளை அடக்கி ஆளும் கொள்கை இவனுக்குப் பிடிக்கவில்லை. சமூகவாதம் என்ற பெயரால் உலகத்திலுள்ள தொழிலாளர்கள் ஒன்றுபடுவது அசாத்தியம் என்பது இவன் நம்பிக்கை. ஜெர்மனியின் நல்வாழ்வுக்கு எல்லா வகுப்பினரும் - முதலாளிகள், மத்திய வகுப்பார், ஏழைகள், ஆகிய அனைவரும் - ஒன்று பட்டுழைக்க வேண்டுமென்றும், இவர்களுடைய உழைப்பானது தேசநலன் ஒன்றனையே குறிக்கோளாகக் கொண்டிருக்க வேண்டுமென்றும் இவன் கருதினான். இச்சமயத்தில், ஜூலியஸ் ஸ்ட்ரைச்சர் என்பவன், நியுரென்பெர்க்கில், 'ஜெர்மன் சமூகவாதக் கட்சி' என்ற பெயரால் ஒரு கட்சியை ஆரம்பித்து நடத்தி வந்தான். ஹிட்லருடைய திறமையிலே ஈடுபட்ட ஸ்ட்ரைச்சர் தன் கட்சியை, ஹிட்லருடைய கட்சியோடு ஐக்கியப்படுத்திவிட்டான்[2] இதுமுதற்கொண்டு, ஹிட்லர் தன்னுடைய கட்சியின் பெயரை, 'தேசீய சமூகவாத ஜெர்மன் தொழிலாளர் கட்சி' என்று மாற்றியமைத்தான். இதுவே, சுருக்கமாக நாஜி கட்சியென்று அழைக்கப்பெற்று வருகிறது.[3]

அடிக்குறிப்புகள்

1. இது சம்பந்தமான விவரங்களை 'ஆரியரும் யூதரும்' என்ற அத்தியாயத்தில் காண்க.
2. நாஜி கட்சியின் வருஷாந்தக் கூட்டங்கள் நியுரென்பெர்க்கில் நடைபெறுவதற்கு இதுவே காரணம் போலும். தற்போது இந்தக் கூட்டங்கள், அரசாங்க ஆதரவிலேயே நடைபெறுகின்றன.
3. *National Sozialist - NAZI*

~

12. நாட்டின் தவிப்பு

எங்கணும் சோர்வு! எங்கணும் கொதிப்பு! மயக்கத்தினால் வீழ்ந்து பட்ட ஒருவன், எப்படி உணர்ச்சியையும் சிந்தனா சக்தியையும் இழந்து விடுவானோ, அப்படியே யுத்தத்தில் வீழ்ச்சியுற்ற ஜெர்மனியின் நிலைமையும் இருந்தது. ஜெர்மானியர்கள், தங்களுடைய தற்போதைய துயரத்தில், பழைய மிடுக்கை இழந்து விட்டார்கள்; பழைய பெருமையையும் மறந்துவிட்டார்கள். அவை யாவும் கனவுகளாகவே இவர்களுக்குத் தோன்றின. ஐரோப்பாவில் எந்த அரசனுக்கும் செலுத்தாத ஒரு மரியாதையை இவர்கள் கெய்ஸருக்குக் கொடுத்து வந்தார்கள். ஏன்? கெய்ஸரை ஒரு தெய்வமாகவே மதித்துப் போற்றி வந்தார்கள். ஆனால் அவன் சாதாரண ஒரு மனிதனாக ஹாலந்துக்குப் போய்ச் சேர்ந்துவிட்டான். ராணுவ பலத்திலே இவர்கள் கொண்டிருந்த நம்பிக்கைகளெல்லாம் சரிந்து வீழ்ந்து கிடந்தன. கடவுளே தங்களைக் கைசோர விட்டு விட்டதாக இவர்கள் கருதினார்கள். யுத்த காலத்திலே தாங்கள் பட்ட கஷ்டங்களைப்பற்றி இவர்கள் வருந்தவில்லை. அவையெல்லாம் விழலுக்கிறைத்த நீராயிற்றே என்றுதான் வருந்தினார்கள். வருத்தத்தின் முதிர்ச்சியான ஏக்கத்திலே என்ன செய்வதென்று தெரியாமல் தயங்கினார்கள். யார் எந்த வழியைக் காட்டினாலும் அந்த வழியைப் பின்பற்றத் தயாராயிருந்தார்கள். திக்கற்றவர்களுக்குத் தெய்வமே துணை என்ற உணர்ச்சியைப் பெற்றார்கள்.

ஜெர்மனி பணிந்து விட்ட பின்னரும், நேசக் கட்சியார், ஜெர்மனிக்குள் எவ்வித சாமானும் போகக் கூடாதென்று விதித்திருந்த தடையை ரத்து செய்ய மனங்கொள்ளவில்லை. சமாதான உடன்படிக்கையில் ஜெர்மனியைக் கையெழுத்துச் செய்யுமாறு பலவந்தப்படுத்துவது போல இது கருதப்பட்டது.

ஜெர்மனியிலுள்ள கைத்தொழிற்சாலைகளின் யந்திரங்கள் ஓடுவது நின்றுவிட்டன. ஏனென்றால் இவற்றிற்குப் போதுமான மூலப் பொருள்கள் அகப்படவில்லை. மூலப்பொருள்களை

இறக்குமதி செய்துகொள்ள நாட்டிலே பணமில்லை. தொழிலாளர்கள் வேலையில்லாமல் திண்டாடினார்கள். மக்கள் பசியால் தவித்தார்கள். போதாக்குறைக்கு, ராணுவம் கலைக்கப் பெற்றது. போர் முகத்திலிருந்து பதினாயிரக்கணக்கான பேர் திரும்பி வந்தார்கள். இவர்கள் எல்லாருக்கும் வேலையெங்கே? போர் வீரர்கள் பிச்சையெடுப்பதும், சேனைத் தலைவர்கள் பூட்ஸ் துடைத்தல் முதலிய தொழில்களைச் செய்வதும் சர்வ சாதாரண காட்சியாக இருந்தது. எதிர்காலத்திலே என்ன நடக்கப் போகிறதென்பது எவருக்கும் நிச்சயமாகத் தெரியவில்லை. பசிக் கொடுமையைத் தாங்கமாட்டாமல் சில இடங்களில் கொலைகள் நிகழ்ந்தன. கிராமவாசிகள், அரசாங்கத்தாருடைய வரி உபத்திரவத்தினின்று தப்பித்துக் கொள்ள பல தந்திரங்களைக் கையாண்டார்கள்.

நகரவாசிகளின் துன்பம் சொல்லி முடியாது. சுகாதார வசதி குறைந்து போய் விட்டன. புஷ்டி தரும் ஆகாரங்கள் அகப்படுவது அருமையாகிவிட்டது. இதனால் வியாதிகளை எதிர்த்து நிற்கும் சக்தி, மக்களிடத்தில் நாளுக்கு நாள் க்ஷீணித்துக் கொண்டு வந்தது. மரணம் பெருகியது. ஜனனம் குறைந்தது. 1913ஆம் வருஷத்திலிருந்த மரண விகிதத்தை விட 1918ஆம் ஆண்டுக் கடைசியில் இருந்த மரண விகிதம் 100க்கு 37 ஆக அதிகமாயிற்று. அதே மாதிரி ஜனன விகிதமும் குறைந்து வந்தது. 1913ஆம் ஆண்டில் ஆயிரத்துக்கு 27½ பேர் விகிதம் பிறந்தார்கள். 1917ஆம் ஆண்டில் ஆயிரத்துக்கு 14¼ விகிதமே மக்கள்தொகை இருந்தது. 1918-19ஆம் ஆண்டில் இன்னும் குறைந்தது. ப்ரஷ்யா மாகாணத்தில் மட்டும் க்ஷய நோயால் இறந்து பட்டவர்கள் ஒன்றுக்கு இரண்டரை மடங்கு அதிகமானார்கள். பொதுவாகவே, ஆண்களை விட பெண்களே அதிகமாக மரித்து போனார்கள். பெர்லின் நகர வாசிகளில், மூன்றுக்கு இரண்டு பேர் விகிதம் போதிய ஜீவ சக்தியின்றியே வாழ்ந்து வந்தார்கள்.

பர்ன்ஸ் என்ற ஒரு சரித்திராசிரியன், இந்தக் காலத்து நிலையைப் பின்வருமாறு விளக்கிக் கூறுகிறான்:

> "கடல் வழியாக உணவுப் பொருள்கள் வரவொட்டாதபடி தடை செய்துவிட்டதன் காரணமாகவும், கிழக்கு, மேற்கு, தெற்கு ஆகிய மூன்று திசைகளிலும், யுத்தத்தினால் விளைந்த சேதங்கள் சூழ்ந்திருந்ததன் காரணமாகவும், ஜெர்மானியர்கள் மிகுந்த சோர்வடைந்து விட்டார்கள். இவர்களுடைய உள்நாட்டுச் சேமிப்பெல்லாம் வரண்டுவிட்டன. நிலத்தில், உற்பத்தி சுருங்கியது. மக்களுடைய ஜீவசக்கி தளர்ந்தது. தோல்வியை ஒப்புக்கொண்ட பிறகு கூட, இவர்களுடைய இழிவு நிற்கவில்லை."

உணவுப் பொருள் தடையைச் சமாளிப்பதற்காக, ஜெர்மன் ரசாயன நிபுணர்கள், பல புதிய ஆகாரவகைகளைக் கண்டுபிடித்தார்கள். விஞ்ஞான சாஸ்திரிகள் சில புதியமுறைகளைச் சிருஷ்டித்துக் காட்டினார்கள். ஆனால் இவையெல்லாம் மக்களின் சோர்வை நீக்குமோ? காபி கொட்டைக்குப் பதிலாக, காடுகளில் ஏராளமாக உற்பத்தியாகும் ஒருவகைக் கொட்டையிலிருந்து காபி தயாரித்துக் குடித்தார்கள். வைக்கோல் முதலிய கழிவுப் பொருள்களிலிருந்து ரொட்டி செய்து உண்டார்கள். 'சைக்கிள்'களுக்கு ரப்பர் அகப்படாமையால் 'சோபா' 'ஸ்பிரிங்கு'களை மாட்டிக்கொண்டு சென்றார்கள். இப்படியான மாற்றங்கள் ஒன்றா இரண்டா? இந்த மாற்றங்களுக்குத் தங்களைச் சரிப்படுத்திக்கொண்டு வாழ்க்கையை நடத்தியதற்காக ஜெர்மானியர்கள் சிறிதும் வருந்தவேயில்லை. ஆனால் எல்லாம் ஏமாற்றமாக முடிந்ததேயென்றுதான் வருத்தப்பட்டார்கள்.

வார்சேல் உடன்படிக்கை, அந்தந்த நாட்டு அரசாங்க சபைகளினால் அங்கீகரிக்கப் பெற்று 1920ஆம் ஆண்டு ஜனவரி மாதம் 10ந் தேதி அமுலுக்கு வந்தது. இதன் பயனாக ஜெர்மனி தனது நாட்டில் 100க்கு 13 பாகத்தையும் எல்லாக் குடியேற்ற நாடுகளையும் இழந்துவிட்டது. அதன் தொழிலுற்பத்தி சக்தி 100க்கு 15 பங்கு குன்றிவிட்டது. ஜெர்மனியர்கள், வெளிநாடுகளிலே போட்டு வைத்திருந்த பணமெல்லாம் போய் விட்டது. வியாபாரமோ தலை கீழாகிவிட்டது. இழந்து பட்ட பிரதேசங்களிலிருந்து மக்கள் சீரழிந்து போய் ஜெர்மனிக்குள் ஏராளமாகக் குடிபுக ஆரம்பித்துவிட்டார்கள். இத்தகைய நாட்டிலிருந்து தான் நேசக்கட்சியார் நஷ்ட ஈடாகப் பெருந்தொகையை வசூலிக்க முயன்றனர்.

உடன்படிக்கைப்படி, ஜெர்மனியின் கப்பற்படையில் பெரும்பாகம் நேசக் கட்சியாரிடம் வந்து சேர வேண்டியிருந்தது. ஆனால் ஜெர்மன் மாலுமிகள், இவற்றை ஒப்புக் கொடுப்பதைவிட சமுத்திரத்திலே மூழ்கடித்து விடலாம் என்று கருதி மேலதிகாரிகளின் உத்திரவின்றி 1919ஆம் ஆண்டு ஜூன் மாதத்திலேயே சமுத்திரத்தில் சேர்த்து விட்டார்கள்.

ராணுவ பலமானது ஒரு லட்சம் துருப்புகளுக்கு மேல் இருக்கக்கூடாதென்று இருந்ததல்லவா! இதனைக் குறைக்க ஏற்பாடுகள் செய்யப்பெற்றன. ஆனால் ராணுவத்திலிருந்து கலைக்கப்பட்டவர்கள், போலீஸ் படையினராக நியமிக்கப் பெற்றார்கள். இந்தப் படையிலே, தற்காப்புப் போலீஸ், விசேஷ

போலீஸ் என்று பிரிவுகளை ஏற்படுத்தி உடன்படிக்கைப்படி ராணுவ பலத்தைக் குறைப்பதாகத் தெரிவித்தனர்.

வார்சேல் உடன்படிக்கையில், ஜெர்மனி செலுத்த வேண்டிய நஷ்ட ஈடு எவ்வளவு என்பதைத் திட்டமாகக் குறிப்பிடவில்லை. 75,000,000,000 ரூபாய் முதல் 750,000,000,000 ரூபாய் வரையில் கொடுக்கச் செய்யலாமென்று அரசியல்வாதிகள் பேசிக் கொண்டார்கள். ஜெர்மனியால் எவ்வளவு தொகை நஷ்ட ஈடாகக் கொடுக்க முடியுமென்பதை விட ஜெர்மனி எவ்வளவு கொடுக்க வேண்டுமென்பதே முக்கிய பிரச்சனையாக இருந்தது. 1921ஆம் ஆண்டு மே மாதம் முதல் தேதிக்குள் ஜெர்மனியானது 100 கோடி தங்க மார்க்குகள் தவணையாகச் செலுத்த வேண்டுமென்றும், அதற்கிடையே, ஒரு நஷ்ட ஈட்டுக் கமிஷனை நியமித்து அதன் மூலமாக மொத்தத் தொகையை நிர்ணயிப்பதென்றும், வார்சேல் உடன்படிக்கை கையெழுத்திடப் பெற்றபோது சொல்லப்பட்டது. பிறகு இது சம்பந்தமாக சான்ரிமோ, ஸ்பா, கான்னஸ், லண்டன் முதலிய பல இடங்களில் நேசக் கட்சியாரும், ஜெர்மன் பிரதிநிதிகளும் கூடிப் பேசினர். 1920ஆம் ஆண்டு ஜூலை மாதம் ஸ்பாவில் நடைபெற்ற கூட்டத்தில், நேசக்கட்சிப் பிரதிநிதிகள் ஒன்று சேர்ந்து, ஜெர்மனி நஷ்ட ஈட்டுத் தொகையாக ஏதேனும் கொடுத்தால் அதனைத் தாங்கள் எவ்வாறு பங்கிட்டுக் கொள்வது என்பதை நிர்ணயித்துக் கொண்டார்கள். 100க்கு 52 வீதம் பிரான்சும், 22 வீதம் கிரேட் பிரிட்டனும், 10 வீதம் இத்தலியும், 8 வீதம் பெல்ஜியமும் பங்கிட்டுக் கொள்ள வேண்டுமென்று தீர்மானிக்கப் பெற்றது. ஆனால் ஜெர்மனி செலுத்த வேண்டிய தொகை எவ்வளவு, அதை எவ்விதமாகச் செலுத்தச் செய்வது என்பது நிச்சயிக்கப்படாமலே இந்த ஸ்பா கூட்டம் கலைந்துவிட்டது.

பிறகு 1921ஆம் ஆண்டு பிப்ரவரி மாதம் லண்டனில் ஒரு கூட்டம் கூடியது. அப்பொழுது ஜெர்மன் பிரதிநிதிகள் தங்களால் 150 கோடி பொன் மார்க்குகள் தான் நஷ்ட ஈடாகச் செலுத்த முடியுமென்றும், அதிலும் ஒரு பாகம் சாமான்கள் மூலமாகவே ஈடுபடுத்த முடியுமென்றும் கூறினார்கள். இதற்கு நேசச் கட்சியார் சம்மதிக்கவில்லை. இது போதாதென்பது இவர்கள் கருத்து. லண்டன் மகாநாடு எவ்வித முடிவுக்கும் வராமலே கலைந்து விட்டது.

உடன்படிக்கையில் கண்ட தவணைப்படி ஜெர்மனி, தொகை செலுத்தவில்லையென்று காரணங்கூறி ரூர் பிரதேசத்திற்கு நெருக்கமாயுள்ள சில ஊர்களை நேசக்கட்சியார் கைப்பற்றிக் கொண்டனர். நஷ்ட ஈட்டுத் தொகையை

இறுதியாக நிர்ணயிக்குமாறு நஷ்ட ஈட்டுக் கமிஷனை நேசக் கட்சியார் கேட்டுக் கொண்டனர். அது, ஜெர்மனி நஷ்ட ஈட்டுத் தொகையாக 132,000,000,000 தங்க மார்க்குகள் - அதாவது 99,000,000,000 ரூபாய் - கொடுக்க வேண்டுமென்று திட்டப்படுத்தியது. இதை தவணையாகக் கொடுக்கலாமென்றும் தயை காட்டியது. அப்படியே ஜெர்மனியர்கள் முதல் தவணையாக 1921ஆம் ஆண்டு ஆகஸ்ட் மாதம் 13ந் தேதி நூறு கோடி தங்கமார்க்குகள் செலுத்தினார்கள். ஆனால் அடுத்த தவணைக்குள் நேசக் கட்சியாருக்குள் அபிப்பிராய வேற்றுமைகள் ஏற்பட்டு விட்டன. ஜெர்மனி, தன்னால் தவணைப்படி செலுத்த முடியவில்லையென்றும் சிறிது காலம் ஓய்வு கொடுக்க வேண்டுமென்றும் கேட்டது. பிரான்ஸ் போதுமான ஈடு இன்றி ஓய்வு அளிக்க முடியாதென்று கூறிவிட்டது. கிரேட் பிரிட்டன் இங்ஙனம் ஜெர்மானியை வருத்தி நஷ்ட ஈட்டுத் தொகையை வாங்க விரும்பவில்லை. இதனால் பிரான்சுக்கும் கிரேட் பிரிட்டனுக்கும் பிணக்கு ஏற்பட்டது. பிரான்ஸோ பிடிவாதமாக இருந்தது. ஜெர்மனி நஷ்ட ஈட்டுத் தொகையைத் தவணைப்படி செலுத்தாததற்குத் தண்டனையாக ரூர் பிரதேசத்தைக் கைப்பற்றிக் கொள்ள பிரெஞ்சு அரசாங்கம் தீர்மானித்தது. 1923ஆம் ஆண்டு ஜனவரி மாதம் 11ந் தேதி பிரெஞ்சு படைகளும் பெல்ஜியத் துருப்புகளும் மேற்படி பிரதேசத்தைக் கைப்பற்றிக் கொண்டன. இதில் பிரிட்டிஷ் அரசாங்கம் கலந்து கொள்ளாமல் ஒதுங்கியே நின்றது.

ரூர் பிரதேசத்தில் நிலக்கரிச் சுரங்கங்கள் அதிகம். ஜெர்மனிக்குத் தேவையான நிலக்கரி இங்கிருந்து தான் சென்று கொண்டிருந்தது. இங்கு இரும்புத் தொழிற் சாலைகளும் அதிகம். ஸ்டின்னஸ், க்ரூப் முதலிய பெரிய முதலாளிகளுடைய ஸ்தாபனங்கள் இங்கேதான் இருந்தன. இந்தப் பிரதேசத்திலுள்ளவர்களுக்கு பிரான்சின் ஆக்ரமிப்பு சிறிதும் பிடிக்கவில்லை. ஜெர்மன் அரசாங்கம் ஆத்திரமடைந்தது. தனது கண்டனத்தை உலகெங்கும் தெரிவித்தது. ஆயினும் பயன் என்ன? அப்பொழுது பிரெஞ்சு அரசாங்கத்தின் பிரதம மந்திரியாயிருந்த புவான்கரே, ஜெர்மனி மீது பிரெஞ்சுக்காரருக்குள்ள பூரா வன்மத்தையும் தீர்த்துக் கொண்டுவிடத் தீர்மானித்துவிட்டான். ரூர் பிரதேசத்தில் ஜெர்மன் முதலாளிகள் தங்கள் தொழிற்சாலைகளை நடத்த மறுத்தார்கள். தொழிலாளர்கள் வேலை செய்யாமல் நின்றுவிட்டார்கள். ஒத்துழையா இயக்கம் தீவிரமாகப் பரவியது. தந்தி, தபால், ரெயில் ஸ்தாபனங்கள் யாவும் இதில் கலந்து கொண்டன. கடைக்காரர்கள் சாமான்களை

விற்க மறுத்தார்கள். பத்திரிகைகள், பிரெஞ்சு அதிகாரிகளின் அறிக்கைகளை வெளியிட மறுத்தன. இவற்றையெல்லாம் கண்டு பிரெஞ்சு அதிகாரிகள் பதிலுக்குப் பதில் செய்யத் தொடங்கினார்கள். சில இடங்களில் ரத்தமும் சிந்தியது. ஆறு மாத காலம் இந்த ஒத்துழையாமை நடந்தது. பிரெஞ்சு அரசாங்கமோ பிடிவாதமாயிருந்தது. ஜெர்மனியர் அப்படி இருக்க முடியவில்லை. ஏற்கெனவே யுத்தத் தோல்வியினால் வீழ்ந்து போன தேசமல்லவா?

தவிர ஜெர்மனியின் பொருளாதார நிலைமை மிகவும் மோசமாயிருந்தது. அரசாங்கத்தார் வசமிருந்த தங்கத்தில் பெரும்பாகம், நஷ்ட ஈட்டுத் தொகையாகச் செலுத்தப்பட்டமையால், தங்கள் கைவசமுள்ள தங்க இருப்புக்கு மிஞ்சி தாள் நாணயங்களை அச்சிட்டு வழங்கத் தொடங்கினர். இதனால் உணவுப் பொருள்களின் விலை ஏறியது. இந்தத் தாள் நாணய மதிப்பும் நிலையற்று இருந்தது. மக்கள் பாடு திண்டாட்டமாகிவிட்டது. ஜெர்மன் அரசாங்கத்தார், நஷ்ட ஈட்டுத் தொகையைச் செலுத்தக் கூடாதென்பதற்காக, வேண்டுமென்றே இங்ஙனம் தாள் நாணயங்களை அச்சிட்டு வழங்கியதாகச் சிலர் கூறினர். அஃது எங்ஙனமாயினும், ஜெர்மனியின் அப்பொழுதைய நிலையானது, கல்லும் கரைந்துருகக் கூடியதாயிருந்தது. தவிர, ஜெர்மன் அரசாங்கத்தார், ரூர் பிரதேசத்தில் சத்தியாக்கிரகம் செய்து வந்த தொழிலாளர்களுக்கு உதவி செய்ய வேண்டியிருந்தது. அங்குள்ள நிலக்கரிச் சுரங்க முதலாளிகள் பிரெஞ்சு ஆக்ரமிப்பினால் தங்களுக்கு நஷ்டம் ஏற்பட்டுவிட்டதென்றும் அதற்கு ஈடு செய்து தரவேண்டுமென்றும் கூக்குரலிட்டார்கள். புவான்கரே பிரான்சில் உருமிக் கொண்டிருந்தான். ஜெர்மனி, நஷ்ட ஈட்டுத் தொகையைச் செலுத்துமோ செலுத்தாதோ என்று கிரேட் பிரிட்டன் ஏங்கி நின்றது.

இங்கே ஜெர்மனியில் தாள் நாணயத்தின் மதிப்பு நாளுக்கு நாள் இறங்கிக் கொண்டு வந்தது. யுத்தத்திற்கு முன்னால் சாதாரணமாக ஒரு பவுனுக்கு இருபது மார்க்குகள் விகிதம் நாணய மாற்று இருந்தது. 1923ஆம் ஆண்டு ஜனவரி மாதம் ஒரு பவுனின் மதிப்பு 48,000 மார்க்குகள். பிப்ரவரி மாதம் 250,000. ஜூன் மாதத்தில் 480,000. ஜூலை மாதத்தில் 4,800,000. செப்டம்பர் மாதத்தில் 480,000,000. இதை யாரேனும் நம்புவார்களா? ஆனால் 1923ஆம் ஆண்டு ஜெர்மனியில் இந்த நிலைமைதான் நாடு முழுவதும் பைத்தியக்கார ஆஸ்பத்திரி போலிருந்தது.

இதனைச் சில உதாரணங்களால் விளக்குவோம். ஒரு ஸ்திரீ, தன்னுடைய ஒரே மகனை நன்றாகப் படிப்பிக்க வேண்டுமென்ற நோக்கத்துடன், சிறிது சிறிதாகச் சில மார்க்குகளைச் சேமித்து வைத்தாள். இவள் கையிலிருந்த பணத்தைக் கொண்டு வீட்டுக்கு வேண்டிய தட்டு முட்டு சாமான்களை வாங்கலாம். ஆனால் 1923ஆம் ஆண்டில், இவள் ஆஸ்தியனைத்தும் டிராம் செலவுக்குக்கூட காணவில்லை. ஓர் ஆங்கிலேயன், யுத்தத்திற்கு முன்னர், ஒரு வீட்டின் பேரில், 6000 பவுன் பெருமான மார்க்குகள் அடமானமாகக் கொடுத்திருந்தான். கடன் வாங்கியவன், இதனை மார்க்குகளாகவே திருப்பிக் கொடுத்தான். அப்பொழுது இதனுடைய மதிப்பு 17 ஷில்லிங் 6 பென்ஸ்! ஒரு துண்டு ரொட்டிக்காக, லட்சக்கணக்கான மார்க்குகளைச் செலுத்த வேண்டியிருந்தது. இதனால் அன்றாடக் கூலி பெறும் தொழிலாளர்களும், மாதச் சம்பளம் பெறும் மத்திய வகுப்பு உத்தியோகஸ்தர்களும் நிரம்ப கஷ்டப்பட்டார்கள் ஏன்? மத்திய வகுப்பு என்பது ஒன்று இல்லாமலே போய்விட்டது என்று சொல்லலாம். மாதம் நூறு மார்க்கு சம்பளம் வாங்குகிற ஒரு குமாஸ்தா இருக்கிறான் என்று வைத்துக்கொள்வோம். தாள் நாணய மதிப்பு குறைந்து போன இக்காலத்தில் இவன் இந்த 100 மார்க்குகளை வைத்துக் கொண்டு என்ன செய்ய முடியும்? ஒரு கோழி முட்டை கூட வாங்க முடியாதே! கடன் கொடுத்தவர்களெல்லாரும் பரம தரித்திரர்களாகிவிட்டார்கள். கடன் வாங்கியவர்கள் நாணயந்தவறாமல் கடனைத் திருப்பிக் கொடுத்து விட்டார்கள். இந்நிலையில், பெரிய தொழில் ஸ்தாபனங்களை வைத்து நடத்திய முதலாளிகள் மீது இவர்களிற் பெரும்பாலோர் யூதர்கள் - துவேஷம் ஏற்பட்டது.

இனி எதிர்த்து நிற்பதில் பயனில்லையென்று நிச்சயித்து, ஜெர்மன் அரசாங்கத்தார் பணிந்துவிட்டனர். ஜெர்மனியின் பொருளாதாரச் சக்தியைப் பரிசீலனை செய்து, அது தனது நஷ்ட ஈட்டை எவ்வாறு செலுத்த முடியுமென்பதை நிர்ணயித்துக் கூறவும், யுத்தத்திற்குப் பின்னர் ஜெர்மனியின் செல்வம் எவ்வளவு வெளிநாடுகளுக்குச் சென்றிருக்கிறது என்பதைக் கணித்துக் கூறவும் இரண்டு கமிஷன்கள் நியமிக்கப் பெற்றன. நஷ்ட ஈட்டுத் தொகை நிர்ணயக் கமிஷனுக்கு தளபதி டாஸ்[1] என்ற அமெரிக்கன் தலைவனாக நியமிக்கப் பெற்றான். மற்றொரு கமிஷனுக்கு மாக்கென்னா என்பவன் தலைவனானான். இவனுடைய அறிக்கை, ஜெர்மனியின் செல்வம் சுமார் 3000 லட்சம் மார்க்குகள் முதல் 4000 லட்சம் மார்க்குகள் வரை வெளிநாடுகளுக்குச் சென்றிருக்கிறதென்று குறிப்பிட்டது. டாஸ் அறிக்கையானது 1924ஆம் ஆண்டு ஏப்ரல்

மாதம் 9ந் தேதி வெளியிடப் பெற்றது. நேசக் கட்சியினர் உள்பட அனைவராலும் அங்கீகரிக்கப்பெற்று அதே ஆண்டு செப்டம்பர் மாதம் அமுலுக்கு வந்தது. டாஸ் திட்டப்படி ஜெர்மன் தாள் நாணயச் செலவாணி ஒரு நிலைக்குட்படுத்தப் பெற்றது. அந்நிய நாட்டாருடைய நிர்வாகத்தின் கீழ் 'ரய்ஹ்ஸ் பாங்க்' என்ற புதிய பாங்கி ஒன்று திறக்கப் பெற்றது. ஜெர்மானியானது நஷ்ட ஈட்டுத் தொகையை, அரசாங்க வரவு செலவு திட்டத்திலிருந்தும், ரெயில்வே வருமானத்திலிருந்தும், கைத்தொழில் ஸ்தாபனங்களிலிருந்தும் கொடுக்க வேண்டுமென்று நிச்சயிக்கப் பெற்றது. நஷ்ட ஈட்டுத் தொகை மொத்தம் எவ்வளவு செலுத்தப்பட வேண்டுமென்பதையோ எத்தனை ஆண்டுகளுக்குள் செலுத்தப்பட வேண்டுமென்பதையோ இந்த அறிக்கை குறிப்பிடவில்லை. ஆனால் முதல் ஆண்டு 500 லட்சம் மார்க்குகளும், இரண்டாவது ஆண்டு 600 லட்சம் மார்க்குகளும், மூன்றாவது ஆண்டு 600 லட்சம் மார்க்குகளும், நான்காவது ஆண்டு 870 லட்சம் மார்க்குகளும் செலுத்தப் பெற வேண்டுமென்றும் ஐந்தாவது ஆண்டிலிருந்து, ஆண்டுதோறும் 1250 லட்சம் மார்க்குகள் வீதம் கொடுக்க வேண்டுமென்றும் இந்த அறிக்கை தெரிவித்தது. இந்த அறிக்கையை ஜெர்மன் அரசாங்கத்தார் ஏற்றுக்கொண்டு, தவணைப்படி பணஞ் செலுத்துவதாகக் கூறினார். ரூர் பிரதேசத்தைக் காலி செய்து விடுவதாக பிரெஞ்சு அரசாங்கத்தார் ஒத்துக் கொண்டனர். அப்படியே 1924ஆம் ஆண்டு ஆகஸ்ட் மாதத்திலிருந்து காலியும் செய்யத் தொடங்கினர்.

ஜெர்மனியில் பழைய மார்க்குப் பதிலாக, 'ரெண்டென் மார்க்' என்று ஒன்று தலைப்பட்டது. ஆனால் இதனால் நிரந்தரமான நன்மை உண்டாயிற்றென்று சொல்ல முடியாது. 1931-32ஆம் ஆண்டுகளில் மீண்டும் ஜெர்மனியில் ஒரு பொருளாதாரச் சோர்வு ஏற்பட்டதல்லவா?

அடிக்குறிப்புகள்

1. *Charles Gates Dawes* - அமெரிக்காவிலுள்ள ஒஹியோ மாகாணத்தில் 1865ஆம் ஆண்டு பிறந்தவன். சிறந்த ராஜ தந்திரி. 1924ஆம் ஆண்டு இவன் அமெரிக்கா ஐக்கிய மகாணக் குடியரசின் வைஸ் பிரசிடெண்டாகத் தெரிந்தெடுக்கப்பட்டான். பின்னர் 1929ஆம் ஆண்டு லண்டனில், அமெரிக்காவின் ஸ்தானீகனாகவும் இருந்தான்.

~

13. நவம்பர் புரட்சி

ப்ரஷ்யாவுக்கும் பவேரியாவுக்கும் இடையே மன மாற்றமாகிற ஆறு குறுக்கிட்டு ஓடியதென்று முன்னர்க் கூறினோமல்லவா? இது வர வர விசாலமாகத் தொடங்கியது. ரூர் சம்பவம், தாள் நாணயத்தின் மதிப்புக் குறைவு முதலியவை இந்த வேற்றுமை விரிவதற்குத் துணை செய்தன. நேசக் கட்சியாரும் இந்த விரிவை அகலப்படுத்த உதவி செய்தார்கள் என்பது பலருடைய கருத்து. ஐரோப்பாவின் மத்தியில் ஒரு வல்லரசு மீண்டும் தோன்றாமலிருக்கச் செய்ய வேண்டுமானால், ஜெர்மனியை வட ஜெர்மனியெனவும் தென் ஜெர்மனியெனவும் இரண்டு கூறாக்கிவிட வேண்டுமென்றும், அப்படி செய்தால்தான் ஜெர்மனியைப் பற்றிய பயங்கரக் கனவுகளைத் தான் காணாமலிருக்கலாமென்றும் பிரான்சு கருதியது. ஜெர்மனிக்கும் பிரான்சுக்கும் பரம்பரைப் பகைமையல்லவா?

ப்ரஷ்யாவினின்று பிரிந்து வாழ வேண்டுமென்ற நோக்கத்துடன் பவேரியாவில், பல சங்கங்கள் தோன்றின. இந்த எண்ணம் 1922-1923ஆம் ஆண்டுகளில் வலுத்துவரத் தொடங்கியது. இதனை உடைத்தெறிய ஹிட்லர் தீர்மானித்தான். ப்ரஷ்யாவினின்று பவேரியா, எவ்வாற்றானும் பிரியக்கூடாதென்ற எண்ணம் இவனுக்குச் சிறுவயதிலிருந்தே இருந்தது. யுத்த களத்தில் இவன் அடைந்த அநுபவங்கள் இதனை வேரூன்றச் செய்தன. ஜெர்மன் தொழிலாளர் கட்சியின் கூட்டத்திற்கு இவன் முதல் தடவையாகச் சென்றிருந்தபோது, ப்ரஷ்ய - பவேரிய பிரிவினையைக் கண்டித்துப் பேசியது, இந்த உறுதியின் ஒரு வித தோற்றமே.

பிரிவினை எண்ணத்திற்கு அடைக்கல ஸ்தானமாக ம்யூனிக் நகரம் இருந்தது. ஹோஹென்ஜொல்லர்ன் அரச குடும்பம் வீழ்ச்சியுற்ற பிறகு, அதன் துணைபற்றி நின்ற ராணுவ அதிகாரிகள், இங்கே வந்து சேர்ந்தார்கள். இவர்களின் முக்கியஸ்தனாக இருந்தவன் லுடண்டார்ப். இவன் அடிக்கடி

ஹிட்லரைச் சந்தித்துப் பேசிவந்தான். தங்களிருவர்களுடைய துணைவர்களின் பலத்தைக் கொண்டு பெர்லின் மீது படையெடுத்துச் செல்லலாமென்றும், சென்று, அங்கு அரசாங்க நிர்வாகத்தை ஏற்று நடத்தி வரும் சமூகவாதக் கட்சியினரை விரட்டியடித்துவிடலாமென்றும், அப்பொழுது ரூர் பிரதேசத்தின் ஆக்கிரமிப்பை பிரெஞ்சுக்காரர்கள் கைவிட்டு விடுவார்களென்றும் இவன் ஹிட்லருக்கு உபதேசம் செய்தான். ஹிட்லர் இவற்றைக் கேட்டுக்கொண்டானே தவிர, பிரிவினை எண்ணத்திற்குச் சிறிதும் இணங்கவில்லை.

பவேரியர்கள், தற்போது ப்ரஷ்யர்களோடு மாறுபட்டிருந்த போதிலும், தாங்கள் ஜெர்மானியர்கள் என்பதை உணர்ந்திருந்தார்கள். முதலில் ஜெர்மானியர்கள், பிறகுதான் பவேரியர் என்பது இவர்களுடைய திட எண்ணம். இதனையே ஜெர்மானிய ஒற்றுமைக்குச் சாதகமாக ஹிட்லர் உபயோகித்துக் கொண்டான். தவிர, இவனுக்குச் சிறு வயதிலிருந்தே, ப்ரஷ்யர்களிடத்தில் ஒரு மதிப்பு இருந்தது. அவர்களுடைய திடகாத்திர சரீரம், உறுதியோடு போராடும் சுபாவம் முதலியன ஜெர்மனியர்களுக்குப் பொதுவாக இருக்க வேண்டுமென்பது இவன் நோக்கம் மற்றும் ப்ரஷ்யாவில் பொதுவுடமை இயக்கம் பரவிக் கொண்டு வந்தது. ஹிட்லருக்கு இது பிடிக்கவில்லை. இது தீவிரமாகப் பரவினால் வகுப்புச்சண்டைகளும் ஒரு கட்சி யாருடைய ஆதிக்கமும் வலுக்குமென்பது இவன் கருத்து. பொதுவாகவே இவனுக்குப் பெரும்பான்மையோருடைய ஆட்சி, பார்லிமெண்டரி முறைகள் முதலியன பிடிப்பதில்லையல்லவா?

எனவே, பொதுவுடமை இயக்கம் பரவ வொட்டாதபடி தடுப்பதும், ப்ரஷ்யாவையும் பவேரியாவையும் ஒன்றுபடுத்தி ஜெர்மானிய ஒற்றுமையை உண்டாக்குவதும் இவன் ஒரே சமயத்தில் நிறைவேற்ற வேண்டிய காரியங்களாயிருந்தன. இதற்காகவே அல்லும் பகலும் உழைத்தான்.

இந்தச் சமயத்தில் இவன் செய்த பிரசார வேலை அபாரம். ஒரே நாளில் நாலைந்து ஊர்களுக்கு ஆகாய விமானத்தில் பறந்து சென்றான். ஒவ்வோர் ஊரிலும் ஆயிரக்கணக்கான மக்கள் இவன் பேச்சைக் கேட்கக் கூடினார்கள். ஒவ்வொரு கூட்டத்திலும் இரண்டு அல்லது மூன்று மணி நேரத்திற்கதிகமாகப் பேசினான். ஆங்காங்கு, 'தேசிய சமூகவாத ஜெர்மன் தொழிலாளி கட்சி' ஸ்தாபனங்களை நிறுவினான். சென்ற விடங்களில் 'சூறாவளிப்படைகள்' அணிவகுத்து

இவனுக்கு வரவேற்பளித்தன. இந்தக் காலத்தில் இவன் செய்த வேலையைப் பார்த்து, பாமர மக்கள் 'இவன் ஒரு தெய்வ பிறப்பு' என்றே நம்பினார்கள். ஒரு முறை ம்யூனிக் நகரத்தில் மட்டும், பதினான்கு இடங்களில் ஒரே சமயம் பொதுக் கூட்டங்கள் நடத்த ஏற்பாடு செய்தான். ஒவ்வொரு கூட்டத்திலும் சில நிமிஷ நேரம் இவன் பேசுவதாகத் தெரிவிக்கப்பட்டிருந்தது. ஆனால் அப்பொழுதைய பவேரிய அரசாங்கத்தார் இந்தக் கூட்டங்கள் நடைபெறாதபடி செய்துவிட்டனர்.

இவன் தன்னுடைய பிரசாரத்தில், வெறும் பிரசங்கம் செய்து திரும்புவதோடு திருப்தியடைவதில்லை. அது பாமர மக்களை, அவர்களுடைய உறக்கத்தினின்று தட்டி எழுப்பாது என்பது இவன் கருத்து. வெளியூர்களுக்குச் செல்லும்போது 'சூறாவளிப் படை'யினரை அணிவகுத்துச் செல்லும்படி செய்வான். அவர்கள் பாண்டு வாத்தியம் முழக்கிக் கொண்டு முன்னே செல்வார்கள். இவற்றைப் பார்ப்பதற்கு மக்கள் திரள் திரளாகக் கூடுவார்கள். தனது கட்சி பலத்தைப் பொது மக்களுக்கு அறிவுறுத்துவதற்கு இஃதொரு சாதனம் என்று இவன் கொண்டான்.

இந்தப் பிரசார காலத்தில் இவனுக்கு எதிர்ப்புகள் இல்லாமற் போகவில்லை. ஓரிரண்டு உதாரணங்களை மட்டும் இங்குக் கூறுவோம். 1922ஆம் ஆண்டு ஆகஸ்ட் மாதம், ம்யூனிக் நகரத்தில், எல்லா அரசியல் கட்சியினரும் ஒன்று சேர்ந்து ஒரு பொதுக் கூட்டம் நடத்த ஏற்பாடு செய்தனர். குடியரசு அரசாங்கத்தாரால் நிறைவேற்றப்பட்ட ஒரு சட்டத்தைக் கண்டிக்கவே இந்தக் கூட்டம் ஏற்பாடு செய்யப் பெற்றது. 'தேசிய சமூகவாதக் கட்சி'யினரும் இதற்கு அழைக்கப்பட்டிருந்தனர். ஹிட்லர், தனது கட்சியின் பலத்தைப் பொது மக்களுக்கும் மற்றக் கட்சியினருக்கும் எடுத்துக் காட்ட இது நல்ல சந்தர்ப்பம் என்று கருதினான். எனவே, கூட்டத்திற்குச் செல்லும் போது, தனது 'சூறாவளிப் படை'யினருடன் ஊர்வலமாகச் செல்வதென்று தீர்மானித்தான். அப்படியே, முன்னே பதினைந்து தேசீயக் கொடிகள் பிடித்துத் தொண்டர்கள் சென்றார்கள். அதற்குப் பின்னே இரண்டுவித 'பாண்டு செட்டு'கள் முழங்கிச் சென்றன. அதற்கும் பின்னர் 800 'சூறாவளிப்படையி'னர் அணிவகுத்துச் சென்றனர்.. இதைப் பார்த்து எதிர்க்கட்சியினர் பிரமித்துப் போய்விட்டார்கள். சில இடங்களில் கற்களை வீசி எறிந்தார்கள். முதலில் ஹிட்லர் இவற்றைப் பொருட்படுத்தவில்லை. பிறகு, பதிலுக்குப் பதில் தாக்குமாறு கூறினான். இதனால் எதிர்ப்பு

குறைந்தது. கூட்டம் நடைபெறுமிடத்திற்கு ஹிட்லர் தன் துருப்புகளுடன் சென்றான். நாற்பதினாயிரம் பேர் கூடியிருந்த அந்தப் பொதுக் கூட்டத்தில் ஹிட்லர் மிக அழகாகப் பேசினான்.

வெளியூர்களில் - அதாவது ம்யூனிக் நகரத்திற்கு அருகாமையிலுள்ள ஊர்களில் - இவன் பிரச்சாரத்திற்குச் செல்லும்போது, மோட்டார் லாரிகளில் தன் துருப்புகளை அழைத்துச் செல்வான். செல்லும்போது வழியிலிருக்கும் கிராமங்களில் சிறிது நேரம் தங்குவான். கிராமவாசிகள் ஒன்று கூடுவார்கள். அவர்களிடம் சில நல்ல வார்த்தைகள் பேசுவான். அவர்களும் இவனிடம் ஈடுபட்டு விடுவார்கள். ஓர் இயக்கமானது, கிராமங்களில் வேரூன்றினால்தான் அஃது உண்மையான பலத்தைப் பெற்றதாகும் என்பதை ஹிட்லர் நன்கு உணர்ந்திருந்தான்.

ஹிட்லருக்குச் சென்ற விடமெல்லாம் சிறப்பு! எங்கணும் 'வாழ்க ஹிட்லர்' என்ற முழக்கம்! அந்நியநாட்டு அரசாங்கப் பிரதிநிதிகள் இவனைப் பேட்டி கண்டு பேசினர். அந்நிய நாட்டுப் பத்திரிகை நிருபர்களின் பேனா முனையிலும் 'போடோ காமிராக்க'ளிலும் இவன் அகப்பட்டுத் தவித்தான்!

இவனுடைய கட்சியின் செல்வாக்கு ஓங்கி வருகிறதென்று தெரிந்த வேறு கட்சியினர் பலர் இவனுக்குப் பல ஆசை வார்த்தைகள் காட்டித் தங்கள் கட்சியிலே இவன் கட்சியை ஐக்கியப்படுத்தி விடுமாறு கூறினார்கள். அந்நிய நாட்டுக் கட்சிப் பிரதிநிதிகள் பலரும் இவனை இது சம்பந்தமாக அணுகினார்கள். ஆனால் இவன் இவற்றையெல்லாம் கண்டிப்பாக மறுத்துவிட்டான். இதைப்பற்றி இவன் தன் சுயசரித்திரத்தில் பின் வருமாறு எழுதுகிறான்: -

> "வெளிநாடுகளில் தோன்றியுள்ள சுதந்திர இயக்கங்களோடு தொடர்பு வைத்துக் கொள்ளுமாறு எங்கள் கட்சிக்கு 1920-21ஆம் ஆண்டிலேயே சொல்லப்பட்டது. பிரமாதமாக விளம்பரப்படுத்தப்பட்ட 'ஒடுக்கப்பட்ட தேசங்களின் சங்கம்' என்கிற மாதிரி அமைத்துக் கொள்ளுமாறு கூறப்பட்டோம். எங்களுக்கு இவ்விதம் கூறியவர்கள், பால்கன் நாடுகளிலிருந்து வந்த சில பிரதிநிதிகள், எகிப்திலிருந்தும் இந்தியாவிலிருந்தும் வந்த சிலர் ஆகியவர்களேயாவர். இவர்கள் வெறும் வாய்ப்பந்தல் போடுபவர்களென்றும் இவர்களுக்குப் பின் பலம் ஒன்றும் இல்லையென்றும் எனக்குப் பட்டது. ஜெர்மனியரிற் சிலர், சிறப்பாக தேசீயவாதிகள், பிதற்றிக் கொண்டிருக்கும் இந்தக் கீழ்நாட்டாரை முக்கியமானவர்களாகக் கருதினார்கள்.

ஜெர்மனிக்கு வந்துள்ள எந்த இந்திய மாணாக்கனும் அல்லது எகிப்திய மாணாக்கனும் இந்தியாவின் அல்லது எகிப்தின் உண்மையான பிரதிநிதி என்று நம்பினார்கள். இவர்களைப்பற்றி விசாரிக்கவோ, இவர்களுக்குப் பின்பலம் ஒன்றுமில்லை என்பதைத் தெரிந்துகொள்ளவோ, எந்த விதமான ஒப்பந்தத்தையும் யாருடனும் செய்து கொள்ள இவர்களுக்கு எவ்வித அதிகாரமுமில்லை யென்பதை உணரவோ இந்த ஜெர்மனியர்கள் கவலை கொள்ளவில்லை. எனவே, இத்தகைய பேர்வழிகளுடன் சம்பந்தம் வைத்துக் கொள்வது பயனற்றதாகவும் வீண்காலம் போக்குவதாகவுமே முடியும்"[1]

தன்னுடைய கட்சியின் செல்வாக்கை, ஜெர்மானிய ஐக்கியத்திற்கு எவ்வாறு உபயோகப்படுத்துவது என்பதைப்பற்றி ஹிட்லர் இக்காலத்தில் ஆழ்ந்து சிந்தித்து வந்தான். அப்பொழுது, பவேரிய அரசாங்கத்தின் முக்கிய தூண்கள்போல் அமைந்திருந்த, பிரதம மந்திரி டாக்டர் வான் கார், சேனைத் தலைவனான தளபதி லாஸ்ஸோ, போலீஸ் அதிகாரியான தளபதி சைவர் முதலியோர், பவேரிய பிரிவினைக்குச் சாதகமாயிருந்தார்கள், ஏன்? பிரிவினையை ஆதரித்துத் தோன்றும் இயக்கங்களுக்கு இவர்கள் அரசாங்க தோரணையில் ஆதரவும் அளித்தார்கள். பெர்லினிலிருந்த கூட்டுக் குடியரசின் அதிகாரிகள், இந்தப் பிரிவினை எண்ணத்தை நசுக்க முயன்றார்கள் ஆனால் பவேரிய அதிகாரிகள் பகிரங்கமாகவே பெர்லின் ஆதிக்கத்திலிருந்து விடுவித்துக் கொள்ளத் தீர்மானித்தார்கள். பவேரிய ரெயில்வே இலாகா தனியாகப் பிரிந்து விட்டது. பவேரிய ராணுவம், பவேரிய அரசாங்கத்திற்கு ராஜ விசுவாசப் பிரமாணம் செய்தது. பெர்லின் அதிகாரிகள் கோபமடைந்தார்கள். பவேரிய அதிகாரிகளை, ராணுவச் சட்டப்படி தண்டிப்பதாகப் பயமுறுத்தினார்கள். ஆனால் ஒன்றும் பலிக்கவில்லை. வான் கார், பிரிவினை எண்ணத்தைக் கிளப்பிவிட்டானே தவிர, அதனை ஒழுங்குபடுத்திச் செயல் முறையில் கொணரும் ஆற்றல் பெற்றானில்லை. எனவே, ஹிட்லரின் துணையை நாடினான். ஹிட்லரும் ஒத்துக் கொண்டான். ஆனால் இருவருடைய லட்சியங்களும் வேறு வேறாக இருந்தன! ஒருவரையொருவர் உபயோகித்துக்கொள்ள முயன்றனர்!

இருவரும் சேர்ந்து சில ஏற்பாடுகளைச் செய்தனர். அவை என்ன? "1923ஆம் ஆண்டு நவம்பர் மாதம் 8ந் தேதி ம்யூனிக்கில், எல்லாத் தேசிய சங்கங்களின் சார்பாகவும் ஒரு பொதுக்கூட்டம் கூட்டப் பெற வேண்டும்; ப்ரஷ்யாவினின்று பவேரியா

பிரிந்துவிட்டதாக அந்தக் கூட்டத்தில் வான் கார் ஓர் அறிக்கை வாசிக்க வேண்டும்; மறுநாள், 9 ந் தேதி பெர்லின் நோக்கிப் படையெடுத்துச் செல்லவேண்டும்" இந்த ஏற்பாடுகளுக்கு இருவரும் இணங்கினர். கடைசி நேரத்தில் ஒருவரையொருவர் கவிழ்த்துவிடலாமென்று இருவரும் மனத்திற்குள் தீர்மானித்துக் கொண்டனர்.

ஹிட்லர், மிகுந்த முன் ஜாக்கிரதையுடன், தனது 'சூறாவளிப் படை'யைத் தயாரில் இருக்கச் செய்தான். தனது திட்டம் என்னவென்பதை எவருக்கும் தெரிவிக்கவில்லை. ஆனால், 9ந் தேதி பெர்லினை நோக்கிச் செல்ல வேண்டியிருக்கும் என்று மட்டும் சொல்லி வைத்திருந்தான்.

ம்யூனிக்கிலுள்ள பெரிய மண்டபமொன்றில், 8ந் தேதி மாலை கூட்டம். மண்டபத்தைச் சுற்றிச் 'சூறாவளிப் படை'யினர் சுவர் வைத்ததுபோல் வரிசையாக நின்றனர். வான் கார் முதலியோர் இதன் ரகசியத்தைத் தெரிந்துகொள்ளவில்லை. தங்களுடைய பாதுகாப்புக்காகவே, ஹிட்லர் இந்த ஏற்பாட்டைச் செய்திருக்கக் கூடும் என்று கருதினார்கள். பாவம்! மண்டபத்திற்குள் திரளான கூட்டம். மேடைமீது அரசாங்கத்துப் பிரபல உத்தியோகஸ்தர்கள் தன்னம்பிக்கையுடன் அமர்ந்திருந்தனர். கூட்டம் தொடங்கியது, வான் கார் எழுந்திருந்து ஏற்கெனவே தயாரித்து வைத்திருந்த 'பிரிவினை அறிக்கை'யைப் படித்துக் கொண்டிருந்தான் அப்பொழுது திடீரென்று ஹிட்லர், பொறுக்கியெடுத்த சில சகாக்களுடன் மேடைமீது தோன்றினான். மேடைமீதிருந்தவர்கள் பிரமித்துப் போனார்கள். ஹிட்லர், தனது கைத்துப்பாக்கியை எடுத்து மேல் கூரையை நோக்கிச் சுட்டான். உடனே, கார், லாஸ்ஸௌ, சைஸர் ஆகிய மூவரையும், மேடைக்குப் பின்புறமாயுள்ள ஓர் அறைக்குள் செல்லுமாறு உத்தரவிட்டான். அவர்கள் ஒன்றும் பேசத் தெரியாமல், அப்படியே உள்ளே போனார்கள். அவர்களுக்குப் பின்னால் ஹிட்லரும் சென்று அறைக்கதவைத் தாளிட்டுக் கொண்டான்.

மண்டபத்தில் ஒரே குழப்பம்! இஃதென்ன விபரீதம் என்றார்கள் மக்கள். அவர்களுக்கு ஒன்றும் புரியவில்லை. வெளியே எழுந்து செல்லவும் முடியவில்லை. 'சூறாவளிப் படை'யினருடைய பலமான பந்தோபஸ்து மக்களை வெளியே செல்லவொட்டாமல் தடுத்து நிற்கிறது. மக்களுடைய கவனம்

வேறெங்கும் செல்லாமலிருக்க தளபதி கேரிங் பேசிக் கொண்டிருந்தான்.

அறைக்குள்ளே சென்ற ஹிட்லர், உடனே டெலிபோனில் வான் லுடண்டார்பை வரவழைத்தான். ஏற்கெனவே இவன் லுடண்டார்புடன் முன்னேற்பாடுகள் செய்து வைத்திருந்தான். ஏனென்றால், ராணுவத்திடையே லுடண்டார்புக்குச் செல்வாக்கு உண்டல்லவா? அவனை, தனது துணைக்குச் சேர்த்துக் கொண்டால், ராணுவத்தின் உதவியும் கிடைக்கும் என்பது ஹிட்லரின் நம்பிக்கை. லுடண்டார்பும் வந்து சேர்ந்தான். பவேரியா தனித்து நிற்க இதுவே தகுந்த சமயமென்றும், இச்சமயத்தில் எல்லாரும் ஒன்றுசேர வேண்டுமென்றும் ஹிட்லர் வற்புறுத்தினான். லாஸ்ஸௌ சிறிது தயங்கினான். லுடண்டார்ப் அவனுக்கு ஆறுதல் சொன்னான்.

சிறிது நேரம் கழித்து, ஹிட்லர் மேடைமீது மறுபடியும் தோன்றினான். 'பவேரியாவில் புதிய தேசிய அரசாங்கம் ஏற்பட்டுவிட்டது; இந்த அரசாங்கத்திற்கு வான் கார் ரீஜண்டாகவும், ஹிட்லர் சான்ஸலராகவும், வான்லாஸ்ஸௌ யுத்த மந்தியாகவும், வான் சைஸர் போலீஸ் படைத் தலைவனாகவும் இருப்பார்கள்' என்று தெரிவித்தான்.

மண்டபத்தில் ஒரே ஆரவாரம்! 'ஹிட்லருக்கு ஜே' என்ற கோஷம்!

ஹிட்லருடைய இந்தச் சூழ்ச்சி வான் கார் முதலியோருக்குப் பிடிக்கவில்லை. இதனின்று விடுவித்துக் கொள்ளத் தீர்மானித்தனர். ஹிட்லரைக் காட்டிக் கொடுக்கவும் நிச்சயம் கொண்டனர். கூட்டம் கலைந்தது. வான் கார் முதலியோரை அடக்கி, பவேரிய அரசாங்க நிர்வாகத்தை ஏற்றுக் கொண்டுவிட்டால், பிரிவினை எண்ணம் தானாக நசுங்கிவிடும் என்று ஹிட்லர் கருதினான். பின்னர், ப்ரஷ்யாவை தன்னாதிக்கத்திற்குட்படுத்திக் கொள்வதும், ஜெர்மானிய ஐக்கியத்திற்கு அடி கோலுவதும் சுலபமென்று நம்பினான். ஆனால் கார், லாஸ்ஸௌ, சைஸர் ஆகிய மூவரும் வெளியே செல்ல அனுமதிக்கப்படவில்லை. அவர்களை மேடைக்குப் பின்புறமுள்ள அறையிலேயே, தான் திரும்பி வரும் வரை இருக்குமாறு கூறினான் ஹிட்லர். அவர்கள் என்ன செய்வார்கள்? கைதிகள் போல் அறைக்குள் சென்றார்கள். அவர்களைப் பாதுகாத்துக் கொள்ளும்படி லுடண்டார்புக்குச் சொல்லிவிட்டு,

ஹிட்லர் வெளியே சென்றுவிட்டான். லுடண்டார்பும், அறையில் அவர்களோடு பேச்சுக் கொடுத்துக் கொண்டிருந்தான்.

ஏற்கெனவே செய்திருந்த முன்னேற்பாட்டின் படி வெளியூர்களிலிருந்த 'சூறாவளிப் படை'யினர் பலரும் ம்யூனிக்கை நோக்கி வந்து கொண்டிருந்தார்கள். 9ந் தேதி காலை, ம்யூனிக்கிலிருந்து எல்லாரும் ஒன்று சேர்ந்து புறப்பட வேண்டுமென்பது ஹிட்லரின் ஏற்பாடல்லவா?

மண்டபத்தில் ஹிட்லர் கட்சி வெற்றி பெற்று விட்டதைக் கண்ட 'சூறாவளிப் படை'யினர் சிலர், ம்யூனிக் நகர வீதிகளில் சென்று சில அதிக்கிரமச் செயல்களைச் செய்தார்கள். சமூகவாதக் கட்சியினருடைய 'ம்யூனிக் போஸ்ட்' பத்திரிகையின் காரியாலயத்திற்குள் நுழைந்து அங்குள்ள சாமான்களையெல்லாம் வெளியே எறிந்து தீயிட்டுக் கொளுத்தினார்கள். வேறு சில சேதங்களையும் விளைவித்தார்கள்.

ஹிட்லர், தான் செய்யவேண்டிய ஏற்பாடுகளையெல்லாம் செய்துவிட்டு, கூட்டம் நடைபெற்ற மண்டபத்திற்குத் திரும்பி வந்தான். அங்கே லுடண்டார்ப் மட்டும் தனியாக இருந்தான்.

ஹிட்லர்: எக்ஸலென்ஸி அவர்களே! என்ன இது? கார், லாஸ்ஸெள, சைஸர் ஆகிய மூவரும் எங்கே?

லுடண்டார்ப்: போய்விட்டார்கள். தாங்கள் திரும்பி வருவதாக வாக்குறுதி செய்துவிட்டுப் போனார்கள்.

ஹிட்லர்: அட கடவுளே! ஏற்பாடுகள் யாவும் வீணாகிவிட்டனவே!

ஹிட்லர் இந்தத் துரோகத்தை எதிர் பார்க்கவில்லை.

கார், லாஸ்ஸெள, சைஸர் ஆகிய மூவரும், தாங்கள் வீட்டுக்குச் சென்று உடனே திரும்புவதாக லுடண்டார்பிடம் சொல்லிவிட்டு, மண்டபத்தை விட்டு வெளியேறினார்கள். இவர்கள் நேரே வீட்டுக்குச் செல்லவில்லை. ராணுவ ஸ்தலத்திற்குச் சென்றார்கள். ரேடியோ மூலம் பெர்லின் அதிகாரிகளுக்குத் தகவல் கொடுத்தார்கள். ஹிட்லர் பெரிய புரட்சியைத் தயார் செய்து கொண்டிருப்பதாகவும், அதில் தங்களுக்கு எவ்வித சம்பந்தமுமில்லையென்றும், தங்கள் பெயர்களைச் சேர்த்து வெளியிட்டிருக்கும் 'பவேரிய பிரிவினை அறிக்கை'க்கும் தங்களுக்கும் எவ்வித தொடர்பும் இல்லையென்றும், துப்பாக்கி முனையில் தங்களை நிற்கவைத்து

மேற்படி அறிக்கையில் கையெழுத்து வாங்கப் பெற்றதென்றும் பெர்லின் அதிகாரிகளுக்குத் தெரிவித்தார்கள். அதனுடன், ஹிட்லரின் ஏற்பாடுகளை உடைத்தெறிய ராணுவத்தைத் தயார் படுத்தினர். வான் லாஸ்ஸௌ உத்திரவுபடி, ராணுவப் படையினர் சிறு சிறு பகுதிகளாகப் பிரிந்து ம்யூனிக் நகரத்தைச் சுற்றியுள்ள முக்கியமான பாலங்கள், நாற்சந்திகள் முதலிய இடங்களில் காவல் காத்து நின்றனர். சைஸர், போலீஸ் படையினரை முக்கியமான இடங்களில் தொகுதி தொகுதியாக நிற்க வைத்திருந்தான். இந்த ஏற்பாடுகள் ஹிட்லருக்குத் தெரியாது.

நவம்பர் மாதம் 9ந் தேதி, பொழுது புலர்ந்தது. நகரத்தின் மத்தியிலுள்ள ஒரு சதுக்கத்திற்குத் தனது படையினரை ஊர்வலமாக அழைத்துச் செல்வதென்று ஹிட்லர் தீர்மானித்தான். இதற்கு அரசாங்கத்தார் எவ்வித எதிர்ப்பும் காட்டமாட்டார்கள் என்று கருதினான். இதன் மூலமாக மக்களுடைய உணர்ச்சியையும் வெளிப்படுத்த வேண்டுமென்பது இவன் கோரிக்கை.

மணி பதினொன்று அடித்தது. ம்யூனிக்கின் முக்கியமான வீதிகளில் பிரமாண்டமான ஊர்வலம் சென்று கொண்டிருந்தது. முதலிலே, இருவர் இரண்டு கொடிகளைப் பிடித்துச் சென்றனர். அவர்களுக்குப் பின்னால் லுடண்டார்ப், ஹிட்லர், கேரிங் இன்னும் இரண்டு மூன்று முக்கியமான தலைவர்கள் ஆகியோர் வரிசைக் கிரமமாகச் சென்றனர். இவர்களுக்குப் பின்னர் 'சூறாவளிப்படை'. இவர்களுக்குப் பின்னர் பொது மக்கள். அனைவரும் ஸ்வஸ்திகைக்கொடி பிடித்துச் சென்றார்கள். பாம்புபோல் வளைந்து வளைந்து சென்ற இந்த ஊர்வலம் மெதுவாக லட்விக் வாராவதியையடைந்தது. அங்குப் போலீஸார், இதனைத் திகைந்து நின்றனர். 'எங்களோடு லுடண்டார்பும் இருக்கிறார்' என்று ஹிட்லரின் மெய்க் காப்பாளனான உல்ரிக் கிராப் என்பவன் கத்தினான். துப்பாக்கிகள் தாழ்த்தப்பெற்றன.

சிறிது நேரத்திற்கெல்லாம் ஊர்வலத்தின் மீது, யந்திர பீரங்கிகளிலிருந்து குண்டுகள் பொழியப்பட்டன. 'லுடண்டார்பும் ஹிட்லரும் எங்களோடு இருக்கிறார்கள்' என்று ஊர்வலத்திலிருந்தவர்கள் எவ்வளவு கூச்சலிட்டும் பயனில்லை. மேன்மேலும் குண்டுகள் வந்து விழுந்து கொண்டிருந்தன. கூட்டத்தினர் நாலா பக்கங்களிலும் சிதறியோடினர். குண்டுகள்

பட்டு இறந்தவர் பதினான்கு பேர்; பயந்து வீழ்ந்தவர் பலர். ரத்தம் பெருக்கெடுத்தோடியது. முதலிலே கொடி பிடித்துச் சென்ற இருவரும் கீழே விழுந்தனர். கேரிங்கும் உல்ரிக் கிராபும் பலத்த காயமடைந்தனர். லுடண்டார்ப், எப்படியோ தப்பித்துச் சென்றுவிட்டான். இந்தக் குழப்பத்திலே ஹிட்லருக்குக் கழுத்திலே நல்ல காயம் பட்டது. குண்டுபட்டு வீழ்ந்தவர்களில் ஒரு சிறுவனும் அகப்பட்டுக் கொண்டான். அவன் ஸ்மரணையற்றுக் கீழே விழுந்து கிடந்தான். ஹிட்லர் அவனைத் தனது மோட்டார் வண்டியில் ஏற்றிக் கொண்டு ஆஸ்பத்திரிக்குச் சென்றான். போலீஸாரும் அரசாங்கத் துருப்புகளும் மக்களை விரட்டியடித்தனர். ஒரு சில போலீஸார் மட்டும் ஹிட்லரைக் கைது செய்ய வேண்டுமென்ற நோக்கத்துடன் துரத்திச் சென்றனர். ஆனால் ஹிட்லர் தனது வண்டியை வேறொரு சந்தின் வழியாகத் திருப்பிச் செலுத்தி ஆஸ்பத்திரியில் காயமடைந்தவனை விட்டுவிட்டு, நகர எல்லையை நோக்கிச் சென்றான்.

வான் கார் அரசாங்கம் சும்மாயிருக்கவில்லை. கலகம் விளைவித்தவர்களென்று பலர் மீது 'அரெஸ்ட் வாரண்ட்' பிறப்பித்தது. லுடண்டார்ப் முதலிய பலர் கைது செய்யப் பெற்றனர். வான்காருடன் சேர்ந்திருந்த அரசாங்க உத்தியோகஸ்தர்களாகிய லாஸ்ஸௌ, சைஸர் ஆகியோரும், புரட்சிக்கு உடந்தையாயிருந்ததாகக் கைது செய்யப்பெற்றனர்!

ஹிட்லர் மட்டும் இரண்டு நாள் வரை போலீஸார் கைக்கு அகப்படவில்லை. மோட்டாரில் ஏறிச் சென்ற இவன் உப்பிங் என்ற ஒரு கிராமத்திற்குச் சென்றான். இங்கே இவனுடைய நண்பனும், தேசீய சமூகவாதக் கட்சியின் அந்நிய இலாகா தலைவனுமான டாக்டர் ஹான்ப்ஸ்டாங்கெல் என்பவனுடைய வீடு இருந்தது. இதில் போய்த் தங்கினான். ஆனால் போலீஸார் இந்த இடத்தைக் கண்டுபிடித்து இவனைக் கைது செய்தனர். அச்சமயத்தில் இவன் எவ்வித எதிர்ப்பும் காட்டவில்லை. உடனே தன்னை ஒப்புக் கொடுத்து விட்டான். இவனை லாண்ட்ஸ்பர்க் சிறைக்கு அழைத்துச் சென்றார்கள்.

மூன்று மாதங்கழிந்த பிறகே விசாரணை தொடங்கியது. இந்த மூன்று மாத காலமும் இவன் சிறையிலே சும்மாயிருக்கவில்லை. கிளர்ச்சியை உண்டு பண்ணினான். தனக்குப் போதிய சௌகரியங்கள் செய்து கொடுக்கப் பெறவில்லை யென்பதற்காக இவன் உண்ணா விரதமிருக்கத் தொடங்கினான். நாளுக்கு

நாள் தேகம் மெலிந்துவரத் தொடங்கியது. அதிகாரிகள் பயந்து போனார்கள். ஆனால் விட்டுக்கொடுக்க முன் வந்தார்களில்லை. ஹிட்லரோ, ஒரு பொட்டுத் தண்ணீர்கூட உட்கொள்ளாமல் ஒரே பிடிவாதமாயிருந்தான். கடைசியில் சில நண்பர்களுடைய தூண்டுதல் பேரில், பதினைந்து தினங்கள் கழித்து, ஆகாரம் உட்கொள்ளத் தொடங்கினான்.

1924ஆம் ஆண்டு பிப்ரவரி மாதம் 26ந் தேதி ம்யூனிக்கிலுள்ள ராணுவப் பள்ளிக்கூடமொன்றில் விசாரணை தொடங்கியது. 24 தினங்கள் விசாரணை. ஹிட்லர், விசாரணையின் கடைசியில், தனது நிலைமையை விளக்கி நாலரை மணி நேரம் ஒரு பிரசங்கம் செய்தான். நாவலர் பலரால் நிகழ்த்தப்பெற்ற சொற்பொழிவுகளின் வரிசையில் இந்தப் பேச்சுக்கு ஒரு முக்கிய ஸ்தானம் கொடுக்கின்றனர் அறிஞர். இந்தப் பேச்சிலே இவன், தன்னுடைய கட்சியின் நோக்கங்களையும் அதன் கொள்கைளையும் விளக்கிக் கூறினான். நவம்பர் மாதம் 8-9தேதிகளில் நடைபெற்ற சம்பவங்களுக்குத் தானே பொறுப்பு ஏற்றுக்கொண்டான். இவனுடைய பிரசங்கத்தின் சில பாகங்கள் வருமாறு: -

"முயற்சி செய்து அடையக்கூடிய ஒரு லட்சியமாக மந்திரிப்பதவியை நான் கருதவில்லை. மந்திரி உத்தியோகம் வகித்ததற்காகத் தன்னுடைய பெயர் சரித்திரத்திலே வர வேண்டுமென்று ஒருவன் விரும்புவது அவனுடைய பெருந்தன்மையைக் காட்டுவதாகாது. ஆரம்பத்திலிருந்தே நான் கொண் டிருந்த நோக்கம் வேறு. மார்க்ஸீயத்தை அழிக்க வேண்டுமென்பதே என் நோக்கம். அதனை இனியும் நிறைவேற்றவே போகிறேன். அங்ஙனம் நிறைவேற்றிய பிறகு, மந்திரி என்ற கௌரவ பட்டத்தை இழிவாகவே கருதுவேன். ஜெர்மானிய சரித்திரத்திலே பிரபலமடைந்த பலர், பிற்கால சந்ததியாருக்குத் தங்கள் பெயரைத்தான் கொடுத்துப் போனார்களே தவிர, பட்டத்தை விட்டுச் செல்லவில்லை."

★ ★ ★

"இப்பொழுது ஸ்வஸ்திகைக்கொடி பிடித்து வீதிகளில் ஊர்வலம் வருகிறார்களே அவர்களும் - அந்தப் பொதுமக்களும், நவம்பர் மாதம் 9ந் தேதி எங்கள் மீது துப்பாக்கிப் பிரயோகம் செய்தார்களே அவர்களும் ஒன்று கூடும் காலம் வருமென்று நம்புகிறேன். அன்று சிந்திய ரத்தமானது, இந்தக் கூட்டுறவுக்கு நிரந்தர தடையாயிராதென்று கருதுகிறேன். போலீஸாரே, எங்கள்மீது துப்பாக்கிப் பிரயோகம் செய்தனர் என்று கேள்விப் பட்டபோது,

நான் மகிழ்ச்சியே கொண்டேன். ஏன்? ஜெர்மன் ராணுவம் எங்கள்மீது துப்பாக்கிப் பிரயோகம் செய்யவில்லையல்லவா? ராணுவமானது, எங்கள் பக்கம் வந்து சேரும் ஒரு காலமும் வரும்."

★ ★ ★

"இந்த அரசாங்கத்தின் நீதிபதிகள், எங்களுடைய செயல்களைக் கண்டித்து மகிழ்ச்சி கொள்ளலாம். ஆனால் உயர்ந்த உண்மையின், சிறந்த சட்டத்தின் அதி தேவதையாகிற சரித்திரம், உங்களுடைய இந்தத் தீர்ப்பை நகைத்துக்கொண்டே கிழித்துப் போடுவாள். நாங்கள் நிரபராதிகள் என்று சொல்வாள். 'உங்கள் செயலுக்கு இரங்கவேண்டாம்' என்றும் எங்களைப் பார்த்துக் கூறுவாள்."

நீதிபதிகளாயிருந்தவர்கள், இந்தப் பேச்சைக் கேட்டார்கள். அவர்கள் மனதும் இதில் ஈடுபட்டதென்று சொல்லலாம். ஆனால் கடமையொன்று இருக்கிறதல்லவா? அதைச் செய்து தானே தீரவேண்டும். நீதிபதிகள் அதனைச் செய்தே தீர்த்தார்கள்.

ஹிட்லரும் வேறு மூன்றுபேரும் ஐந்து ஆண்டு சிறைவாச தண்டனை விதிக்கப் பெற்றார்கள். வேறு ஐவருக்கு மூன்று மாதம் முதல் ஒரு ஆண்டு வரை, பல மாதிரி தண்டனை விதிக்கப்பட்டது. லுடண்டார்ப் விடுதலை செய்யப் பெற்றான்!

ஹிட்லர் லாண்ட்ஸ்பர்க் சிறைக்குச் சென்றான். அவனுடைய 'தேசீய சமூகவாதக் கட்சி' உடைந்து போயிற்று. கட்சியைச் சேர்ந்தவர்கள் பல இடங்களிலும் சிதறிப்போனார்கள். ஜெர்மானிய ஐக்கியத்திற்காக உழைத்த கட்சி இருந்த இடந்தெரியாமலே போய்விட்டது.

அரசாங்கத்தார், இந்தக் கட்சியின் பணம், சொத்து முதலிய அனைத்தையும் பறிமுதல் செய்து விட்டனர்.

ஹிட்லர் 'தேசீய சமூகவாதக் கட்சி'யில் சேர்ந்தபோது அதன் மூலதனம் ஏழரை மார்க்! அரசாங்கத்தார் பறிமுதல் செய்தபோது ஒரு லட்சத்து எழுபதினாயிரம் தங்க மார்க்குகள்!

அடிக்குறிப்புகள்

1. *இது சம்பந்தமாக பண்டித ஜவஹர்லால் நேருவின் அபிப்பிராயம் இங்குக் குறிப்பிடத்தக்கது:" ஜெர்மன் சர்வ கலாசாலைகளில் படித்துக் கொண்டிருந்த இந்திய மாணாக்கர்கள் சிலர், யுத்த காலத்தில் எழுந்த உணர்ச்சியை, இந்திய தேசீயத்திற்குச் சாதகமாக" உபயோகித்துக் கொள்ள முயன்றார்கள். இவர்கள் ஒரு கமிட்டியாகச் சேர்ந்து கொண்டார்கள். சில காலத்திற்குள் இந்தக் கமிட்டியானது முக்கியத்துவம் பெற்று விட்டது. பிரிட்டிஷாருக்கு*

விரோதமாக எழுந்த உணர்ச்சிகளை யெல்லாம் ஒன்று திரட்டி தங்களுக்குச் சாதகமாக உபயோகித்துக் கொள்ள வேண்டுமென்ற நோக்கத்துடன், அப்போதைய ஜெர்மன் அரசாங்கத்தாரே இந்த முக்கியத்துவத்தை இவர்களுக்குக் கொடுத்தனர். இவர்களுக்கும், ஜெர்மன் அதிகாரிகளுக்கும் சமரஸப் பேச்சுக்கள் நடைபெற்றன. இந்தியா சுதந்திரம் பெறுவதற்கு உதவி செய்வதாக உறுதிமொழி கொடுக்க வேண்டுமென்று இந்த மாணாக்கர் கூட்டம் கேட்டது. ஜெர்மன் அரசாங்கத்து அந்நிய நாட்டு இலாகா, இந்தக் கூட்டத்தினருடன் ஓர் உடன்படிக்கை செய்து கொண்டதாகத் தெரிகிறது. ஜர்மானியர்கள், யுத்தத்தில் வெற்றி பெற்றால் இந்தியாவின் சுதந்திரத்தை அங்கீகரிப்பதாக இந்த உடன்படிக்கை கூறியது. இந்த நிபந்தனையின் பேரிலேயே, இக்கூட்டத்தினர், யுத்த காலத்தில் ஜெர்மனிக்குச் சாதகமாகப் பிரசாரஞ் செய்தனர். இந்தக் கமிட்டியார் ஜெர்மன் அரசாங்கத்தாரால் உத்தியோக முறையில் கௌரவிக்கப்பட்டனர். அநுபவமில்லாத ஒரு சில இளைஞர்களடங்கிய இந்தச் சிறிய கூட்டத்திற்கு, திடீரென்று முக்கியத்துவம் கொடுத்து விட்டதனால் இவர்களுக்கு 'மண்டை கர்வம்' ஏறி விட்டது. சரித்திர நாயகர்கள் என்று இவர்கள் தங்களை நினைத்துக் கொண்டு விட்டார்கள். ஆனால் யுத்தத்தின் கடைசி காலத்தில் இவர்களுடைய முக்கியத்துவம் மறைந்து விட்டது. இவர்கள் புறக்கணிக்கப் பட்டார்கள். யுத்தம் நின்றது. இதனோடு, இந்தக் கமிட்டியும் மறைந்தது. தங்களுடைய நம்பிக்கையெல்லாம் வீழ்ந்துவிட்ட பிறகு, இவர்களுக்கு, வாழ்க்கை சாரமற்றதாகிவிட்டது."
சுயசரிதை - பக்கம் 152.

~

14. நண்பர்களின் நிழலில்

ஹிட்லர், சிறைக்குச் செல்லட்டும். சிறை அதிகாரிகள் அவனைக் கவனித்துக் கொள்வார்கள். அவனுடைய அரசியல் வாழ்க்கையை மட்டும் கவனித்துக் கொண்டு வந்த நாம், அவனுடைய தனிப்பட்ட வாழ்க்கை எப்படி நடந்துவந்தது, அவனுடைய நண்பர்கள் யாரார், யாராருடைய துணைபற்றி அவனுடைய அரசியல் பிரசாரம் நடைபெற்று வந்தது என்பவைகளைப் பற்றிச் சிறிது தெரிந்து கொள்ள வேண்டாமா?

யுத்தத்திலிருந்து திரும்பி வந்த பிறகு, 1919ஆம் ஆண்டு ஆகஸ்ட் மாதம்வரை, ஹிட்லர் ம்யூனிக் ராணுவ விடுதியில் தங்கியிருந்தான். பின்னர், இவன் அரசியல் வேலைகளில் ஈடுபட்டதால், ராணுவ விடுதியினின்று விலகிக்கொள்ள வேண்டியதாயிற்று. முன்னர்த் தங்கியிருந்த ஶ்ரீ பாப் வீட்டில் இடமில்லை. ஆதலின், சாதாரண மக்கள் வசிக்கும் 'தீரிஷ்ஸ்ட்ராஸே' என்ற ஒரு தெருவில் உள்ள 41ம் நெம்பர் வீட்டின் ஓர் அறையை வாடகைக்குப் பிடித்துக் கொண்டான். இந்த வீட்டுச் சொந்தக்காரன் ஒரு யூதன். எர்லாங்கர் என்னும் பெயரான். அவனோடு ஹிட்லர் மிக ஒழுங்காகவே நடந்து கொண்டான். பிற்காலத்தில், இவன் யூதர்களைப் பாதிக்கக் கூடிய சட்டங்களை நிறைவேற்றிய போதிலும், ஜெர்மன் சமுதாயத்தின் தற்காப்புக்காகவே அவைகளை நிறைவேற்றினானே தவிர, யூதர் மீது கொண்ட வன்மத்தினாலன்று என்று இதனின்று புலப்படுகிறதல்லவா?

ஹிட்லர் எடுத்துக்கொண்ட அறை பூராவும் இவனுக்குச் சுவாதீனமில்லை. அதில் ஒரு கூட்டுக்குடியாகவே முதலில் போய்ச் சேர்ந்தான். பின்னர், இவனுடைய அரசியல் வேலைகள் அதிகமாக, வேறு சில அறைகளையும் இதே வீட்டில் வாடகைக்கு எடுத்துக் கொண்டான். 1919ஆம் ஆண்டிலிருந்து 1929ஆம் ஆண்டு வரை - சிறையில் கழித்த சில மாதங்கள் தவிர - இவன் இந்த வீட்டிலேயே வசித்து வந்தான். முதலில், சில காலம், பின் பக்கத்திலுள்ள ஓர் அறையில் இவன் படுத்து

வந்தான். படுப்பதற்கு அந்த அறையை உபயோகித்துக் கொண்டு வந்ததாக இவன் சொல்லி வந்த போதிலும், உண்மையில், தனியாக இருந்து, கட்சி சம்பந்தமான வேலைகளைச் செய்யவே உபயோகித்துக் கொண்டான். இந்த அறையில் எவ்விதமான சௌகரியமும் கிடையாது. எப்பொழுதும் குளிர் காற்று வீசிக்கொண்டிருக்கும். இதற்கு முன் இவ்வறையில் வசித்தவர்கள் நோயினால் அவஸ்தைப்பட்டார்கள். ஆனால் ஹிட்லர் இவற்றை லட்சியம் செய்யவில்லை. அதிலேதான் படுத்துறங்கினான். கீழே விரிப்பு இல்லை. மேலே போர்வை கிடையாது. வயிற்றுக்குப் போதிய ஆகாரமுமில்லை.

இவனுக்கு யார் என்ன உதவி செய்ய முடியும்? ராணுவத்தில் உயர்தர உத்தியோகங்களை வகித்து வந்தவர்கள் எல்லாரும் இப்பொழுது ஒரு ரொட்டித் துண்டுக்காக, வீதிதோறும் பிச்சை எடுக்கும்போது, சாதாரண ஒரு போர் வீரனான ஹிட்லரைப் பற்றி யாருக்கு என்ன கவலை? அதிலும், இவன் ஓர் அரசியல்வாதி; கிளர்ச்சிக்காரன். 'ஜெர்மனியின் விழிப்பு' என்கிறான். வார்சேல் ஒப்பந்தத்தை எதிர்த்துப் பேசுகிறான். அரசாங்கத்தைக் கண்டிக்கவும் செய்கிறான். என்ன துடுக்கு? இவனுக்கு உதவி செய்வதுகூட ஆபத்து. இத்தகைய மனப்பான்மை கொண்டவர்களே, ஹிட்லரைச் சூழ்ந்திருந்தார்கள்.

ஹிட்லர் தன்னுடைய நன்னடத்தையினாலும், ஒழுங்கான முறையினாலும், தூய்மையான உள்ளத்தினாலும் இவர்களைத் தன் வசம் திருப்பிக்கொண்டான். இக்காலத்தில், இவன் உதவி பெற்றது பெரும்பாலும் ஸ்திரீகளிடத்திலிருந்துதான். இவனுடைய பரிதாபகரமான நிலைமையைப் பார்த்து, அக்கம் பக்கத்திலுள்ள தாய்மார்கள் ஏதேனும் கொடுப்பார்கள். ஒரு துண்டு ரொட்டியோ, சுண்டைக்காயளவு 'சட்னி'யோ, ஓர் 'ஆப்பிள்' பழமோ எதுவாயிருந்தாலும், அதனைப் பணிவோடு, நன்றி காட்டும் முகத்தோடு வாங்கிக் கொள்வான். இங்ஙனம் பெற்றுக்கொள்வது இவனுக்கு உண்மையிலேயே, பிடிக்க வில்லை. ஆனாலும் வேறு வழியில்லை. அப்படி அளிக்கப்பெற்ற தின்பண்டங்களைத் தனக்காக மட்டும் பிரத்தியேகப்படுத்தி வைத்துக் கொள்ளமாட்டான். பட்டினியாகக் கிடப்பவர் யாவரேனும் இருந்தால் அவர்களுக்கு உடனே தன்னிடமுள்ள அனைத்தையும் கொடுத்து விடுவான். இதனால் அன்போடு இவனுக்கென்று அளித்த தாய்மார்களின் கோபத்தையும் பெறுவான். இங்ஙனம் இவன் பட்டினியாகக் கிடந்த நாட்கள்

பல. கையிலே எப்பொழுதேனும் காசு அகப்பட்டால் ஓர் ‘ஆப்பிள்’ பழம் வாங்கித் தின்பான். அல்லது சிவப்பு முள்ளங்கித் துண்டுகளை வாங்கி உண்பான். ‘ஆப்பிள்’ பழத்திலே ஹிட்லருக்கு நிரம்ப பிரியம்.

யுத்தகளத்தில் இவனுடன் சேர்ந்து போராடிய வீரர் சிலர் இவனுக்கு ஒரு நாயைப் பரிசாக அளித்தார்கள். அதனோடு ஓய்வு நேரங்களில் விளையாடுவான். இவன் ஒரே ஒரு மேற்சட்டையுடன் காலந்தள்ளி வந்தான். ஒரு சமயம், வியாபாரி யொருவன் ஹிட்லரிடத்தில் அனுதாபங்கொண்டு பழைய மேற் சட்டையொன்றைக் கொடுத்தான். இவ்விரண்டு மேற்சட்டைகளுடன் இவன் திருப்தி யடைந்தான்.

கூட்டங்களில் இவன் பேசுவதைக் கேட்கப் பலர் செல்வர். செல்லும்போது ஒருவித அலட்சிய எண்ணம். ஆனால் திரும்பி வரும்போது திடசித்தம். ஹிட்லரிடத்தில் அன்பு, இவன் கட்சியிலே சேரவேண்டுமென்ற ஆவல். இங்ஙனம் கட்சி அங்கத்தினர்களாகச் சேர்ந்த தாய்மார்கள் பலர். காரோலா ஹாப்மான் என்ற ஓர் அம்மை 1920ஆம் ஆண்டு ஹிட்லர் பேசிய ஒரு பொதுக் கூட்டத்திற்குச் சென்றிருந்தாள். அன்று தான் முதன் முறையாக ஹிட்லரின் பேச்சை அவள் கேட்டாள். ஆனந்தங் கொண்டாள். அது முதல், அவள், ஹிட்லரை, தன் மகன்போல் நடத்திவரத் தொடங்கினாள். அறுபது வயது நிரம்பிய அந்த அம்மையை, ஹிட்லர் தன் தாயாகவே போற்றி வந்தான். ஒவ்வொரு கிறிஸ்மஸ் தினத்தன்றும், இவன், தன்னுடைய படத்தை அவளுக்கு, தனது அன்பளிப்பாக அனுப்புவான். அதில் “என்னுடைய அருமையான உண்மை உள்ளம் நிரம்பிய தாயாருக்கு - கிறிஸ்மஸ் 1925 - பணிவுள்ள அடோல்ப் ஹிட்லரிடமிருந்து” என்று எழுதியிருப்பான். அந்த அம்மையும், அடிக்கடி இவனைத் தனதில்லத்திற்கு அழைத்துச்சென்று, நல்ல உணவுகளை அளிப்பாள்; சில சமயங்களில் உடைகளையும் கொடுப்பாள்.

இந்தக் காலத்தில், இவனுடைய அரசியல் பிரசாரத்திற்குத் துணை செய்தவர் பலர். இவரிற் சிலர் தற்போது அரசாங்க மந்திரிகளாக இருக்கிறார்கள். நாஜி கட்சி வளர்ந்து வருங்காலத்தில் அதனுடைய வாழ்விலும் தாழ்விலும் ஒன்றுபட்டிருந்து உழைத்தவர் பலர். இவர் அனைவருக்கும் ஹிட்லர் உயிராக விளங்கினான். அவர்கள், மற்ற தேக உறுப்புக்களைப் போல் வேலை செய்தார்கள்.

ஹிட்லருடைய சரித்திரம், நாஜி கட்சியின் வளர்ச்சி, கேரிங், கெப்பல்ஸ் என்ற இருவருடைய வாழ்க்கை. ஒன்றைவிட்டு மற்றொன்றைப் பிரித்துக் கூற முடியாது அல்லது நாஜி கட்சியை ஒரு வண்டியாக நாம் கற்பனை செய்து கொள்வோமானால் அதற்கு கேரிங்கும், கெப்பல்ஸூம் இரண்டு அச்சாணிகளாக அமைகிறார்கள். அப்படியானால் ஹிட்லர் யார்? இவனுக்கும், இவனுடைய சகாக்களுக்கும் எத்தகைய தொடர்பு இருந்தது? கேரிங் கூறுகிறான்.

"ஹிட்லருக்கும் அவன் துணைவர்களுக்கும் உள்ள நெருங்கிய தொடர்பின் விசேஷத்தைத் தெரிந்து கொண்டுள்ளவர்கள், ஒரு தலைவனுக்கு வேண்டிய எல்லா லட்சணங்களும் அவனிடத்தில் பொருந்தியிருக்கின்றன வென்று நாங்கள் உணர்வதை நிச்சயிக்க முடியும். மதச் சடங்குகளுக்கும் ஒழுக்க நிலைக்கும் புறம்பானவர் என்று போப் ஆண்டவனை எப்படி ரோமன் கத்தோலிக்கர் கருதுகின்றனரோ, அப்படியே தேசீய சமூகவாதிகளாகிய (நாஜிகளாகிய) நாங்கள், தேசீய, சமுதாய விஷயங்களில் எங்கள் தலைவன் செய்வதெல்லாம் சரியென்று உறுதியாக நம்புகிறோம். துணைவர்களிடம் இத்தகைய செல்வாக்குப்பெற, எங்கள் தலைவனிடத்தில் என்ன சக்தி இருக்கிறது? அதன் ரகசியமென்ன? அவனிடத்திலே அமைந்திருக்கிற, மனிதத் தன்மை நிறைந்த சுபாவமா? ஒழுக்கத்தின் சிறப்பா? நிகரற்ற அடக்கமா? அல்லது அவனிடத்தில் இயற்கையாக நிறைந்துள்ள அரசியல் ஞானமா? எந்த வழியாக விஷயங்கள் நடைபெறும் என்பதை முன்னரே அளந்து கூறும் சக்தியா? அவ்வப்பொழுது காட்டும் தைரியமா? தன்னைப் பின் பற்றுவோரிடத்தில் வைத்துக் கொண்டிருக்கும் வளைந்து கொடாத அன்புத் தொடர்பா? ஒவ்வொருவனுக்கும் ஒவ்வொரு குணம் விசேஷமாகத் தோன்றலாம். ஆனால் இவையனைத்தும் சேர்ந்து ஒன்றாக அமைவதினும் சிறந்தவனாகவே எங்கள் தலைவன் எங்களுக்குப் புலப்படுகிறான். இந்த விசேஷ மனிதனிடத்தில் உள்ள சக்திகள் புதை பொருள் போன்றவை; எண்ணத்திற்கும் சொல்லுக்கும் அடங்காதவை. எவனொருவன், இவனைப்பார்த்தவுடன் இந்தத் சக்திகளை உணரவில்லையோ, அவனால் இவனை அறிந்து கொள்ளவும் முடியாது. அடோல்ப் ஹிட்லரை நாங்கள் வழிபடுகிறோம். ஏன்? ஜெர்மனியைக் காப்பாற்றுவதற்காகக் கடவுளால் அனுப்பப் பெற்றவன் என்று உண்மையிலேயே நாங்கள் நம்புகின்றோம். ஒழுங்கான சிந்தானசக்தி, ஆழ்ந்த தத்துவ ஞானம், எவராலும் அசைத்துக் கொடுக்க முடியாத உறுதி, செயலாற்றும் திறமை

ஆகிய அனைத்தும் ஹிட்லரிடம் ஒருங்கே அமைந்திருக்கின்றன. இது ஜெர்மனிக்கு ஒரு நற்காலமல்லவா?"[1]

ஜெர்மனியிலுள்ள கோடிக்கணக்கான மக்கள், ஹிட்லரை, தங்களுடைய வழிபடு கடவுளாகவே ஆராதித்து வருகிறார்கள். ஹிட்லரும் தனது மக்களுக்காக, தன் வாழ்க்கை ஏற்பட்டிருக்கிறதென்று கருதி உழைக்கிறான். தன்னை ஒரு சர்வாதிகாரியாக இவன் எப்பொழுதுமே கருதியது கிடையாது; பேசியதும் கிடையாது. 'மக்களின் மனிதன்' என்றே தன்னைச் சொல்லிக் கொள்வான். இவனுடைய கட்சியைச் சேர்ந்தவர்கள் இவனிடம் எங்ஙனம் லயித்து விடுகிறார்களென்பதை கேரிங் பிறிதோரிடத்தில் பின்வருமாறு அழகுபடுத்திக் கூறுகிறான்:-

"முதன்முதலாக (ஹிட்லரைப்) பார்த்தேன். அவன் பேச்சையும் கேட்டேன். அது முதல் என்னுடைய உடலும் ஆன்மாவும் அவனுக்கே சொந்தமாகிவிட்டன. என்னுடைய (கட்சி) சகோதரர்கள் பலருக்கும் இதே மாதிரி உணர்ச்சிதான் உண்டாயிற்று. அவனுக்காக உழைப்பதென்று நான் பிரமாணஞ் செய்து கொண்டேன். எனக்குப் பல பட்டங்களும், கௌரவங்களும் கிடைத்திருக்கின்றன. ஆனால் ஜெர்மானிய மக்கள் எனக்குக் கொடுத்துள்ள 'தலைவனுடைய உண்மையான துணைவன்' என்ற பட்டமே எனக்கு மகிழ்ச்சியளிப்பதாயிருக்கிறது."[2]

தளபதி ஹெர்மான் கேரிங்[3] பரம்பரையாக ராணுவ ஊழியஞ் செய்த ஒரு குடும்பத்தில் பிறந்தவன். இவனுடைய தகப்பன், பிஸ்மார்க்கின் நெருங்கிய நண்பன். ஐரோப்பிய யுத்தம் தொடங்குவதற்கு முன்னாடியே, இவன், தனது குடும்ப வழக்கப்படி ராணுவத்தில் சேர்ந்தான்; ஓர் உத்தியோகஸ்தனாகவும் ஆனான். 1914ஆம் ஆண்டுக் கடைசியில், இவன் ஜெர்மன் ஆகாய விமானப் படையில் சேர்ந்து வேலை செய்தான். ஆகாய விமானங்களை ஓட்டுவதில் இவன் பெரிய நிபுணன். 1915ஆம் ஆண்டு நவம்பர் மாதம், இவன் தனது ஆகாய விமானத்தை ஓட்டிக்கொண்டு வரும் போது ஆபத்து ஏற்பட்டது, காயமடைந்தான். ஆனால் தனது விமானத்திற்குப் பழுது ஏற்படாமல் பாதுகாத்துக்கொண்டான். பிறகு ஆகாய விமானங்களின் ஒரு தொகுதிக்குத் தலைவனாக நியமிக்கப்பட்டான். 1918ஆம் ஆண்டு, இவனுடைய தீரத்தை மெச்சி, ராணுவப் பதக்கம் அளிக்கப்பெற்றது.

யுத்தம் முடிந்தது. யுத்த நிறுத்த நிபந்தனைப்படி, இவன், தனது ஆகாயப்படையை நேசக் கட்சியாரிடம் ஒப்புவிக்க மறுத்து

ஜெர்மனிக்குத் திருப்பி ஓட்டிக் கொண்டு வந்துவிட்டான். ஆனால் ஜெர்மனி, இவன் எதிர்பார்த்த வண்ணம் பழைய ஜெர்மனியாக இல்லை. யுத்த நிறுத்த நிபந்தனைப்படி நடந்து கொள்ளாதவர்கள் ஜெர்மன் புதிய குடியரசின் விரோதிகளாகக் கருதப்பெற்றார்கள். இதனால் இவன் சில கஷ்டங்களையடைய வேண்டியிருந்தது. கடைசியில் 1920ஆம் ஆண்டு, ஸ்வீடன் தேசத்து ஆகாய விமானக் கம்பெனி ஒன்றில் 'பிரதம பைலட்' உத்தியோகம் கிடைத்தது. அங்கே சிலகாலம் வேலை பார்த்தான். 1922ஆம் ஆண்டு இவன் ஜெர்மனிக்குத் திரும்பி வந்து ம்யூனிக் நகரத்தில் ஹிட்லருடன் சிநேகமானான். அதுமுதல், நாஜி கட்சியின் வளர்ச்சிக்குப் பெரிதும் பாடுபட்டான்.

1923ஆம் ஆண்டு நவம்பர் மாதம் 9ந் தேதி நடைபெற்ற புரட்சியில் இவனுக்கும் பலத்த காயம் ஏற்பட்டது. அதனோடு இவன் ஜெர்மானிய எல்லைப் புறத்தைவிட்டு ஓடிவிட்டான். ஏனென்றால், அரசாங்கத்தார் இவனைக் கைது செய்ய உத்தரவு பிறப்பித்திருந்தனர். ஆனால் இவன் அகப்படவேயில்லை இவன், ஜெர்மன் எல்லையைக் கடந்து சென்றதற்கு இவன் மனைவியும் சில நண்பர்களும் உதவி செய்தார்கள். ஆஸ்திரியாவில் இவன் சிறிது காலம் தங்கித் தனது ரணங்களை ஆற்றிக்கொண்டு, பின்னர் ரோமாபுரி போயடைந்தான். அப்பொழுது தான், அங்கே, முஸோலினி, அதிகார நிர்வாகத்தை ஏற்றுக்கொண்ட சமயம். எனவே, இவன் பாசிஸ்ட் இயக்கத்தைப் பற்றிய விவரங்களை நேரில் காண முடிந்தது. இத்தலியில் இவனுக்கு எவ்வித வேலையும் கிடைக்கவில்லை. கையிலே பணமில்லை. ஊர் ஊராகச் சுற்றித் திரிந்தான். ஹங்கேரி, போலந்து, டென்மார்க், ஸ்வீடன் முதலிய நாடுகளில் அலைந்தான். இங்ஙனம் இவன் சுமார் நான்கு ஆண்டு காலம் படாத பாடெல்லாம் பட்டான். 1927ஆம் ஆண்டு, குடியரசுத் தலைவனாகிய ஹிண்டென்புர்க் முயற்சியின் பேரில், அரசியல் குற்றங்களுக்காகத் தண்டிக்கப்பட்டோர், நாடு கடத்தப்பட்டோர் ஆகிய அனைவரும் மன்னிக்கப்பட்டதாக அரசாங்கத்தார் ஓர் அறிக்கை பிறப்பித்தனர்.

கேரிங், ஜெர்மனிக்குத் திரும்பி வந்தான். பழைய மாதிரி நாஜி கட்சியில் சேர்ந்து உழைக்கத் தொடங்கினான். 1928ஆம் ஆண்டு 'ரய்ஹ்ஸ்டாக்' தேர்தல் நடைபெற்றது. நாஜி கட்சியினரும் தேர்தலில் போட்டி போட்டார்கள். ஆனால் பன்னிரண்டு ஸ்தானங்களே இவர்களுக்குக் கிடைத்தன. கேரிங் ஒரு ஸ்தானத்தைப் பெற்றான். பின்னர் நடைபெற்ற தேர்தல்களிலும்

இவன் பிரதிநிதியாகத் தெரிந்தெடுக்கப்பட்டதினின்று, இவனிடத்தில் பொது மக்களுக்கு எவ்வளவு அபிமானம் இருக்கிற தென்பது நன்கு புலப்படும். 1932ஆம் ஆண்டு இவன் 'ரய்ஹ்ஸ்டாக்' கின் தலைவனாகத் தேர்ந்தெடுக்கப்பட்டான். ஹிட்லர் பதவி ஏற்றுக்கொண்ட பிறகு, இவன், ப்ரஷ்யாவின் பிரதம மந்திரிப் பதவியையும் ஜெர்மன் ஆகாய விமான மந்திரிப் பதவியையும் ஏற்று நிர்வகித்து வருகிறான்.

1935ஆம் ஆண்டு ஏப்ரல் மாதம் 10ந் தேதி, இவன் எம்மி ஸான்னிமான் என்ற ஓர் அழகிய நாட்டிய மாதை (இரண்டாவது முறை?) விவாகம் செய்து கொண்டான். இந்த விவாகம் நாஜி முறையில் மிக ஆடம்பரமாக நடைபெற்றது. ஹிட்லர் 'தோழ மாப்பிள்ளை'யாக இருந்தான். விவாகம் நடைபெற்ற மாதா கோயிலின் மேலே இருநூறு ஆகாய விமானங்கள் வட்டமிட்டு மலர் தூவின. கோயிலுக்கு வெளியே 33,000 ராணுவ வீரர்கள் அணிவகுத்து நின்று நாஜி முறையில் வணக்கம் செலுத்தினார்கள்.

டாக்டர் கெப்பல்ஸ் (Dr. Paul Joseph Goebbels) என்பவன் திடகாத்திர சரீரியல்லன். ஆனால் பெரிய அறிவாளி. நாஜி இயக்கத்தின் மூளை என்று இவனைச் சொல்வது உண்டு. இவனுக்குப் பிறவியிலேயே கால் ஊனம். இதனால் இவன் ராணுவத்தில் சேர முடியவில்லை. எனவே, இவன் கவனமெல்லாம் அறிவுத் துறையிலேயே சென்றது. இவன் மொத்தம் எட்டு சர்வ கலாசாலைகளில் பயிற்சி அடைந்து பட்டங்கள் பெற்றான். ஒவ்வொரு கலாசாலையிலும் ஒவ்வொரு பாடமாக எடுத்துப் படித்து அதில் தேர்ச்சியும் பட்டமும் பெற்றான். கடைசியில் ஹைடல்பர்க் சர்வ கலாசாலையில் தத்துவ ஞானப் பட்டம் (Doctor of Philosophy) பெற்றுக் கொண்டு படிப்பை நிறுத்திக் கொண்டான். சரித்திரம், இலக்கியம், சித்திரக்கலைகள் இவற்றில் இவன் பெரிய நிபுணன். ஆயினும் இவன் அரசியல் வாழ்க்கையிலே ஈடுபட்டான். ஹிட்லருடன் 1922ஆம் ஆண்டு சேர்ந்தான். பிரெஞ்சுக்காரர் ரூர் பிரதேசத்தை ஆக்கிரமித்துக் கொண்டபோது அங்கே சென்று ஜெர்மானியர்களுக்குத் துணையாகப் பல நல்ல காரியங்களைச் செய்தான்.

பிறகு, இவன் ஹிட்லரின் உத்திரவின் பேரில், பெர்லினுக்குச் சென்று அங்கே நாஜி கட்சியை வலுப்படுத்தினான். அங்கு இவன் செய்த வேலையினால் தான், இவனிடம் ஹிட்லருக்கு அதிக மதிப்பு உண்டாயிற்றென்று சொல்லப்படுகிறது. இவன்

தன்னுடைய நகைச்சுவை நிரம்பிய பேச்சினால் எல்லாரையும் வசீகரப்படுத்தி விடுவான். இவனுடைய உருவத்தைக் கண்டு பரிகசிக்க யாருக்கேனும் துணிவு உண்டாகுமானால் அவர்கள் ஒருமுறை நேரில் இவனைச் சந்தித்து விட்டால் போதும். இவனுடைய ஆழ்ந்து அறிவிலே, தர்க்க ரீதியான சம்பாஷணையிலே ஈடுபட்டு மௌனமாக இருந்து விடுவார்கள். 1933ஆம் ஆண்டின் தொடக்கத்தில், பிரதம மந்திரியாயிருந்த வான் பாபனை, அப்பதவியிலிருந்து வீழ்த்தியதற்கு இவனுடைய பிரசாரமே முக்கிய துணையாயிருந்தது. ஜெர்மனிய இளைஞர்களிடத்திலே இவனுக்கு நிரம்பிய செல்வாக்கு உண்டு. இவனை எல்லாரும் 'டாக்டர்' என்றே அன்பாக அழைப்பார்கள். இவனுடைய குடும்ப வாழ்க்கை இன்பகரமானதென்று சொல்லப்படுகிறது. தம்பதிகளின் மனப்பான்மை ஒன்று பட்டுவிட்டால், இன்பத்திற்கு என்ன குறைவு? கெப்பலஸுக்கு ஹெல்கா என்ற ஒரு பெண் குழந்தையுண்டு. ஹிட்லருக்கு இந்தக் குழந்தையிடத்தில் அதிக விசுவாசம். இதனோடு அடிக்கடி கொஞ்சி விளையாடுவான்.

நாஜி கட்சியில் கெப்பல்ஸ் தீவிரவாதி, கேரிங் மிதவாதி. ஹிட்லர் இவ்விரண்டு போக்குகளையும் ஒன்று கூட்டுவிக்கும் சங்கமம்போல் இருக்கிறான். இவ்விருவர்களுடைய பெயர்களும் தவிர, வேறு பலருடைய பெயர்களும் நாஜி இயக்க வளர்ச்சியில் முக்கிய ஸ்தானத்தைப் பெற்றிருக்கின்றன.

ஹெர்மான் எஸ்ஸர். (Herr Hermann Esser) இவன் தற்போது ஜெர்மன் அரசாங்கத்தில் ஒரு மந்திரியாக இருக்கிறான். 1900ஆம் ஆண்டு பிறந்தவன். 1917ஆம் ஆண்டு 9வது பவேரிய ராணுவப் படையில் சேர்ந்து, ஐரோப்பிய யுத்தத்தின்போது வீரமாகப் போர் புரிந்தவன். யுத்தகளத்திலேயே, இவனும் ஹிட்லரும் நெருங்கிய சிநேகிதர்களானார்கள். இவன் சிறந்த எழுத்தாளன். இதனால் யுத்தம் முடிந்த பிறகு, இவன் பத்திரிகைத் தொழிலில் சேர்ந்தான். அதிலிருந்துகொண்டே, நாஜி கட்சிக்காக வேலை செய்தான். 'ஜெர்மன் தொழிலாளர் கட்சி'யில் ஹிட்லர் அங்கத்தினனாவதற்கு முன்னரே, இவன் அக்கட்சியில் சேர்ந்திருந்தான். இவன் இரண்டாவது அங்கத்தினன். 1923ஆம் ஆண்டு புரட்சிக்குப் பிறகு இவன் ஆஸ்திரியாவுக்கு ஓடிவிட்டான். பின்னர் திரும்பி வந்து நாஜி கட்சியின் பிரசார கர்த்தனாக இருந்தான். அரசியல் இயக்கத்தில் கலந்து சமாதானத்தைக் குலைத்தான் என்பதற்காக இவன் 21முறை விசாரிக்கப்பெற்று 14முறை தண்டிக்கப்பெற்றான். ஹிட்லருக்கு இவனிடத்தில்

அதிக நம்பிக்கையும் மதிப்பும் உண்டு. இவன்தான், முதன் முதலாக ஒரு பொதுக் கூட்டத்தில் ஹிட்லரை 'தலைவனே' (Fuhrer) என்று அழைத்து, அதனை வழக்கச் சொல்லாகக் கொண்டு வந்தவன்.

ருடால்ப் ஹெஸ், ஆல்ப்ரெட் ரோஸென்பெர்க், தளபதி ரோயம் முதலிய பலர் ஹிட்லருக்கு இக்காலத் துணைவர்களாக இருந்தார்கள். இவர்களில் சிலர், நாளாவட்டத்தில் பிரிந்துவிட்டனர். இவர்களைப்பற்றிப் பின்னர் பேசுவோம்.

அடிக்குறிப்புகள்

1. 'ஜெர்மனியின் மறுபிறப்பு - பக்கம் 79.
2. ஜெர்மனியின் மறுபிறப்பு - பக்கம். 81
3. General Herrmann Goering

~

15. நல்ல கைதி

ம்யூனிக் நகரத்திற்கு மேற்கே ஐம்பது மைல் தூரத்தில் லாண்ட்ஸ்பர்க் என்ற ஊர் இருக்கிறது. இங்குள்ள சிறைச் சாலையிலேயே அரசியல் கைதிகள் பலரும் வைக்கப் பெற்றிருந்தார்கள். அவர்களில் ஒருவனாக ஹிட்லர், தனது தண்டனை காலத்தைக் கழித்தான்.

சிறைச்சாலையில் இவன் மிக ஒழுக்காக நடந்து கொண்டான். சிறைச்சாலை விதிகளை இவன் எப்பொழுதும் மீறியதே கிடையாது. இதனால் அதிகாரிகளும் இவனிடத்தில் மிக மரியாதையாக நடந்து கொண்டார்கள்.

ஹிட்லருக்குச் சிறையில் ஏழாவது நெம்பர் அறை அளிக்கப் பெற்றிருந்தது. 'ஜெர்மன் தொழிலாளர் கட்சி'யில் ஏழாவது நெம்பர் அங்கத்தினனாகச் சேர்ந்த இவனுக்கு ஏழாவது நெம்பர் அறை கொடுக்கப்பட்டது சரிதானே! இவனுடைய அறையில் ஒரு கட்டில், ஒரு மேஜை, இரண்டு நாற்காலிகள், ஒரு சிறிய அல்மைரா ஆகியவைவயே சாமான்கள். மேல் மாடியிலிருந்தது இவன் அறை. இதற்குக் கீழே விசாலமான தோட்டம். தோட்டத்தின் பசுமையைக் கண்டு அடிக்கடி இவன் சந்தோஷப்படுவான். தனது தனிமையை அப்பசுமையிலே மறந்திருப்பான் சில வேளைகளில்.

ஹிட்லருடன் தண்டனையடைந்த மற்றவர்களும் இந்தச் சிறைக்கே கொண்டுவரப் பெற்றார்கள். இவர்கள் தவிர, வேறு பல அரசியல் குற்றவாளிகளும் வந்து சேர்ந்தார்கள். இவர்கள் அனைவரும் தினந்தோறும் சாப்பாட்டு வேளைகளில் ஒன்று கூடுவர். கூட்டத்திற்கு ஹிட்லரே தலைவனாயிருப்பான். ஹிட்லர் வந்த பிறகுதான் எல்லாரும் சாப்பிடத் தொடங்குவார்கள். ஆகார வகைகளில் தனக்கு இன்னது பிடிக்கும் இன்னது பிடிக்காது என்று இவன் எப்பொழுதும் சொல்ல மாட்டான். சிறைச்சாலை அதிகாரிகள் எதைக் கொடுக்கிறார்களோ அதுவே

சரியென்று இவன் கருதினான். அப்படியே தனது சகோதர கைதிகளுக்கும் சொல்லி வந்தான்.

ஹிட்லரைப் பார்ப்பதற்காகத் தினந்தோறும் அநேகர் வந்து கொண்டிருந்தனர். சிறை அதிகாரிகள் இதனைக் கட்டுப் படுத்தவில்லை. ஆனால் அரசியல் சம்பந்தமாக மட்டும் எவரும் பேசக் கூடாதென்று உத்திரவு போட்டிருந்தார்கள். பார்ப்பதற்காக வருவோர், ஏதேனும் அன்பளிப்பாகக் கொண்டு வருவார்கள். அவற்றை இவன் புன்சிரிப்போடு தலைகுனிந்து வாங்கிக் கொள்வான். ஆனால் அப்படி வந்த பொருள்களைத் தனது நேயர்களுக்கு உடனே பகிர்ந்து கொடுத்து விடுவான். எல்லோரும் இன்புற்றிருக்கப் பார்ப்பதுவே இவன் இச்சை.

சிறை வாசத்தின் போது இவனுடைய 35வது பிறந்த தினம் வந்தது. அன்று ஹிட்லரின் அறை, ஒரு விவாக மண்டபம் போலவே இருந்தது. இவனுடைய சகோதர கைதிகள் இவனது அறையை புஷ்பதோரணங்களால் அலங்கரித்தார்கள். ஜெர்மனியின் பல பாகங்களிலிருந்து இவனுக்கு மலர் மாலைகளும் வேறு சன்மானப் பொருள்களும் வந்து குவிந்தன. எத்தனை வாழ்த்துத் தந்திகள்! எத்தனை பாராட்டுச் செய்திகள்! ஜெர்மானிய மக்கள் சமூகத்திடையே ஹிட்லருக்கு எத்தகைய செல்வாக்கு இருக்கிற தென்பதை அன்றே சிறை அதிகாரிகள் உணர்ந்தார்கள். அவர்கள் மூலமாக அரசாங்க அதிகாரிகளும் உணர்ந்தார்கள்.

ஹிட்லர், சிறையில் எல்லோருடனும் சமமாகப் பழகுவான். தன்னைத் தலைவனாக மதித்துப் பிறர் நடத்தினால் அதைக் கண்டித்து வந்தான். அரசியல் கைதிகள், தேகப் பயிற்சிக்காக குஸ்தி, பார் பழகுதல், முதலிய விளையாட்டுகளில் ஈடுபடுவார்கள். ஹிட்லரும் இவற்றில் கலந்து கொள்வான். ஆனால் தீவிரமாக ஈடுபடமாட்டான். ஏனென்றால் நவம்பர் கலகத்தில் இவனுடைய கழுத்து எலும்பு முறிந்து போயிருந்ததனால் இவன் சிகிச்சையிலிருந்தான். ஆனால் அதற்காக இவன் எவ்வித வருத்தத்தையும் காட்டியது கிடையாது. மற்ற சகோதர கைதிகளுக்கு ஏதேனும் கஷ்டம் நேரிட்டால் இவன் சென்று தன்னாலியன்ற பரிகாரந் தேடிக் கொடுப்பான். அவரவர்களுடைய அறிவு வளர்ச்சிக்குத் தகுந்தபடி அவர்களோடு சம்பாஷணை செய்து திருப்தி உண்டாக்குவான்.

ஹிட்லர் தனது அறையில் இருக்கும் போது ஏதேனும் படித்துக் கொண்டிருப்பான். அல்லது தனது முக்கிய

நண்பர்களை வரவழைத்து ஜெர்மானிய நாடகக் கலையை எப்படி சீர்திருத்தியமைப்பது என்பதைப்பற்றி ஆராய்ச்சி செய்வான் அல்லது மோட்டார் வண்டிகளை இன்னும் அதிக பயனுள்ளதாகச் செய்ய என்னென்ன புதிய வழிகள் இருக்கின்றனவென்பதைப் பற்றிப் பரிசீலனை செய்வான்.[1] ஒரு கணத்தையும் இவன் வீணாகச் செலவழித்தது கிடையாது.

இந்தச் சிறைவாசத்தின் போதுதான் இவன் தன்னுடைய சுயசரிதத்தை எழுதி முடித்தான். இவன் வாயிட்டுச் சொல்லிக் கொண்டு போவான். இவனுடைய நண்பனாகிய ஹெஸ் என்பான்[2] அதை 'டைப்' அடிப்பான். இப்படியாகவே இந்த நூல் எழுதி முடிந்தது. இதற்கு 'எனது போராட்டம்' என்ற பெயர் கொடுத்தான். இதில் இவன், தனது குடும்ப வரலாற்றைப் பற்றியோ, தான் இளமையில் பட்ட கஷ்ட நிஷ்டூரங்களைப் பற்றியோ விரிவாகக் குறிப்பிடவில்லை. தனது வாழ்க்கையின் லட்சியம் என்ன என்பதை இதில் ஒருவாறு விரிவுபடுத்திக் கூறியிருக்கிறான். ஹிட்லரின் உள்ளத்தில் அவ்வப்பொழுது எழுந்த உணர்ச்சிகளை, சிதறவிடாமல், ஓர் உருவகப்படுத்தி இந்நூல் வடிவமாகக் கொடுத்திருக்கிறான். எனவே, இலக்கியச் சுவையையோ, சரித்திர ஆராய்ச்சிக்குரிய விஷயங்களையோ, இதில் அதிகமாக எதிர்பார்க்க முடியாது மற்றும் இந்த நூல் ஜெர்மானிய மக்கள் சமூகத்தின் உபயோகத்திற்கென்றே எழுதப்பெற்றது. இதனால் இது, தற்போது, நாஜி கட்சியினரின் வேத புத்தகம்போல் கொண்டாடப்படுகிறது என்பதில் ஆச்சரியமில்லையல்லவா?[3] ஹிட்லர், 1933ஆம் ஆண்டு அரசாங்க நிர்வாகத்தை ஏற்றுக்கொண்ட பிறகு, இந்த 'எனது போராட்டம்' பல பதிப்புகள் செலவாகியிருக்கின்றன. ஹிட்லரின் சொந்த வருமானத்தில் பெரும்பாகம் இதிலிருந்துதான் கிடைக்கிறது.

'எனது போராட்டம்' எதைப்பற்றிக் கூறுகிறது? எதைப் பற்றிக் கூறவில்லை என்ற பதில் கேள்விதான் இதற்கு விடை. அரசியல், சமூக சீர்திருத்தம், பொருளாதாரம், இலக்கியம், ஓவியம் முதலிய எல்லாத் துறைகளிலும் ஹிட்லர் இந்த நூலின் மூலம் கவனம் செலுத்தியிருக்கிறான். ஒரு தேசிய அரசாங்கம் எப்படி அமைதல் வேண்டுமென்பதைப் பற்றி இவன் கொண்டுள்ள கருத்துக்களை இதில் விளக்கியிருக்கிறான்.

சிறையில் ஹிட்லருக்குச் சில சமயங்களில் சோர்வு ஏற்படுவதுண்டு. எத்தனையோ இடுக்கண்களைக் கடந்து, எவ்வளவோ உழைப்பைச் செலவழித்து வளர்த்த ஒரு கட்சி, சீர்குலைந்து இருந்த இடம் தெரியாமல் போய்விட்டதேயென்று

வருத்தப்படுவான். ஒரு சமயம், இவனுடைய 'ஞான ஸ்நானம்' பெற்ற நாள் வந்தது. அதனை உற்சாகமாகக் கொண்டாட வேண்டுமென்று இவன் நண்பர்கள் விரும்பினார்கள். அன்று இவனுக்கு விருந்து நடந்தது. நண்பரில் ஒரு கவிஞன். அவன் பின்வரும் வாழ்த்துப் பாடலைப் பாடிக் கொடுத்தான். மற்றவர்களும் சேர்ந்து இதனைப் பாடினார்கள்.

"மானிடரும் எம்மை மோசம் செய்தால்
வகையறி வோம்; வழியு மறிவோம்.
ஈன்ற நாட்டுக்கு உண்மையா யுழைப்போம்.
ஹிட்லரின் சக்தி இதயத்திலே இலங்கி நிற்கிறது"

அதை யழிக்க யாருக்குத் திறனுண்டு?
மீண்டும் எழுந்து நிற்பான் எங்கள் ஹிட்லர்.
புயற்காற்றென முடுகிநிற்பான் எங்கள் ஹிட்லர்."

இந்த உபசாரங்களையெல்லாம் ஏற்றுக்கொள்ளுமுகத்தான் ஹிட்லர் நீண்டதொரு சொற்பொழிவு திகழ்த்தினான். அதனைச் சிறைச்சாலை அதிகாரிகள், மறைவாக இருந்து கேட்டுக்களித்தார்கள்! ஜெர்மனியின் விடுதலைச் சூரியன் இங்கேதான் உதயமாகப் போகிறதென்று உறுதியாக நம்பினார்கள்.

இதே மாதிரி, வார்சேல் ஒப்பந்த தினமென்ற ஒரு நாளை ஏற்பாடு செய்து அன்றும் ஹிட்லர் நீண்டதொரு பிரசங்கம் செய்தான். இந்த மாதிரியான வழிகளில் இவன் தனது உற்சாகத்தைத் தளரவிடாமல் பாதுகாத்து வந்தான்.

ஹிட்லரின் நன்னடத்தையைப் பாராட்டி, இவனை விரைவில் விடுதலை செய்வதால் எவ்வித தீங்கும் உண்டாகாது என்று சிறை அதிகாரிகள் அரசாங்கத்தாருக்குச் சிபாரிசு செய்தார்கள். அரசாங்கத்தாரும் பார்த்தார்கள். "ஹிட்லரின் செல்வாக்கு, சீர்குலைந்துவிட்டது. அவனுடைய கட்சியோ உடைந்துவிட்டது. இனி அக்கட்சி தலைதூக்க முடியாது. ஹிட்லரும் பழையபடி ஏதேனும் ஒரு சாதாரண தொழிலில் ஈடுபட்டு காலட்சேபம் செய்வதில் நாம் ஏன் தடையாயிருக்கவேண்டும்?" என்று எண்ணினார்கள். இதனைக் கொண்டு, அக்காலத்து ஜெர்மானிய அதிகாரிகளின் அரசியல் தூரதிருஷ்டி எவ்வளவு மங்கலாயிருந்ததென்று ஒருவாறு ஊகித்துக் கொள்ளலாம்.

1923ஆம் ஆண்டு டிசம்பர் மாதம் 20ந் தேதி, லாண்ட்ஸ்பர்க் சிறையிலிருந்து ஹிட்லர் விடுதலை செய்யப் பெற்றான்.

வெ. சாமிநாத சர்மா

ஹிட்லர், தான் விடுதலை பெற்றதற்காகச் சிறிதும் சந்தோஷப்படவில்லை. தன்னுடனிருந்து, போராட்டத்தில் பல துன்பங்களுக்கு ஈடுகொடுத்த மற்றச் சகோதரர்களெல்லாரும் சிறையிலே இருக்க, தான் மட்டும் விடுதலை பெறுவது இவனுக்குப் பிடிக்கவில்லை. ஆயினும் என்ன செய்வது? வேறு வழியில்லை. தனது சகாக்களிடம் விடைபெற்றுக் கொண்டு வெளியே வந்தான். இவனுக்குத் தண்டனை விதிக்கப்பட்டது. ஐந்து ஆண்டு! ஆனால் அனுபவித்தது பத்து மாதம்.

ஹிட்லரை வரவேற்க, சிறைவாயிலில், ஏராளமான மக்கள் காத்துக்கொண்டிருந்தார்கள். இவன் வெளியே வந்தான். 'வாழ்க ஹிட்லர்' என்று ஒரே முழக்கம். எல்லாரும் கை நீட்டினார்கள். ஹிட்லர், ஒவ்வொருவருக்கும் கைகொடுத்து, அவரவருடைய க்ஷேமலாபங்களை விசாரித்தான். பின்னர், மோட்டாரில் இவனை ஏற்றிக் கொண்டு ஊர்வலமாக அழைத்துச் சென்றார்கள்.

'தீரிஷ்ஸ்ட்ராஸே'யில் என்ன சுறுசுறுப்பு! 41ஆம் நெம்பர் வீட்டுக்கு எதிரே எவ்வளவு மக்கள் கூட்டம். யுத்தகளத்திலிருந்து வெற்றிக் கோலத்துடன் திரும்பி வரும் வீரமக்களை எதிர்பார்க்கும் தாய்மார்களைப் போல், எத்தனை அன்னைமார் ஒன்று கூடி விட்டனர். ஹிட்லருடைய அறையானது, சுத்தஞ் செய்யப்பட்டு ஒழுங்குபடுத்தப்பட்டிருந்தது. நண்பர்களிற் சிலர் ஒரு நிதி திரட்டி, ஹிட்லருடைய உபயோகத்திற்கென்று சில தட்டு முட்டு சாமான்களையும் வாங்கிப் போட்டிருந்தார்கள். சிறையிலிருந்து பசியோடு வருவானே என்று தாய்மார்கள், ருசியான சில ஆகாரங்களைச் சமைத்து அறையிலுள்ள மேஜை மீது பரப்பியிருந்தார்கள். நண்பர்கள், இவனுடைய கைச் செலவுக்கு ஏதாவது பணம் வேண்டியிருக்குமென்று ஊகித்து ஐம்பது மார்க் பெறுமான நோட்டுகளைத் தங்கள் அன்பளிப்பாக ஓர் அலமாரியில் வைத்திருந்தார்கள். ஒரு புட்டி 'ஒயினும்' வைக்கப் பெற்றிருந்தது.

ஹிட்லர் வீடு வந்தான். எல்லாருடனும் அளவளாவிப் பேசினான். பின்னர், இவன் சிறிது ஓய்வு எடுத்துக் கொள்ளட்டும் என்று சொல்லி அனைவரும் வீடு திரும்பினார்கள். ஹிட்லர் மட்டும் தனியே இருந்தான். இனியே, தன் பொறுப்பு அதிகமானது என்பதை உணர்ந்து ஏதோ சிந்தித்துக் கொண்டிருந்தான். ஆகாரத்தைக் கூட சாப்பிடவில்லை.

டக்! டக்! அறைக் கதவைத் தட்டும் சப்தம்! யார் அது? ஹிட்லர், மெதுவாக எழுந்து போய்க் கதவைத் திறந்தான். ஓர்

அம்மை எதிர் நின்றாள். தலை வணங்கினான். உள்ளே வருமாறு சொன்னான். அவளும் கையில் ஒரு நோட் புத்தகத்துடன் உள்ளே வந்து நாற்காலியில் உட்கார்ந்தாள். "நான் தங்களுக்கு என்ன உதவி செய்யட்டும்?" என்று கேட்டான் ஹிட்லர். அவள், நோட்டு புத்தகத்தை நீட்டினாள். ஒரு மாதா கோயிலுக்கு நன்கொடை வசூலிக்க அந்த அம்மாள் வந்திருக்கிறாள். அவள் நீட்டியது சந்தா புத்தகம். ஹிட்லர், அதனைப் படித்தான். பிறகு மேஜையின்மீது பரப்பியிருந்த ஆகாரத் தட்டுகளை அவள் அருகில் தள்ளி, சாப்பிடுமாறு சொன்னான். அவள் மறுத்தாள். மீண்டும் வற்புறுத்தினான். 'தங்களுக்காக அல்லவோ இவை வைக்கப் பட்டிருக்கின்றன' என்று அந்த அம்மை சமாதானம் கூறத் தொடங்கினாள். 'அந்தப் பேச்செல்லாம் வேண்டாம்; சாப்பிடுங்கள்' என்று அதிகார தோரணையில் சொன்னான். அவளும் சாப்பிட்டாள். தனக்கென்று வைக்கப் பெற்றிருந்த 'ஒயின்' வகையையும் அவளைக் குடிக்குமாறு செய்தான். அவள் சந்தோஷமடைந்தாள். பிறகு, ஹிட்லர் சந்தா புத்தகத்தை எடுத்து தன் பெயரை எழுதி, அதன் எதிரில் 50 மார்க் என்று குறிப்பிட்டான். 50 மார்க்! இவனிடம் ஏது? ஆனால் அதைப்பற்றி இவன் சிந்திக்கவேயில்லை. ஏதோ முன்னர் சேர்த்து வைத்திருந்தது போல, அலமாரியிடம் சென்று அதனைத் திறந்தான். அதில் ஐம்பது மார்க் நோட்டுகள் இருந்தன. எடுத்து அம்மையிடம் கொடுத்தான். 'அப்பனே! நீடு வாழ்க' என்று வாழ்த்தினாள் அவள். ஹிட்லர் தலை வணங்கி அவளுக்கு வழி காட்டினான்.

ஹிட்லருடைய செல்வாக்குக்கு அவனுடைய தன்னலமற்ற தியாக புத்தியே காரணம். இதுவே ரகசியம்.

அடிக்குறிப்புகள்

1. மோட்டார் வண்டி பின்பக்கம் சுலபமாகச் செல்வதற்குரிய ஒரு சாதனத்தையும், வண்டி வேகமாய்ச் செல்லும் போது, பூகோள படங்களை நுணுகிப் பார்ப்பதற்குச் சௌகரியமா யிருக்கும்பொருட்டு ஒரு விளக்கையும் இவன் கண்டு பிடித்து உரிமைப் பதிவு செய்திருக்கிறான்.

2. இவனே இப்பொழுது ஹிட்லரின் அந்தரங்கக் காரியதரிசியாயிருக்கிறான்.

3. தற்போது ஜெர்மனியில் புதிதாக விவாகம் செய்துகொண்ட தம்பதிகளுக்கு இந்த 'எனது போராட்டம்' என்ற நூல் விவாகப் பதிவு இலாகா உத்தியோகஸ்தரால் பரிசாக அளிக்கப்பட்டு வருகிறது.

~

16. தெளிவின் கீழ் கலக்கம்

ஹிட்லர் சிறையிலிருந்து வெளி வந்த காலத்திலும் அதற்குப் பிறகும் - அதாவது 1924ஆம் ஆண்டிலிருந்து 1929ஆம் ஆண்டு வரையில் ஜெர்மனியின் உள்நாட்டு நிலைமை எவ்வாறிருந்தது? சிறிது கூறுவோம்.

டாஸ் திட்டம் அமுலுக்கு வந்துவிட்டது. பிரெஞ்சுக்காரர் ரூர் பிரதேசத்தைக் காலி செய்து விட்டனர். நாணய மாற்று விகிதம் ஒரு வரம்பில் நின்றது. தொழிற் ஸ்தாபனங்கள் பழைய மாதிரி வேலை செய்ய ஆரம்பித்தன. தொழிலாளர்களுக்கு வேலையகப்பட்டது. மக்கள் தற்காலிகமாக அரசியலை மறந்திருந்தார்கள். வார்சேல் ஒப்பந்தத்தின் ஷரத்துக்களை நிறைவேற்றும் பொறுப்பை அப்பொழுது பிரதம மந்திரியாக இருந்த ஸ்ட்ரெஸ்மான் (1875-1929) என்பவனிடம் விட்டு விட்டார்கள். பொருளாதாரத் துறையைச் சீர்திருத்தியமைப்பதிலேயே மக்களின் கவனமெல்லாம் சென்றது. தொழிற் ஸ்தாபனங்களை வைத்து நடத்தும் முதலாளிகள், உழைப்பைக் குறைத்து உற்பத்தியை அதிகப்படுத்த முயன்றார்கள். இங்ஙனம் பொருள்களை அதிகமாக உற்பத்தி செய்து வெளிநாடுகளுக்கு ஏற்றுமதி செய்வதன் மூலமாக யுத்த நஷ்ட ஈட்டுத் தொகையைச் செலுத்திவிடத் தீர்மானித்தார்கள். ஆனால் இந்தப் பொருள் உற்பத்திக்குப் போதுமான மூலப் பொருள்கள் வேண்டும். மற்றும் தொழிற் ஸ்தாபனங்களை அதிக உற்பத்திக்குத் தகுந்தபடி சீர்திருத்தியமைக்க வேண்டும். இவற்றிற்கெல்லாம் பணம் எங்கே? வெளிநாட்டாரிடமிருந்து கடன் வாங்க வேண்டியிருந்தது.

ஜெர்மானியர், வெளிநாட்டாரிடமிருந்து கடன் வாங்க எவ்வளவு ஆவலாயிருந்தார்களோ, அவ்வளவு ஆவலாக அயல் நாட்டாரும் ஜெர்மனிக்குக் கடன் கொடுக்கச் சித்தமாயிருந்தார்கள். ஏனென்றால் கடன் கொடுத்தவர்களுக்கு அதிகமான வட்டி கிடைத்தது. அந்நிய நாடுகளிலிருந்து

பணலேவாதேவிக் காரர்கள் ஏராளமான பேர் வந்து குவிந்தார்கள். சிறப்பாக அமெரிக்காவிலிருந்து வந்த பணந்தான் அதிகம். கடன் கொடுப்பவர்கள் இருந்தால் செலவழிப்பதற்கு மார்க்கந்தானா இல்லை? நகர சபைகள், ஸ்தல ஸ்தாபனங்கள் முதலிய அரசாங்கத் தொடர்புகொண்ட ஸ்தாபனங்கள் பலவும் கடன் வாங்கின. இவை, கடன் வாங்கின தொகையை அநியாயமான வழியில் செலவழித்தன என்று சொல்ல முடியாது. மக்களுக்கு நன்மையுண்டு பண்ணத்தக்க வழிகளிலேயே செலவழித்தன. எங்கு பார்த்தாலும் மின்சார வசதிகள்! புதிய 'டவுன் ஹால்'கள்! புது மாதிரியான யந்திரவகைகளுடன் கூடிய தொழிற்சாலைகள்! யுத்தமானது, வெற்றியடைந்தவர்களைக் காட்டிலும் தோல்வியுற்றவர்களுக்கே அதிக நன்மையைத் தந்திருக்கிறதென்றெண்ணும்படியாக, ஜெர்மனியின் புறத்தோற்றம் மாறி விட்டது. ஆனால், இந்த மாற்றம் எவ்வளவு கடன் தொகையின் பேரில்? 1924ஆம் ஆண்டிலிருந்து 1928ஆம் ஆண்டிற்குள் அமெரிக்காவிலிருந்து மட்டும் 3,300,000,000 ரூபாய் கடன் தொகையாக ஜெர்மனிக்குள் நுழைந்த தென்று ஒரு பொருளாதார நிபுணன் கூறுகிறான். ஸர் ஆர்தர் ஸால்டர் என்ற ஓர் அறிஞனுடைய கணக்குப்படி, ஜெர்மனிக்கு அந்நிய நாடுகளினால் கொடுக்கப் பெற்றிருந்த மொத்த கடன் தொகை, அமெரிக்காவின் தொகையையும் சேர்த்து 11,250,000,000 ரூபாயாகிறது.

இந்தக் காலத்தில் ஜெர்மனியின் அரசியல் அந்தஸ்தும் உயர்ந்திருந்தது. டாஸ் திட்டப்படி, ஜெர்மனி நஷ்ட ஈட்டுத் தொகையைத் தவணைப்படி செலுத்திக் கொண்டு வந்ததனால் அயல்நாட்டார், அதனைக் கௌரவமாக மதிக்கத் தொடங்கினர். ஜெர்மனிய ராஜ தந்திரிகளும் யுத்தத்தில் தோல்வியடைந்ததன் காரணமாக, பழி தீர்க்க வேண்டுமென்ற எண்ணங் கொள்ளாமல் எல்லா நாட்டாருடனும் அந்நியோந்நியமாக வாழ வேண்டுமென்ற மனப்பான்மையை வெளிப்படுத்தி வந்தார்கள். லொகார்னோ ஒப்பந்தத்தில்[1] ஜெர்மனி கையெழுத் திட்டது. 1926ஆம் ஆண்டு, சர்வதேச சங்கத்தில் ஜெர்மனி, ஓர் அங்கத்தினர் ஸ்தானம் பெற்றது. சர்வதேச சங்க விஷயத்தில் ஜெர்மனி அதிக விருப்புக் கொள்ளவில்லை. ஆனாலும் உலக அரசியலில், கிரேட் பிரிட்டன், பிரான்ஸ், முதலிய நாடுகளுடன் சமமாக ஜெர்மனியும் எண்ணப்பட வேண்டுமென்பது ஸ்ட்ரெஸ்மானின் விருப்பம். முதலில், ஜெர்மனியானது சர்வதேச சங்கத்தில் சேருவது சில நாடுகளுக்குப் பிடிக்கவில்லை.

ஆயினும் கிரேட் பிரிட்டன், பிரான்ஸ் ஆகிய இந்த நாடுகளின் முயற்சியின் பேரில் 1926ஆம் ஆண்டு செப்டம்பர் மாதம் ஜெர்மனி, சர்வதேச சங்கத்தில் சேர்த்துக் கொள்ளப்பட்டது. அப்பொழுது பிரான்சின் பிரதிநிதியாக வந்திருந்த பிரையந்து (1862-1932) பிரான்சும் ஜெர்மனியும் பழைய பகைமைகளையெல்லாம் மறந்து நட்புரிமையோடு இனி வாழும் என்று மிகவும் உருக்கமாகப் பேசினான்.

ஜெர்மனியிலுள்ள மத்திய வகுப்பாரோ, நாட்டின் பொருளாதாரச் செழிப்பையும், அரசியல் அந்தஸ்தின் உயர்வையும் கண்டு, தங்கள் பழைய துயரத்தையெல்லாம் மறந்தார்கள். சம்பாதிக்கின்ற பணத்தைத் தாராளமாகச் செலவழிப்பதென்று தீர்மானித்தார்கள். ஏனென்றால், எதிர்காலம் எப்படி இருக்குமோவென்பது இவர்களுக்கு நிச்சயமில்லாமலே இருந்தது. பணத்தைச் சேமித்து வைத்தவர்கள், 1921-22ஆம் ஆண்டுகளில் பட்ட அவஸ்தை போதாதா? அப்படியிருக்க நாளைக்கென்று ஒதுக்கி வைக்கும் பொருளை, நாளை நாம் அனுபவிக்க முடிகிறதோ இல்லையோ என்ற நம்பிக்கைக் குறைவு இவர்கள் உள்ளத்தில் பதிந்திருந்தது. எனவே, ஜெர்மானிய சமூகத்தின் பெரும் பகுதியானது, ஆடம்பரத்திலும், சிற்றின்ப வாழ்க்கையிலும் அதிகமாக ஈடுபட ஆரம்பித்தது. மக்களின் மன உறுதி குன்றியது. ஒழுக்கத்திற்கு மதிப்பு இல்லை. எல்லாம் மேல் பூச்சுதான். ஆனால் இந்த நிலைமை எவ்வளவு காலம் நீடித்து நிற்கும்?

பொருள் உற்பத்தியும் ஏற்றுமதி வியாபாரமும் அதிகமாகவே, தொழிலாளர்கள், தங்கள் கூலி விகிதத்தையும், வாழ்க்கை அந்தஸ்தையும் உயர்த்த வேண்டுமென்று கிளர்ச்சி செய்தார்கள். முதலாளிகளும் இதற்கு உடனே சம்மதித்தார்கள். ஆனால், தொழிற் ஸ்தாபனங்களில், மனிதர்கள் செய்யக்கூடிய வேலையெல்லாம் யந்திரங்கள் செய்யக்கூடிய மாதிரி அமைந்துவிட்டபடியால், வேலை செய்யும் தொழிலாளர்களின் எண்ணிக்கை குறைக்கப்பட்டது. இதனால் வேலையில்லாத் திண்டாட்டம் பழையபடி தலையெடுக்க ஆரம்பித்தது.

தவிர, ஜெர்மனியானது அதிகமான பொருள்களை உற்பத்தி செய்து வெளிநாடுகளுக்கு ஏற்றுமதி செய்ய ஆரம்பித்ததன் பயனாக, அமெரிக்காவிலுள்ள தொழிற் ஸ்தாபனங்களின் முதலாளிகள் கண்விழிக்க ஆரம்பித்தார்கள். அவர்கள் உற்பத்தி செய்யும் பொருள்கள், ஜெர்மனியிலிருந்து இறக்குமதியாகும்

பொருள்களோடு போட்டிபோட முடியவில்லை. விலைகளைக் குறைத்தார்கள். எத்தனை நாட்கள் இப்படி செய்ய முடியும்? இதனால் பல கம்பெனிகள் நஷ்டமடைந்தன. கம்பெனிகளின் பங்கு மதிப்பு குறைந்துவிட்டது. 1929ஆம் ஆண்டு அக்டோபர் மாதம் நியுயார்க் பங்கு மார்க்கெட்டு நொடிந்தது. எனவே ஜெர்மனிக்குக் கடன் கொடுத்திருந்த தேவாதேவிக்காரர்களை (பாங்கிகளை) முடுக்கினார்கள். வந்தது அனர்த்தம். ஆற்றுப்பெருக்குப்போல் அமெரிக்காவிலிருந்து ஜெர்மனிக்கு வந்துகொண்டிருந்த கடன் தொகையானது திடீரென்று நின்றுவிட்டது. இதனால் ஜெர்மனி செலுத்தி வந்த நஷ்ட ஈட்டுத் தொகைக்குக் குந்தகம் ஏற்பட்டது.

ஜெர்மனியின் பொருளாதார நிலைமையைப் பற்றி விசாரித்து, அது செலுத்தக்கூடிய மொத்த நஷ்ட ஈட்டுத் தொகை எவ்வளவு என்பதையும், எத்தனை ஆண்டு காலத்தில் செலுத்தப்பட வேண்டுமென்பதையும் இறுதியாக நிர்ணயித்துவிட நேசக் கட்சியார் ஒரு கமிட்டியை நியமித்தனர். இதற்கு யங் என்பவன் தலைவன்.[2] இதன் விளைவாக யங் திட்டம் அமுலுக்கு வந்தது. இதன்படி ஆண்டிற்கு ஒரு தொகை வீதம் 1988ஆம் ஆண்டு வரை, ஜெர்மனி யுத்த நஷ்ட ஈடு செலுத்த வேண்டுமென்று தீர்மானிக்கப்பட்டது. ஆனால் 1930-31ஆம் ஆண்டுகளில் ஏற்பட்ட உலகப் பொருளாதார மந்தத்தினால் இந்தத் திட்டமும் முறிந்து விழுந்தது. 1931ஆம் ஆண்டு ஜுன் மாதம் அமெரிக்கத் தலைவனான ஹுவர் முயற்சியின் பேரில், ஒரு ஆண்டிற்கு நஷ்டஈட்டுத் தொகை செலுத்த வேண்டாமென்று ஒப்புக் கொள்ளப்பட்டது. இந்த ஒரு ஆண்டு முடிவதற்குள், ஜெர்மனியானது, எவ்வித தொகையும் செலுத்த முடியாதென்று சொல்லிவிட்டது இதைப்பற்றி ஆலோசிக்க, ஐரோப்பிய வல்லரசுகளின் பிரதிநிதிகள் 1932ஆம் ஆண்டு ஜுன் மாதம் லாசேனில் ஒன்று கூடினார்கள். நஷ்ட ஈட்டுத் தொகையை ரத்து செய்து விடுவதென்றும், ஐரோப்பிய புனருத்தாரணத்திற்காக, ஜெர்மனியானது 150,000,000 பவுன் செலுத்துவதென்றும் தீர்மானிக்கப்பட்டது. இதையும் ரத்து செய்து விட வேண்டுமென்று 1934ஆம் ஆண்டு ஜெர்மனியின் பொருளாதார மந்திரி ஓர் அறிக்கை விடுத்திருந்தான். இதைப் பற்றிச் சரியான முடிவு ஏற்படவில்லை.

அடிக்குறிப்புகள்

1. *[Lacarno Pact] லொகார்னோ என்பது ஸ்விட்ஜர்லாந்திலுள்ளதோர் அழகிய சிறு நகரம். இங்கு 1925ஆம் ஆண்டு அக்டோபர் மாதம் 5ந் தேதியிலிருந்து 16ந் தேதி வரை ஒரு மகாநாடு நடைபெற்றது. இதற்கு இங்கிலாந்து, பெல்ஜியம், பிரான்ஸ், இத்தலி, ஜெக்கோஸ்லோவேகியா, போலந்து, ஜெர்மனி முதலிய நாடுகளின் பிரதிநிதிகள் வந்திருந்தார்கள். எதிர்காலத்தில் யுத்தங்கள் நேரிடாமல் தடுப்பதற்கும் தேசங்களுக்குள் தகராறு ஏற்பட்டால் அதனைச் சமாதான முறையில் தீர்த்துக் கொள்வதற்கும் இந்த மகாநாடு கூட்டப்பெற்றது. இதில் ஏழுவிதமான ஒப்பந்தங்கள் அங்கீகரிக்கப்பட்டன. ரைன்லாந்து பாதுகாப்பு ஒப்பந்தம் என்பது, பிரான்ஸின் எல்லைப் புறத்தைப் பாதுகாப்பதாக வலியுறுத்தியது. இதில் ஜெர்மனி, பெல்ஜியம், பிரான்சு, இங்கிலாந்து, இத்தலி ஆகிய நாடுகள் கையெழுத்திட்டன. ஜெர்மனிக்கும் இந்த மகாநாட்டில் கலந்து கொண்ட மற்ற தேசங்களுக்கும் தகராறு ஏற்பட்டால் அவற்றைச் சர்வதேச சங்கத்தின் மூலமாகத் தீர்த்துக் கொள்ள வேண்டுமென்று ஒவ்வொரு நாடும் தனித்தனியாக ஒப்பந்தம் செய்து கொண்டது. இந்த ஒப்பந்தங்கள் யாவும் 1.12.1925ல் லண்டனில் கையெழுத்திடப் பெற்றன.*
1. *D. Owen Young - இவன் ஓர் அமெரிக்கன், பொருளாதார நிபுணன்.*

~

17. பெயரளவில் பிரதம மந்திரி

*1924*ஆம் ஆண்டுக் கடைசியில், லாண்ட்ஸ் பர்க் சிறையிலிருந்து ஹிட்லர் வெளி வந்தானல்லவா? வந்ததும் என்ன கண்டான்? தன் கட்சியானது சிதறிப் போயிருந்தது; நண்பர்களெல்லாரும் பிரிந்து போயிருந்தனர். அரசாங்கத்தாரோ, ஹிட்லரைச் சிறைக்கனுப்பி விட்டு அவனுடைய கட்சியை உருத்தெரியாமல் செய்துவிட்டனர். ஓர் இயக்கத்தைப் பலாத்காரத்தினால் நசுக்கிவிடலாம். ஆனால் அந்த இயக்கத்திற்கு அடிப்படையான எண்ணங்களை நசுக்க முடியுமோ? இதை அப்பொழுதைய ஜெர்மனிய அரசாங்கத்தார் உணர்ந்து கொள்ளவில்லை. ஆம்; உலகத்திலுள்ள எல்லா அரசாங்கத்தினரும் இப்படித்தானே.

1925ஆம் ஆண்டு பிப்ரவரி மாதம் 27ந் தேதி நாஜி கட்சி மீண்டும் துவக்கப்பட்டது. அன்று ம்யூனிக் நகரத்து 'பீர் ஹால்' ஒன்றில் சுமார் நாலாயிரம் பேரடங்கிய ஒரு பொதுக்கூட்டம் நடைபெற்றது. அதில் ஹிட்லர் பேசினான். கட்சியின் நோக்கங்களை மறுபடியும் விளக்கப்படுத்தினான். கட்சியிலுள்ளவர்கள் ஒற்றுமையாகவும் உண்மையாகவும் வேலை செய்ய வேண்டுமென்பதை வலியுறுத்தினான்.

"அதிகாரவர்க்கம் என்னை எத்தனை முறை வீழ்த்திய போதிலும் நான் மீண்டும் மீண்டும் எழுந்து நின்று என் காரியத்தைத் தொடங்குவேன். கூட்டம் சேருகிறதோ இல்லையோவென்று நான் கவலைப்படமாட்டேன். ஒரு மனிதனே என் கட்சியில் சேருவதாக இருந்தாலும் நான் தொடங்கியே தீருவேன்."

இந்த இறுதி வாசகம், மக்களுக்கு ஒரு புதிய உணர்ச்சியை உண்டு பண்ணியது. ஹிட்லரே உண்மையான தலைவன் என்று ஆரவாரித்தார்கள். ஹிட்லர் இல்லாக் காலத்தில், கட்சி அங்கத்தினர்களுக்குள் ஏற்பட்டிருந்த பொறாமை, மனக்கசப்பு முதலியனயாவும் இப்பொழுது பறந்துவிட்டன. உண்மைத் தலைவனுடைய லட்சணம் இதுவல்லவோ?

ஹிட்லர் சிறையிலிருந்து வெளி வந்த காலத்தில் ஜெர்மனியின் பொருளாதாரம் திருந்தியநிலையில் அமைந்து வரத் தொடங்கியது. மக்கள், ஹிட்லரை மறந்து விட்டார்கள். அரசியல் ஆர்ப்பாட்டம் தற்போது தேவையில்லை என்று கருதினார்கள். ஜெர்மனியின் புற வாழ்வு எவ்வளவுக்கெவ்வளவு பிரகாசமடையத் தொடங்கியதோ அவ்வளவுக் கவ்வளவு அகவாழ்வு அழுகிவர ஆரம்பித்தது. இந்த நிலையில், ஜெர்மன் சமுதாயத்தையே மாற்றியமைக்க வேண்டுமென்ற லட்சியத்தைக் கொண்டிருந்த ஹிட்லர் புறக்கணிக்கப்பட்டதும் பரிகசிக்கப் பட்டதும் சகஜந்தானே?

எதிர்க்கட்சியினர், ஹிட்லருக்கு விரோதமாகப் பிரசாரஞ் செய்தனர். ஹிட்லர் பேசும் பொதுக் கூட்டங்களைப் பகிஷ்கரிக்குமாறு பொதுமக்கள் கூறப்பட்டார்கள். பத்திரிகைகளில், இவனுடைய கூட்டத்தைப் பற்றிய நிகழ்ச்சிகளே வெளிவராமல் செய்யப்பட்டன. அதற்குமாறாக, பத்திரிகைத் தலையங்கங்களில் ஹிட்லர் தாக்கப்பெற்றான். "சிறைவாசம் இந்த முட்டாளுக்கு (ஹிட்லருக்கு) எவ்வித பரிகாரத்தையும் தேடித்தரவில்லை. அதற்குப் பதிலாக இவனைப் பைத்தியக்காரனாக்கிவிட்டது" என்றெல்லாம் இவை ஏளனம் செய்தன; பரிகாசப் படங்களை வெளியிட்டன.

அரசாங்கத்தாரும் சும்மாயிருக்கவில்லை. ஹிட்லரின் முதல் கூட்டம் 1925ஆம் ஆண்டு பிப்ரவரி மாதம் 27ந் தேதி நடை பெற்றதல்லவா? இதற்கு இரண்டு நாட்கள் கழித்து 'அந்நியனாகிய ஹிட்லர்' இரண்டு ஆண்டுகாலம் வரை எந்தப் பொதுக் கூட்டத்திலும் பேசக்கூடாதென்று தடையுத்தரவு போட்டனர்.

ஹிட்லர் சிறிதும் மனஞ் சோரவில்லை. இங்ஙனம் தனக்கு வாய்ப் பூட்டிட்டது நல்லதென்றே கருதினான். ஏனென்றால், ஆரவாரமின்றி, பொதுமக்களின் அவமதிப்புக்குப் புறம்பாக, தனது இயக்கத்தைப் பலப்படுத்திக் கொண்டுவர நல்ல சந்தர்ப்பம் ஏற்பட்டதல்லவா? தன்னுடைய இயக்கத்தை ஒழுங்காக அமைக்க ஐந்து ஆண்டுகாலம் தேவையென்று இவன் கூறி வந்தான். அப்படியே 1930ஆம் ஆண்டுக்குள் இவன் கட்சியானது முதல் தரமான அரசியல் கட்சியாகத் தலையெடுத்து நின்றது. இரண்டாவது முறை இவன் கட்சியைத் துவக்கியபோது அதனைச் சட்ட வரம்புக்குட்பட்ட நிர்மாண

வேலைகளைச் செய்யும் ஆற்றல் பெற்ற ஒரு கட்சியாகவே அமைத்து வந்தான்.

அமைப்பதற்குரிய சாதனங்கள் இவனிடத்தில் என்ன இருந்தன? ஒன்றுமேயில்லை. முதலாவது இருக்க இடம் இல்லை. கையிலே பணமில்லை. ஆனால் இவன் உள்ளத்திலே உறுதியிருந்தது. உண்மையான சில நண்பர்கள் இருந்தார்கள். தனி முறையில் ஆங்காங்குச் சென்று நண்பர்களுக்கு உற்சாக மூட்டிவந்தான். கட்சிக்கு அங்கத்தினர்களைச் சேர்த்து வந்தான். 1925ஆம் ஆண்டு டிசம்பர் மாதம், நாஜி கட்சியின் மொத்தம் அங்கத்தினர் தொகை 27,000.

1926ஆம் ஆண்டு ஜுன் மாதம் ப்ரன்ஸ்விக் என்ற ஊரில் நாஜி கட்சியின் முதல் மகாநாடு கூடியது. அரசாங்கத்தாரின் விசேஷ உத்திரவைப் பெற்றுக் கொண்டு ஹிட்லர், இந்த மகாநாட்டில் மட்டும் பேசினான். ஜெர்மனியின் தற்போதைய வெளி மயக்கிலே, அதன் உண்மையான வாழ்வு இல்லை என்று எடுத்துக் காட்டினான் ‘ஜெர்மானியர்களே! விழித்தெழுங்கள்’ என்று சங்கநாதம் செய்தான்.

கட்சி வளர்ந்தது. 1926ஆம் ஆண்டு டிசம்பர் மாதம் நாஜி கட்சியின் மொத்த அரசாங்கத்தினர் தொகை 49,000 ஆயினும் பொதுமக்களுடைய ஆதரவு இதற்குப் பூரணமாக ஏற்படவில்லை.

ஹிட்லர் பொதுக் கூட்டங்களில் பேசக் கூடாதென்று அரசாங்கத்தார் போட்டிருந்த தடை யுத்தரவு 1927ஆம் ஆண்டு ரத்து செய்யப்பட்டது. இதனால் இவன் பல ஊர்களுக்கும் சென்று பொதுக் கூட்டங்கள் கூட்டிப் பேசுவதற்குச் சாத்தியமாயிற்று, டாஸ் திட்டத்தை நிறைவேற்றி வைக்க வேண்டுமென்று அரசாங்கத்தார் கொண்டுள்ள முடிவு, ஜெர்மனியின் சீரழிவுக்குக் காரணமாயிருக்கு மென்பதை இக்கூட்டங்களில் இவன் தெளிவுற எடுத்துக் காட்டினான்.

> “டாஸ் திட்டப்படி, ஜெர்மனியானது நஷ்ட ஈட்டுத் தொகையாக ஒரு வினாடிக்கு 80 மார்க் வீதமும், ஒரு நிமிஷத்திற்கு 4,800 மார்க்குகள் வீதமும், ஒரு மணிக்கு 288,000 மார்க்குகள் வீதமும் கொடுக்கவேண்டும். இதற்கு எந்த ஜெர்மனியனாவது சம்மதிக்கிறானா?”

என்று கேட்டான். இந்தக் கேள்விக்குப் பதிலென்ன? நாஜி கட்சியில் அதிகமான அங்கத்தினர்கள் சேர்ந்தார்கள்.

அரசாங்கத்தாருடைய கோபமும் அதிகமாயிற்று. 'இந்த ஹிட்லரை நாய் அடிக்கும் சவுக்கினால் அடித்து நாட்டை விட்டுத் துரத்த வேண்டும்' என்று ஒரு போலீஸ் அதிகாரி உறுமினான். சில மாகாண அதிகாரிகள், நாஜி இயக்கம் சட்ட விரோதமானது என்று தடை யுத்திரவும் போட்டார்கள். ஆனால் இந்த ஆண்டுக் கடைசியில், நாஜி கட்சியின் மொத்த அங்கத்தினர் தொகை 72,000!

1928ஆம் ஆண்டு பிறந்தது. ஹிட்லர், அப்பொழுதைய அரசாங்க முறைகளைப் பலமாகத் தாக்கி வந்தான். "ஜெர்மானியை உள்ளும் புறமுமாகச் சீரழிப்போர் யாராயினும் அவருக்கு நாஜி கட்சியினர் பரம விரோதிகளாயிருப்பார்கள்" என்று முழங்கினான். வார்சேல் உடன்படிக்கையை நிறைவேற்றிக் கொடுப்பதன் மூலமாக ஜெர்மானிய விவசாயிகளுக்கும் மத்திய வகுப்பாருக்கும் தீங்கு ஏற்படுமென்பதை தீர்க்கதரிசிபோல் எடுத்துக் காட்டினான். ஒன்றா, இரண்டா, நூற்றுக் கணக்கான பொது கூட்டங்களைக் கட்டுவித்து,

> "வார்சேல் ஒப்பந்தத்தை நிறைவேற்றிக் கொடுப்பதாக எவனாவது கூறினால் அவன் ஒரு பைத்தியக்காரனாகவே இருக்க முடியும்; அல்லது ஜெர்மன் கைத்தொழில்களுக்கு நாசகாலம் தேடித்தருபவனாகவாவது இருக்க வேண்டும்".

என்றெல்லாம் பேசினான். அரசாங்க நிர்வாக நிழலிலே இருந்த 'சமூக வாத ஜனநாகக் கட்சி'யினர் இவனைப் பரிகசித்தனர். ஒரே விஷயத்தைத் திருப்பித் திருப்பிச் சொல்வதைத் தவிர இவனுக்கு வேறொன்றும் தெரியாது என்று நகைத்தனர். இவனுடைய மூளை வறட்சியடைந்து விட்டது என்று ஏசினர். ஹிட்லரின் அந்தரங்க வாழ்க்கையையும் சிலர் தாக்கினர். ஆனால் ஹிட்லர் இவற்றையெல்லாம் லட்சியம் செய்யவில்லை. லட்சிய புருஷனல்லவா? கருமமே கண்ணாயிருந்தான்.

1928ஆம் ஆண்டு மே மாதம் ஜெர்மன் பார்லிமெண்டுக்குத் தேர்தல் நடைபெற்றது. நாஜி கட்சியைச் சேர்ந்த பன்னிரண்டு பேர் தேர்தலில் வெற்றி பெற்றார்கள். இந்த ஆண்டுக் கடைசியில் கட்சியின் அங்கத்தினர் தொகை 108,000.

1929ஆம் ஆண்டிலிருந்து இவனுடைய கட்சிக்குச் சிறிது சிறிதாக ஆதரவு ஏற்படத் தொடங்கியது. ஏனென்றால், 'யங் திட்டம்' அமுலுக்கு வந்து விட்டதல்லவா? மக்கள் உண்மை நிலையை உணர்ந்தார்கள். அரசாங்க நிர்வாகத்தை நடத்திச் செல்வோரால் ஜெர்மனியைக் காப்பாற்ற முடியாதென்பதைக்

கண்டு கொண்டார்கள். ஹிட்லரின் மீது நம்பிக்கை விழுந்தது. ஆனால் பொதுவுடமைக்காரர்களுடைய எதிர்ப்பும் பலமாக இருந்தது. முக்கியமாக, பெர்லின் நகரத்தில் இவர்களுடைய ஆர்ப்பாட்டம் மிக அதிகம். போலீஸாருக்கும் இவர்களுக்கும் கை கலந்த சண்டை பல முறை நடந்தது.

ஹிட்லர், இவற்றையெல்லாம் தனது கட்சி அபியிருத்திருக்குச் சாதகமாக உபயோகித்துக் கொண்டான். கட்சிப் பத்திரிகையைச் சீர்படுத்தினான். 'சூறாவளிப் படை'யைப் பலப்படுத்தினான். ஜெர்மனி முழுவதும், பருந்து போல் வட்டமிட்டுப் பிரசாரஞ் செய்தான். நாஜீயமானது, மக்களுடைய உள்ளத்தில் வேரூன்றத் தொடங்கியது. இந்த ஆண்டுக் கடைசியில் நாஜி கட்சியின் அங்கத்தினர் தொகை 179,000.

1930ஆம் ஆண்டில், உலகப் பொருளாதார மந்தத்தின் பயனாக, பொருள்கள் விலை குறைந்தன. இதற்காக ஒவ்வொரு நாடும், வெளிநாட்டுப் பொருள்கள் தங்கள் நாட்டில் வரக்கூடாதென்று தடைகள் போட்டன. எனவே ஜெர்மனியின் ஏற்றுமதி வியாபாரம் சுருங்கத் தொடங்கியது. இவற்றினால் பொருள்களின் விலை மலிந்தன; உற்பத்தி குறைந்தது; வேலையில்லாத் திண்டாட்டம் அதிகமானது. அரசாங்கத்தார், தங்கள் வரவு செலவு திட்டத்தைச் சரிப்படுத்த புதிய புதிய வரிகளைப் போடத் தொடங்கினர். சம்பள விகிதங்கள் குறைக்கப்பட்டன. மக்களின் சராசரி வருமானம் கீழிறங்கிவிட்டது.

முன்னர்க் கூறியபடி வெளிநாட்டார் கொடுத்திருந்த கடன் தொகைகளைத் திருப்பிக் கேட்கவே, பாங்கிகள் முறிந்து விழுந்தன. ஜெர்மனியின் செல்வ நிலை ஸ்தம்பித்து விட்டது. இவையனைத்திற்கும் காரணம் வார்சேல் ஒப்பந்தமும், நஷ்ட ஈடு செலுத்துவதுமே என்று ஜனங்கள் கண்டு கொண்டார்கள்.

ஹிட்லர், இந்தக் காலத்தில் தீவிரமாகப் பிரசாரஞ் செய்து வந்தான். இவனுடைய பிரசார ஏற்பாடுகளை நேரில் பார்த்தவர்கள், இத்தகைய பிரசாரம் இதற்கு முன்னர் ஜெர்மனியில் எப்பொழுதுமே நடைபெற்றது கிடையாதென்று கூறுகிறார்கள். கட்சிப் பிரசாரகர்களைக் கிராமங்கள் தோறும் அனுப்பினான். சிறிய கிராமமென்றும், பெரிய நகரமென்றும் வேற்றுமை பாராமல் அடிக்கடி கூட்டங்கள் நடைபெற ஏற்பாடு செய்தான். ஜெர்மனியெங்கும் தினந்தோறும் சுமார்

முப்பதினாயிரம் கூட்டங்கள் வீதம் இரண்டு மாதகாலம் வரை நடைபெற்றன. இவற்றினால் உண்டான லாபமென்ன?

1930ஆம் ஆண்டு செப்டம்பர் மாதம் 14ந் தேதி 'ரய்ஹ்ஸ்டாக்' சபைக்குத் தேர்தல் நடைபெற்றது. நாஜிகட்சியினர் அபேட்சகர்களை நிறுத்தினர். 6,500,000 வாக்காளர்கள், நாஜி கட்சியினருக்காக 'ஓட்' கொடுத்தனர். 107 பிரதிநிதிகள் பார்லிமெண்டில் ஸ்தானம் பெற்றனர். இஃது உண்மையிலேயே முன்னேற்றமல்லவா? 1928ம் ஆண்டுத் தேர்தலில் 12 ஸ்தானங்களையே பெற்ற நாஜி கட்சியினர், இரண்டு ஆண்டிற்குப் பிறகு, 107 ஸ்தானங்களைப் பெற்றது குறித்து அரசாங்கத்தார் சிறிது கலக்கங் கொண்டனர். நாஜி கட்சியை உடைக்க, மறைமுகமான சூழ்ச்சிகளும் செய்யப் பெற்றன. அரசாங்க உத்தியோகஸ்தர்கள், நாஜி கட்சிக்கு எவ்வித ஆதரவையும் காட்டக் கூடாதென்று சுற்றறிக்கைகள் பறந்தன. ஜெர்மன் ராணுவத்தைச் சேர்ந்த சில உத்தியோகஸ்தர்கள், சட்ட விரோதமான நாஜி கட்சிக்கு ஆதரவு காட்டினார்கள் என்பதற்காக விசாரிக்கப் பெற்று தண்டிக்கப் பெற்றார்கள். ஹிட்லர் ஆத்திரங் கொண்டான். ஜெர்மன் பார்லிமெண்டில் ஸ்தானம் பெறுவதற்கு யோக்கியதை பெற்ற ஒரு கட்சி, சட்ட விரோதமான கட்சியாக எங்ஙனம் ஆகும் என்று கேட்டான். தனது கட்சி, சட்ட வரம்புக்குட்பட்ட ஒரு கட்சியேயென்றும், சட்ட வரம்பு மீறி அஃது எவ்வித காரியத்தையும் செய்யவில்லையென்றும் மக்களுக்கு விளக்கிக் காட்டினான்.

கட்சியின் செல்வாக்கைக் கண்டு பொறாமை கொண்ட வெளியார் சிலர், கட்சிக்குள் அங்கத்தினராகப் புகுந்து, உட்கலகம் விளைவிக்க முயன்றனர். ஹிட்லர் இவற்றை எளிதில் உணர்ந்து அடக்கினான். கட்சி விதிகளுக்குக் கட்டுப்படாதவர்களை நிர்த்தாட்சண்யமாக விலக்கினான்.

பவேரியாவில் செல்வாக்குப் பெற்ற கத்தோலிக்க மத்திய கட்சியினர் இந்தச் சமயம் சும்மாயிருக்கவில்லை. நாஜீயமானது நாஸ்திகத்தைப் போதிக்கிறதென்று பிரசாரஞ் செய்தனர். இதற்கு விரோதமாகப் பாதிரிகளைக் கிளப்பி விட்டனர். நாஜி கட்சியில் சேர்ந்தவர்களை, ஜாதி பிரஷ்டம் செய்யுமாறு தூண்டினார்கள். இவர்களில் யாரேனும் இறந்து போனால், கிறிஸ்தவ மதாசாரப்படி மரணச் சடங்குகளும் மறுக்கப்பட்டன!

ஆயினும் ஹிட்லர் சிறிதும் அசைந்து கொடுக்கவில்லை. முன்னைவிட பதின்மடங்கு உறுதிபெற்றான்.

1930ஆம் ஆண்டுக் கடைசியில் நாஜி கட்சியின் மொத்த அங்கத்தினர் தொகை 389,000.

இந்தக் காலத்தில் அரசாங்கப் பிரதம மந்திரியாயிருந்தவன் ப்ரூனிங் என்பவன். இவன் நாஜி கட்சிக்கு விரோதமாகச் சில உத்தரவுகளைப் பிறப்பித்தான். இக்கட்சியினருடைய உடையாகிய 'பழுப்பு வர்ணச்சட்டை' (Brown Shirts) அணிவது சட்ட விரோதமானது என்றது ஓர் உத்தரவு. நாஜி கட்சியினர் இந்த உத்திரவை லட்சியம் செய்யவில்லை. வீதிகள் தோறும் இந்தச் சட்டைகளுடன் ஊர்வலம் வந்தார்கள். இவர்களுடைய சட்டைகள் கிழித்தெறியப்பட்டன. ஆயினும், திறந்த தேகத்துடன் ஊர்வலம் சென்றார்கள். இதற்காக ஆயிரக்கணக்கான பேருக்குச் சிறைவாசத் தண்டனை விதிக்கப் பெற்றது.

ப்ரூனிங்கின் அடக்கு முறைகள் பலிக்கவில்லை. அதற்கு மாறாக 1931ஆம் ஆண்டுக்கடைசியில் நாஜி கட்சியின் மொத்த அங்கத்தினர் தொகை 806,000 ஆகியது.

1932ஆம் ஆண்டு, ஜெர்மன் சரித்திரத்தில் குறிப்பிடத்தக்கதொரு ஆண்டாகும். ஏனென்றால் இந்த ஆண்டிலேயே, ஜெர்மனியின் இரண்டாவது ஏகாதிபத்தியம் வீழத் தொடங்கியது. ஜெர்மனியின் ஜீவ நாடி எப்பொழுது நின்றுவிடும் என்ற கேள்வியையே ஒவ்வொரு ஜெர்மானியனும் கேட்டு வந்தான்.

இந்த ஆண்டு மார்ச் மாதம் குடியரசின் 'பிரசிடெண்ட்' தேர்தல் நடைபெறுவதாக ஏற்பாடு செய்யப் பெற்றிருந்தது. இந்த ஸ்தானத்திற்கு ஹிண்டென்புர்க் மீண்டும் அபேட்சகனாக நிற்குமாறு கேட்டுக் கொள்ளப் பெற்றான். ஹிட்லரும் ஓர் அபேட்சகனாக நின்றான் நாஜி கட்சியின் செல்வாக்கு அதிகமாகி வருவதைக் கண்ட ப்ரூனிங், இந்த 'பிரசிடெண்ட்' தேர்தலைத் தள்ளி வைக்க முயன்றான். ஆனால் அது பலிக்கவில்லை. ஹிட்லர் ஜெர்மனியப் பிரஜை அல்லவென்றும் இவன் அபேட்சகனாக நிற்க முடியாதென்றும் ஓர் ஆட்சேபம் கிளப்பப் பெற்றது. எனவே இவன் இந்த ஆண்டு, சில சில்லரை எதிர்ப்புகளுக்கிடையே தன்னை ஜெர்மானியப் பிரஜையாகப் பதிவு செய்து கொண்டான். நான்கு ஆண்டு காலம் ஜெர்மானிய ராணுவப் படையில் சேர்ந்து ஜெர்மனிக்காகப் போர் புரிந்த ஒருவனுக்கு ஜெர்மானியப் பிரஜா உரிமை ஒரு சமயம் மறுக்கப்பட்டது!

'பிரசிடெண்ட்' தேர்தலுக்காக, ஹிட்லர் பலத்த பிரசாரத்தை ஜெர்மனியெங்கும் நடத்தினான். ஆகாய

விமானத்திலேயே நாடெங்கும் சுற்றினான். ஒரே நாளில் மூன்று நான்கு ஊர்களுக்குச் சென்று பேசுவான். ஒவ்வோர் ஊரிலும் ஒரு லட்சத்துக்கு மேல் மூன்று லட்சம் பேருக்குள்ளாக மக்கள் கூடியிருப்பார்கள். இரவு பகலென்று வேற்றுமையும் பார்க்கவில்லை ஒய்வென்பது கிடையாது. இந்தப் பிரசார காலத்தில், நித்திரா தேவிகூட இவனிடம் வர அஞ்சினாள். போய்க்கொண்டிருக்கும்போதே ஆகாரம் உட்கொள்வான். "சிறிது அமைதியாக ஓரிடத்திலிருந்து ஆகாரம் சாப்பிடலாகாதா?" என்று யாராவது கேட்டால், "அந்த நேரத்தில் பத்து மைல் தூரம் முன்னேறலாமே" என்று நகைத்துக் கொண்டே பதில் சொல்வான்.

கடைசியில் 1932ஆம் ஆண்டு மார்ச் மாதம் 'பிரசிடெண்ட்' தேர்தல் நடைபெற்றது. ஹிண்டென்புர்க்குக்கு 18,600,000 வாக்குகள் கிடைத்தன. ஹிட்லருக்கு 11,300,000 வாக்குகள் கிடைத்தன. ஹிண்டென்புர்க் 'பிரசிடெண்டா'கத் தெரிந்தெடுக்கப் பெற்றான். ஆனால், ஹிட்லரின் செல்வாக்கு அதிகப் பட்டிருப்பதை ப்ரூனிங் அரசாங்கத்தார் நன்கு உணர்ந்தனர். எனவே, நாஜி கட்சியை ஒடுக்க மறுபடியும் முனைந்து நின்றனர். 1932ஆம் ஆண்டு ஏப்ரல் மாதம் 13ந் தேதி 'சூறாவளிப் படை'யைக் கலைத்துவிட வேண்டுமென்று உத்திரவு போட்டனர். 'ஹிட்லர் இளைஞர் கழக'த்தை சட்ட விரோதமென்று கூறினர். இந்த ஸ்தாபனங்களின் ஸ்தாவர ஜங்கம சொத்துக்கள் பறிமுதல் செய்யப்பட்டன. ரேடியோ, டெலிபோன் முதலிய பொது ஸ்தாபனங்களும் இவர்களுடைய பிரசாரத்திற்கென்று மறுக்கப்பட்டன. சில்லரை அதிகாரிகள் ஆங்காங்கு சில்லரைத் தொந்திரவுகள் விளைவித்துக் கொண்டு வந்தார்கள்.

ஆனால் இவையெல்லாம் வீணாயின. நாஜி கட்சியின் பலம் அதிகப்பட்டு வந்தது. 1932ஆம் ஆண்டு ஏப்ரல் மாதம் 24ந் தேதி மாகாண சட்ட சபைத் தேர்தல்கள் நடைபெற்றன. நாஜி கட்சியினரே, எல்லா மாகாணங்களிலும் பெரும்பான்மையோராக வெற்றி பெற்றனர். பார்த்தான் ப்ரூனிங். இனி, தன்னால் நிர்வாகத்தை நடத்த முடியாதென்று தீர்மானித்து தன் பதவியை ராஜீநாமா செய்து விட்டான்.

1932ஆம் ஆண்டு ஜூன் மாதம் முதல் தேதி, பாபன் என்பவன் பிரதம மந்திரியாக நியமனம் பெற்றான். இவனோடு வய்மார் குடியரசு முடிந்துவிட்டதென்று கூறலாம். இது

முதற்கொண்டு ஏற்பட்ட புரட்சியை, பாபன் அரசாங்கமானது, தன் வழிப்படுத்தி நாளாவட்டத்தில் அதன் சக்தியை ஒடுக்கி விட முயன்றது. இதனால், பாபன், பதவி ஏற்றுக் கொண்டதும் 'சூறாவளிப் படை'யின் மீது, ப்ரூனிங் அரசாங்கம் போட்டிருந்த தடை யுத்திரவுகளை ரத்து செய்தான். மற்றும் ப்ரஷ்யாவில் ஏற்பட்ட ஒரு சிறு கலகத்தையும் தைரியமாக அடக்கினான். புதிய தேர்தல் நடைபெற வேண்டுமென்று உத்திரவு செய்தான். 1932ஆம் ஆண்டு ஜூலை மாதம் 31ந் தேதி பார்லிமெண்ட் தேர்தல் நடைபெற்றது. பாபன் அரசாங்கத்தைத் தாக்கி ஹிட்லர் பலத்த பிரசாரஞ் செய்தான். 13,733,000 வாக்காளர்கள் நாஜி கட்சிக்குச் சாதகமாக வாக்குக் கொடுத்தார்கள். 230 நாஜி கட்சிப் பிரதிநிதிகள் 'ரய் ஹ்ஸ்டாக்'கில் ஸ்தானம் பெற்றார்கள். ஹிட்லருக்கு மீண்டும் வெற்றி!

பாபன் திகிலடைந்து விட்டான். ஹிட்லருடன் சமரஸம் பேச ஆரம்பித்தான். அவனுக்கு ஒரு மந்திரிப் பதவி கொடுப்பதாகக் கூறினான். ஹிட்லர் மறுத்து விட்டான்.

"அரசாங்க நிர்வாகம் என்னிடத்தில் வரவேண்டும். கொடுத்தால் பிரதம மந்திரிப்பதவியைக் கொடுங்கள்; இல்லாவிட்டால் மீண்டும் தேர்தல் நடத்துங்கள். நியாயத்திற்குட்பட்டே, நான் இந்தப் பதவியைக் கேட்கிறேன். 1922ஆம் ஆண்டு அக்டோபர் மாதம் 28ந் தேதி பாசிஸ்ட் கட்சித்தலைவன் என்ற முறையில், முஸோலினி, எப்படி இத்தலியின் பிரதம மந்திரியானானோ அதே நிலைமையில்தான் நான் இப்பொழுது இருக்கிறேன். ஆதலின் நான் கேட்பது சட்ட வரம்புக்குட்பட்டது" என்றான் ஹிட்லர். ஆனால் இவனிடம், அரசாங்க நிர்வாகத்தை ஒப்புவிக்க ஹிண்டென்புர்க் இஷ்டப்படவில்லை.

புதிய தேர்தல்படி, 'ரய்ஹ்ஸ்டாக்' சபை கூடியது. கேரிங் சபைத் தலைவனாகத் தெரிந்தெடுக்கப் பெற்றான். ஆனால் இந்தக் கூட்டம் நீடித்து நடைபெறவில்லை. 'ரய்ஹ்ஸ்டாக்' கலைக்கப்பட்டது.

1932ஆம் ஆண்டு நவம்பர் மாதம் மறுபடியும் தேர்தல்கள் நடைபெற்றன. இதில், மொத்தம் 28 கட்சியினர் கலந்து கொண்டனர். நாட்டில் எவ்வளவு வேற்றுமைகள் இருந்தன வென்பது இதனின்று தெரிகிறது. நாஜி கட்சியினர், இந்தத் தேர்தலில் எதிர் பார்த்தபடி வெற்றி பெறவில்லை. 11,767,010

வாக்காளர்களே இவர்களுக்குச் சாதகமாக வாக்குக் கொடுத்தனர். 196 ஸ்தானங்களே இவர்களுக்குக் கிடைத்தன.

இந்தத் தேர்தலில் எந்தக் கட்சியாரும் பெரும்பான்மையோராக வரவில்லை. ஹிண்டென்புர்க்கோ, ஹிட்லரிடம் அரசாங்கப் பொறுப்பை ஒப்படைக்க விரும்பவில்லை. கடைசியில், பல பட்ட சமரஸப் பேச்சுக்களுக்குப் பிறகு, ஷ்லைச்சர், பிரதம மந்திரியாக நியமிக்கப் பெற்றான். ஆனால் இவனால் நிர்வாக கடிவாளத்தை உறுதியாகப் பிடிக்க முடியவில்லை. 1933ஆம் ஆண்டு ஜனவரி மாதம் 28ந் தேதி, இவன் ராஜீநாமா செய்துவிட்டான். அடுத்த பிரதம மந்திரி யார்?

ஹிட்லர், பெர்லினிலுள்ள 'கெய்ஸர் ஹாப்' என்ற ஹோட்டலில் தங்கியிருந்தான். 'வில்லியம் ஸ்ட்ராஸே' அரண்மனையில், வீரமும் வயோதிகமும் கலந்திருந்த ஹிண்டென்புர்க் அமர்ந்திருந்தான். இரண்டு இடங்களிலும், ஜனவரி மாதம் 29, 30 தேதிகளில் ஒரே பரபரப்பு! ரகசியப் பேச்சுகள்! டெலிபோன் சப்தம்! மோட்டார் வண்டிகள் வந்து கொண்டும் போய்க் கொண்டுமிருந்தன. பாபன், 'வில்லியம் ஸ்ட்ராஸே'யுக்கும், 'கெய்ஸர் ஹாப்'புக்கும் அடிக்கடி தூது நடந்தான். ஹிட்லரை பெயரளவில் பிரதம மந்திரியாக்கிவிட்டு, தான் நிர்வாகச் சூத்திரக் கயிற்றைப் பிடித்துக் கொண்டிருக்கலாமென்றும், இந்தத் தந்திரத்தினாலேயே ஹிட்லரை வெற்றி கொள்ள முடியுமென்றும் இவன் கருதினான். ஆனால் வெற்றி யாருக்கு?

1933ஆம் ஆண்டு ஜனவரி மாதம் 30ந் தேதி. திங்கட்கிழமை. அன்று பெர்லின் வாசிகள், ஒரு புதிய உற்சாகத்துடன் விழித்தெழுந்தார்கள். இழந்து போன தன்மதிப்பை மீண்டும் பெற்றுவிட்டதுபோல் உற்சாகங் கொண்டார்கள் என்றுமில்லாத ஒரு குதூகலம் அன்று பெர்லின் வாசிகளிடையே காணப்பட்டது. முற்பகல் பதினோரு மணிக்கு ஹிட்லர் பிரதம மந்திரியாக நியமிக்கப் பெற்றான். 'கெய்ஸர் ஹாப்' ஹோட்டலுக்கு எதிரே, ஆவலுடன் காத்துக் கொண்டிருந்த திரளான மக்கள் 'வாழ்க ஹிட்லர்' என்று ஆரவாரித்தனர். சிறிது நேரத்திற்குப் பின்னர் ஓடினர் திசை தொறும்! கூறினர் செய்தியை! கட்டித்தழுவினர் ஒருவரை யொருவர்! ஹிட்லர் பலகணியில் வந்து மக்களுக்குக் காட்சி கொடுத்தான். பின்னர் உள்ளே சென்றான். கண்ணை மூடினான். இவன் அகக்கண் முன்னர், ஜெர்மானிய தேவதை

புதிய வடிவோடு, புன்சிரிப்போடு காட்சியளித்தாள். வாழ்க ஜெர்மனி!

பதினோரு மணிக்கு ஹிட்லர் பிரதம மந்தியாக நியமனம் பெற்றான். ஏழு நிமிஷங்கழித்து, மந்திரிச் சபை அமைக்கப்பட்டுவிட்டது. உடனே புதிய மந்திரிகள் உத்தியோகப் பிரமாணம் செய்தனர். கால் மணி நேரத்தில் இவர்களின் பெயர்கள் பத்திரிகைகளில் வெளியிடப் பெற்றன.

மாலை ஐந்து மணிக்கு மந்திரிச் சபையின் முதல் கூட்டம் தொடங்கியது. "கனவான்களே! கடவுளைத் துணையாகக் கொண்டு முன்னோக்கிச் செல்லுங்கள்" என்று ஹிண்டென்புர்க் ஆசீர்வாதம் செய்தான். ஹிட்லர், அரசாங்கத்தார் செய்ய வேண்டிய முதற் கடமைகள் என்னவென்பதைச் சுருக்கமாகக் கூறினான். செவிமடுத்த மந்திரிகள் தாங்கள் மக்களின் தொண்டர்கள் என்பதை உணர்ந்தார்கள்.

ஹிட்லர் மந்திரிச் சபையில் பேசிக் கொண்டிருக்கிறான். வெளியே, நகரங்களிலே, குக்கிராமங்களிலே, கோயில் மணிகள் 'டாங், டாங்' என்று முழங்கின. மக்கள், வரிசை வரிசையாக ஊர்வலம் வந்தார்கள். மௌனமாகவா? இல்லை; இல்லை. தேசீய கீதத்தைப்பாடிக் கொண்டு இந்த ஊர்வலங்கள் சென்றன. அன்று இரவு, நாஜி கட்சியினர் தீவட்டிகள் நிறைந்த ஊர்வலம் ஒன்று நடத்தினர். அணிவகுத்துச் சென்ற இந்த ஊர்வலம், ஹிண்டென் புர்க்குக்கும் ஹிட்லருக்கும் வணக்கம் செலுத்திச் சென்றது. ஹிண்டென்புர்க்கின் ஆனந்தக் கண்ணீரிலே, ஹிட்லரின் அசைவற்று நின்ற வடிவத்திலே மக்கள் ஒன்றுபட்டு விட்டார்கள்.

~

18. மூன்றாவது ஏகாதிபத்தியம்

ஹிட்லர் பிரதம மந்திரியானான். ஆனால் அதிகாரம் இவன் கைக்கு வரவில்லை. 'ரய்ஹ்ஸ்டாக்'கில் இவனுடைய கட்சி பெரும்பான்மைக் கட்சியாக இல்லை. 582 பிரதிநிதிகள் அடங்கிய சபையில், நாஜி கட்சியைச் சேர்ந்தவர்கள் 196 பேரே இருந்தனர். பாபனுடைய தேசீயக் கட்சியும் இவனுடன் சேர்ந்து கொண்டது. இந்தக் கட்சியைச் சேர்ந்தவர்கள் 51 பேரே. இவர்களைத் தழுவிக் கொண்டே, இவன் காரியங்களை நடத்த வேண்டியிருந்தது. மந்திரிச் சபையில், ஹிட்லர், ப்ரிக், கேரிங் ஆகிய மூவரே, நாஜி கட்சியைச் சேர்ந்தவர்கள். மற்றவர்கள் தேசீயக் கட்சியினர். தவிர, 'ரய்ஹ்ஸ்வேர்' என்று சொல்லப்பெற்ற ஜெர்மன் ராணுவமும், போலீஸ் படையும், தேசியக் கட்சியினிடம் பட்சம் காட்டி வந்தன. நாஜி கட்சியினருடைய 'சூறாவளிப் படை'யைப் போல், தேசீயக் கட்சியினரும், 'எஃகுத் தொப்பியினர் படை'[1] யொன்றைத் தயாரித்து வைத்திருந்தனர். வேறு சில தொண்டர் படைகளும், தேசீயக் கட்சியின் சார்பு பற்றி நின்றன. எனவே, ஹிட்லர், தங்கள் வலையில் அகப்பட்டுக் கொண்டு விட்டதாக தேசியக் கட்சியினர் பெருமையாகப் பேசிக் கொண்டதில் என்ன ஆச்சரியமிருக்கிறது?

நாஜி கட்சியைச் சேர்ந்தவர்கள், சென்ற பதினான்கு ஆண்டு காலமாகத் தங்கள் கட்சியை வளர வொட்டாதபடி தகைந்து தேசத்திற்குத் துரோகமும் இழைத்த, 'சமூகவாத ஜனநாயகக் கட்சி'யினர், பொதுவுடமைக் கட்சியினர் ஆகிய இவர்கள் மீது பழி தீர்க்க வேண்டுமென்று துடித்துக் கொண்டிருந்தனர். சென்ற நவம்பர் தேர்தலில் நாஜி கட்சியை ஆதரித்து வாக்குக்கொடுத்த சுமார் பன்னிரண்டு லட்சம் வாக்காளர்களும் ஹிட்லர் பிரதம மந்திரியானவுடன், 'புதிய ஜெர்மனி எங்கே? நவயுகம் எங்கே?' என்று கேட்கலானார்கள்.

ஜெர்மனியின் பொருளாதார வாழ்வோ, எட்டிப் பார்க்க முடியாத பாதாளத்தில் போய்விட்டது. 70 லட்சம் பேர் வேலையின்றித் தவித்தனர். பசிக் கொடுமையைத் தாங்க முடியாமல் சென்ற பதினான்கு ஆண்டு காலத்திற்குள் 224,900 பேர் தற்கொலை செய்து கொண்டனர்.

இவற்றிற்கெல்லாம் பரிகாரம் எங்கேயென்று கேட்டார்கள் பொதுமக்கள். நாஜி கட்சித் தலைவர்கள் என்ன செய்வார்கள்? அவர்கள், என்ன ஜாலவித்தைக்காரர்களா? அவர்கள் கையிலே மாத்திரைக் கோல் இருக்கிறதா?

நாஜி கட்சித் தலைவர்கள் நிதானமாகவே செல்ல வேண்டியிருந்தது. மற்றக்கட்சியினரோடு, அடிப்படையான அம்சங்களில் ஒற்றுமைப்பட்டிருக்க, சமரஸப் பேச்சுகள் நடத்திப் பார்த்தனர். பயனில்லை. நீடித்த நாள் இந்த மந்திரிச் சபை நிலைக்காது என்று தெரிந்து ஹிண்டென்புர்க், 'ரய்ஹ்ஸ்டாக்'கைக் கலைத்துவிட்டான். மறுபடியும் தேர்தல்!

1933ஆம் ஆண்டு பிப்ரவரி மாதம் 27ந் தேதி 'ரய்ஹ்ஸ்டாக்'கின் பெரிய கட்டிடம் நெருப்புப் பற்றிக் கொண்டது. 28ந் தேதி காலைக்குள் சாம்பலாகிவிட்டது. தீ வைத்தவர்கள் யார்? பொதுவுடமைக் கட்சியினர் என்று நாஜிகள் கூறினார்கள். நாஜிகளே இங்ஙனம் செய்து விட்டு, தங்கள் மேல் பழிபோடுவதாக பொதுவுடமைக்காரர் சாதித்தனர். ஆனால், கட்டிடம் எரிந்து கொண்டிருக்கும் போது, அதில் கையும் பிடியுமாக அகப்பட்டவன் வான் டெர் லுப்பே என்ற ஒரு டச்சுக்காரன். இவன், ஒரு சமயம், பொதுவுடமைக் கட்சியில் சேர்ந்திருந்ததாகச் சொல்லப்பட்டது. இது சம்பந்தமாக விசாரணை செய்த கோர்ட்டார். பொதுவுடமைக் கட்சியைச் சேர்ந்தவர்களே இதற்குக் காரணர்களென்று சொல்லி, லுப்பேக்குத் தண்டணை விதித்தனர்.

'ரய்ஹ்ஸ்டாக்' கட்டிடம், தீ பற்றி எரிகிறது என்று கேள்விப்பட்டதும் ஹிட்லர் முதலில் நம்பவில்லை. பிறகு ஜ்வாலையைப் பார்த்து, 'தெய்வலோகத்திலிருந்து வந்த ஒரு நற்சகுனம்' என்று ஆரவாரித்தான். பொதுவுடமைக்காரர், அரசாங்க நிர்வாகத்தை ஏற்றுக் கொண்டால், தேசத்தின் கதி என்னாகும் என்பதை இப்பொழுதேனும் மக்கள் உணர்வார்களா என்று பக்கத்திலிருப்பவர்களைக் கேட்டான். இந்தச் சம்பவத்தைத் தன் கட்சிப் பிரசாரத்திற்குச் சாதகமாக உபயோகித்துக் கொள்ளத் தீர்மானித்தான். எதிர்க்

கட்சியினரை அடக்கிப் போட இஃதொரு கருவியாக அமைந்ததல்லவா? கட்டிடம் எரிந்து கொண்டிருந்த இரவே பெர்லினிலும் அதைச்சுற்றிலுமுள்ள சுமார் நாலாயிரம் பொதுவுடமைவாதிகளைக் கைது செய்யுமாறு தளபதி கேரிங் உத்திரவு பிறப்பித்து விட்டான். நாஜி கட்சியினரைப் பாராட்டியும் பொதுவுடமையினரை வெறுத்தும் மக்கள் பேசத் தொடங்கினார்கள்.

இந்த நிலையில் மார்ச் மாதம் 5ந் தேதி தேர்தல் நடை பெற்றது. அதற்கு முந்திய நாள், ஹிட்லர், ரேடியோ மூலம் மக்களுக்கு உணர்ச்சி உண்டாகும் படி ஒரு சொற்பொழிவு நிகழ்த்தினான். தேர்தலில் 17,300,000 வாக்காளர்கள் நாஜி கட்சியை ஆதரித்து வாக்குக்கொடுத்தார்கள். 280 நாஜிகள் பிரதிநிதிகளாகத் தெரிந்தெடுக்கப் பெற்றார்கள். 'ரய்ஹ்ஸ்டாக்'கில், இவர்கள் நூற்றுக்கு 52 வீதம் பெரும்பான்மைக் கட்சியினரானார்கள். மற்றக் கட்சியினருடைய கூட்டுறவின்றி, அரசாங்க நிர்வாகத்தை நடத்த முடியுமென்பதை ஹிட்லர் தெரிந்து கொண்டான். ஆயினும் நிதானமாகவே முன்னோக்கிச் செல்ல விரும்பினான். ஏனென்றால், இன்னும் 100க்கு 48 வீதம், பார்லிமெண்டில் எதிர்ப்பு இருக்கிறதல்லவா? எனவே, படிப்படியாக நிர்வாகப் பொறுப்பை, தன் கட்சியின் வசப்படுத்திக் கொண்டு, பிறகு மற்றக் கட்சியினரின் எதிர்ப்பே இல்லாமற் செய்து விடத் தீர்மானித்தான்.

தேர்தல் நடைபெற்று ஒரு வாரமாயிற்று. ஜெர்மனியிலுள்ள எல்லா மாகாண அரசாங்கங்களும், நாஜி கட்சியினருடைய நிர்வாகப் பொறுப்பில் வந்துவிட்டன. ஒவ்வொரு மாகாணத்திற்கும், 'மாகாண மந்திரிகள்' நியமிக்கப்பட்டார்கள். இவர்கள் நிர்வாகத்தை ஏற்றுக் கொள்ளும் விஷயத்தில் ஆங்காங்கு இருந்த 'சூறாவளிப் படை'கள் துணை செய்தன. பவேரியாவில் மட்டும் சிறிது எதிர்ப்பு இருந்தது. ஆனால் அது வெகு சீக்கிரத்தில் அடங்கிவிட்டது.

தேர்தலுக்குப் பிறகு 'ரய்ஹ்ஸ்டாக்'கின் முதற் கூட்டம் 1933ஆம் ஆண்டு மார்ச் மாதம் 21ந் தேதி நடைபெற்றது. இந்தக் கூட்டத்தில், ஹிட்லர், சாதாரண ஒரு பிரதம மந்திரியாக வந்து அமர விரும்பவில்லை. பொதுமக்களின் மனப்பான்மையை நன்கு உணர்ந்தவனல்லவா?

1871ஆம் ஆண்டு மார்ச் மாதம் 21ந் தேதி, பிஸ்மார்க் வகுத்த அரசியல் திட்டப்படி 'ரய்ஹ்ஸ்டாக்'கின் முதற் கூட்டம்

நடை பெற்றது. அதனுடைய 62வது ஆண்டுத் தினத்தன்று, புதிய 'ரய்ஹ்ஸ்டாக்' கூட்டம் நடைபெற ஏற்பாடு செய்தான். இந்த நாளை ஒரு தேசீய விழாவாகக் கொண்டாடுமாறு உத்திரவிட்டான்.

பெர்லினுக்குப் பதினாறு மைல் தொலைவில் பாட்ஸ்டாம் என்ற ஓர் ஊர் இருக்கிறது. இது ப்ரஷ்ய ராணுவத் திமிரின் அடைக்கல ஸ்தானம். இங்கே, கெய்ஸருக்குச் சொந்தமான அரண்மனையும், அதனை அனுசரித்த பல பெரிய கட்டிடங்களும் உண்டு. இங்கேயுள்ள மாதா கோயிலில், ஜெர்மனியில் ஆண்ட பிரபல மன்னர்கள் அடக்கம் செய்யப்பட்டிருக்கிறார்கள். மஹா பிரடெரிக் மன்னனுடைய சமாதியும் இங்கே தான் இருக்கிறது. இந்த இடத்திற்கு, புதிய 'ரய்ஹ்ஸ்டாக்'குக்குத் தெரிந்தெடுக்கப்பெற்றுள்ள எல்லா அங்கத்தினர்களையும் 21ந் தேதியன்று ஹிட்லர் வரவழைத்தான். ஹிண்டென்புர்க்கும் வந்திருந்தான். முதலில் தெய்வப் பிரார்த்தனை நடைபெற்றது. புதிய பார்லிமெண்ட் அங்கத்தினர்கள் வரிசையாக அமர்ந்தார்கள். 'பாண்டு' வாத்தியங்கள் தேசிய கீதத்தை முழக்கின. சேனாதிபதி உடையிலே வந்திருந்த ஹிண்டென்புர்க், நிமிர்ந்த நடையோடு, மஹா பிரடெரிக்கின் சமாதி முன்னர் போய் நின்றான். அவன் எதிரில் ஹிட்லர் நின்றான். பழமையும் புதுமையும் சந்தித்தன. வயோதிகமும் இளமையும் கூடின. "புதிய ஜெர்மனி உன்னிடம் ஒப்படைக்கப்பட்டிருக்கிறது. இதோ வீற்றிருக்கும் மஹா பிரடெரிக் மன்னனுடைய ஆத்மாவே சாட்சி" என்று கூறிக்கொண்டே ஹிண்டென்புர்க் கையை நீட்டினான். அதைப் பெற்றுக் கொள்ளும் பாவனையாக ஹிட்லரும் கைலாகு கொடுத்தான். படமாடுங் கோயிலிலே, நடமாடுந் தெய்வங்களின் சந்நிதானத்திலே, அருவமாய் வீற்றிருக்கும் மூதாதையர்களின் ஆசீர்வாதத்திலே, வருங்கால ஜெர்மனியின் குன்றாத உற்சாகத்திலே, பொன்றாத உறுதியிலே, ஹிட்லர், ஜெர்மன் சான்ஸலர் பதவியை ஏற்றுக்கொண்டான். வாழ்க ஹிட்லர்! மாதாகோயிலுக்கு வெளியில் இதே ஆரவாரந்தான்.

பழைய 'ரய்ஹ்ஸ்டாக்' கட்டிடம் எரிந்து விட்டிருந்தபடியால் அதற்குச் சமீபத்தில் இருந்த 'க்ரால் ஆபரா ஹவுஸ்' என்ற நாடக மண்டபத்தில் நாஜி அரசாங்க நிர்வாகத்தின் கீழ்க்கூடிய முதல் பார்லிமெண்டின் கூட்டம் தொடங்கியது. தளபதி கேரிங் தலைமை வகித்தான். ஹிட்லர் அரசாங்கத்தின் நோக்கங்களைச் சுருக்கமாக எடுத்துரைத்தான்.

> "யுத்தத்தினால் ஏற்பட்ட கஷ்ட நிஷ்டூரங்கள் நம்கண் முன்னர் நிற்கின்றன. உலகத்தார் அனைவரும் எந்தப் புண்களால் அவஸ்தைப் படுகிறார்களோ அந்தப் புண்களை ஆற்றும் விதத்திலேயே நாம் உலகத்தாரோடு சம்பந்தம் வைத்துக் கொள்வோம்."

இந்த வார்த்தைகள், நாஜி கட்சியின் நிர்வாகம் எப்படியிருக்குமோ என்று வெளிநாட்டார் பலர் கொண்டிருந்த சந்தேகங்களைத் தீர்த்து வைத்தது.

முதல் 'ரய்ஹ்ஸ்டாக்'கின் முதற் கூட்டம் மூன்று நாள் நடைபெற்றது. மார்ச் மாதம் 23ந் தேதியன்று நடைபெற்ற கூட்டத்தில், ஹிட்லர் தன்னுடைய வேலைத் திட்டங்களை எடுத்துக் கூறினான். இந்தத் திட்டங்களை அமுலுக்குக் கொண்டுவரத் தனக்கு நான்கு ஆண்டு வரை பூரண அதிகாரம் வேண்டுமென்று சொல்லி ஒரு மசோதா *(Enabling Bill)* கொண்டு வந்தான். இந்தச் சமயத்தில் இவன் பேசிய பேச்சு சிறிது மிடுக்காவே இருந்தது. "அரசாங்கத்தோடு போராட்டமா அல்லது சமாதானமா என்பதை நீங்கள் இப்பொழுது நிர்ணயிக்க வேண்டும்" என்று இவன் கூறியதனின்று, இந்த மசோதா தோல்வியுற்றால் அரசாங்கம் என்ன செய்யும் என்பதை ஒருவாறு சூசிப்பித்தான். "நான் கேட்கும் இந்த நான்கு ஆண்டு காலத்திற்குள், என் கடமையைச் செய்யாது தவறி விட்டேனாகில், ஜெர்மனிய சமூகமானது என்னைத் தூக்கிலிடட்டும் " என்று கர்ச்சித்தான்.

> "ஜெர்மனி வேறொன்றையும் விரும்பவில்லை. சம உரிமையோடு வாழவும், சம சுதந்திரத்தைப் பெறவுமே விழைகிறது. நாஜி அரசாங்கமானது, ஜெர்மனியர்களிடையே சுதந்திர வேட்கையை உண்டு பண்ணும். தேசிய கௌரவம், ராணுவத்தின் தன்மதிப்பு, சுதந்திர லட்சியம் ஆகிய மூன்றும், தெய்வீகத் தன்மை பொருந்தியவை என்பதை மீண்டும் ஜெர்மானியர்கள் உணர வேண்டும். வெளியுலகத்தோடு சமாதானமாக வாழவே ஜெர்மானிய சமூகம் விருப்பங் கொள்கிறது. இதனாலேயே, உலகத்திலுள்ள சமூகங்களை இரண்டு கூறாக (வெற்றியடைந்தவர் என்றும் தோல்வியுற்றவர் என்றும்) பிரித்திருப்பதை விலக்க இந்த அரசாங்கம் எல்லா முயற்சிகளையும் செய்யும்".

'ரய்ஹ்ஸ்டாக்' சபை, ஹிட்லர் அரசாங்கத்தோடு சமாதானமாக வாழவே தீர்மானித்தது. சர்வாதிகார மசோதாவுக்குச் சாதகமாக 441 பேரும் பாதகமாக 94 பேரும்

வாக்களித்தனர். மசோதா நிறைவேறியது. ஹிட்லர், நான்கு ஆண்டிற்கு, சர்வாதிகாரமும் பெற்ற பிரதம மந்திரியானான்.

ஜெர்மனியின் மூன்றாவது ஏகாதிபத்தியம் பிறந்தது!

நிக்கர் போகர் என்ற ஒரு பிரபல பத்திரிகா நிருபன், ஒரு சமயம், நாஜி கட்சியைச் சேர்ந்த ஒரு தலைவனைப் பார்த்து "நாஜிகளாகிய நீங்கள் அதிகாரம் பெற்றால் என்ன செய்வீர்கள்?" என்று கேட்டான். "அதனை வைத்துக் காப்பாற்றுவோம்" என்று சுருக்கமாகப் பதில் கூறினான் அந்தத் தலைவன். இது, நாஜி கட்சியினருடைய மனோபாவத்தை நன்கு வெளிப்படுத்துகிறது. படிப்பது சுலபம்; அதன்படி நடப்பது கடினம். பணம் சம்பாதிப்பது எளிது; அதைச் செலவழிப்பது ஒரு வித்தை. அதிகாரத்தை லகுவில் அடைந்து விடலாம்; அதை எல்லாருக்கும் பயன்படு முறையில் வைத்துக் காப்பாற்றுவது கஷ்டம். இதிலேயே ஓர் இயக்கத்தின் வெற்றியிருக்கிறது. இதை நாஜிகள் உணர்ந்திருந்தார்கள். ஹிட்லர், சட்ட பூர்வமாக அதிகாரம் பெற்றுக்கொண்டதும் நிர்வாக யந்திரத்தை ஒழுங்கு படுத்த ஆரம்பித்தான். இதன் மூலமாக, ஜெர்மானிய சமூகத்தின் வாழ்க்கையையும் பரிசுத்தப்படுத்த முயன்றான். தினந்தோறும், புதிய புதிய சட்டங்கள் பிறந்த வண்ணமாகவும், சுற்றறிக்கைகள் பறந்த வண்ணமாகவும் இருந்தன.

நாஜி கொள்கைகளை மக்களிடையே பரப்பும் நோக்கத்துடன் புதிய ஸ்தாபனம் ஒன்று சிருஷ்டிக்கப்பட்டது. இதற்கு டாக்டர் கெப்பல்ஸ் மந்திரியாக நியமிக்கப்பெற்றான். இவனுக்குப் பிரசாரமந்திரி என்று பெயர். இவன் நியமனம் பெற்ற சில நாட்களுக்குள், பொதுமக்கள் அபிப்பிராயத்தை நாஜி கட்சிக்குச் சார்பாகத் திரட்டி உருவகப்படுத்தினான். "தேசத்திலே பொது மக்கள் அபிப்பிராயம் என்பது ஒன்று தான் இருக்கவேண்டும்" என்று இவன் கூறினான். இதன் கருத்தென்ன? வேறு கட்சியினருடைய அபிப்பிராயங்களே தேசத்தில் நிலவக்கூடாதென்பதுதான். ஆனால் இதற்காக தேச மகாமக்கள் அனைவரும் ஆட்டுமந்தைபோல் ஒரு தலைவனைப் பின்பற்ற வேண்டுமா? அப்படி செய்வது, மனிதனுடைய சுய அறிவை நசுக்கினதாகவன்றோ முடியும்? இத்தகைய ஆட்சேபங்களை எதிர்க் கட்சியினர் கிளப்பாமலில்லை. ஆனால் நாஜி தலைவர்களுடைய நோக்கம் அதுவன்று. 1933ஆம் ஆண்டு மே மாதம் 7ந் தேதி நடைபெற்ற ஒரு பொதுக்கூட்டத்தில் டாக்டர் கெப்பல்ஸ் பின்வருமாறு கூறினான்:

“நாஜி கட்சியின் லட்சியமென்ன? பரிபூர்ண ராஜ்யம். மக்கள், கட்சி, அரசாங்கம் ஆகிய அனைத்தும் இந்த மூன்றாவது ஏகாதிபத்தியத்திலே ஒன்றுபட்டு விட வேண்டும். அதுவரை, நாஜி கட்சியின் புரட்சி அம்சம் இயங்கிக் கொண்டு தானிருக்கும்.”

தளபதி கேரிங் இந்த லட்சியத்தையே பின்வருமாறு விளக்கப்படுத்துகிறான்:-

“நாஜி ராஜ்யத்தில், பார்லிமெண்டரி பிரிவினைகள் இராது. ‘பெரும்பான்மை’ என்ற எண்ணமே இராது. நாஜி ராஜ்யத்திற்கு, மேலேயிருந்து கீழே செல்கிற ஒரே ஓர் அதிகாரந்தான் தெரியும். கீழிருந்து மேலே போகிற ஒரே ஒரு பொறுப்புத்தான் தெரியும்.”

நாஜி ராஜ்யமானது ஒற்றுமைப்பட்ட ஒரு ஸ்தாபனமாக இருக்க வேண்டுமென்பதே ஹிட்லரின் லட்சியம், இந்தத் தேசீய ஸ்தாபனத்தில், ஆள்வோருக்கு ஆளப்படுவோர் கீழ்ப்படிவோராக இருக்கமாட்டார்கள். இருசாராரும் பரஸ்பர ஒத்துழைப்பிலேயே வாழ வேண்டும்; பொறுப்பையும் உணர வேண்டும். தேசத்தின் ஒவ்வொரு பிரஜையும் சமூக நலத்திற்காகத் தன்னலத்தைப் பயன்படுத்த வேண்டும். இதை ஹிட்லர் ஒரு சம்பாஷணையில் தெளிவுபடுத்துகிறான்:-

“மக்கள் எனக்குக் கீழ்ப்படிய வேண்டுமென்று நான் கோருவதாகச் சொல்லுகிறார்கள். அது தவறு. நான் மக்களுடைய ஒத்துழைப்பையே வேண்டுகிறேன். அப்படி நான் கேட்பது அரசியல் தத்துவங்களுக்கு முரண்பட்டதென்று கூறுவோர், தங்கள் பொறுப்பைக் கழித்துக் கொள்வோராவர். என்னுடைய இயக்கம் ஜெர்மானியை ஒரு ஸ்தாபனமாகவே கருதுகிறது; சக்தி நிறைந்த ஒரு தேகமாக எண்ணுகிறது. இதிலே பொறுப்பின்மை இல்லை. மக்கள் சமூகத்தின் நன்மைக்காகவும் முன்னேற்றத்திற்காகவும் பொறுப்பில்லாத ஓர் இந்திரியக் கூடுகூட இதில் கிடையாது.”

அதாவது, ஆள்வோர், ஆளப்படுவோர் அனைவருடைய லட்சியமும் ஒன்றாயிருக்க வேண்டுமென்பதுதான்.

இந்த லட்சியத்திற்கு ஜெர்மானியர்களை அழைத்துச் செல்லும் பொருட்டு ‘ஒற்றுமைச் சட்டம்’ என்ற ஒரு சட்டம் நிறைவேற்றப்பட்டது. இதன் நோக்கம், நாட்டிலுள்ள எல்லா ஸ்தாபனங்களிலும் நாஜியத்தைப் புகுத்துவதேயாகும். சட்ட சபைகள், ஸ்தல ஸ்தாபனங்கள் முதலிய அரசாங்கத் தொடர்புள்ள ஸ்தாபனங்களிலும், வியாபார சங்கங்கள், தரும ஸ்தாபனங்கள், விளையாட்டுக் கழகங்கள் முதலிய பொது ஸ்தாபனங்களிலும் நாஜியத்தை ஆதரிப்பவர்களே

அங்கத்தினர்களாக இருக்க வேண்டுமென்பது இதன் கருத்து. இத்தகைய ஸ்தாபனங்களிலிருந்து தான் வேற்றுமைப்பட்ட கருத்துக்களும் சூழ்ச்சிகளும் தோன்றிக் கொண்டிருந்தன. அவையில்லாமலே செய்து விடுவதற்கு ஒரு முகமான அபிப்பிராயங் கொண்டவர்கள் மேற்படி ஸ்தாபனங்களைக் கைப்பற்றிக்கொண்டு விடுவது சிறந்த மார்க்கமல்லவா? நாளாவட்டத்தில் இந்த ஸ்தாபனங்கள், நாஜிகள் தலைமையில் வந்துவிட்டன. இவற்றில் அங்கத்தினர்களாயிருந்த யூதர்கள், பொதுவுடமைவாதிகள் முதலியோர், மெதுவாக விலக்கப்பட்டனர். பொதுவாகவே, நாஜிகள், தங்கள் கட்சிக் கொள்கைகளின் சிறப்பை வலியுறுத்தியும், மற்றக் கட்சிகளின் மீது துவேஷம் உண்டாகும்படியும் பிரசாரம் செய்து வந்தனர். இது கோரிய பலனைத் தந்தது.

1933ஆம் ஆண்டு மே மாதம் முதல் தேதி, உலகமெங்கும் தொழிலாளர் தினமாகக் கொண்டாடப் பெற்றது. பெர்லினிலும் சுமார் பத்து லட்சம் தொழிலாளர்கள் கூடியிருந்த ஒரு பொதுக் கூட்டத்தில் ஹிட்லர் பேசினான். ஆம்; பேசினான் என்று சொல்வதைத் தவிர வேறென்ன சொல்ல முடியும்? ஆனால் இந்தப் பேச்சின் மூலம், தொழிலாளர்களுக்கு தன்மதிப்பு என்ற ஜீவ சக்தியை உட்புகுத்தினான். இவன் செய்த சிறந்த பிரசங்கங்களுள் இஃதொன்று என்று அன்று கேட்டவர்கள் இன்றும் பேசிக் கொண்டிருக்கிறார்கள்.

இந்தக் கொண்டாட்டம் நாஜிகளின் கட்சி பலத்துக்கு ஓர் அளவு கோல் போலிருந்தது. எனவே அவர்களுக்குச் சிறிது துணிவு ஏற்பட்டது. நாட்டிலுள்ள எல்லாத் தொழிலாளர் சங்கங்களையும் கைப்பற்றிக் கொண்டார்கள். இந்தச் சங்கங்கள், சமூகவாதிகள், பொதுவுடமைக்காரர்கள் ஆகிய இவர்களுடைய ஆதிக்கத்தில் இதுகாறும் இருந்தன. இவற்றின் சொத்து, பணம் முதலியவை சட்ட ரீதியாகப் பறிமுதல் செய்யப் பெற்றன. சமூகவாதிகள் முதலியோருடைய செல்வாக்கு அடியோடு சீர் குலைந்தது. மற்றத் தொழிலாளர் சங்கங்கள், நாஜி நிர்வாகத்தை மௌனமாக ஏற்றுக் கொண்டன.

அரசாங்க நிர்வாகத்தில் பங்கு போட்டுக்கொண்டிருந்த தேசீயவாதிகளின் மீது பிறகு நாஜிகள் கவனம் செலுத்தினர். நாஜிகள், தொழிலாளர்களை உயர்வுபடுத்திப் பேசி அதன் மூலமாக சமூகவாதக் கொள்கையை, அரசாங்க நிர்வாகத்தில் புகுத்துவது தேசியவாதிகள் என்று சொல்லிக் கொண்ட முதலாளி வர்க்கத்துக்குப் பிடிக்கவில்லை. இது சம்பந்தமாகச்

சில்லரைத் தகராறுகள் நடைபெற்றன. கடைசியில் நாஜிகள் வெற்றி பெற்றார்கள். 'எஃகுத் தொப்பிப் படை'யினர் பலரும் நாஜி கட்சியின் 'சூறாவளிப் படை'யில் சேர்ந்து கொண்டனர். சேராதவர்கள், நிராயுத பாணிகளாக்கப்பட்டார்கள். மந்திரிப் பதவியை வகித்து வந்த தேசியவாதிகள் தங்களுடைய நிலைமை நாளுக்கு நாள் சங்கடமாகி வருவதைக் கண்டு தங்கள் பதவிகளினின்று விலகிக் கொண்டு விட்டனர். சிலர் விலக்கவும் பட்டனர். இன்னும் சிலர் நாஜி கட்சியில் சேர்ந்து கொண்டனர்.

இங்ஙனம் அரசியல் கட்சிகள் அனைத்தும் ஏறக்குறைய 'ஒற்றுமைச் சட்ட'த்திற்கு ஆட்பட்டு விட்டபோதிலும் பாதிரிமார்கள் மட்டும் எதிர்த்துப் போராடினார்கள். இந்த எதிர்ப்பையும் 1933ஆம் ஆண்டு ஜூலை மாதம் 22ந் தேதி போப்பரசருடன் செய்து கொண்ட சமரச ஒப்பந்தத்தின் மூலமாக ஹிட்லர் சமாளித்துக் கொண்டுவிட்டான்.

சுமார் முப்பதுக்கு மேலிருந்த எல்லாக் கட்சிகளையும் நாஜியத்திலே ஒன்றுபடுத்தி விட்ட பிறகு 1933ஆம் ஆண்டு ஜூலை மாதம் 2ந் தேதி, அரசாங்க அறிக்கையொன்று பிறந்தது. நாஜி இயக்கத்தின் புரட்சி அம்சம் முடிந்துவிட்டதென்றும், இனி அதன் நிர்வாக அம்சம் தொடங்குமென்றும் ஹிட்லர் அதில் விளக்கப்படுத்தியிருந்தான்.

அடிக்குறிப்புகள்

1. *Stahlhelm steel Helmet League ஐரோப்பிய யுத்தம் முடிந்த பிறகு, ஜெர்மனியிலுள்ள மாக்டேபுர்க் என்ற ஊரில், பிரான்ஸ் செல்டே என்பவன் "எஃகுத் தொப்பியினர் சங்கம்" என்ற ஒரு சங்கத்தை ஆரம்பித்தான். யுத்தத்தில் சேவை செய்தவர்களை ஒன்றுபடுத்தும் நோக்கத்துடனேயே இச்சங்கம் தோற்றுவிக்கப்பட்டது. முதலில், இச்சங்கத்தினர் எவ்வித அரசியல் கொள்கைகளையும் அஸ்திவாரமாகக் கொள்ளவில்லை. ஆனால், நாளாவட்டத்தில், இச்சங்கத்தினர் தேசீயக் கட்சியினரின் அரசியல் கொள்கைகளை ஆதரித்து வந்தனர். 1925ஆம் ஆண்டு நடைபெற்ற குடியரசு 'பிரசிடெண்ட்' தேர்தலில், இவர்கள் ஹிண்டென்புர்க்குக்குச் சாதகமாக வேலை செய்தார்கள். இவர்கள் தேகப்பயிற்சியையே முக்கியமாக வற்புறுத்தி வந்தனர். எனவே, இச்சங்க அங்கத்தினர், ஒரு பெரும் படையினராகப் பரிணமித்தனர். இளைஞர்களுக்கும், ராணுவப் பயிற்சி கொடுக்கும் பொருட்டு, 'இளைஞர் எஃகுத் தொப்பிச் சங்கம்' ஒன்றும் கண்டனர்.*

~

19. நாஜீயம்

ஓர் இயக்கமானது வளர்ந்து, பரவி, அழிந்துபடாத நிலையை அடைந்து விடுமானால், அதன் தத்துவத்தை, அடிப்படையான கொள்கைகளைத் தொகுப்பாக அவ்வியக்கத்தின் பெயராலேயோ, அதனைத் தோற்றுவித்தவர்களுடைய பெயராலேயோ அழைப்பது வழக்கம். இத்தலியில் முஸோலினியால் தொடங்கப்பெற்ற 'பாசிஸ்ட் கட்சி'யின் கொள்கைகளைத் திரட்டி 'பாசிஸம்' என்கிறார்கள். இந்தியாவில், காந்தியடிகள் தலைமையில் தோன்றியதும் அஹிம்சையை ஆதாரமாகக் கொண்டதுமான சத்தியாக்கிரக இயக்கத்தை - ஒத்துழையா தருமத்தை - 'காந்தீயம்' என்ற பெயரால் அழைக்கிறோம். அப்படியே, ஜெர்மனியில், ஹிட்லரை மூல புருஷனாகக் கொண்ட நாஜி இயக்கத்தின் கொள்கைகளை ஒன்றுபடுத்தி 'நாஜீயம்' என்று அழைத்தல் பொருந்துமல்லவா?

ஒருவன் எவ்வளவுக் கெவ்வளவு பிரபஞ்ச விஷயங்களில் அதிகமாக ஈடுபட்டு உழல்கிறானோ அவ்வளவுக் கவ்வளவு சீக்கிரத்தில் அவன் விரக்தியடைகிறான். அத்தகைய விரக்தியிலேயே, ஜெர்மனியில் நாஜி இயக்கம் தோன்றியது. யுத்தத்திற்குப் பிறகு, "ஜெர்மன் சமுதாயத்தை ஒரு தொகுதியாக எடுத்துக் கொண்டு பார்த்தோமானால், பொது வாழ்க்கையின் ஒவ்வோர் அம்சத்திலும் துன்பம், அடிமைத்தனம், அடக்குமுறை, போலித்தனம் முதலியவை நிறைந்திருந்தன. எல்லாரும் எல்லாரையும் எதிர்த்துப் போரிட்டு நிற்கும் குழப்பமான காட்சியே ஜெர்மனியில் காணப்பெற்றது." இதிலிருந்து ஜெர்மானிய சமுதாயத்தை விடுதலைப் பெறச் செய்வது நாஜீயத்தின் முதற் கடமையாக இருந்தது. ஆனால் இந்தக் கடமையை, நாஜிகள் தங்கள் லட்சியமாகக் கொண்டு விடவில்லை. குழப்பத்திலிருந்து புதிய வாழ்வைக் காண்பதும் அதனைக் காப்பாற்றுவதுமே இவர்கள் லட்சியமாக இருந்தது. சமுதாயம் அல்லது சமாஜம் என்பதற்கு, தனிப்பட்ட மனிதர்கள்

பலர் சேர்ந்த ஒரு தொகுதி என்று மட்டும் இவர்கள் பொருள் கொள்ளவில்லை. செங்கற்களை வரிசையாக அடுக்கி வைத்து விடுவதனால் வீடு முடிந்தது போலாகுமா? வீடு கட்டுவதற்குவேண்டிய பொருள்களைச் சேர்த்து, அவற்றை ஒழுங்காக அமைத்துப் பார்த்த பிறகன்றோ அது வீடாகக் காட்சி தரும். அதில் தானே வாசம் செய்ய முடியும்? ஜெர்மன் சமுதாயத்தையும் இத்தகைய ஒழுங்கான ஒரு வீடாக அமைக்க வேண்டுமென்பதே நாஜிகளின் லட்சியம். இதனால், அரசியல் சுதந்திரத்தை மட்டும் இவர்கள் லட்சியமாகக் கொள்ளவில்லை. ஜெர்மானியருடைய வாழ்க்கைத் தன்மையையே திருத்தியமைக்க விரும்பினார்கள்.

வாழ்க்கையானது இயற்கையோடு இயைந்ததாயிருக்க வேண்டும்; பொது நலத்திற்குப் பயன்படுவதாகவும் இருக்க வேண்டும். "காந்தியைப்போல் ஹிட்லரும் கைராட்டினம் சுற்றும் காலத்திற்குத் திரும்பிச் செல்ல விரும்புகிறான். ஏனென்றால் அவன் (ஹிட்லர்) பொருளாதாரத் துறையில் தேசீயவாதி மட்டுமல்ல; எளிய வாழ்க்கையில் நம்பிக்கையுமுடையவன். ஜெர்மனியில் உலவிவந்த அதிகப்படியான உலகியல் நாகரிகத்திற்கு எதிர்ப்பாகவே ஜெர்மானியப் புரட்சி உண்டாயிற்று" என்று வெர்னான் பார்ட்லெட் என்ற ஆங்கில அறிஞன் கூறியது முற்றிலும் பொருத்தமானதே.

நாஜி கட்சியின் வேலைத் திட்டங்கள் யாவும் 'தன்னலத்துக்கு முன்னே பொது நலம்' என்ற பீடத்தின் மீதே அமர்ந்திருக்கின்றன. மனிதன் எப்பொழுது வாழ்ந்தவனாகிறான்? மக்கள் சமுதாயத்திற்கு உபயோகமுள்ள போதுதான்: அந்தச் சமுதாய வரம்புக்குட்பட்டு சுறுசுறுப்புள்ள ஓர் அங்கத்தினனாயிருக்கும் போதுதான். அப்பொழுதே அவன், தேசத்தோடு ஒன்று பட்டவனாகிறான். அப்படிப்பட்ட மனித சக்திகளையெல்லாம் ஒன்று திரட்டி சமாஜ (சமுதாய) உதாரணத்திற்குப் பயன்படுத்தும் நோக்கத்துடனேயே நாஜி கட்சியின் திட்டங்கள் வகுக்கப்பட்டிருக்கின்றன. இதனாலேயே, நாஜீயத்தை, அரசியல், பொருளாதாரம், சமுதாயம், மதம் என்று தனித்தனியாகக் கூறுபடுத்திக் கூற முடியாது. ஒன்றுக்கொன்று நெருங்கிய சம்பந்தமுள்ளவையென்பதே நாஜிகளின் கருத்து. இவையனைத்தும் சேர்ந்தது தானே சமுதாய வாழ்க்கை.

சமுதாயத்தைச் சேர்ந்த ஒவ்வொரு பிரிவாரும், சமுதாய வளர்ச்சிக்கு அவசியமானவர்கள் என்பது நாஜிகள் நம்பிக்கை.

ஒரு பிரிவாருடைய நலனுக்காக மற்றப் பிரிவினரை அடக்கியாள்வதோ அல்லது புறக்கணிப்பதோ கூடாதல்லவா? மற்றும் ஒருவர் தாழ்ந்தவர் மற்றவர் உயர்ந்தவர் என்றோ, சிலர் முக்கியமானவர் பலர் முக்கியமற்றவர் என்றோ சொல்லி வகுப்புப் பிரிவுகளை அதிகப்படுத்திச் செல்வதனால் சமுதாயம் எப்படி அமையும்? அப்படி அமைந்தாலும் அதனை யார் மதிப்பார்கள்? கிராமங்களிலே நிலத்தைப் பண்படுத்திச் சாகுபடி செய்கிற விவசாயி, நகரத்திலுள்ள தொழிற்சாலையில் வேலை செய்யும் ஒரு தொழிலாளியைவிட எங்ஙனம் தாழ்ந்தவன்? ஒரு வியாபாரியைவிட அரசாங்க உத்தியோகஸ்தன் எப்படி உயர்ந்தவன்? அவரவரும் அவரவருடைய வேலைகளை ஒழுங்காகச் செய்து கொண்டு செல்வதிலே திருப்தி காண்பதோடு, சமுதாய அமைப்பில் தங்களுக்கும் எல்லாரையும் போல் கௌரவமான ஒரு ஸ்தானம் உண்டு என்பதை உணர வேண்டும். இதனையே ஹிட்லர், 1933ஆம் ஆண்டு மே மாதம் முதல் தேதி நிகழ்த்திய சொற்பொழிவில் வற்புறுத்துகிறான்:-

> "நமது நாட்டிலே லட்சக்கணக்கான மக்கள் தொழில் வாரியாகப் பிரிக்கப்பட்டிருக்கிறார்கள். இவர்கள் மூடத்தனமாகத் தங்கள் தங்கள் தொழிலையும் தொழில் அந்தஸ்தையும் பிடித்துக் கொண்டிருப்பதனால், பரஸ்பரம் ஒருவர்க்கொருவர் அறிந்து கொள்ள முடியாமல் போகிறது. இவர்கள் மீண்டும் ஒருவரையொருவர் சந்திக்க வேண்டும். தொழிலாளியிடம் சென்று அவன்தான் மதிப்புள்ளவனென்றோ, விவசாயியிடம் போய் அவன்தான் அவசியமானவனென்றோ தனித்தனியாக உயர்த்திக் கூறிச் செல்வதில் பயனில்லை. அப்படியே மூளையால் மட்டும் வேலை செய்யும் ஓர் அறிஞனிடம் சென்று சமூக நன்மைக்கு அவன் எவ்வளவு முக்கியமானவன் என்று புனைந்துரைப்பதிலும் பிரயோஜனமில்லை. நாம் செய்ய வேண்டியதென்னவென்றால், ஒரு தொழில் வகுப்பாரிடம் சென்று, மற்றத் தொழில் வகுப்பாரின் அவசியத்தைக் கூற வேண்டும். இதற்காக, (நாஜிகளாகிய) நாங்கள் நகரங்கள் தோறும் சென்று, ஜெர்மன் விவசாயிகளின் நிலைமையையும் அவர்களின் அவசியத்தையும் எடுத்துச் சொல்லப் போகிறோம். நாட்டுப் புறங்களுக்கும், நமது அறிஞர்களிடமும் சென்று ஜெர்மன் தொழிலாளியின் முக்கியத்துவத்தை எடுத்துக் கூறப் போகிறோம். தொழிலாளிகளிடமும் விவசாயிகளிடமும் சென்று மூளை வேலை செய்வோர்கள் ஜெர்மானிய வாழ்க்கைக்கு இன்றியமையாதவர்களென்பதையும் அனைவரும், ஒரு தேகத்திலுள்ள பல அங்கங்கள் போல்வார் என்பதையும் எடுத்துச்

சொல்லுவோம். மூளை வேலை செய்வோர், தொழிலாளர், விவசாயிகள் ஆகிய மூவரும் (ஒரு சமூகத்தின்) அறிவு, ஆன்மா, தேகம் போன்றவர்கள். கை நோக வேலை செய்தலின் முக்கியத்துவத்தை நம்மில் லட்சக்கணக்கான பேர் உணரவில்லை. மெய் வருந்தி உழைத்துப் பிழைத்தல் இழிவானதல்ல; கௌரவக்குறைவல்ல. அதற்கு மாறாக எவனொருவன் தனக்கிட்ட வேலையை உண்மையாகவும் மனப்பூர்வமாகவும் செய்கிறானோ அவனுக்கு அதனால் அதிக கௌரவமே உண்டாகிறது. 'தொழில் தொண்டர் படை' யொன்றை நிறுவி, அதன் மூலமாக இந்த உண்மையை ஜெர்மானிய சமுதாயத்திற்கு எடுத்துக்காட்ட விரும்புகிறோம். ஒவ்வொரு ஜெர்மானியனும் - அவன் பணக்காரனாயிருக்கலாம், அல்லது ஏழையாயிருக்கலாம், அன்றி ஓர் உத்தியோகஸ்தனுடைய மகனாயிருக்கலாம், மற்றும் தொழிற்சாலையிலே வேலைசெய்யும் தொழிலாளியாக இருக்கலாம் - அவனுடைய வாழ்நாளிலே ஒருமுறை கைப்பாடுபடும் தொழிலாளியாக இருக்க வேண்டும். அப்பொழுதுதான் அவனுக்குக் 'கையினால் வேலை செய்வது' என்றால் என்னவென்பது தெரியும். பிறகே, அவன், மற்றவரை அதிகாரம் செய்து வேலை வாங்க முடியும். ஏனென்றால், பிறருக்குக் கீழ்ப் படிந்து நடக்க அவன் கற்றுக் கொண்டு விட்டானல்லவா?"

எல்லா வகுப்பினரையும் சம அந்தஸ்தில் ஒன்றுபடுத்தி, அனைவரையும் ஜெர்மானியராக உணரும்படி செய்வதுதான் இவன் எண்ணம். இத்தகைய வகுப்பு வேற்றுமைகளை ஒழிக்க வேண்டுமென்ற நோக்கத்துடனேயே, ஹிட்லர், கட்டாய கை வேலை ஸ்தாபனங்களை நாடெங்கணும் ஏற்படுத்தியிருக்கிறான். இதனைப் பற்றிப் பின்னர்ப் பேசுவோம்.

நாஜி கட்சி ஸ்தாபனங்களில் எவரும் எவ்வித வகுப்பு வேற்றுமையோ, உயர்வு தாழ்வோ பாராட்டுவதில்லை. உலகியல் பொருள்களின் அளவைக் கொண்டு மனிதர்களைத் தரவாரியாகப் பிரித்துக் காட்டுவதை நாஜிகள் வெறுக்கிறார்கள். நூற்றுக்கணக்காகச் சம்பளம் பெறும் உத்தியோகஸ்தனும், தினக்கூலி பெறும் ஒரு தொழிலாளியும் சமூக அந்தஸ்தில் ஒன்றுதான். கட்சி ஸ்தாபனங்களைப் பொறுத்தமட்டில், அனைவரும் ஒருவரையொருவர் 'கட்சித்தோழனே' என்று தான் அழைக்க வேண்டும். தேசத்தின் பொது நன்மைக்காகப் பாடுபடுகிற அளவில் எவ்வித வேற்றுமையுமில்லை. "ஒருவனை, மனிதனாக்குவது அவனுடைய பட்டமோ, பதவியோ அல்ல. அவனுடைய செயல்களே" என்பது ஒரு நாஜி வாக்கியம்.

ஐரோப்பிய யுத்தத்திற்குப் பிறகு ஜெர்மனியில் பணக்காரர் மீது வெறுப்பு ஏற்பட்டது. இந்த வெறுப்பையே சமூகத்தில் சம அந்தஸ்தை உண்டு பண்ணுவதற்குச் சாதகமாக நாஜிகள் உபயோகப்படுத்திக் கொண்டார்கள். தற்போதைய ஜெர்மனியில் மாதம் இரண்டாயிரம் அல்லது மூவாயிரம் ரூபாய் வருவாயுள்ள பணக்காரர்கள் ஒரு சிலரே இருக்கின்றனர். நாஜீயம் தலையெடுத்த பிறகு, இருந்த இடத்தில் இருந்து கொண்டே பணத்தைப் புரட்டிப் பணக்காரர்களாவதற்குரிய வழிகள், சட்டபூர்வமாக அடைக்கப்பட்டுவிட்டன. 'சோம்பேறிப் பணக்காரர்கள்' ஜெர்மனியில் தற்போது வேண்டப்படுகிறார்களில்லை.

ஒருவன் பெறும் சம்பளம் அவனுடைய தேவையின் அளவினதாக இருக்கவேண்டும் என்பது நாஜிகள் கொள்கை. இந்தக் கொள்கையை அரசாங்கம் சம்பந்தப்பட்ட ஸ்தாபனங்களில் அநுஷ்டானத்திற்குக் கொண்டு வந்திருக்கிறார்கள். ஆனால் வியாபாரம், கைத்தொழில் முதலிய துறைகளில் அவரவருடைய முயற்சி உழைப்பு, அறிவுப்பிரயோகம் இவற்றிற்குத் தகுந்தாற்போல் ஊதியம் கிடைக்க வேண்டுமென்பதையும் வலியுறுத்துகிறார்கள். எப்படியிருந்த போதிலும், எவருக்கும் பயன்படாத வகையில் பொருளைச் சேமித்து வைத்தல் ஜெர்மன் மூன்றாவது ஏகாதிபத்தியத்தில் இயலாத காரியம். இது சம்பந்தமாக நாஜி கட்சியின் பொருளாதார திட்டத்தின் பின்வரும் விதிகள் கவனிக்கற்பாலன:-

"வாழ்க்கையின் தேவைகள் மக்களுக்குக் கிடைக்குமாறு திட்டம் செய்தல் அரசாங்கத்தின் கடமை; போட்ட முதலுக்கு அதிகப்படியான வட்டி சம்பாதிப்பதல்ல.

தனிப்பட்டவர்களுடைய சொத்துரிமையை நாஜீயம் அங்கீகரிக்கிறது. அதற்கு அரசாங்கத்தின் பாதுகாப்பையும் அளிக்கிறது.

ஆனால், தேசீய நன்மையை முன்னிட்டு, தனிப்பட்டவர்கள், எவ்வளவு வரை பணஞ்சேர்க்கலாமென்பதற்கு ஒரு வரம்பு கட்ட வேண்டுமென்றும் கோருகிறது"

★ ★ ★

"தேசத்தின் பணமானது தேச நன்மைக்காகவே உபயோகப்படுத்தப்பெற வேண்டும். பணக்காரர்கள் ஒன்று சேர்ந்து, ராஜ்யத்திற்குள் ஒரு ராஜ்யமாகத் தங்களை வகுத்துக் கொள்ளக் கூடாது."

நாஜீயம், மத விஷயங்களில், ஆஸ்திகத்தை அடிப்படையாகக் கொண்டது. போப் ஆண்டவனுடன் செய்துகொண்ட உடன்படிக்கையினின்றுமே இது விளங்கும். ஆனால் மதமோ, அதன் துணைகொண்டு நிற்கும் கோயில் முதலியவைகளோ, சமுதாய வாழ்க்கையோடு இணைந்ததாய், அதனைத் தூய்மைப்படுத்துவதாய் இருக்கவேண்டும். யாரும், அவரவர் மனச்சாட்சிப்படி மதக் கோட்பாடுகளை அனுசரிக்கலாம். கிறிஸ்தவ மதத்திற்கு விசேஷ பாதுகாப்பு அளிக்கப்பெறும்.

மதமானது, குறிப்பிட்ட சில சடங்குகளாகவோ, தளைப்படுத்தப் பெற்ற சில நியமங்களாகவோ இறுகிவிடுவதை நாஜிகள் வெறுக்கிறார்கள். மதமானது, உயிருள்ளது; வாழ்க்கையோடு இயைந்து நிற்பது; மனிதனை தெய்வ நிலைக்கு அழைத்துச் செல்வது. இவற்றை நாஜிகள் உணர்ந்திருக்கிறார்கள்.

நாஜிகள் கருத்துப்படி, நாஜீயமானது ஓர் உலக தத்துவம். மனித சமூகத்திலுள்ள ஏற்றத் தாழ்வுகளைச் சமப்படுத்தும் கருவி. இதற்குத் துணையாயிருக்கிற வகையிலேயே இவர்கள் அரசியல் அதிகாரத்தை உபயோகிக்கிறார்கள்.

ஹிட்லருடைய அசாதாரணமான பேச்சுத் திறமையினாலே மட்டும் நாஜி கட்சி வலுத்தது என்று சொல்ல முடியாது. கட்சியை ஒரு ஸ்தாபனமாக உருவகப்படுத்தி அதன் கண் ஒழுங்கைப் புகுத்தி ஓடும் இயந்திரமாகச் செய்யும் திறமையும் இவனிடம் இருந்தது. 'தேசிய சமூகவாதக் கட்சி'யில் இவன் அங்கத்தினனாகச் சேர்ந்த பிறகு, கட்சிப் பிரசாரத்தின் பொறுப்பு இவனிடம் ஒப்புவிக்கப்பட்டதல்லவா? அப்பொழுது முதலே இவன் நாடெங்கணும் கிளை ஸ்தாபனங்களை நிறுவினான்.

இந்த ஸ்தாபனங்கள், ஊருக்கொன்று என்கிற மாதிரி அமைக்கப்படவில்லை. அங்கத்தினர்களின் தொகையைப் பொறுத்தே இவை ஸ்தாபிக்கப்பட்டன. பத்து அல்லது பதினைந்து அங்கத்தினர்கள் கொண்டது ஒரு பகுதி(பிளாக்). இந்தப் பகுதிகள் பல சேர்ந்தது ஒரு கூடு (லெஸ்) பத்து அல்லது பதினைந்து கூடுகள் கூடியது ஒரு ஸ்தலத் தொகுதி (லோகல் க்ரூப்). இங்ஙனம் ஒரு ஜில்லாவில் சராசரி பதினைந்து ஸ்தலத் தொகுதிகள் இருந்தன. இந்தப் பகுதி, கூடு, ஸ்தலத்தொகுதி, ஜில்லா ஆகிய ஒவ்வொன்றுக்கும் தனித்தனி தலைவர்கள் உண்டு. இவர்களுக்குச் சர்வாதிகாரங்களும் கொடுக்கப் பெற்றிருந்தன. இந்தத் தலைவர்கள், தங்கள் அதிகார எல்லைக்குள் நடைபெறும் காரியங்களுக்குப்

பூரணப் பொறுப்பை ஏற்றுக் கொண்டார்களேயாயினும், கட்சியைச் சேர்ந்த முக்கியமானவர்களைக் கலந்தாலோசித்தே காரியங்களைச் செய்தார்கள். கட்சியில் அங்கத்தினர்களாகச் சேர்வோர், சந்தா செலுத்துவதோடு சும்மாயிருக்க முடியாது. ஏதேனும் வேலை செய்ய வேண்டும். தாங்கள் செய்த வேலையை வாரந்தோறும் தலைவனிடம் தெரிவிக்கவேண்டும். தவிர, கட்சி சம்பந்தமாக நடைபெறும் எல்லாக் காரியங்களிலும் இவர்கள் கலந்து கொள்ள வேண்டும். தலைவர்களுடைய கட்டளைகளுக்குக் கீழ்ப்படிந்து நடக்க வேண்டும்.

ஜில்லா அதிகாரிகளின் நிர்வாகத்தில், ஒவ்வொரு தொழிற்சாலையிலும், நாஜி கட்சியைச் சேர்ந்த தொழிலாளர்கள் சேர்ந்து நடத்தி வந்த 'தொழிற்சாலை கூடு'கள் (பாக்டரி ஸெல்) இணைக்கப்பட்டிருந்தன. மற்றும், நாஜி ஸ்திரீ சங்கங்களும் இந்த ஜில்லா அதிகாரியின் மேற்பார்வையிலேயே இருந்தன. இங்ஙனம் பல ஜில்லாக்கள் சேர்ந்தது ஒரு மாகாணம். பல மாகாணங்களுக்கும் தலைமை ஸ்தானம் ம்யூனிக்கில் இருந்தது. நாட்டின் பல பாகங்களிலும் நாஜி கொள்கையை ஆதரித்துத் தனித்தனியாகத் தோன்றிய மாணாக்கர்கள் சங்கம், ஆசிரியர் சங்கம், போர் வீரர் சங்கம் முதலியன, ம்யூனிக் தலைமைக் காரியாலயத்தின் நிர்வாகத்திலேயே இருந்தன. தலைமைக் காரியாலயமானது பல இலாகாக்களாகப் பிரிக்கப்பட்டு, ஒவ்வோர் இலாகாவும் ஒவ்வொரு நிபுணனுடைய மேற்பார்வையில் இருந்தது. இவையனைத்திற்கும் மேலே ஹிட்லர் வீற்றிருந்தான். அயர்லாந்தில், ஷின்பீன் கட்சியினர், எங்ஙனம், போட்டி அரசாங்கம் ஏற்படுத்தி நடத்தினரோ அதைப் போலவே, ஹிட்லரும், நாஜி கட்சியை அமைத்தான். ஷின்பீனர்களை இவன் பின்பற்றினான் என்று கூற எவ்வித ஆதாரமில்லையானாலும், இவன் கட்சி அமைப்பானது, சமயம் வந்ததும் அரசாங்க நிர்வாகத்தை ஏற்றுக் கொள்ளக்கூடிய விதமாக இருந்தது. நாஜி கட்சியினர் வசம் அரசாங்க நிர்வாகம் ஒப்புவிக்கப் படுமானால் அப்பொழுது, என்னென்ன விதமான சட்டதிட்டங்களை அமுலுக்குக் கொண்டு வரவேண்டுமென்பதை, நாஜி கட்சித் தலைவர்கள், பல ஆண்டுகளுக்கு முன்னாடியே தயாரித்து வைத்திருந்தனர்.

நாஜி கட்சியைச் சேர்ந்த தொண்டர் படையானது 'சூறாவளிப்படை'யென்றும் 'காப்பாளர் படை' என்றும் இரு பிரிவாகப் பிரிக்கப்பட்டிருந்தது. 'சூறாவளிப்படை'யிலிருந்து பொறுக்கியெடுக்கப்பட்ட ஒரு சிலரே, காப்பாளர் படையில்

சேர்த்துக் கொள்ளப்பட்டனர். இவர்கள் ஒழுக்கம், வீரம், நம்பிக்கை ஆகிய இவற்றில் தலை சிறந்தவர்கள். இந்த இருவித படையினரும் சேர்ந்துதான், நாஜி கட்சியை வளர்த்தனர் என்று சொல்ல வேண்டும். வேலையில்லாத இளைஞர்களுக்கு, இந்தப் படைகள் அடைக்கல ஸ்தானமாக இருந்தன. இங்கே வந்து சேர்ந்த பிறகு இவர்கள் ஒழுங்கான பயிற்சி கொடுக்கப் பெற்றார்கள். தேசத்திற்காக உழைப்பது கௌரவம் என்ற உணர்ச்சி இவர்களுக்கு ஊட்டப்பெற்றது. தொண்டர் படைகளில் சேரும் எவருக்கும் எவ்வித சம்பளமும் கிடையாது. இவர்களுடைய உடுப்புக்களை இவர்களே வாங்கிக் கொள்ள வேண்டும். சந்தாத் தொகையில் பாதி செலுத்த வேண்டும். வேலையில்லாத தொண்டர்களுக்கு மட்டும் சாப்பாட்டுச் செலவு கொடுக்கப்பட்டது. ஆனால் அதற்குப் பதிலாக இவர்களிடமிருந்து கடினமான வேலை வாங்கப்பட்டது. கடமையை உணர்ந்த ஜெர்மானியப் பிரஜைகளாக இவர்கள் பழக்கப்பட்டார்கள். 1933ஆம் ஆண்டு ஆரம்பத்தில் நாஜி கட்சியைச் சேர்ந்த தொண்டர் படைகளில் மொத்தம் எட்டு லட்சம் பேர் இருந்தனர்.

இவ்வளவு பெரிய கட்சியை நடத்திச் செல்வதற்குப் பணம் வேண்டுமே. அஃது எங்கிருந்து கிடைத்தது? இதைப்பற்றி முரண்பட்ட தகவல்கள் பல சொல்லப்படுகின்றன. இவற்றில் எதனையும் நம்புவதற்கில்லை. ஆனால் விஷயங்களை மட்டும் நிச்சயமாகக் கூறலாம். கட்சியின் ஆரம்பத்திலிருந்து 1923ஆம் ஆண்டு நவம்பர் மாதப்புரட்சி வரை, பவேரியாவிலுள்ள தொழிற்சாலை முதலாளிகள் சிலர், இந்தக் கட்சி நிதிக்குப் பணம் கொடுத்து வந்தார்கள். தேசீயத்தையோ, சமூகவாதத்தையோ ஆதரித்து இவர்கள் பணம் கொடுக்கவில்லை. தொழிலாளர்களிடையே, மார்க்ஸீயம் என்கிற பொதுவுடமைக் கொள்கையானது பரவாமலிருக்கும் பொருட்டு, நாஜி கட்சியினருக்குப் பணம் கொடுத்தார்கள். ஏனென்றால், நாஜி கட்சியினர், மார்க்ஸீயத்தை எதிர்த்துப் போராடி வந்தார்களல்லவா? நவம்பர் புரட்சிக்குப் பிறகு, 1929ஆம் ஆண்டு வரை, இக்கட்சிக்கு வெளியார் எவரும் பெருந்தொகைகள் கொடுத்து உதவியாகத் தெரியவில்லை. கட்சியின் கஷ்டமான காலம் இந்த ஐந்து ஆறு ஆண்டுகள் தான். ஆனால் இந்தக் காலத்தில், கட்சிக்கு அங்கத்தினர்கள் அதிகமாகச் சேர்ந்தார்கள். இவர்கள் மூலமாக அதிகமான சந்தா வசூலாயிற்று மற்றும் கட்சியில் அங்கத்தினராகச் சேராமலே,

கட்சி நிதிக்குப் பெருந்தொகையாக ஏதேனும் பணம் உதவ மனங்கொண்டவர்களை 'போஷகர்'களாகச் சேர்த்தார்கள். தவிர, அவ்வப்பொழுது, விசேஷ நன்கொடைகளும் வசூலிக்கப்பட்டன. கட்சி பேதமின்றி, யார் பணம் கொடுத்த போதிலும், அதனைப் பெற்றுக் கொள்ள, நாஜிகள் பின்வாங்கவில்லை. யூதர்கள் பலர், இக்கட்சிக்குப் பணம் உதவியிருக்கிறார்கள் என்பது இங்குக் குறிப்பிடத்தக்கது. தேர்தல் காலங்களில், நாஜி தொண்டர்கள் உண்டிப் பெட்டிகளை வைத்துக் கொண்டு, வீடுகள்தோறும் சென்றும், தெரு முனைகள் தோறும் நின்றும் பணம் சேகரித்தார்கள். சில பொதுக்கூட்டங்களுக்கு - சிறப்பாக ஹிட்லர் பேசும் கூட்டங்களுக்கு - கட்டணம் விதித்தார்கள். இங்ஙனம், பலவகையாகவும் பணம் சேகரித்து கட்சி யந்திரத்தைத் திறமையாக ஓட்டி வந்தார்கள். 1929ஆம் ஆண்டிற்குப் பிறகு, நாஜி கட்சியானது, செல்வாக்குள்ள ஓர் அரசியல் கட்சியாகத் தலை தூக்கிய காலத்தில் சில முதலாளிகள், தங்கள் கருணைக் கண்களை இதன் மீது செலுத்தினார்கள். இப்பொழுதில்லாவிட்டாலும் இன்னும் சில வருஷங்களுக்குப் பிறகாவது, நாஜி கட்சி, அதிகார நிர்வாகத்தை ஏற்றுக்கொள்ளும் என்பதை இவர்கள் ஊகித்துக்கொண்டு விட்டார்கள். அப்பொழுது, தங்கள் உரிமைகள் பாதுகாக்கப்பட வேண்டுமென்பதற்குக் காணிக்கையாக இவர்கள் கட்சி நிதிக்கு முன்பணம் செலுத்தினார்களோ என்னவோ தெரியாது. எப்படியும், ரூர் முதலிய பிரதேசங்களிலிருந்த நிலக்கரிச்சுரங்க முதலாளிகள் நாஜி கட்சிக்குப் பணம் உதவி வந்தார்கள். வான் பாபன், ஹ்யூகன்பெர்க் முதலாயினோர், இந்த முதலாளி வர்க்கத்தின் செல்லப் பிள்ளைகள். இதனாலேயே, இருவரும், சிறிது காலம் மந்திரிகளாக இருப்பதற்கு நாஜிகள் துணை செய்தார்கள் என்று சொல்லப்படுகிறது.

~

20. ஆரியரும் யூதரும்

நாஜி இயக்கத்தின் மீது உலகத்தாரின் கவனத்தைத் திருப்பியது ஆரியர் - யூதர் பிரச்சனையேயாகும். தற்போதைய நாஜி ஜெர்மனியில், ஆக்க வேலைக்கு அறிகுறியாக ஆரியரையும், அழிவு வேலைக்கு அறிகுறியாக யூதரையும் சுட்டிக்காட்டுவது சர்வ சாதாரணமாயிருக்கிறது. நாஜி கட்சியின் அடிப்படையான திட்டங்கள் யாவும் இந்த ஆரிய ஜாதியின் உயர்வு என்ற ஒரு முனையிலேயே வந்து கூடுகின்றன. பிற ஜாதிகளின் கலப்பின்றி, ஆரிய ஜாதியைத் தூய்மைப்படுத்தி வளர்ப்பது நாஜி தருமங்களில் ஒன்று.

ஆரியர்கள், மத்திய ஆசியாவிலிருந்து கிளம்பி வடக்கும் தெற்குமாகச் சென்று பரவினார்களா, அல்லது, வட துருவத்திலிருந்து புறப்பட்டு, தெற்கு திசையில் குடியேறினார்களாவென்பதைப் பற்றிய ஆராய்ச்சி இப்பொழுது தேவையில்லை. இவர்கள் தோன்றிய காலமென்ன வென்ற பிரச்சனையை, மானிடவர்க்க ஆராய்ச்சி நிபுணர்களுக்கு விட்டு விடுவோம். சரித்திரக்காரர்கள், மானிட சமூகத்தைக் கறுப்பு நிறத்தவர் என்றும், மஞ்சள் நிறத்தவர் என்றும், வெண்மை நிறத்தவர் என்றும் மூன்று பகுதியினராகப் பிரித்திருக்கிறார்கள். ஐரோப்பா கண்டத்திலும், ஆசியாவின் தென்மேற்குப் பிரதேசங்கள் சிலவற்றிலும் குடியேறியுள்ளவர்கள். வெண்மை நிறத்தவர்களாகக் கருதப்படுகிறார்கள். இவர்களே ஆரியர்கள் என்பது சரித்திரக்காரர் துணிபு. இதற்காதாரமாக, இவர்கள் பேசும் பாஷைகளில் ஒருவித ஒற்றுமை ஊடுருவிச் செல்வதை மொழிவல்லுநரும் எடுத்துக் காட்டுகின்றார்.

இவையெல்லாம் எப்படி இருந்த போதிலும் உலகத்திலே நாகரிகத்தைப் பரப்பியவர்கள் ஆரியர்களேயென்றும், அந்தப் பொறுப்பை இனியும் தொடர்ந்து நிறைவேற்றுவதற்கு, அவர்கள், தங்கள் தூய்மையைக் காப்பாற்றிக் கொள்ள வேண்டு மென்றும் ஹிட்லர் உறுதியாக நம்புகிறான். கலப்பற்ற, பரிசுத்தமான ஆரிய

ஜாதியாகிற அஸ்திவாரத்தின் மீது, ஜெர்மனிய சமுதாயமாகிற கட்டிடத்தை நிர்மாணம் செய்வதே நாஜீயத்தின் லட்சியம்.

> "நாகரிகத்தைத் தோற்றுவித்தவர்கள், நாகரிகத்தைப் பரப்பியவர்கள், நாகரிகத்தை அழித்தவர்கள் என்று மூன்று வகையாக மனித சமூகத்தைப் பிரிக்கலாம். ஆரியர்களை மட்டுமே முதல் பிரிவில் சேர்க்க வேண்டும். மனித சிருஷ்டியின் அஸ்திவாரங்களும், சுவர்களும் இவர்களிடத்திலிருந்தே உண்டாயின. மனித சமூகத்தின் முன்னேற்றத்திற்குரிய எல்லாத் திட்டங்களையும் இவர்களே தயாரித்தார்கள்." – சுய சரிதம்.

ஐரோப்பாவில் வசிக்கும் ட்யூடானிய சமூகத்தினரே, ஆரிய ஜாதியின் நேரான வாரிசுதாரர்களென்றும் அந்த ட்யூடானிய சமூகத்தின் பிரதிநிதிகள் என்ற முறையில் ஜெர்மானியர்கள், இந்த ஜாதி புனருத்தாரண வேலையில்ஈடுபட்டிருப்பதாகவும் இவன் கூறுகிறான்.

ஆரிய ஜாதியின் தூய தன்மையைக் காப்பாற்றி அதனை மேலுறச் செய்ய வேண்டுமென்பதற்கு அறிகுறியாகவே, நாஜி கட்சியின் கொடியில் ஸ்வஸ்திகைச் சின்னம் சேர்க்கப்பட்டது. இந்த ஸ்வஸ்திகை, பூர்விக ஆரியர்களுடைய மதச்சின்னமாக உபயோகிக்கப் பெற்று வந்தது. உலகத்திலுள்ள எல்லாப் புராதன மதத்தினரும் இதனை உபயோகித்து வந்திருப்பதாக அறிஞர் கூறுகின்றனர். பௌத்தர்களும், ஜைனர்களும், கிறிஸ்தவர்களும், பலகாலங்களில் இந்த ஸ்வஸ்திகைக்கு மரியாதை செலுத்தி வந்திருக்கின்றனர். பிரபஞ்சத்தின் உற்பத்திக் கிரமத்தை இது காட்டுகிறதென்றும், மனிதன் கீழ் நிலையிலிருந்து மேல் நிலைக்குச் செல்ல வேண்டிய மார்க்கத்தைத் தெரிவிக்கிறதென்றும், பலர், பலவிதமாக இதற்குப் பொருள் கூறுகின்றனர். பூலோகத்தைத் தாங்கிக் கொண்டிருப்பதாகச் சொல்லப்படும் அனந்தன் என்னும் பாம்பின் தலையில் இந்தச் சின்னம் இருப்பதாகவும், குமரக் கடவுளின் முகத்திலே இஃதோர் அங்கமாக அமைந்திருப்பதாகவும் சொல்வர் சிலர்.[1] ஹிட்லர் கருத்துப்படி, "ஸ்வஸ்திகையானது, ஆரியர்களுடைய செழுமையின் சின்னமாக இலங்குகிறது. யூதர்களுக்கு விரோதமான ஓர் அறிகுறியாகவும் இருக்கிறது."

ஸ்வஸ்திகைக் கொடியானது, நாஜி கட்சியினரின் கொடியாக மட்டுமில்லாமல், ஜெர்மன் அரசாங்கத்தின் கொடியாகவும் இருக்குமென்று 1935ஆம் ஆண்டு செப்டம்பர் மாதம் 15ந் தேதி ஒரு சட்டம் நிறைவேற்றப் பெற்றது.

மானிட சமூகத்தின் வெண்மை நிறத்தவரைப் பல உட்பிரிவினராகச் சரித்திரக்காரர் பிரித்திருக்கின்றனர். இவர்களில் 'ஸெமைட்ஸ்' என்ற ஒரு பிரிவினர் உண்டு. பாபிலோனியர், அஸ்ஸிரியர், பொனீஷியர், யூதர், அராபியர், அபிசீனியர் முதலியோர் இந்த 'ஸெமிடிக்' பிரிவைச் சேர்ந்தவர்கள். இவர்களிலே யூதர், தற்போது உலகமெங்கும் பரவியிருக்கிறார்கள். இவர்களின் மொத்த மக்கள்தொகை சுமார் ஒன்றரை கோடிக்கு மேலிருக்கும். ஒவ்வொரு நாட்டிலும் யூதருடைய ரத்தக் கலப்புப்பெற்ற பல சமூகத்தாருடைய எண்ணிக்கை, இந்த மொத்த மக்கள்தொகையில் சேர்க்கப்படவில்லை. இவர்களுடைய வரலாறு, பைபிளின் பழைய ஆகமத்தில் கூறப்பட்டுள்ளது.

யூதர்கள், கிறிஸ்து பிறப்பதற்கு இரண்டாயிரம் ஆண்டுகளுக்கு முன்னர், மெஸொபொடேமியா பிரதேசத்திலிருந்து ஒரு கூட்டமாகப் புறப்பட்டு பாலஸ்தீனம் சென்று குடியேறியதாகத் தெரிகிறது. அங்குச் சுமார் ஐந்நூறு ஆண்டுகள், பல துன்பங்களுக்கிடையே கழித்துவிட்டு, பின்னர், எகிப்திற்கு வந்து குடியேறினார்கள். இங்கும் இவர்களுடைய பாடு சங்கடமாயிருந்தது எனவே, இந்நாட்டிலிருந்து புறப்பட்டு மோஸஸ் என்பவனுடைய தலைமையில் சுமார் நாற்பது ஆண்டுகாலம் ஊர் ஊராகச் சுற்றித் திரிந்து, கடைசியில், தங்களுடைய பழைய வாசஸ்தானமாகிய பாலஸ்தீனத்தில் வந்து சேர்ந்தார்கள். இங்கிருந்த பழைய சாதியினரை அடக்கி, நாளா வட்டத்தில் செல்வாக்கு மிகுந்தவர்களானார்கள். இங்கேதான் சாலோமன் என்ற மன்னன் வாழ்ந்தான். இவன் ஜெருசலேம் நகரில் பெரிய கோயிலொன்றைக் கட்டினான். இவன் காலத்தில் யூதர்கள் ஒற்றுமையாயிருந்து உலகத்தினரால் பெரிதும் மதிக்கப்பட்டு வந்தார்கள்.

சாலோமன் மரணத்திற்குப் பிறகு யூத ராஜ்யம் இரண்டாகத் துண்டிக்கப்பட்டது. இரண்டுக்கும் அடிக்கடி சண்டைகள் நிகழ்ந்தன. கடைசியில் இருசாராரும் ரோம ஏகாதிபத்தியத்தோடு ஐக்கியப்பட்டார்கள். ஆனால் அங்கும் இவர்களுக்கு நிம்மதியில்லை. டிடஸ் என்ற மன்னன், இவர்களைத் துன்புறுத்தி நாட்டினின்றும் துரத்திவிட்டான். இதனால் இவர்கள், உலகத்தின் நானா பக்கங்களிலும் சிதறிப்போய், பல இடங்களிலும் சென்று வாசஞ் செய்யத் தொடங்கினார்கள். ஆனால் எந்த நாட்டில் சென்று இவர்கள் வாசஞ்செய்து வந்தபோதிலும் அந்த நாட்டு மக்களாலும் அரசாங்கத்தினாலும் பலவித ஹிம்சைகளுக்குட்படுத்தப்பெற்று வந்திருக்கிறார்கள்.

கி.பி. 12வது நூற்றாண்டில் இவர்கள் இங்கிலாந்தினின்றும் வெளியேற்றப்பட்டார்கள். மறுபடியும் 17வது நூற்றாண்டில் திரும்பவும் வந்து சேர அனுமதிக்கப்பட்டார்கள். 19வது நூற்றாண்டில் தான் இவர்களுக்குச் சமமான பிரஜா உரிமை இங்கிலாந்தில் கிடைத்தது.

பாலஸ்தீனம், யூதர்களின் புராதன இடமென்றும், இந்த இடத்திற்கு மீண்டும் இவர்களைக் கொண்டு சேர்ப்பது என்றும் 19வது நூற்றாண்டுக் கடைசியில் ஓர் இயக்கம் தோன்றியது. இதற்கு 'ஜையோனிஸம்' என்று பெயர்.[2] ஐரோப்பிய யுத்தத்திற்குப் பிறகு, துருக்கியின் ஆதீனத்திலிருந்த பாலஸ்தீனம், பிரிட்டிஷாருடைய மேற்பார்வையில் வந்தது. இதன் பிறகு யூதரின் தேசீய நாடாக, பாலஸ்தீனம் அமைக்கப்பட்டது. இங்கு, நீண்ட காலமாக வசித்துவரும் அராபியர்கள் இதனை விரும்பவில்லை. யூதர்கள், தங்கள் திறமையினால், பாலஸ்தீனத்தில் தங்களுடைய செல் வாக்கைப் பரப்பி வருவதைக்கண்டு, அராபியர்கள், தங்களுடைய நிலைமை சங்கடமாகிவிடுமோ என்று அஞ்சினார்கள். 1936ஆம் ஆண்டு மத்தியில், பாலஸ்தீனத்தில் ஏற்பட்ட யூத அராபிய கலகத்திற்கு இதுவே மூல காரணம்.

யூதர்களின் மதம், பைபிளின் பழைய ஆகமத்தைத் தழுவியது; சடங்குகள் பல கொண்டது. இவர்களின் வேதத்திற்கு 'டால்முட்' என்று பெயர். இவர்களுடைய தொழுகை ஸ்தலம் 'ஸினகோக்' என்று அழைக்கப்பெறும். இவர்கள், தங்களுக்கென்று ஆண்டு, மாதம், தேதி முதலியவைகளையும், விவாகம், ஈமக்கடன் முதலியவை சம்பந்தமான சடங்குகளையும் தனியாக அமைத்துக் கொண்டிருக்கிறார்கள். யூதர்களின் புதிய ஆண்டு அக்டோபர் மாதத்தில் ஆரம்பிக்கிறது. 1936ஆம் ஆண்டு, இவர்களுக்கு 5696வது ஆண்டு.

இவர்களிலே பல அறிஞர்கள் தோன்றி நல்ல புகழ் சம்பாதித்திருக்கிறார்கள். நோபல்பரிசு பெற்றவர்களில் பலர் யூதர். ஈன்ஸ்டீன், மெண்டலஸ்ஸோன், ஸ்பைனோஜா முதலியோருடைய பெயர்கள் என்றும் நிலைத்திருக்குமல்லவா?

யூதர்கள் எங்குச் சென்று குடியேறியபோதிலும் பெரும்பாலும் வட்டித் தொழிலையே செய்து வந்தார்கள். மிகவும் செட்டாகவும், அதே சமயத்தில் பிறரிடம் கண்டிப்பாகவும் இருப்பார்கள். இதனாலேயே இவர்களைப் பலரும் வெறுக்கத் தலைப்பட்டனர்.

பொதுவாகச் சொல்லுமிடத்து, யூதர்களின் மீதுள்ள துவேஷம் இன்று நேற்று ஏற்பட்டதல்ல; ஜெர்மனிக்குச் சிறப்பானதுமல்ல.

ஐரோப்பிய யுத்த காலத்திலும் அதற்குப் பின்னரும், ஜெர்மனியிலுள்ள யூதர்கள், தங்கள் செல்வத்தையும் செல்வாக்கையும் பெருக்கிக் கொண்டார்கள். இஃது அவர்களுடைய தவறல்ல. அவர்களுடைய நிலையில் வேறு யார் இருந்தபோதிலும், அவர்களைப் போலவே செய்திருப்பார்கள். யூதர்கள், இடம் பொருள், ஏவலுக்குத்தக்க வண்ணம் நடந்துகொள்ளும் ஆற்றல் பெற்றவர்கள். தங்களுடைய நுண்ணிய அறிவைச் சுயநலத்திற்காக உபயோகப்படுத்திக் கொள்வதில் திறமைசாலிகள் விடாமுயற்சியுடையவர்கள். இந்தச் சக்திகளனைத்தையும் இவர்கள் யுத்த காலத்தில் நன்கு உபயோகித்துக் கொண்டார்கள். யுத்த காலத்திற்கு முன்னர், ராணுவத்திலும், அரசாங்க உயர்தர இலாகாக்களிலும் சேர்ந்து சேவை செய்வதுதான் கௌரவமென்று ஜெர்மனியர்கள் கருதி வந்தார்கள். இதனால் இவர்கள் அரசியல், பொருளாதாரம், கைத்தொழில், சட்டம், வைத்தியம் முதலிய துறைகளைப்பற்றி அதிகமாகக் கவலை கொள்ளவில்லை. சந்தர்ப்பத்திற்கேற்றாற்போல் தங்கள் சக்திகளை உபயோகிக்கும் யூதர்கள், இந்தத் துறைகளிலே பிரவேசித்தார்கள். வெற்றியும் பெற்றார்கள். பணமும் இவர்களிடத்தில் ஏராளமாகக் குவிந்தது. செல்வாக்குள்ள பத்திரிகைகள், பெரிய தொழிற் ஸ்தாபனங்கள் முதலியன யாவும் இவர்கள் வசமாயின. இலக்கியம், நாடகம், கலை முதலியவற்றிலும், அரசியல் மேடைகளிலும் யூதர்களின் செல்வாக்கு நிரம்பியிருந்தது.

யுத்தம் முடிந்தது. ஜெர்மானியப் போர் வீரர்கள், போர்க் களத்திலிருந்து திரும்பி வந்தார்கள். எந்தெந்த ஸ்தாபனங்களை இவர்கள் கௌரவக்குறை வென்று அவமதித்து வந்தார்களோ அவை, இப்பொழுது யூதர்களால் கைப்பற்றப்பட்டு செல்வத்திற்கும் செல்வாக்குக்கும் ஊற்றுக்கள் போலிருப்பதைக் கண்டார்கள் மற்றும் தாங்கள் எந்த ஸ்தாபனங்களில் இடம் பெறுவது கௌரவமென்று நினைத்தார்களோ அவை, இப்பொழுது மதிப்பிழந்து கிடப்பதையும் பார்த்தார்கள். ராணுவம் கலைக்கப்பட்டுவிட்டது. அரசாங்க உத்தியோகத்திற்கு மதிப்பே கிடையாது. யூதர்கள் செல்வத்திலே புரண்டார்கள். ஜெர்மானியர்கள் வறுமையிலே உழன்றார்கள் மற்றும் நாணயச் செலாவணியின் மதிப்பானது நிலை குலைந்து நின்ற காலத்தில், ஜெர்மானியர்கள் ஒரு துண்டு ரொட்டிக்கு ஏங்கி

நின்ற சமயத்தில், யூதர்கள் ஆடம்பரமான ஹோட்டல்களில் சொகுசான அன்னபானங்களை உண்டு களித்தார்கள். துவேஷம் ஏற்படாமல் இருக்க முடியுமா?

சில புள்ளி விவரங்களை இங்கு எடுத்துக்காட்டுவோம். ஒரு யூத நிபுணன் தொகுத்துள்ள புள்ளிகளிலிருந்தே இவை எடுக்கப்பட்டன என்பதையும் இங்குச் சுட்டிக்காட்ட விரும்புகிறோம். 1925ஆம் ஆண்டில் எடுத்த ஜன கணிதப்படி, ஜெர்மனியில் 564,379 யூதர்கள் இருந்தார்கள். அதாவது ஜெர்மனியின் மொத்த மக்கள் தொகையில் நூற்றுக்கு ஒருவர் வீதம் ஆகிறது. இவர்களுடைய மொத்த வருமானம், 1928ஆம் ஆண்டில், 225,000,000 ரூபாய். அதாவது ஒவ்வொரு யூதனுடைய சராசரி ஆண்டு வருமானம் 1,800 ரூபாயாகிறது. ஆனால் ஒரு ஜெர்மனியனுடைய சராசரி ஆண்டு வருமானம் எவ்வளவாக இருந்தது? 480 ரூபாய் தான். எனவே, ஒரு ஜெர்மனியனைவிட, நான்கு மடங்கு பணக்காரனாக ஒரு யூதன் இருந்தான். ஜெர்மனியின் தலைநகரான பெர்லினிலுள்ள ஜெர்மனியர்களுடையவும், யூதர்களுடையவும் சராசரி வருமானத்தைக் கணக்கிட்டுப் பார்த்தோமானால், ஒரு யூதன், ஒரு ஜெர்மானியனைவிட ஏழு மடங்கு பணக்காரனாக இருந்திருக்கிறான்.

வியாபாரம் முதலிய துறைகளில் யூதர்களின் செல்வாக்கைச் சிறிது கவனிப்போம். பெர்லின் நகரத்தைப் பொறுத்தமட்டில், யூதர்கள் நூற்றுக்கு 4 பேரே இருந்தார்கள். ஆனால் நெசவுத் தொழில் ஸ்தாபனங்களில் 100க்கு 43 வீதம் யூதர் வசம் இருந்தன. ஜவுளி வியாபாரிகளில் 100க்கு 61 பேர் யூதர்கள். இங்ஙனமே, மற்றக் கைத்தொழிற் ஸ்தாபனங்களில் பெரும்பாலான யூதர் வசமே இருந்தன.

1930ஆம் ஆண்டில் ஜெர்மனியில் மொத்தம் 994 பாங்கிகள் இருந்தன. இவற்றில் 485 பாங்கிகள் யூதர்களுடையவை. அதாவது நாட்டின் பணப் புழக்கத்தில் பாதி பாகம் யூதர்வசம் இருந்ததென்று துணிந்து கூறலாமல்லவா? பெர்லினிலிருந்த 'ஷேர் புரோக்கர்'களில் நூற்றுக்கு 89 பேர் யூதர்கள்.

பெர்லினில் நடைபெற்றுக் கொண்டு வந்த செல்வாக்கான மூன்று பத்திரிகைகளும் யூதர்கள் வசமே இருந்தன.

சர்வ கலாசாலைகளில் படித்துப் பட்டம் பெற்ற ஜெர்மானிய இளைஞர்களிடையேயும், யூத துவேஷம் பரவுவதற்குப் பல காரணங்கள் இருந்தன. யூத இளைஞர்கள் படித்துப் பட்டம் பெற்ற பிறகு சிறந்த நியாயவாதிகளாகவும், திறமையான

வைத்தியர்களாகவும், பிரபலமான நூலாசிரியர்களாகவும் இருந்து ஏராளமான பணம் சம்பாதிக்கத் தொடங்கினார்கள். ஆனால் ஜெர்மானியப் பட்டதாரிகள் வயிற்றுப் பிழைப்புக்குத் திண்டாடி நின்றார்கள். உதாரணமாக, நியூரென்பெர்க் என்ற ஊரில், நூற்றுக்கு எண்பது டாக்டர்கள் யூதர்களாகவே இருந்தார்கள். பெர்லின் நகரத்து டாக்டர்களில் நூற்றுக்கு 52 பேர் யூதர்கள்; 3450 பாரிஸ்டர்களில் 1925 பேர் யூதர்கள். மற்றும், பெர்லினிலிருந்த பிரபல நாடக மண்டபங்கள் 29. இவற்றில், யூதர் நிர்வாகத்தில் இருந்தவை 23.

இந்தப் புள்ளி விவரங்களுக்கு எதிராக, ஐரோப்பிய யுத்தத்தில், ஜெர்மனிக்காக உயிரைக் கொடுத்த யூதர்கள் எத்தனை பேர்? நூற்றுக்கு 7½ பேர்தான். ஆனால் ஜெர்மானியரோ, நூற்றுக்கு 18 பேர் வீதம் உயிர் துறந்திருக்கிறார்கள்.

இந்த நிலையிலேதான், ஹிட்லர், யூதருக்கு விரோதமான பிரசாரத்தைச் செய்யத் தொடங்கினான். புள்ளி விவரங்களை எடுத்துக்காட்டினான். அனைவருடைய மனத்திலும் சட்டென்று பற்றியது. யுத்தத்திலிருந்து திரும்பி வந்து பிழைப்புக்காக அலைந்து கொண்டிருந்த ராணுவ வீரர்கள், நாணய மதிப்பின் சீரழிவினால் வீழ்ந்து போன மாஜி பணக்காரர்கள், மத்திய வகுப்பார், சொற்ப சம்பளத்தில் உயிரைப் பிடித்துக் கொண்டிருந்த அரசாங்க உத்தியோகஸ்தர்கள் முதலிய பலரும் நாஜி கட்சிக்கு ஆதரவு காட்டினார்கள். இந்த ஆதரவு நகரங்களைப் பொறுத்தமட்டில் இருந்தது.

யூதர்கள், லேவாதேவித் தொழில் செய்வதில் நிபுணர்கள். இவர்கள் கிராமங்களில், விவசாயிகளுக்கு அதிக வட்டிக்குக் கடன் கொடுத்து வாங்கி வந்தார்கள். இதனால், விவசாயிகளுக்கு யூதர்கள் மீது துவேஷம் இருந்து கொண்டிருந்தது. எனவே, கிராமவாசிகளும் நாஜி கட்சியில் சந்தோஷத்துடன் சேர்ந்தார்கள் மற்றும் பொதுவுடமை இயக்கம் ஜெர்மனியில் பரவுவதற்கு யூதர்கள் துணை செய்தார்கள். நாட்டிலே அவ்வப்பொழுது ஏற்பட்ட தொழிலாளர் வேலை நிறுத்தங்கள், சச்சரவுகள், குழப்பங்கள் முதலியவையும், யூதர்களுடைய தூண்டுதலின் பேரிலேயே நடைபெற்றனவென்று ஜெர்மானியர்கள் நம்பினார்கள். இதில் ஓரளவு உண்மையும் இருந்தது. இவற்றிற்கெல்லாம் தலைமையாயிருந்து நடத்தியவர்களில் பெரும்பாலோர் யூதர்களே. ஜெர்மானியர்கள் கொண்ட துவேஷத்திற்கு இஃதொரு காரணமாயிருந்தது.

யுத்தத்திற்குப் பிறகு, ஜெர்மனியில் ஏற்பட்ட பொருளாதார நெருக்கடி, அரசியல் குழப்பம் முதலியவைகளை ஆதாரமாகக் கொண்டு தாங்கள் செழிப்புறலாம் என்ற நோக்கத்துடன், போலந்து, கலீஷியா முதலிய நாடுகளிலிருந்து ஏராளமான யூதர்கள் வந்து ஜெர்மனியில் குடியேறினார்கள். இவர்கள் பணம் ஒன்றினையே குறியாகக்கொண்டு வந்தவர்களாதலால், பெரிய வியாபார மோசடிகள் முதலியவைகளுக்குக் காரணர்களாகிவிட்டார்கள். அரசாங்க உத்தியோகஸ்தர் சிலருக்கு லஞ்சம் கொடுத்து, தங்களுக்குச் சாதகமான காரியங்களைச் சாதித்து, அதிக பணவருவாயைப் பெற்றார்கள். இவையெல்லாம் பின்னர் கண்டுபிடிக்கப்பட்டன. யூதர்மீது துவேஷம். "ஜெர்மானியா! எழுந்திரு! யூதர்களை அழிக்க எழுந்திரு!" என்ற கூக்குரல்.

நாஜி கட்சியின் வேலைத் திட்டத்தின் நான்காவது பிரிவு, "ஒரு யூதன், ஜெர்மானியப் பிரஜையாக இருக்கக்கூடா" தென்று கூறுகிறது. பொறுப்புள்ள பதவிகளினின்று இவர்களை விலக்குவதோடு, இனியும் இவர்களுக்கு அப்பதவிகளைக் கொடுக்கக்கூடாதென்று திட்டத்தின் மூன்றாவது உட்பிரிவு வலியுறுத்துகிறது. யூதர்களை அந்நியர்களாகவே கருத வேண்டுமென்றும், சமுதாயத்தின் கட்டுப்பாட்டை உடைப்பதில் திறமைசாலிகளான யூதர்களைப் பகிஷ்கரிக்க வேண்டுமென்றும் நாஜீயம் முழங்குகிறது. "ஜெர்மனியைச் சீர்திருத்தியமைக்கும் பொறுப்பை ஒரு துருக்கி வாசியிடமோ, சீனன் வசமோ ஒப்புவிக்கலாம்; யூதருக்கு மட்டும் சுயேச்சாதிகாரம் கொடுக்கக் கூடாது" என்று ஒரு நாஜி ஆசிரியன் கூறுகிறான்.

ஹிட்லர், அதிகாரத்தை ஏற்றுக் கொண்டதும் நாஜி திட்டத்தில் யூதர் சம்பந்தமாகக் காணப்பெற்ற பிரிவுகளை அமுலுக்குக் கொண்டு வந்தான்.

1933ஆம் ஆண்டு ஏப்ரல் மாதம் முதல் தேதி யூதர்கள் மறக்க முடியாத நாள். அன்று, யூதர்களுடைய வியாபார ஸ்தலங்கள் யாவும் பகிஷ்கரிக்கப்பட வேண்டுமென்று அரசாங்க உத்திரவு பிறந்தது. யூதர் கடைகள் தோறும் நாஜி தொண்டர்கள் மறியல் செய்தார்கள். யூதர் மீது துவேஷத்தை வளர்க்க வேண்டுமென்பதற்காக இந்த மறியல் நடைபெற்றதென்றால் அது முற்றிலும் வெற்றி பெற்றுவிட்டதென்றே சொல்ல வேண்டும். அன்று, இந்த மறியல் சம்பந்தமாக, எங்கும் எவ்விதமான பலாத்காரமும் உபயோகிக்கப்படவில்லை. விசனிக்கத்தக்க சம்பவங்கள் எதுவும் நிகழவில்லை. யூத வியாபாரிகள் தங்கள்

ஸ்தாபனங்களை இரும்புக் கம்பிகளால் அடைத்துக் கொண்டு உள்பக்கமாக இருந்து வேடிக்கை பார்த்துக்கொண்டிருந்தார்கள். அவர்களுடைய கண்களிலே, இரண்டாயிரம் ஆண்டு சரித்திரம் எழுதப்பட்டிருந்தது.

ஏப்ரல் மாதம் முதல் தேதிக்குப் பின்னர், யூதருக்கு விரோதமான அரசாங்க சட்டங்கள் ஒன்றன் பின்னொன்றாக வெளிவந்து கொண்டிருந்தன. அரசாங்க ஸ்தாபனங்களில் வேலை செய்வோரில், ஆரியரைத் தவிர, மற்றவர்களை[3] விலக்க வேண்டுமென்று ஏப்ரல் மாதம் 7ந் தேதி ஒரு சட்டம் அமுலுக்கு வந்தது. 1914ஆம் ஆண்டு ஆகஸ்ட் மாதம் முதல் தேதிக்கு முன்னால் உத்தியோகத்தில் சேர்ந்தவர்கள், ஜெர்மனியின் சார்பாகவோ அதன் துணை நாடுகளின் சார்பாகவோ யுத்த முனையில் சண்டை செய்தவர்கள், போரில் தகப்பனையோ மகனையோ பறி கொடுத்தவர்கள் ஆகியோர் இச்சட்டத்தினின்று விலக்கப்பட்டார்கள். இந்தச் சட்டமானது, அரசாங்க ஸ்தாபனங்களில் மட்டுமல்லாது, அரசாங்கத் தொடர்பு கொண்ட ஸ்தல ஸ்தாபனங்கள், மற்ற பொது ஸ்தாபனங்கள் முதலியவற்றிலும் அமுலுக்குக் கொண்டு வரப்பட்டது மற்றும் நியாயவாதிகள், டாக்டர்கள், பள்ளிக்கூட ஆசிரியர்கள், போலீஸ் உத்தியோகஸ்தர்கள், முதலியோரும், இந்தச் சட்டத்திற்குட்பட்ட ஆரியர்களாகவே இருக்கவேண்டுமென்று கூறப்பட்டது.

மே மாதம் 18ந் தேதி பிறந்த ஓர் உத்திரவுப்படி ஆரியர் தவிர மற்ற எவரும், எந்த ஸ்தாபனத்திலும் கௌரவ பதவிகளை வகிக்கக் கூடாதென்று கூறப்பட்டார்கள். ஜுன் மாதம் 30ந் தேதி வெளியான ஓர் உத்திரவு, ஆரியரல்லாதாருடைய வழித் தோன்றல்கள் எவரும் புதிய உத்தியோகஸ்தர்களாகச் சேர்க்கப்படக் கூடாதென்றும், எந்த உத்தியோகஸ்தனாவது, ஆரியரல்லாத பெண்ணை விவாகம் செய்து கொண்டிருந்தாலும் அல்லது விவாகம் செய்து கொள்ளப் போவதாயிருந்தாலும் அவன் உடனே உத்தியோகத்தினின்று விலக்கப்பட வேண்டுமென்றும் கூறியது. தனிப்பட்ட முறையில் தொழில் நடத்தும் ஆரிய டாக்டர்கள், பாரிஸ்டர்கள் முதலியோரும் ஆரியர்களுக்காகவே சிகிச்சை செய்யவோ, கோர்டில் ஆஜராகவோ வேண்டுமென்றும், யூதர்களுக்கு யூதர்களே டாக்டர்களாகவோ, பாரிஸ்டர்களாகவோ இருக்க வேண்டுமென்றும் சொல்லப்பட்டன. நாடக மேடைகள், சினிமாக்கள் இவற்றின் சொந்தக்காரர்கள், நூலாசிரியர்கள் முதலியோர், தாங்கள் ஆரியர் என்பதை தஸ்தாவேஜு மூலமாக

நிரூபித்தாலன்றி, தங்கள் தொழிலை நடத்தக் கூடாதென்று ஜூலை மாதம் 13ந் தேதி பிறந்த சட்டம் தடை செய்தது.

பள்ளிக்கூடங்களில் யூதர்கள் சேர்க்கப்படவேண்டிய நியதியைப் பற்றியும், அரசாங்கத்தார் ஏப்ரல் மாதம் 25ந் தேதி ஒரு சட்டம் பிறப்பித்தனர். அரசாங்க உயர்தரப் பள்ளிக் கூடங்களில் நூற்றுக்கு ஒன்றரை பேர் வீதமே யூதப் பிள்ளைகள் சேர்த்துக்கொள்ளப் பெற வேண்டுமென்று இச்சட்டம் வற்புறுத்தியது. உயர்தர உத்தியோகங்களில், ஜெர்மனியர்களைத் தவிர, மற்றவர்கள் போட்டி போடாவண்ணம் தடை செய்துவிட வேண்டுமானால், அந்த மற்றவர்களுடைய கல்விப் பயிற்சியையும் இளமையிலிருந்தே சுருக்கிவிட வேண்டுமல்லவா? அதுவே இந்தச் சட்டம் பிறந்த தன் நோக்கம். ஏற்கெனவே பள்ளிக்கூடங்களில் படித்துக்கொண்டிருந்த பிள்ளைகளின் எண்ணிக்கையை நூற்றுக்கு ஐந்து வீதமாகக் குறைத்துவிடவேண்டும். யூதமாணாக்கர்கள் சம்பந்தமாக ஒரு சிறு சலுகை காட்டப்பட்டது. அதாவது இந்தச் சட்டம் அமுலுக்கு வருவதற்கு முன்னர் யூதர்களை விவாகம் செய்து கொண்ட தம்பதிகளுக்குப் பிறந்த குழந்தைகளை இந்தச் சட்டம் பாதிக்காது என்பதுதான்.

ஜெர்மனியின் அரசியல், பொருளாதாரம், சமூகம், கலைகள் முதலிய துறைகளிலே, யூதர்களின் செல்வாக்கு எவ்விதத்திலும் இருக்கக்கூடாதென்பதற்காகவே, இத்தகைய கடுமையான பகிஷ்காரச் சட்டங்கள் நடைமுறையில் கொணரப் பெற்றன. இந்தச் சட்டங்களினால் பாதிக்கப்பெற்ற யூதர்களின் கதி என்னாவது என்பதைப்பற்றி நாஜிகள் கவலையே கொள்ளவில்லை. "லட்சக்கணக்கான ஜெர்மனியர்கள் வேலையில்லாமல் திண்டாடிக் கொண்டிருக்கும் போது, யூதர்களைப் பற்றி நாங்கள் கவலை கொள்வதா? அல்லது ஒரு காலத்தில் நன்றாகச் சம்பாதித்துக் கொண்ட யூதர்களைப்பற்றி நாங்கள் உருகுவதா?" என்று நாஜிகள் ஒளி மறைவின்றியே பேசினார்கள்.

யூதர்கள்மீது எடுத்துக் கொள்ளப் பெறும் நடவடிக்கைகள் யாவும், மதத்தின் காரணமாக எழுந்தனவல்ல வென்பதும், ஜாதி காரணமாகவே எழுந்தன என்பதும் இங்குக் குறிப்பிடத்தக்கது. அமெரிக்காவில் நீக்ரோவர்கள் எங்ஙனம் தனிப்பட்ட ஜாதியினராக நடத்தப்படுகிறார்களோ அப்படியே தாங்கள், யூதர்களை நடத்துவதாக நாஜிகள் சொல்லிக் கொள்கிறார்கள். இதனினும் விரிவு வேண்டுவதில்லையன்றோ?

யூதர்கள் சாமர்த்திய சாலிகள். சட்ட பூர்வமாகத் தாங்கள் ஒதுக்கப்பட்டவுடன், இவர்கள் தங்களுக்கென்று பத்திரிகைகள், நாடகக் கொட்டகைகள், பள்ளிக் கூடங்கள், மற்ற பொது ஸ்தாபனங்கள் முதலியவற்றை அமைத்துக் கொண்டார்கள். பலர் வெளிநாடுகளுக்குச் சென்று குடியேறிவிட்டார்கள். இங்ஙனம் குடியேறியவர் சுமார் முப்பதினாயிரம் பேருக்கு மேல் ஐம்பதினாயிரத்துக்குள் இருக்கும் என்று ஊகிக்கப்படுகிறது.

யூதர்களுடைய நிலைமை ஜெர்மனியில், இப்படியே இருக்குமா? அல்லது பிற்காலத்தில் ஏதேனும் மாறுதல் அடையுமா? இந்தக் கேள்விகளுக்குத் தற்போது சரியாக விடை சொல்ல முடியவில்லை. நாஜிகளுக்குள்ளேயே இது சம்பந்தமாக இருவித அபிப்பிராயங்கள் இருக்கின்றன. ஜெர்மனியப் பிரஜா உரிமையினின்று யூதர்கள் நிரந்தரமாகவே விலக்கப்பட வேண்டுமென்கின்றனர் ஒரு சாரார். யூதர்களுடைய செல்வாக்கு அடியோடு சீர்குலைந்து விட்டபடியால், இனி அவர்களுக்குச் சில உரிமைகளைக் கொடுத்து ஒரு வரம்பில் ராஜ்யத்தைச் சேர்ந்தவர்களாகவே வைத்திருந்தால் என்ன பாதகம் உண்டாகிவிடும் என்று கேட்கின்றனர் மற்றொரு பகுதியினர். அநேகமாக நாஜிகள், இத்தகைய சமரச முறைகளையே அநுஷ்டிப்பார்கள் என்று நாஜீயத்தின் உட்கிடக்கையை யறிந்தவர்கள் கூறுகிறார்கள்.

பொருளாதாரச் சோர்வினிடையில், அரசியல் குழப்பத்தின் மத்தியில் ஏற்பட்ட இந்த யூத துவேஷமானது, செழுமையான பொருளாதார நிலையும், ஸ்திரமான அரசியல் அந்தஸ்தும் ஏற்பட்ட பிறகு, குறைந்து மறைந்தும் போகலாமல்லவா?

அடிக்குறிப்புகள்

1. *Secret Doctrine. Vol. II .P. 103, 104, 655*
2. *Zionism* - ஜெருசலேம் நகரம் கட்டப்பெற்றுள்ள 'ஜையோன்' என்ற குன்றின் பெயரால் இஃது அழைக்கப்பெற்றது.
3. *தாய் அல்லது தகப்பன், பாட்டன் அல்லது பாட்டி இவர்களில் யாராவது ஒருவர் யூதராயிருந்தால், இவர்களுடைய சந்ததியினரெல்லாரும் ஆரியரல்லாதாராகக் கருதப்படுவர் என்பது இச்சட்டத்தின் வியாக்கியானம்.*

~

21. சமுதாய வாழ்வு

உழைப்பே வாழ்க்கை. உழைப்பில் இன்பங்காண்பதே வாழ்க்கையின் பயன். பிறர் உழைப்பிலே வாழ்வு நடத்துகிறவன் மனிதத் தன்மையற்றவன். அவனால் தேசமோ, சமுதாயமோ பெருமையடைவதில்லை. ஜெர்மனியில் பிறந்த ஒவ்வொரு ஜெர்மனியனும் அவனுடைய நாட்டிற்கும், சாதிக்கும் கௌரவத்தைக் கொடுக்கக்கூடிய விதமாகவே வாழ்க்கையை நடத்த வேண்டுமென்பது ஹிட்லரின் கோரிக்கை. இதனாலேயே இவன், தான் சென்ற விடந்தோறும், பொது மக்களுக்குத்தன் மதிப்பையும் தன்னம்பிக்கையையும் புகட்டி வந்தான். மக்கள் சமூகத்திலே சேர்ந்த ஒவ்வொரு பிரிவினரும் தங்கள் முக்கியத்துவத்தை அறிந்து, தன் மதிப்பை உணரும் பொருட்டு, பல விதமான கொண்டாட்டங்களை இடத்திற்கும் காலத்திற்கும் ஏற்றாற்போல் ஏற்பாடு செய்வித்தான். உதாரணமாக நகரத் தொழிலாளர்களுக்காக 'தொழிலாளர் தினம்', கிராம விவசாயிகளுக்காக 'அறுவடைத்திருநாள்' தச்சன், கொல்லன் முதலிய 'கைத் தொழிலாளிகள் தினம்' 'சிவில் சர்விஸ் உத்தியோகஸ்தர் திருநாள்', 'போலீஸ் தினம்', 'சூறாவளிப்படையினர் நாள்' முதலான கொண்டாட்டங்கள் ஏற்பாடு செய்யப்பட்டன. இந்தத் திருநாட்களை, மிகுந்த உற்சாகத்தோடு ஒவ்வொரு பகுதியினரும் கொண்டாடுகின்றனர். மற்றப் பிரிவினரும் இதில் கலந்து கொள்கின்றனர்.

தொழிலிலே இழிவில்லை என்பதை எல்லாரும் உணர்ந்து நடக்க வேண்டுமென்ற நோக்கத்துடனேயே, 'கட்டாய கை வேலை ஸ்தாபனங்கள்' நாடெங்கணும் அமைக்கப்பட்டன. இவற்றைப் பற்றி, 1933ஆம் ஆண்டு மே மாதம் முதல் தேதி நடை பெற்ற தொழிலாளர் கூட்டத்தில் சூசிப்பித்திருக்கிறானல்லவா?

வேலையில்லாமல் திண்டாடிக் கொண்டிருக்கும் இளைஞர்களுடைய கவனத்தை உபயோகமான வழியில் திருப்பி, அவர்களுடைய வாழ்க்கையில் ஒழுங்கைக் கற்பிக்க

வேண்டுமென்ற நோக்கத்துடன், இந்த ஸ்தாபனங்களை முதன்முதல் ப்ரூனிங் அரசாங்கம் பரீட்சார்த்தமாக ஆரம்பித்தது. இவற்றையே, நாஜி அரசாங்கத்தார் அபிவிருத்திக்குக் கொண்டு வந்தனர். முதலில் இந்த ஸ்தாபனங்களில் சேருவது கட்டாயமாக்கப்படவில்லை. ஆனால் 1935ஆம் ஆண்டிலிருந்து இந்த ஸ்தாபனங்களில் ஒவ்வொரு ஜெர்மானிய இளைஞனும் கட்டாயமாகச் சேர்ந்து கைப்பாடுபட்டு, வாழ்க்கையின் கரடு முரடான பாகத்தையும் தெரிந்து கொள்ள வேண்டுமென்று சட்டம் இயற்றப்பட்டது. 25 வயதுக்குட்பட்ட எந்த இளைஞனும், ஒரு ஆண்டுகாலம் இந்தக் கை வேலை ஸ்தாபனங்களில் பயிற்சி பெற்றிரா விட்டால், அவனை வேலையினின்று விலக்கிவிடலாமென்று தொழிற் ஸ்தாபனங்களை வைத்து நடத்தும் முதலாளிகளுக்கும் தெரிவிக்கப்பட்டது.

ஆனால் இந்த ஸ்தாபனங்களில் சேர்ந்து வேலை செய்ய மறுத்தல் வாழ்க்கையின் வளர்ச்சியைத் தகைந்து கொள்வது போலவே யாகும். ஏனென்றால் இந்த ஒரு ஆண்டு காலப் பயிற்சியானது, தேகபலம், மனோ உறுதி, ஒற்றுமை உணர்ச்சி, சகிப்புத் தன்மை, கடமையில் கண்ணாயிருத்தல் முதலிய உயரிய தன்மைகளெல்லாம், மனிதனிடத்திலே குடி கொண்டு வளர்ச்சி பெறத்துணை செய்கின்றதல்லவா?

இந்தக் கை வேலை ஸ்தாபனங்கள் கிராமாந்தரங்களிலேயே பெரும்பாலும் அமைக்கப்பட்டன. மனிதனாகப் பிறந்த ஒவ்வொருவனும் இயற்கையோடு ஓரளவாவது உறவாட வேண்டுமென்பதற்காகவும், கிராம வாழ்க்கையிலுள்ள அமைதியை நகரவாசிகள் நுகர வேண்டுமென்பதற்காகவும், இந்த ஸ்தாபனங்கள் கிராமங்களுக்கருகாமையில் நிறுவப்பட்டன. இந்த ஸ்தாபனங்கள், தனிப்பட்ட முதலாளிகளுடைய ஸ்தாபனங்களுக்குப் போட்டியாகவும் நடத்தப்படவில்லை. தனிப்பட்ட முதலாளிகளால் நடத்தப்பட முடியாததும். அரசாங்கத்தாராலேயே நடத்தப்படக்கூடியதுமான வேலைகளையே, இந்த கை வேலை ஸ்தாபனங்கள் ஏற்றுக் கொண்டு நடத்தின. உதாரணமாக, மேடு பள்ளமான நில பாகங்களைச் சமப்படுத்தி விவசாயத்திற்கும் குடியிருப்புக்கும் பண்படுத்தல், கால்வாய்கள் வெட்டுதல், ரோடுகள் போடுதல், கழிவு நீர் செல்வதற்காக சாக்கடைகள் தோண்டுதல் முதலிய வேலைகளே. இந்தக் கை வேலை ஸ்தாபனங்களிடம் ஒப்படைக்கப்பட்டன. 1950ஆம் ஆண்டு வரை, இந்த ஸ்தாபனங்களில் வேலைத் திட்டம்

வகுக்கப்பட்டிருக்கிறது. ஜெர்மனியில் மொத்தம் சுமார் ஒரு கோடி ஏகரா விஸ்தீரணமுள்ள சதுப்பு நிலமும் ஒன்றே முக்கால் கோடி ஏகரா விஸ்தீரணமுள்ள கரம்பு நிலமும் இருக்கின்றன. இவற்றையெல்லாம் சீர்த்திருத்தி ஒழுங்குபடுத்த வேண்டுமல்லவா?

1936ஆம் ஆண்டு செப்டம்பர் மாதம் வெளியான ஒரு கணக்குப்படி, இந்தக் கை வேலை ஸ்தாபனங்களில் சுமார் 45 ஆயிரம் பேர் வேலை செய்கிறார்கள். பழமையிலே பெருமையும், ஒழுங்கிலே ஈடுபாடும், தேசத்தினிடத்திலே பக்தியும் கொண்ட ஜெர்மானிய இளைஞர்கள், இந்த ஸ்தாபனங்களில் சந்தோஷமாகவும் சுறுசுறுப்புடனும் ஒன்று கூடி வேலை செய்வது ஒரு தனிக்காட்சியாகவே இருக்கும்.

இங்கு வேலை செய்யும் தொண்டர்களுக்கு - ஆம், இவர்கள் தொண்டர்கள் தானே - உடையும் உணவும் அரசாங்கச் செலவில் அளிக்கப்படுகின்றன. தவிர, தினந்தோறும் இவர்களுக்குக் கைச் செலவுக்காக நான்கணா அளிக்கப்படுகிறது. இவர்கள் வசிப்பதற்கு, குடிசைகள், உபயோகப்படாத பழைய வீடுகள் முதலிய இடங்களே கொடுக்கப்படுகின்றன. இவர்களுக்கு, மூன்று வாரத்திற்கொரு முறை ஒரு நாளும், மூன்று மாதத்திற்கொரு முறை மூன்று நாட்களும் விடுமுறை உண்டு.

இவர்கள் தினம் எட்டு மணிநேரம் வேலை செய்கிறார்கள். பிற்பகல் நேரங்களில் வகுப்புகள் நடத்தப்படுகின்றன. இங்கு, தேர்ந்த ஆசிரியர்கள், நாஜீயத்தின் கொள்கைகள் மற்ற அரசியல் விஷயங்கள், ஜெர்மானிய சரித்திரம் முதலியவைகளைப் பற்றி பிரசங்கங்கள் செய்கிறார்கள். பூகோள படங்களை வைத்துக் கொண்டு, வார்சேல் உடனேபடிக்கையினால் ஜெர்மனிக்கு ஏற்பட்ட தீங்குகளையும், ஐரோப்பாவிலும் மற்ற வெளியிடங்களிலும் எவ்வளவு நாடுகள் பறித்துக் கொள்ளப்பட்டன வென்பதையும், ஜெர்மானியக் கொடியின் கீழ் முன்னர் வாழ்ந்திருந்தவர்கள் இப்பொழுது பிரான்ஸ், பெல்ஜியம், டென்மார்க் முதலிய நாடுகளின் பிரஜைகளாக வாழ்ந்து வருவதையும் விளக்கமாக எடுத்துச் சொல்கிறார்கள். ஒவ்வொரு ஜெர்மானிய இளைஞனும் அரசாங்கத்திற்குக் கீழ்படிந்து நடக்க வேண்டும்; தாய் நாட்டுக்குத் தொண்டு செய்ய வேண்டும்; அவசியமானால் தாய் நாட்டுக்காக மரிக்கவும் தயாராயிருக்க வேண்டும் என்றெல்லாம் உபதேசிக்கிறார்கள்.

மாலை நேரங்களில் சங்கீதம், நாட்டியம், நாடகம் முதலியவைகளைப் பழக்குகிறார்கள். இவற்றின் மூலமாக,

ஒருவருக்கொருவர் நெருங்கிப் பழகச் சந்தர்ப்பம் ஏற்படுகிறது. ஒருவர் சுபாவத்தை ஒருவர் அறிந்து கொள்ள முடிகிறது. சமூக அந்தஸ்தில் உயர்ந்தவன் தாழ்ந்தவன் என்ற வேற்றுமை அறவே களையப்படுகிறது.

இந்த ஸ்தாபனங்களைப் பொருளாதாரக் கண் கொண்டு பார்த்தால் உற்சாகந்தரக் கூடியதாயிராது. ஏனென்றால், இந்தத் தொண்டர்கள் ஒவ்வொருவருக்கும் அரசாங்கமானது, தினந்தோறும், ஒன்றரை ரூபாய்க்கு மேல் செலவழிக்கிறது. நவீன யந்திரவசதிகளைக் கொண்டு இந்தத் தொண்டர்கள் செய்யும் வேலைகளைச் செய்தால் இவ்வளவு தொகை செலவழியாதல்லவா? ஆனால் நாஜி அரசாங்கத்தார், இந்தக் குறுகிய நோக்கோடு, இந்தப் பிரச்சனையை அளந்து பார்ப்பதில்லை. சமுதாய வாழ்வை ஒழுங்குற அமைப்பதற்கு இந்த ஸ்தாபனங்களை ஒரு கருவியாகவே உபயோகிக்கிறார்கள்.

பெண்களுக்கென்றும் இத்தகைய கை வேலை ஸ்தாபனங்கள் ஆங்காங்கு நிறுவப்பட்டிருக்கின்றன. 17 வயதுக்கு மேற்பட்டு 25 வயதுக்குட்பட்ட எல்லாச் சிறுமிகளும் ஆறுமாத காலம் இந்த ஸ்தாபனங்களில் பயிற்சி பெற வேண்டும். இங்குப் பெண்கள், வீட்டு வேலைகளையெல்லாம் செய்கிறார்கள். ஆண் தொண்டர்களுக்கு வேண்டிய ஆகாரவகைகளை இங்கே தயாரிக்கிறார்கள். அவர்களுக்கு வேண்டிய உடை முதலியன இங்கே தைக்கப்படுகின்றன. தாய்மையின் பெருமையும், இல்லறத்தின் மாண்பும் இவர்களுக்குப் பிரசங்கங்கள் வாயிலாகப் போதிக்கப்படுகின்றன. இந்தப் பெண்கள் ஸ்தாபனங்களை, உலக அனுபவம் நிறைந்த பெண்களே தலைமை பூண்டு நடத்துகிறார்கள்.

தொழிலாளர்கள், விவசாயிகள் முதலியோர் தங்கள் முக்கியத்துவத்தை உணரும் பொருட்டு தனித்தனி கொண்டாட்ட நாட்கள் என்று ஒதுக்கி வைக்கப்பட்டன வென்று முன்னர்க் கூறினோம். இவர்கள் வேலை நேரம் போக மிகுதி நேரத்தைப் பயனுள்ள வழியில் கழிக்க நாஜி அரசாங்கத்தார் செய்துள்ள ஏற்பாடுகளைக் கவனிப்போம் சாதாரணமாக, நகரங்களில் வேலை செய்யும் தொழிலாளர்கள், சாயங்கால வேளைகளை மதுபானம் செய்வதிலும், சூதாட்டத்திலும், சில்லரைச் சச்சரவுகள் போடுவதிலும் கழிப்பதை நாம் எங்கும் பார்க்கிறோம். இதனால் இவர்கள் வாழ்க்கையின் நல்ல அம்சங்களை அனுபவிக்க முடியாமலே போகிறது. இவர்கள், எப்பொழுதுமே கீழ் நிலையிலிருந்து இறந்து விடுகிறார்கள்.

இவர்களுடைய கவனத்தை நல்ல வழியில் திருப்ப எவரும் முயற்சி எடுப்பதுமில்லை.

நாஜி அரசாங்கத்தார், தொழிலாளர் நலத்திற்காக ஒரு திட்டம் வகுத்திருக்கின்றனர். இதற்கு 'சந்தோஷத்தின் மூலம் பலம்' என்று பெயரிட்டு அழைக்கின்றனர். இந்தத் திட்டத்தின்படி, ஒவ்வோர் ஊரிலுமுள்ள விசாலமான மண்டபத்தைத் தொழிலாளர் உபயோகத்திற்கென்று ஒதுக்கிவிட்டிருக்கின்றனர். இதற்கு 'தொழிலாளர் விடுதி' யென்றே பெயர். இங்கு உயர் வகையான நாடகங்கள், சினிமாக்கள், சங்கீதக் கச்சேரிகள் முதலியன நடைபெறும். இவற்றிற்குத் தொழிலாளர்கள் இலவசமாக வந்து போகலாம். இந்த மண்டபத்திற் கடுத்தாற்போல், தேகப் பயிற்சி செய்வதற்குரிய சாதனங்கள் அமைக்கப்பட்டிருக்கின்றன. இவற்றையும் தொழிலாளர் இலவசமாக உபயோகிக்கலாம். ஜெர்மனியிலுள்ள சிறந்த நடிகர்கள், சங்கீத வித்துவான்கள் முதலியோர், வருஷத்தில் ஒரு மாதம் இந்த மண்டபங்களில் நடிக்கவும் பாடவும் வேண்டும். இதற்காக இவர்கள் எவ்வித கட்டணமும் பெற்றுக் கொள்ளக் கூடாது. நகரங்களிலுள்ளது போலவே கிராமங்களிலும், இயற்கையமைப்பு நிறைந்த இடங்களிலும், மக்கள் ஆடவும் பாடவும் ஓடி விளையாடவும் வசதிகள் செய்து கொடுக்கப் பெற்றிருக்கின்றன.

மற்றும், ஆண்டிற்கு சில நாட்கள் முழுச் சம்பளத்துடன் தொழிலாளர்களுக்கு ரஜா கொடுக்கப்படுகிறது. இந்த ரஜா காலத்தில் வெளியூர்களுக்குச் செல்லவும், தேசத்தின் பல பாகங்களைத் தெரிந்து கொள்ளவும் சௌகரியங்கள் செய்து கொடுக்கப்பட்டிருக்கின்றன. தொழில் ஸ்தாபனங்களை வைத்து நடத்தும் முதலாளிகள். இவைகளையெல்லாம் தொழிலாளர்களுக்குச் செய்து கொடுக்குமாறு கூறப்படுகிறார்கள்.

தொழிலாளர்கள், சொற்பச் செலவில் கடல் யாத்திரை செய்கிறார்கள். மலைப் பிரதேசங்களுக்குச் சென்று இயற்கை இன்பத்தை அனுபவிக்கிறார்கள். கப்பல் கம்பெனிகள், ரெயில்வே கம்பெனிகள், மோட்டார் பஸ் கம்பெனிகள் முதலியன, போக்கு வரவு சம்பந்தமாகத் தொழிலாளர்களுக்கு வேண்டிய உதவிகளைச் செய்கின்றன. தொழிலாளர்கள், ஆண்டில் சில நாட்கள், இங்ஙனம் நிம்மதியாகக் கழித்துவிட்டு வேலைக்குத் திரும்பும்போது புதிய சக்தியுடன் வருகிறார்கள். இவர்களால் அதிகமான வேலையும் செய்ய முடிகிறது. 'சந்தோஷத்தின் மூலம் பலம்' என்ற இந்தத் திட்டத்தின்படி

இதுவரை, ஜெர்மனியில், லட்சக்கணக்கான தொழிலாளர்கள் புதிய மனிதர்களாயிருக்கிறார்கள். இவர்கள் நாஜி அரசாங்கத்தை வாழ்த்துகிறார்கள் என்பதில் என்ன ஆச்சரியம்?

தொழிலாளர் நலனுக்காக நடைபெறும் இந்த வேலைகளில் முதலாளிகளும் மனப்பூர்வமாகக் கலந்து கொள்ளுமாறு செய்யப்பட்டிருக்கிறார்கள். முதலாளிகள், தொழிலாளர்களினின்று தாங்கள் வேறானவர்கள் என்று கருதக்கூடாது. மற்றும் முதலாளிகள், தொழிலாளர் தலைவர்கள் என்று தங்களைச் சொல்லிக் கொள்ள வேண்டுமே தவிர, எஜமானர்களென்று சொல்லிக் கொள்ளவும் முடியாது. அப்படியே தொழிலாளர்களும், வேலை நேரங்களில் முதலாளிகளுடைய உத்திரவுக்குக் கீழ்ப்படிந்து நடக்க வேண்டும். வேலை நேரத்திற்குப் பிறகு, தொழிலாளியும் முதலாளியும் சம அந்தஸ்துடையவர்கள்தான். தொழிலாளர் தினக் கொண்டாட்டத்தின்போது நடைபெறும் ஊர்வலத்தில், முதலாளிகளே முன்னணியில் வர வேண்டும். தொழிலாளர்களின் தலைவர்களல்லவா முதலாளிகள்? மற்றும், முதலாளிகள், தங்கள் ஓய்வு நேரத்தின் ஒரு பகுதியை, தொழிலாளர்களுடன் இருந்து கழிக்க வேண்டும். தொழிலாளர் நிதிக்கு, தங்கள் வருமானத்திற்குத் தக்கவாறு நன்கொடையும் அளிக்க வேண்டும்.

நாஜி ராஜ்யத்தில், விவசாயிகள் கௌரவமான ஸ்தானத்தைப் பெற்றிருக்கிறார்கள். பரம்பரையான பண்ணைச் சொந்தக்காரனுக்கு 'பவுயெர்' (Bauer) என்ற கௌரவ பட்டம் அளிக்கப்படுகிறது, நிலத்தை உழுது பயிரிட்டுச் சாப்பிடும் மற்றவர்கள் சாதாரண விவசாயிகளாகக் கருதப்படுகிறார்கள். இந்த 'பவுயெர்' என்ற கௌரவ பட்டம் பெறுவதற்கு, ஒருவன், தான் கலப்பில்லாத சுத்தமான ஜெர்மானிய வம்சத்தில் பிறந்தவன் என்று தஸ்தாவேஜுகள் மூலமாக ருஜுப்பிக்க வேண்டும். 1800ம் ஆண்டிலிருந்து இவனுடைய பரம்பரை, ஜெர்மானிய பரம்பரையாக இருக்க வேண்டும். மற்றும், இவன் ஜெர்மானியப் பிரஜையாகவும், நாணயஸ்தனாகவும் இருக்க வேண்டும். விவசாய இலாகா மந்திரி, தகுந்த விசாரணைக்குப் பிறகு, இந்தக் கௌரவ பட்டத்தை அளிப்பான். மற்றும், தேச சேவை செய்தவர்கள், மகத்தான தியாகம் செய்தவர்கள், சரித்திரத்தில் இடம் பெறுவதற்குரிய கட்டிடங்கள், ஸ்தாபனங்கள் முதலியவற்றை நிறுவினவர்கள் முதலியோருக்கு இந்தக் கௌரவபட்டம் அளிக்கப்படுகிறது.

நிலமானது அடிக்கடி கைமாறக்கூடிய ஒரு பொருளல்லவென்றும், தெய்வ சக்தி நிரம்பிய ஒரு சொத்தென்றும் நாஜிகள் கருதுகிறார்கள். இதற்காக ஒரு சட்டம் இயற்றப்பட்டிருக்கிறது. இதற்கு 'பரம்பரை பண்ணைச்சட்டம் என்று பெயர். இதன்படி நிலங்களை, விற்கவோ, அடமானம் வைக்கவோ, ஜப்தி செய்யவோ கூடாது. ஒரு குடும்பத்தைப் போஷிக்கக் கூடிய அளவு சாகுபடியாகும் நிலங்களும், 309 ஏகராகளுக்கு மேற்படாத நிலப்பரப்புகளும் இந்தச் சட்டத்திற்குட்படுகின்றன. இவை பாதிக்கப்படக்கூடாது. உதாரணமாக ஒரு குடும்பத்தில் மூன்று பிள்ளைகள் இருந்தார்கள் என்று வைத்துக் கொள்வோம். இவர்களுக்கு முப்பது ஏக்கரா நிலம் இருந்தது. இவர்கள் பத்து ஏக்கரா வீதம் பங்கிட்டுக் கொள்ள முடியாது. மூத்த மகனுக்குத்தான் இந்தச் சொத்து முழுவதும் கிடைக்கும் மற்றவர்கள், இவனிடத்திலிருந்து உதவி பெறலாம். இந்த முறையினால், நிலங்கள் துண்டிக்கப்பட்டு, விவசாயத்திற்கு லாயக்கில்லாதவைகளாகச் செய்யப்படுவது நிறுத்தப்பட்டிருக்கிறது. பரம்பரை பாத்தியத்தின் மூலமாகப் பெற்ற நிலச் சொந்தக்காரனுக்குத் தான் மேலே சொன்ன 'பவுயெர்' என்ற கௌரவப் பட்டம் உண்டு.

நிலங்கள், சரியானபடி சாகுபடி செய்யப்படுகின்றனவா வென்பதையும், பண்ணைச் சொந்தக்காரன் சரியானபடி நிர்வாகம் செய்கிறானா வென்பதையும் மேற்பார்வை செய்ய, பல கிராமங்களுக்கு ஓர் அதிகாரி நியமிக்கப்பட்டிருக்கிறான். பண்ணைக்காரன், சரியான படி நிர்வாகம் செய்யவில்லையானால், அவனை நீக்கி, அவனுக்கடுத்த வாரிசுதாரனுக்கு நிலத்தை ஒப்புக்கொடுக்க அரசாங்கத்திற்கு அதிகாரம் உண்டு.

விவசாயி, தான் விளைவித்த பொருள்களின் விலையேற்றத்தினாலும், இறக்கத்தினாலும் பாதிக்கப்படாமல் சட்டத்தின் மூலம் பாதுகாக்கப்பட்டிருக்கிறான். விவசாய இலாகாவானது, அந்தந்த இடத்திற்கும், போக்குவரவு வசதிகளுக்கும் தகுந்தாற் போல், விலைவாசிகளை நிர்ணயித்து விடுகிறது. இந்த விலைக்கே விவசாயி விற்பனை செய்ய வேண்டும். மற்றவர்கள் வாங்க வேண்டும். இதனால், விவசாயிக்குத் தனது வருமானத்தில் ஒரு நிச்சயம் ஏற்பட்டு விடுகிறது.

உழுவார் உலகத்தார்க்கு அச்சாணி போல்வரன்றோ? இதனாலேயே ஹிட்லர் நிலத்திற்கு அதிக மகத்துவம் கொடுத்துப்

பேசுகிறான். பிறரைத் தொழுது, உண்டு, பின் செல்வதை விட, தனது நிலத்திற்காக ஒருவன் இறப்பதே மேல் என்னும் கருத்துப்பட, இவன் தன் சுயசரிதத்தில் ஓரிடத்தில் கூறுகிறான்.

அங்கஹீனர்கள், உழைத்துப் பிழைக்க முடியாதவர்கள், வேலை செய்யத் தயாராயிருந்தும் வேலையகப்படாதவர்கள் முதலியோர் விஷயத்திலும் நாஜி அரசாங்கம் கவனஞ் செலுத்தி வருகிறது. மற்ற நாடுகளில் நடைபெறுவதைப்போல், வாரந்தோறுமோ, மாதந்தோறுமோ, அரசாங்க பொக்கிஷத்திலிருந்து இவர்களுக்கு ஒரு சிறுதொகை கொடுக்கப்படுவதில்லை. இந்த முறையினால், கோரிய பயன் விளைவதில்லையென்பதை நாஜி அரசாங்கம் உணர்ந்திருக்கிறது. எனவே, தேசத்தார் அனைவரும், நம் விஷயத்தில் அனுதாபஞ் செலுத்துகின்றனர், தியாகமும் செய்கின்றனர் என்று அங்கஹீனர் முதலானவர் எண்ணும்படியாக நாஜி கட்சியினர் ஏற்பாடு செய்திருக்கின்றனர். ஒவ்வொரு மாதத்தின் முதல் ஞாயிற்றுக்கிழமை, இந்த அங்கஹீனர் முதலாயினோரின் நாள் என்று ஒதுக்கிவைக்கப்பட்டிருக்கிறது. அன்று எல்லா ஜெர்மனியர்களும், குறைவாக ஒரு வேளை ஆகாரம் சாப்பிட வேண்டும். சாதாரணமாக அன்றைய சாப்பாட்டுச் செலவு ஆறு அணாவுக்கு மேல் போகக்கூடாது. மிகுதித் தொகையை - அதாவது ஒரு நாள் சாப்பாட்டுக்கு ஆளுக்கு எவ்வளவு செலவாகிறதோ, அதிலிருந்து இந்த ஆறு அணாவைக் கழித்துக்கொண்டால் மிச்சம் எவ்வளவு வருகிறதோ அந்தத் தொகையை - அங்கஹீனர் முதலாயினோருடைய சகாயத்திற்கு உதவ வேண்டும். இந்தப் பண வசூலுக்காக, வீதிகள் தோறும் தொண்டர்கள் உண்டிப் பெட்டிகளை எடுத்துக் கொண்டு வருவார்கள். அவைகளில் இந்தத் தொகையைப் போட்டுவிடவேண்டும். இது தவிர உத்தியோகத்திலிருக்கிறவர்களும், நிரந்தர வருமானமுடையவர்களும் குறிப்பிட்ட ஒரு தொகையை சந்தா மாதிரி செலுத்த வேண்டும். இங்ஙனமே விவசாயிகள், வியாபாரிகள் முதலியோர் ரொக்கமாகக் கொடாமல், பொருள்களாகவும் உதவுகின்றனர். இவையனைத்தையும் ஒன்று கூட்டி அரசாங்கத்தார் தேவையானவர்களுக்கு ஒழுங்காக வழங்குகின்றனர். இந்தக் கஷ்ட நிவாரண விஷயத்தில் நாஜி அரசாங்கம், பொதுவுடமைவாதிகளென்றோ, யூதர்களென்றோ எவ்வித வித்தியாசமும் பாராட்டுவதில்லை.

~

22. கல்வி முறையும் பெண்கள் நிலையும்

"ஒரு தேசத்தின் கல்விமுறை சரியாக இல்லாதிருக்குமாயின், அக்கல்வியைப் பயின்றவர்கள், பொறுப்பை ஏற்றுக் கொள்ள அஞ்சுவார்கள். முக்கியமான பிரச்சனைகளில் ஈடுபட அவர்களால் முடியாது."

★ ★ ★

"நன்றாகப் படித்த ஒரு பலஹீனனைவிட, போதிய கல்வி, ஆனால் நல்ல தேகக்கட்டு, ஒழுக்கத்திலே உறுதி, தன்னம்பிக்கை, மனோதிடம் ஆகிய இவை நிறைந்த ஒருவனே சமூகத்திற்குப் பயனுடையவன்."

★ ★ ★

"எல்லாரும் பாராட்டக்கூடிய மாதிரி நமது அறிவு வளர்ந்திருக்கிறது. ஆனால் எல்லோரும் குறை கூறத்தக்க வண்ணம் நமது ஆத்ம சக்தி அமைந்திருக்கிறது."

★ ★ ★

"நமது ஜெர்மானிய சமூகம் இப்பொழுது பிரக்ஞையற்று வீழ்ந்து கிடக்கிறது. இதனை எல்லாரும் உதைக்கிறார்கள். தன்னம்பிக்கையினாலேயே இதற்குப் பலம் உண்டாக வேண்டும். இளைஞர்களின் உள்ளத்திலே இந்தத் தன்னம்பிக்கை உதயமாகுமாறு, சிறு குழந்தைப் பருவத்திலிருந்தே பழக்கப் பெறவேண்டும்."

★ ★ ★

"தாங்கள் மற்றவர்களைவிட உயர்ந்தவர்கள் என்ற எண்ணம் சிறு வயதிலிருந்தே பிள்ளைகளுக்கு ஏற்படும் வண்ணம் அவர்களுடைய கல்விமுறை அமைய வேண்டும்."

கல்வியைப்பற்றி ஹிட்லர் கொண்டுள்ள எண்ணங்களில் சில இவை. இவையனைத்தும், நாஜி அரசாங்கத்தில் நடைமுறையில் கொணரப் பெற்றிருக்கின்றன. பிள்ளைகளுக்கு அறிவு புகட்டுவது

எவ்வளவு அவசியமோ அவ்வளவு அவசியமாக அவர்களுக்கு ஒழுக்கமும் தேக பலமும் புகட்டப்படவேண்டும் என்கிற ஆதாரத்தின் மீதே கல்வித் திட்டம் அமைக்கப்பட்டிருக்கிறது. போதகாசிரியன் புத்தகங்களிலிருந்து பாடங்களைச் சொல்லி கொடுத்துவிடுவதோடு திருப்தியடைந்துவிட முடியாது. அவன், பிள்ளைகளை வருங்கால வாழ்வுக்குப் பக்குவப்படுத்த வேண்டும். அவர்களுக்குத் தலைவனாயிருந்து வழிகாட்ட வேண்டும்; உணர்ச்சி யூட்டவேண்டும்; ஆன்மாவை ஒளிபெறச் செய்யவேண்டும். குறிப்பிட்ட ஒரு துறையிலே மட்டும் மாணாக்கன் தேர்ச்சி பெறுவதோடு அவனோ, ஆசிரியனோ திருப்தியடையக்கூடாது.

பிள்ளைகளுக்கு முக்கியமாகச் சரித்திரமும் பூகோளமும் போதிக்கப்படுகின்றன. ஜெர்மனியில் பல நூற்றாண்டுகளாகத் தோன்றிப் புகழோடு மறைந்து வரும் இதிகாச புருஷர்களின் உயர்ந்த லட்சியங்களும், அவர்களுடைய வாழ்க்கை முறைகளும் பிள்ளைகளின் மனத்தில் பதியுமாறு சொல்லப்படுகின்றன. ஒவ்வொரு ஜெர்மானியச் சிறுவனும் அவனுடைய மூதாதையர்களைப் போற்றுமாறும், அவன் பிறந்த நாட்டின் மீது பக்தி செலுத்துமாறும் போதிக்கப்படுகிறான்.

"அந்நிய நாட்டிலே ஓர் அரசனாக இருப்பதைக் காட்டிலும், தனது தாய் நாட்டிலே ஒரு தோட்டியாக இருப்பதையே கௌரவமாகக் கொள்ள வேண்டும்"

என்கிறான் ஹிட்லர்.

பள்ளிக்கூடங்களின் மூலமாக, நாஜி அரசாங்கம், ஜெர்மனிக்கு ஒரு புதிய சரித்திரத்தைச் சிருஷ்டி செய்து கொண்டிருக்கிறது. "மூன்றாவது ஏகாதிபத்தியமானது, மற்ற இரண்டு ஏகாதிபத்தியங்களையும்விட பிரகாசமானதாக இருக்க வேண்டும்" என்பதே அரசாங்கத்தின் நோக்கம்.

ஆசிரியன்மார் அனைவரும், முன்னர் கூறப்பட்ட கட்டாய கைவேலை ஸ்தாபனங்களில் பயிற்சி பெற்றவர்களாக இருக்க வேண்டும். பிள்ளைகளின் பரீட்சைத் திட்டத்தில், அவர்களுடைய நன்னடத்தைக்காக "மார்க்"குகள் உண்டு என்பது குறிப்பிடத்தக்கது.

ஜெர்மனியிலுள்ள பள்ளிக்கூடங்களில் பெரும்பாலான குருகுல முறையிலேயே அமைக்கப்பட்டிருக்கின்றன. மாணாக்கர்கள், உண்ணவும், படுக்கவும் வசதிகள் செய்து

கொடுக்கப்பட்டிருக்கின்றன. ஞாயிற்றுக்கிழமைதோறும், பெற்றோர்கள் பள்ளிக்கூடங்களுக்கு வந்து பிள்ளைகளோடு இருந்துவிட்டுப் போகலாம். அன்று 'குடும்ப நாள்' என்று பெயர். பிள்ளைகளின் சம்பள விகிதம், வகுப்பு வாரியாக நிர்ணயிக்கப்படுவதில்லை. பெற்றோர்களின் பொருளாதார நிலைக்குத் தகுந்தபடி, அவர்களுடைய பிள்ளைகளின் பள்ளிக்கூட சம்பளம் நிர்ணயிக்கப்படுகிறது. அப்படியே ஆசிரியர்களுக்கும், அவர்களுடைய குடும்பத் தேவைக்குத்தக்கபடியே சம்பளம் கொடுக்கப்படுகிறது.

நாஜி அரசாங்கத்தார் உயர்தரக் கல்வி முறையில், சில முக்கியமான மாறுதல்களைச் செய்திருக்கின்றனர். ஆயிரக்கணக்கான இளைஞர்கள், சர்வ கலாசாலைகளுக்குச் சென்று படித்துப் பட்டதாரிகளாக வெளிவந்த பின்னர், வேலையில்லாமல் திண்டாடித் தவிப்பதை நாஜி அரசாங்கத்தார் சும்மா பார்த்துக் கொண்டிருக்க விரும்பவில்லை. இதனால் சர்வ கலாசாலைகளில் சென்று படிப்போருடைய தொகையை மிகவும் குறைத்துவிட்டனர். உதாரணமாக 1934ஆம் ஆண்டில், 40,000 மாணாக்கர்கள் 'மெட்ரிகுலேஷன்' பரிட்சையில் தேறினார்கள். இவர்களில் 15,000 பேரே, சர்வ கலாசாலைப் படிப்புக்கு அனுப்பப் பட்டார்கள். எல்லா உத்தியோக சாலைகளிலும், அளவுக்கு அதிகமான பேர் உத்தியோகத்தி லிருக்கிறார்களென்றும், இதனை ஒரு வரையறைக்குட்படுத்தி, உத்தியோகத்திற்காக அலையும் பேர்வழிகளை, தேசத்திற்கும் சமுதாயத்திற்கும் உபயோகமான துறைகளில் இறங்குமாறு செய்ய வேண்டுமென்றும் அரசாங்கத்தார் கருதுகின்றனர். 1911ஆம் ஆண்டில் 62,900 பேரே சர்வ கலா சாலைகளில் படித்துக் கொண்டிருந்தார்கள். 1931ஆம் ஆண்டில் 123,000 பேராயினர். இவர்களில் 19,700 பேர் ஸ்திரீகள். வேலையில்லாத் திண்டாட்டம், அதிகமாகாமல் என்ன செய்யும்? இதிலும் ஆண் - பெண் போட்டி! சர்வ கலாசாலைகளை எட்டிப்பார்க்கக்கொடுத்து வைக்காதவர்கள் அனைவரும் விவசாயம் கைத்தொழில் முதலிய துறைகளில் இறங்க வேண்டுமென்பதே அரசாங்கத்தாரின் அபிலாஷை.

பெண்கள் நிலை, நாஜி அரசாங்கத்தின் கீழ், ஒரு புதிய மாறுதலை அடைந்திருக்கிறது. இந்த மாறுதல், மேனாட்டில் ஒருவித வியப்பையும், சில இடங்களில் முணு முணுப்பையும் உண்டு பண்ணாமலில்லை. ஆனால் நாஜி அரசாங்கம் இவைகளைப் பொருட்படுத்தவில்லை.

தற்போது, ஒரு ஜெர்மானிய ஸ்திரீயைப் பார்த்து, "அம்மா! உனக்கு, ஆண்களோடு 'சரி நிகர் சமானமான' உரிமை வேண்டுமா? அல்லது இல்லற வாழ்க்கை வேண்டுமா?" என்று கேட்டால், குடும்ப வாழ்க்கையே வேண்டுமென்று பதில் கூறுகிறாள். இவ்விஷயத்தில், பெண்கள் எவ்விதமாகவும் கட்டாயப்படுத்தப்படவில்லையென்பது குறிப்பிடத்தக்கது.

1918ஆம் ஆண்டிற்குப் பிறகு, ஜெர்மனியில் குடும்ப வாழ்க்கை அடியோடு சீரழிந்து போயிருந்தது. கண்டவனைக் கண்டவளும் காதலிக்கிறதென்ற முறை சர்வ சாதாரணமாகிவிட்டது. ஆண் பெண் சம்பந்தத்தில் ஒரு வரம்பே இல்லாமலிருந்ததென்று சொல்லலாம். ஆணுலகத்தில் அறமில்லை; பெண்ணுலகத்தில் அழகில்லை. இஃது, ஒரு சமுதாயத்தின் சீர் கேட்டிற்கு, எவ்வளவு வேகமாகத் துணை செய்கிறதென்பதை நாஜிகள் உணர்ந்து கொண்டார்கள்.

குடும்பத்திலிருந்தன்றோ தேசம் பரிணமிக்கிறது. குடும்ப வாழ்க்கையில் ஒழுங்கும் ஒழுக்கமும் இல்லாவிட்டால், தேசீய வாழ்க்கையில் அமைதியையும் ஆற்றலையும் எங்ஙனம் காண முடியும்? இதனாலேயே பள்ளிக்கூடங்களில், சிறுவர்களுக்கு ஒழுக்கத்தின் உயர்வும், சிறுமிகளுக்குத் தாய்மையின் பெருமையும் போதிக்கப்படுகின்றன.

புதிய ஜெர்மனி பரிசுத்தமானதாயிருக்க வேண்டும். ஆணுக்கும் பெண்ணுக்கும் பொதுவான விபசாரம் அறவே ஒழிய வேண்டும். திடகாத்திரமுள்ள எல்லா ஜெர்மானியர்களும் விவாகம் செய்து கொண்டு, வீரமுள்ள மக்களைப் பெற வேண்டும். இதுவே நாஜி அரசாங்கத்தின் கோரிக்கை. ஹிட்லர் இதைப்பற்றி ஓரிடத்தில் கூறுகிறான்:

> "தேசீய அரசாங்கத்தின் முதற்கடமையென்ன? விவாக முறையை, சமூகத்திற்கு இழிவு தரக்கூடிய நிலையினின்று எழுப்பி, தெய்வீக ஸ்தாபனமாக உயர்த்த வேண்டும். இதனின்றும் கடவுளின் பிரதிபிம்பங்கள் வெளித்தோன்ற வேண்டும்; பாதி மனிதன், பாதி குரங்கு வடிவங்கள் உண்டாகக் கூடாது."

விவாகம் செய்து கொள்ளாத ஆண்களுக்கும் பெண்களுக்கும் 'விவாக உதவி வரி' என்ற ஒருவித வரி விதிக்கப்படுகிறது. இந்த வரிப்பணத்தைக் கொண்டு, விவாகம் செய்து கொள்ளும் தம்பதிகளுக்கு ஒரு தொகை - சுமார் 750 ரூபாய் - விவாகக் கடன் என்று சொல்லிக் கொடுக்கப்படுகிறது. இதற்கு வட்டிகிடையாது. இந்தத் தொகையை மாதந்தோறும் சிறு சிறு தொகையாகத்

திருப்பிக் கொடுத்துவிட வேண்டும். குழந்தைகள் பிறந்தால் ஒவ்வொரு குழந்தைக்கும், திருப்பிக் கொடுக்கும் தொகையில் ஐந்தில் ஒரு பாகத்தைக் கழித்துக் கொண்டு கொடுக்கலாம். இந்த விவாகக் கடன் தொகையைக் கொண்டு, தம்பதிகள் ஒரு குடும்பத்தை அமைத்துக் கொள்வதற்கும், தட்டு முட்டு சாமான்களை வாங்கிக் கொள்வதற்கும் சௌகரியமாயிருக்கிறது. குடும்பம் வைக்கப் போதிய பணம் இல்லையே யென்று ஆண்கள் ஏங்கி நிற்க வேண்டியதில்லை.

1936ஆம் ஆண்டு செப்டம்பர் மாதத்தோடு சுமார் 3500 லட்சம் மார்க்குகள் விவாகக் கடன் தொகையாகக் கொடுக்கப்பட்டிருக்கிறதென்றும், இத்தொகை பெற்று சுமார் ஆறு லட்சம் பேர் விவாகம் செய்து கொண்டிருக்கிறார்களென்றும் ஓர் அறிக்கை கூறுகிறது.

ஆனால், விவாகம் செய்து கொள்ளும் தம்பதிகளுக்குச் சில நிபந்தனைகள் விதிக்கப்பட்டிருக்கின்றன. தம்பதிகள், தாங்கள் நல்ல திடசாலிகள், எவ்வித வியாதியும் இல்லாதவர்கள் என்று அரசாங்க டாக்டர்களிடம் 'சர்டிபிகேட்' பெற வேண்டும். விவாகம் செய்து கொள்வதற்கு முன்னர், பெண் எங்கேனும் உத்தியோகம் செய்து கொண்டிருந்தால், விவாகமானவுடன் அந்த உத்தியோகத்தை விட்டுவிட வேண்டும். கம்பெனி முதலாளிகள் தங்களுடைய சேவையில் இருக்கும் பெண்கள் விவாகம் செய்து கொள்வதாயிருந்தால் அவர்களுக்குச் சன்மானமாக ஏதேனும் ஒரு தொகை கொடுக்குமாறு சொல்லப்படுகிறார்கள். அந்தப் பெண்களுடைய ஸ்தானத்தில் ஆண்களை நியமிக்குமாறு கூறப்படுகிறார்கள்.

இந்தச் சட்டங்கள் அமுலுக்கு வந்த பிறகு பணமுடையினால் விவாகம் செய்து கொள்ளத் தயங்கின பலர், மண வாழ்க்கையை இன்பமாக ஏற்றுக் கொண்டனர். ஆண்களிடையே வேலையில்லாத் திண்டாட்டம் குறைய ஆரம்பித்தது.

தவிர, திட சரீரமுள்ள குழந்தைகளைப் பெறும் தாய்மார்கள், பல விதங்களிலும் கௌரவிக்கப்படுகிறார்கள். ஒரு குழந்தைக்கு இவ்வளவு தொகை என்று நிர்ணயிக்கப்பட்டு, ஒரு தாய்க்கு எத்தனை குழந்தைகள் இருந்த போதிலும் அத்தனை குழந்தைகளுக்கும், அவை பன்னிரண்டு வயது அடையும் வரை, அரசாங்க பொக்கிஷத்திலிருந்து தாய்மார்களுக்குச் சகாயத் தொகை (போனஸ்) கொடுக்கப்பட்டு வருகிறது. பெரிய குடும்பஸ்தர்களுக்கு வரி விகிதங்கள் குறைக்கப்பட்டிருக்கின்றன.

அரசாங்க உத்தியோகஸ்தர்கள், விவாக 'அலவன்ஸ்' என்றும், குழந்தைகள் 'அலவன்ஸ்' என்றும் கொடுக்கப்படுகிறார்கள். குழந்தைகள் அதிகமாக ஆக, இந்தக் குழந்தைகள் 'அலவன்ஸூம்' அதிகப்படுத்தப்படுகிறது.

பரம்பரை வியாதிகளினாலும், வேறு விதமான அங்கப் பழுதுகளினாலும் பாதிக்கப்படுகிறவர்கள், குழந்தைகளை உற்பத்தி செய்யாதவாறு சட்டத்தின் மூலம் தடுக்கப்பட்டிருக்கிறார்கள். ஜெர்மனியில் இத்தகையோர் சுமார் நான்கு லட்சம் பேர் இருப்பதாக மதிப்பிடப்பட்டிருக்கிறது. இவர்களைத் தரவாரியாகப் பிரித்து ஒவ்வொரு தரத்தினருக்கும் அரசாங்கப் பணம் எவ்வளவு செலவழிகிறதென்று பார்த்தோமானால் அஃது ஆச்சரியமாக இருக்கும். உதாரணமாக சித்த சுவாதீனமில்லாதவர்கள் பொருட்டு ஒரு நாளைக்கு 4 மார்க் வீதமும், குற்றவாளிகளுக்காக 3½ மார்க் வீதமும், கூன், குருடு, செவிடு முதலான அங்கஹீனர்கள் விஷயத்தில் 6 மார்க் வீதமும் அரசாங்கம் செலவழிக்கிறது. இவை தவிர, இவர்களுக்குப் பிறந்துள்ள குழந்தைகளின் போஷணைக்கும் படிப்புக்கும் ஏராளமான பணம் செலவழிக்க வேண்டியிருக்கிறது. இந்தச் செலவினால், தேசத்திற்கோ, சமூகத்திற்கோ என்ன பயன்? இந்தச் சந்ததியை விருத்தி செய்து கொண்டு போனால், ஜெர்மானிய ஜாதியின் புனருத்தாரணம் உண்டாதல் எங்ஙனம்? சமூகத்தின் எண்ணிக்கையைவிட அதன் தன்மையிலேயே நாஜி அரசாங்கம் அதிக கவனஞ் செலுத்தி வருகிறது. ஒழுக்கமற்ற, வியாதி நிறைந்த பத்து பலஹீனர்களை விட, ஒரு சிறந்த ஆண் மகன் விசேஷமல்லவா?

இதனாலேயே, மேலே கூறப்பட்ட சுமார் நான்கு லட்சம் பேரையும், சந்ததி உற்பத்திக்கு லாயக்கில்லாதவர்களாகச் செய்துவிட அரசாங்கம் ஒரு சட்டம் இயற்றியது. 'பரம்பரை வியாதியஸ்தர்கள் குழந்தைகளைப் பெறாமல் தடுக்கும் சட்டம்' என்று இதற்குப் பெயர். இது 1933ஆம் ஆண்டு ஜூலை மாதம் 14ந் தேதி அமுலுக்குக் கொண்டு வரப்பட்டது. இந்தச் சட்டத்தின்படி ஆங்காங்கு ஆஸ்பத்திரிகள் நிறுவப்பட்டன. இங்கு வியாதியஸ்தர்கள் 'ஆபரேஷன்' செய்யப்படுகிறார்கள். 'ஆபரேஷன்' செய்யுமாறு வியாதியஸ்தர்களோ அவர்களுடைய 'கார்டியன்'களோ மனுச்செய்து கொள்ளலாம். அல்லது ஆஸ்பத்திரி அதிகாரிகள், சுகாதார உத்தியோகஸ்தர்கள், சிறைச்சாலை அதிகாரிகள் முதலியோர் தங்கள் பார்வையில் வரும் நபர்களைப் பரிசோதனை செய்வித்து, 'ஆபரேஷன்'

செய்யப்பட வேண்டியவர்களைப் பிரித்து அனுப்பலாம். 'ஆபரேஷன்' செய்யப்பட வேண்டியவர்கள் முதலில் 'பிரஜா உற்பத்தி கோர்ட்' முன்னர் நிறுத்தப்படுகிறார்கள். இந்த 'கோர்ட்'டில் ஒரு மாஜிஸ்ட்ரேட், இரண்டு வைத்திய நிபுணர்கள் ஆகிய மூன்று பேர் அடங்கி யிருக்கின்றனர். இவர்கள் தீர விசாரித்து ஏகோபித்த முடிவுக்கு வந்த பிறகே, 'ஆபரேஷன்' செய்யப்படுவதற்கு அனுப்பப்படுகிறார்கள். 'ஆபரேஷன்' செய்யப்படுவது ஒரு தண்டனையாகாது. இதனால் இவர்கள் இல்லற சுகத்தை அனுபவிப்பதற்கு எவ்வித இடையூறும் ஏற்படுவதில்லை. ஆனால் குழந்தைகளை மட்டும் உற்பத்தி செய்ய முடியாது. 1934ஆம் ஆண்டு 672 பேரும், 1935ஆம் ஆண்டு 324 பேரும் இவ்வாறு மலடாக்கப்பட்டிருக்கிறார்கள். அப்படியே அதி விபசாரத்தினால் கெட்டும் கெடுத்தும் வைக்கின்றவர்கள் 'ஆபரேஷன்' மூலமாக நபும்சகர்களாக்கப்படுகிறார்கள்.

'சூறாவளிப் படை'யைச் சேர்ந்த இளைஞர்கள், நல்ல திடகாத்திரமுள்ள பெண்களை விவாகம் செய்து கொள்ளுமாறு தூண்டப்படுகிறார்கள். அழகுக்கும் பணத்துக்கும் அவ்வளவு சிறப்புக் கொடுப்பதில்லை. உத்தமமான குழந்தைகளை அதிகமாகப் பெறுமாறு ஆதரிக்கப்படுகிறார்கள்.

நாஜி அரசாங்கத்தின் கீழ், ஜெர்மனியப் பெண்ணுலகம், மாதா வடிவமாகப் பிரகாசிக்கிறது. ஜெர்மானியத் தாய்மார்கள், நாகரிகத்திற்கு, 'ஹாலிவுட்' டில் தயாரிக்கப்பெறும் சினிமா மாதிரிகளைப் பின்பற்றுவதில்லை. சிகரெட் பிடிப்பது, உதடுகளுக்கு வர்ணம் பூசுவது, ஆடம்பர வாழ்க்கையை நடத்துவது, அல்லது நிர்வாண சங்கங்களில் சேர்வது முதலியவை, தற்போதைய ஜெர்மனியில் மிகவும் குறைந்து வருகின்றன. பிள்ளைகளைப் பெறும் யந்திரங்களாகவும், அடுப்பூதும் வேலைக்காரிகளாகவும் பெண்களை நாஜி அரசாங்கம் செய்து விட்டதென்று சிலர் கூறுகின்றனர். இஃது உண்மையல்ல. பெண்களுக்குச் சமூகத்திலே தனியான ஓர் இடம் உண்டு; அந்த இடம் கௌரவமானது; தெய்வீகம் நிரம்பியது என்பதை நாஜிகள் நன்கு உணர்ந்திருக்கிறார்கள் இந்தமுறையிலேயே, பெண்களுக்கு பால்யத்திலிருந்து கல்வி போதிக்கப்படுகிறது. "பெண் கல்வி, தாய்மையொன்றினையே லட்சியமாகக் கொள்ளவேண்டும்" என்பது ஹிட்லரின் வாக்கு. 'தாயும் குழந்தையும்' என்றதோர் இயக்கம் ஆரம்பிக்கப்பட்டு மிகத்திறம்பட நடைபெற்று வருகிறது. சத்துள்ள உணவின்றித் தவிக்கும் தாய்மார்களுக்கும், பாலின்றி வாடும் குழந்தைகளுக்கும்

உதவி செய்வதே இந்த இயக்கத்தின் நோக்கம். போஷனை ஸ்தலங்கள் ஆங்காங்கு ஏற்படுத்தப்பெற்று குழந்தைகளுக்குச் சுத்தமான பால் வழங்கப்படுகிறது. தாய்மார்களுக்கு உஷ்ணமான ஆடைகள் அளிக்கப்படுகின்றன. இவர்களுக்கு இலவசமாகத் துணிகளைச் சலவை செய்துகொள்ளும் வசதிகளும் செய்துகொடுக்கப்படுகின்றன.

பிரசவ காலத்திற்குப் பிறகோ, அல்லது நோயின் காரணமாகவோ ஓய்வு பெற விரும்பும் தாய்மார்கள் சுகாதார வசதிகள் நிரம்பிய இடங்களில் வசிக்க ஏற்பாடுகள் செய்யப்பட்டிருக்கின்றன. இந்த இடங்களில் இவர்கள் எவ்வித குடும்பக் கவலையுமின்றி நிம்மதியாகக் காலங்கழிக்கலாம். ஏனென்றால் இவர்களுடைய குழந்தைகள் இதற்கென்றே ஏற்படுத்தப் பெற்றிருக்கும் சிசு சம்ரட்சண சாலைகளில் கவனித்துக்கொள்ளப் பெறுகின்றன. வீட்டிலேயுள்ள புருஷர்கள், அவரவர் ஜோலிகளைக் கவனிக்கச் செல்லலாம். அவர்களுடைய குடும்ப வேலைகளைக் கவனிக்க 'சகோதரிகள் சங்கத்தார்' முன் வருகின்றனர். குடும்ப வாழ்க்கையானது எவ்விதத்திலும் சீர் குலையாமல் இருக்க, நாஜி அரசாங்கம் எல்லா ஏற்பாடுகளையும் செய்திருக்கிறது.

தாய்மார்களுக்கென்று தனிப் பள்ளிக்கூடங்கள் நிறுவப்பட்டிருக்கின்றன. இங்கு ஸ்திரீ டாக்டர்கள்; குழந்தைகளைப் போஷிக்கவேண்டிய முறை, ஆரம்ப சிகிச்சை விவரங்கள் முதலியவற்றைச் சொல்லிக் கொடுக்கிறார்கள்.

~

23. பொருளாதாரமும் கலையும்

நாஜி அரசாங்கம் பதவியை ஏற்றுக் கொண்ட பிறகு, பொருளாதார விஷயத்தில் மிகவும் நிதானமாகவே நடந்து கொள்ள வேண்டியிருந்தது. 'ரய்ஹ்ஸ் பாங்கி'ன் தலைவனாகவும், பொருளாதார மந்திரியாகவும் டாக்டர் ஷாசெட்[1] நியமிக்கப்பட்டான். இவன், தாள் நாணயச் செலாவணியை ஒரு வரம்புக் குட்படுத்தினான். பணப் புழக்கம் சிறிது அதிகமானது. இதற்கு உலகப் பொருளாதார நிலையும் ஓரளவு துணை செய்தது.

வேலையில்லாத் திண்டாட்டத்தின் மீது நாஜி அரசாங்கமானது அதிக கவனஞ் செலுத்தத் தொடங்கியது. ஏற்கெனவே கூறியுள்ளபடி உத்தியோகங்களுக்குப் பெண்கள் போட்டி போடுவது குறைந்ததால், ஆண்களுக்கு வேலையகப்பட்டது. தொழிற்சாலைகளிலும், வியாபாரக் கம்பெனிகளிலும், புதிய ஆட்களைச் சேர்த்துக் கொள்ளுமாறு முதலாளிகள் தூண்டப்பட்டார்கள்: அல்லது இருக்கப்பட்ட ஆட்களை வேலையினின்று விலக்காதபடி சொல்லப்பட்டார்கள். இது விஷயத்தில் முதலாளிகளும் ஒத்துழைத்தார்கள். சில இடங்களில் தொழிலாளிகளின் வேலை நேரம் குறைக்கப்பட்டது. வெளிநாடுகளிலிருந்து இறக்குமதி செய்யப்பட்ட தொழிலாளர்கள் நிறுத்தப்பட்டார்கள். இத்தகைய ஏற்பாடுகளின் பயனாக, 1933ஆம் ஆண்டு பிப்ரவரி மாதம் வேலையில்லாமலிருந்த அறுபது லட்சம் பேர், அதே ஆண்டு நவம்பர் மாதம் 37 லட்சம் பேராகக் குறைந்தனர். 1934ஆம் ஆண்டு பிப்ரவரி மாதம் 34 லட்சம் பேராகவும், ஆகஸ்ட் மாதம் 24 லட்சம் பேராகவும், 1935ஆம் ஆண்டு ஆகஸ்ட் மாதம் 12½ லட்சம் பேராகவும் குறைந்தனர். வேலையில்லாதவர்களுக்கு வேலை தேடித் தருவதற்காக ஒரு ஸ்தாபனமும் ஏற்படுத்தப்பட்டிருக்கிறது.

ஜெர்மனியின் பொருளாதாரத் துறையை ஐந்து இலாகாக்களாகப் பிரித்து இருக்கின்றனர். விவசாயம்

தொழிற்சாலைகள், கைத் தொழில்கள், போக்குவரவு சாதனங்கள், தொழிலாளர்கள் பிரச்சனை ஆகிய இந்த ஐந்து இலாகாக்களும் நிபுணர்களின் மேற்பார்வையில் இருக்கின்றன. இவை சம்பந்தமான புதிய சட்டங்கள் இயற்றப்பட்டிருக்கின்றன. விவசாயிகளின் நிலைமையைப் பற்றி முன்னரே கூறப்பட்டது. அதிகமாகச் சாகுபடி செய்ய, விவசாயிகள் எல்லாவகையினும் உற்சாகமூட்டப்படுகிறார்கள். தனக்கு வேண்டிய உணவுப் பொருள்களில், நூற்றுக்கு 80 வீதம், தற்போது ஜெர்மனி தானே உற்பத்தி செய்து கொள்கிறது. சாஸ்திரீய முறையில் விவசாயம் செய்யுமாறு, கிராமவாசிகளுக்கு எல்லா வசதிகளும் அளிக்கப்படுகின்றன. நூற்றுக்கு 80 விவசாயிகள், மின்சார சக்தியை விவசாயத்திற்கு உபயோகப்படுத்துகிறார்கள். 1932ஆம் ஆண்டில் 223,000 விவசாயிகள் வேலையில்லாமல் இருந்தார்கள். 1935ஆம் ஆண்டு இவர்களுடைய தொகை 52,000 ஆகக் குறைந்தது.

யந்திரத் தொழிற்சாலைகளினுற்பத்தியும் மிகவும் பண் பட்ட முறையில் அபிவிருத்திக்குக் கொண்டுவரப்பட்டிருக்கின்றது. உதாரணமாக, 1935ஆம் ஆண்டில், ஜெர்மனியில் 245,000 மோடார் வண்டிகள் உற்பத்தி செய்யப்பட்டன. 1929ஆம் ஆண்டின் உற்பத்தியைவிட 1935ஆம் ஆண்டின் உற்பத்தி 143ரு அதிகம். இதே மாதிரி எல்லா வகையிலும் அபிவிருத்தி காட்டப்பட்டு வருகிறது.

தொழில் ஸ்தாபனங்களில் வேலை செய்யும் தொழிலாளர்களுக்கும் முதலாளிகளுக்கும் நெருக்கமான கூட்டுறவு ஏற்படுத்தப்பட்டிருக்கிறது. ஒவ்வொரு தொழிற் ஸ்தாபனத்திலும் 'ரகசிய கவுன்சில்' என்று ஒன்று நிறுவப்பட்டுள்ளது. இதற்கு முதலாளியே தலைவன். இதன் அங்கத்தினர்கள், தொழிற்சாலைகளிலுள்ள 'நாஜி கூடு'களின் ஆலோசனையின்பேரில், முதலாளியால் நியமிக்கப்படுவார்கள். இதில் தொழிலாளர்களும் அங்கத்தினர்கள் என்பதைச் சொல்ல வேண்டியதில்லை. தொழிலாளர் சங்கங்களுக்குப் பதில், இவையே இப்பொழுது நடைமுறையில் இருக்கின்றன. இந்த 'ரகசிய கவுன்சில்'களுக்கு மேலாக, ஜில்லாக்கள் தோறும், 'தொழிலாளர் டிரஸ்டு'கள் நிறுவப்பட்டிருக்கின்றன. இவைகளுக்கு விசேஷ அதிகாரங்களுண்டு. அந்தந்த ஜில்லாக்களின் நிலைமைக்குத் தகுந்த வண்ணம், வேலை நேரம், சம்பள விகிதம் முதலியவைகளை இவை நிர்ணயிக்கின்றன. முதலாளிகளுக்கும் தொழிலாளிகளுக்கும் சச்சரவு ஏற்படா வண்ணம் இவை பார்த்து வருகின்றன. தொழிலாளிகளை அவமதிக்கிற அல்லது ஹிம்சிக்கிற முதலாளிகளும்,

அநாவசியமாகக் கிளர்ச்சி செய்கிற, கீழ்ப்படிந்து வேலை செய்ய மறுக்கிற தொழிலாளிகளும் 'தொழிலாளர் கோர்ட்'டுகளினால் தண்டிக்கப்படுகிறார்கள்.

பொருளுற்பத்தியிலும், அவைகளை 'மார்க்கெட்டு'களுக்குக் கொண்டு வந்து விற்பனை செய்வதிலும் போட்டி ஏற்படாதபடி தடுக்க, தொழிலுற்பத்தியை பன்னிரண்டு பிரிவுகளாகப் பிரித்திருக்கிறார்கள். ஒவ்வொன்றுக்கும் ஒவ்வொரு மேலதிகாரி நியமிக்கப்பட்டிருக்கிறான். இதனால் சாமான்களை உற்பத்தி செய்வோரும், வாங்கி உபயோகிப்போரும் பலவித நன்மைகளை அடைகின்றனர்.

தொழில் ஸ்தாபனங்களை, அரசாங்கம் நேர்முகமாக எடுத்து நடத்தாவிட்டாலும், அரசாங்கத்தின் நேரான மேற் பார்வையிலேயே தொழிற் ஸ்தாபனங்கள் நடைபெறுகின்றனவென்று சொல்லலாம். தொழில்களை விஸ்தரிப்பதற்கோ, புதிய தொழில்களை ஆரம்பிப்பதற்கோ அரசாங்கத்தின் அனுமதி பெறவேண்டும். உள்நாட்டு மூலப்பொருள்களையே உபயோகிக்க வேண்டுமென்று முதலாளிகளை அரசாங்கத்தார் வற்புறுத்துகின்றனர்.

நாஜி அரசாங்கத்தார், பொருளாதாரத்தின் மற்ற அம்சங்களிலும் சில மாறுதல்களைச் செய்திருக்கின்றனர். வரிகள் ஓரளவு குறைக்கப்பட்டுள்ளன. தேச நலனுக்குகந்தவாறு தொழில் ஸ்தாபனங்களுக்குப் பொருளுதவி செய்யப்படுகிறது. இதே மாதிரி பலவிதமான மாறுதல்களைச் செய்திருக்கின்றனர். தற்போது, ஜெர்மனியின் வடக்கு தெற்காகவும், கிழக்கு மேற்காகவும் சுமார் நாலாயிரம் மைல் நீளமுள்ள மோடார் ரோட்டுகள் போடப்பட்டிருக்கின்றன. புதிய வாய்க்கால்கள் வெட்டப்பட்டு வருகின்றன. வேகமான நீரோட்டங்களிலிருந்து மின்சார சக்தி உற்பத்தி செய்யப்பெற்று, எங்கும் மிகச் சொற்ப தொகையில் வழங்கப்படுகின்றது. அப்படியே, அரசாங்கத்தாருடைய பொருளுதவியினால் சிதிலமாகிக்கிடந்த கட்டிடங்கள் புதுப்பிக்கப்பட்டன. கலைவளம் நிரம்பிய புதுக் கட்டிடங்களும் தோன்றிக் கொண்டிருக்கின்றன. கிராமவாசிகளுக்கு நாகரிக வசதிகள் யாவும் அளிக்கப்பட்டு வருகின்றன.

கலை உலகத்திலும் நாஜி அரசாங்கம் அதிக கவனஞ் செலுத்தி வருகிறது. சங்கீதம், சிற்பம், நாடகம் முதலியனவும், உயர்வகை நூல்கள் முதலியனவும், ஜெர்மனியின் தேசீய கௌரவத்தைக் காப்பாற்றக்கூடிய விதமாகவே அமைய வேண்டுமென்று

வற்புறுத்தப்பட்டு வருகிறது. இதற்காக, அரசாங்கத்தார், 'கலைக் கழகம்' ஒன்று நிறுவியிருக்கின்றனர். இதற்குப் பிரசார மந்திரியான டாக்டர் கெப்பல்ஸே தலைவனாயிருக்கிறான். இந்தக் கழகமானது ஆறு பிரிவாகப் பிரிக்கப்பட்டிருக்கிறது. சங்கீதம், ஓவியம், நாடகம், இலக்கியம், ரேடியோ, சினிமா, பத்திரிகை என்ற இந்தப் பிரிவுகளில், அந்தந்தத் துறையில் வல்லுநர்களாயிருக்கிறவர்கள், கட்டாய அங்கத்தினர்களாக இருக்க வேண்டும். இவர்கள், தேசீய நன்மைக்காகவே தங்கள் திறமையை உபயோகிக்க வேண்டும். நாடகங்கள், சினிமாக்கள் முதலியன, மனிதனுடைய கீழாசைகளைத் தூண்டிவிடுவதாயிராமல், அவனை மேல் நிலைக்கு அழைத்துச் செல்வதாயிருக்க வேண்டும். நடிகர்களாகவும் 'ஸ்டேஜ் மானேஜர்' களாகவும், 'டைரெக்டர்களாக'வும் இன்னினார் தான் இருக்க வேண்டுமென்று வகுத்துக்கூறும் அதிகாரம் அரசாங்க மந்திரிக்கு உண்டு. பொதுமக்கள் வாழ்க்கையைப் பிரதிபலிக்கச் செய்வதும், புதிய லட்சியங்களை உருவகப்படுத்திக் கொடுப்பதும் நாடக மேடைகளே என்பதை நாஜி அரசாங்கம் நன்கு உணர்ந்திருக்கிறது.

பத்திரிகைகள் ஒழுங்கான முறையில் நடைபெற வேண்டுமென்பதற்காக ஒரு சட்டம் இயற்றப்பட்டிருக்கிறது. பத்திரிகைக்காரர்கள், அரசாங்க உத்தியோகஸ்தர்கள் போலவே கருதப்படுகிறார்கள். கண்டபடி எழுதுவதையோ அல்லது அரசாங்கம் செய்வதையெல்லாம் அப்படியே ஆமோதிப்பதையோ நாஜிகள் விரும்பவில்லை. பத்திரிகா தருமம் என்பது ஒன்று உண்டல்லவா? அதை உணர்ந்து நடக்க வேண்டுமென்றே பத்திரிகாசிரியர்கள் கோரப்படுகிறார்கள்.

பொதுவாக, சமுதாய வாழ்வின் ஒவ்வொரு துறையிலும், நாஜி அரசாங்கத்தின் கை வேலை காணப்படலாம். ஜெர்மனியில், அரசாங்கம் உயிரோடு இயங்கிக் கொண்டு வருகிறது. என்றுதான் இதனைத் தொகுத்துக் கூறவேண்டும்.

அடிக்குறிப்புகள்

1. *Dr. Schacht - 1877ஆம் ஆண்டில் பிறந்தவன். உலகப் பொருளாதார நிபுணர்களில் ஒருவன். 1923ஆம் ஆண்டில் ஹிட்லருடன் சிநேகமானான். ஹிட்லரே, ஜெர்மனியின் வருங்காலத் தலைவன் என்று அப்பொழுதே இவன் கூறினான். இவனிடத்தில் ஹிட்லருக்கு அதிக நம்பிக்கையுண்டு.*

~

24. வெளிநாடுகளோடு சம்பந்தம்

ஜெர்மானிய பாஷை எங்கெங்கு பேசப்படுகிறதோ, ஜெர்மானியர்கள் எங்கெங்கு வசிக்கிறார்களோ, அந்தப் பிரதேசங்களெல்லாம் ஒன்று சேரவேண்டுமென்பது ஹிட்லரின் கருத்து. ஆரிய ஜாதியின் பரிசுத்தத்தைக் காப்பாற்றுவதற்காகவே தான் இந்த நோக்கத்தைக் கொண்டிருப்பதாக இவன் கூறியிருக்கிறான். ஆனால், இது ஜெர்மனியைச் சுற்றியுள்ள நாடுகளில் அவ நம்பிக்கையைக் கிளப்பிவிட்டிருக்கிறது.

ஜெர்மனிக்குத் தெற்கேயுள்ள ஆஸ்திரியாவில் பெரும்பான்மையோர் ஜெர்மானியர்களே. இதனால், 1930ஆம் ஆண்டிலிருந்தே நாஜி இயக்கத்தின் பிரசாரத்திற்கு ஆஸ்திரியாவில் எதிரொலி கிளம்பியது. ஆஸ்திரிய அரசாங்கம் இதை விரும்பவில்லை. பல அடக்குமுறைகளைக் கையாண்டது. 1933ஆம் ஆண்டு மார்ச் மாதம் பார்லிமெண்ட் சபைகளைக் கலைத்துவிட்டது. அப்பொழுது, பிரதம மந்திரியாக இருந்த டாக்டர் டால்பஸ்[1] என்பவன், சர்வாதிகாரிபோல் காரியங்களை நடத்தினான். இதனால் ஜெர்மனிக்கும் ஆஸ்திரியாவுக்கும் மனஸ்தாபங்கள் உண்டாயின. நாஜீயத்தில் அநுதாபங்கொண்ட ஆஸ்திரிய ஜெர்மானியர்கள் பலாத்காரத்தில் இறங்கினார்கள். பல குழப்பங்கள் விளைந்தன. ஆனால் டால்பஸ், இவைகளையெல்லாம் கடுமையாக அடக்கினான். நாஜிகளின் செல்வாக்கு சிறிது குறைந்தது. கடைசியில் 1934ஆம் ஆண்டு ஜூலை மாதம் 25ந் தேதி நாஜிகளாலேயே டால்பஸ் கொலை செய்யப்பட்டான்.

ஆஸ்திரியாவும் ஜெர்மனியும் ஒன்றுபடுவதை, ஐரோப்பாவின் மற்ற வல்லரசுகள் விரும்பவில்லை. மத்திய ஐரோப்பாவில், ஒரு காலத்தில் ஓங்கியிருந்த ஜெர்மானியர்களுடைய செல்வாக்கை அடியோடு சீர்குலைக்க வேண்டுமென்பதே வார்சேல் உடன்படிக்கையின் அடிப்படையான நோக்கம். இதனாலேயே, ஜெர்மனியைச் சேர்ந்திருந்தும், ஜெர்மானியப் பிரஜைகளைக்

கொண்டதுமான சில பிரதேசங்களை, ஜெர்மனியினின்று பிரித்து தனி நாடுகளாக உருவாக்கினர். அப்படியிருக்க, ஜெர்மனியும் ஆஸ்திரியாவும், யுத்தத்திற்கு முன்னிருந்தமாதிரி, தங்கள் செல்வாக்கைப் பரப்பத் தொடங்குமானால், தங்களுக்கு எங்கே ஆபத்து வந்துவிடுமோவென்று மேற்கே பிரான்சும், கிழக்கே ரஷ்யாவும், தெற்கே இத்தலியும் யோசிக்கத் தொடங்கின.

யுத்தத்திற்குப் பிறகு, ஜெர்மனியில் ஏற்பட்ட குடியரசு அரசாங்கத்தினர், ஆஸ்திரிய அரசாங்கத்துடன் சுங்கவரி சம்பந்தமாக ஒருவித ஒற்றுமைத் திட்டத்தை ஏற்படுத்திக் கொண்டனர். ஆனால், இதை மற்ற வல்லரசுகள் தடுத்துவிட்டன. யுத்தம் நடைபெற்றுக்கொண்டிருந்த காலத்திலேயே, தென் ஜெர்மனிக்கும் வட ஜெர்மனிக்கும் பிரிவினை உண்டுபண்ணும் விதமாக, நேசக்கட்சியாரின் தூண்டுதல்பேரில் பிரசாரம் நடைபெற்றதல்லவா? ஆஸ்திரிய அரசாங்க நிர்வாகத்தை டாக்டர் டால்பஸ் ஏற்றுக்கொண்ட பிறகு, அவன், மற்ற வல்லரசுகளின் கருவியாகவே இருந்தான் என்று பேசப்பட்டது. இல்லாவிட்டால், ஆஸ்திரியாவில் பெரும்பான்மையோராக இருந்த ஜெர்மானியருடைய உணர்ச்சியையும், அடுத்தாற்போல், நாளுக்கு நாள் வலுத்து வந்த நாஜி அரசாங்கத்தையும் எதிர்த்து நிற்கும் துணிவு அவனுக்கு ஏற்பட்டிருக்குமா என்றும் கேட்கப்பட்டது.

பாசிஸ்ட் இயக்கத்தின் செல்வாக்கு ஆஸ்திரியாவில் பரவியிருந்தது. ஆஸ்திரியாவின் சுதந்திரம் பறிமுதல் செய்யப்படக்கூடாதென்பதில் இத்தாலிக்கு நிரம்ப கவலை. ஏனென்றால், ஆஸ்திரியா, ஜெர்மனியோடு ஐக்கியப்பட்டு விடுமானால், அது, தன்னுடைய செல்வாக்கை எங்கு பாதிக்குமோவென்று இத்தலி கருதியது. ஜெர்மனியும், இத்தாலியும் சிநேக உடன்படிக்கை செய்து கொள்வதற்கு, ஆஸ்திரியா, சொக்கட்டான் காயாக உபயோகப்படுத்தப்பட்டது. இது விஷயமாகக் கலந்து பேச, 1934ஆம் ஆண்டு ஜூன் மாதம் 14ந் தேதி வெனிஸ் நகரத்தில் ஹிட்லரும் முஸோலினியும் ஒன்று கூடினார்கள். முதன் முறையாக இருவரும் சந்தித்தது அப்பொழுதுதான்.

டால்பஸுக்குப் பிறகு, ஆஸ்திரிய அரசாங்க நிர்வாகத்தை டாக்டர் ஷுஸ்நிக் என்பவன் ஏற்றுக் கொண்டான். இவன், ஆஸ்திரியா, ஓர் ஆடற்கருவியாக உபயோகப்படுத்தப்படுவதை விரும்பவில்லை. ஜெர்மனிக்கும் ஆஸ்திரியாவுக்கும் ஒருவித ஐக்கியத்தை உண்டுபண்ண முயற்சி எடுத்துக் கொண்டான்.

ஹிட்லரும் இந்த முயற்சிக்குத் துணை செய்தான். கடைசியில் 1936ஆம் ஆண்டு ஜூலை மாதம் 10ம் தேதி ஆஸ்திரியாவுக்கும் ஜெர்மனிக்கும் ஒரு சமரச உடன்படிக்கை ஏற்பட்டது. இதன்படி, ஆஸ்திரியாவின் பூரண சுதந்திரத்தை ஜெர்மனி அங்கீகரிக்கிறது. உள்நாட்டு விவகாரங்களில், இரண்டு நாடுகளும் ஒன்றுக்கொன்று தலையிடுவதில்லை. ஆஸ்திரியா, தான் ஒரு ஜெர்மானிய நாடு என்பதை உணர்ந்து நடக்க வேண்டும். இந்த உடன்படிக்கை நிறைவேறியதன் பயனாக, ஆஸ்திரியாவில் ஜெர்மனிக்கு விரோதமாக எடுத்துக் கொள்ளப் பெற்றிருந்த நடவடிக்கைகளும், ஜெர்மனியில் ஆஸ்திரியாவுக்கு விரோதமாக எடுத்துக்கொள்ளப் பெற்றிருந்த நடவடிக்கைகளும் ரத்து செய்யப்பட்டன. ஆஸ்திரிய அரசாங்கத்தில், ஜெர்மானியப் பிரதிநிதியொருவன் நியமிக்கப் பெற்றான்.

ஜெர்மனிக்கும் ஆஸ்திரியாவுக்கும் சமசரம் ஏற்பட்டுவிட்டபடியால் ஜெர்மனிக்கும் இத்தலிக்கும் நெருங்கிய ஒற்றுமை உண்டாகலாம். ஹிட்லருக்கும் முஸோலினியிடம் அதிக மதிப்பு உண்டு. தனக்கு இவனே வழிகாட்டி என்னும் கருத்துப்படி, ஹிட்லர், தன் சுயசரிதத்தில் எழுதியிருக்கிறான்.

1923ஆம் ஆண்டு ம்யூனிக்கில் நடைபெற்ற ஒரு பொதுக் கூட்டத்தில் ஹெர்மான் எஸ்ஸர் என்பவன் பேசிய போது "ஜெர்மனிக்கு ஒரு முஸோலினி தேவை. அதற்காக நாம் அலைய வேண்டியதில்லை. ஏற்கெனவே, நம்மிடையே ஒரு ஜெர்மானிய முஸோலினி தோன்றியிருக்கிறான். அவன் தான் ஹிட்லர்" என்று குறிப்பிட்டிருக்கிறான். நாஜி கட்சித் தலைவர்கள் பலர், முஸோலினியிடமும், பாசிஸ்ட் இயக்கத்தினிடமும் மதிப்பு வைத்திருக்கிறார்கள். ஆதலின், இரண்டு சர்வாதிகாரிகளும் ஒன்று கூடுவார்களானால், அதில் ஆச்சரியப்படக் கூடியதொன்றுமில்லை. ஆனால் மேற்கு ஐரோப்பாவிலுள்ள சில வல்லரசுகளின் தீர்க்காலோசனைக்கு இஃது இடங் கொடுக்கலாம்.

வார்சேல் ஒப்பந்தப்படி, ஜெர்மனியிடமிருந்து பிடுங்கி மற்ற நாடுகளுக்குக் கொடுக்கப்பட்ட பிரதேசங்களில் சுமார் இருபது லட்சம் ஜெர்மனியர் வசிக்கின்றனர். ஆஸ்திரியா, ஸ்விட்ஜர்லாந்து முதலிய நாடுகளில் சுமார் ஒரு கோடி பேருக்கு மேல் ஜெர்மானிய பாஷையைப் பேசுகிறவர்கள் இருக்கிறார்கள். ஹிட்லரும் அவன் கட்சியினரும், ஜெர்மானிய சாதி ஒன்று சேர வேண்டுமென்று அடிக்கடி பேசி வந்தபடியால், மேற்படி நாடுகள் சிறிது திகிலடையத் தொடங்கின. தங்களுடைய

எல்லைப்புறம் எங்கு தாக்கப்படுமோ என்று அஞ்சின. இதற்காக சில முஸ்தீப்புக்களையும் செய்து கொண்டன. இழந்துவிட்ட நாடுகளை மீண்டும் கைப்பற்ற ஜெர்மனிக்கு உத்தேசமில்லையென்றும், அயல்நாட்டாருடன் சமாதானமாக வாழ வேண்டுமென்பதே ஜெர்மனியின் நோக்கமென்றும் ஹிட்லர் பலமுறை கூறியிருக்கிறான். ஆயினும் சந்தேக காரணங்கள் இருந்து கொண்டிருந்தன.

டான்ஸிக் பிரதேச நிர்வாக சம்பந்தமாக, ஜெர்மனிக்கும் போலந்துக்கும் நீண்ட நாட்களாகத் தகராறு இருந்து கொண்டிருந்தது. ஹிட்லர் பதவி ஏற்றுக் கொண்ட ஆறுமாத காலத்திற்குள், இதனை ஒருவித முடிவுக்குக் கொண்டு வந்தான். இது சம்பந்தமாக 1934ஆம் ஆண்டு, ஜனவரி மாதம் 26ந் தேதி ஜெர்மனிக்கும் போலந்துக்கும் ஓர் ஒப்பந்தம் நிறைவேற்றப்பட்டது.

வார்சேல் உடன்படிக்கை, வேறெதைச் செய்தாலும் செய்யாவிட்டாலும், ஒரு தேசம் மற்றொரு தேசத்தின்மீது சதா சந்தேகப்பட்டுக் கொண்டிருக்கும்படியான நிலையை உண்டு பண்ணிவிட்டது. ஜார் பிரதேச விஷயம், இந்த நிலைமையை உண்டு பண்ணுவதற்குக் காரணமாயிருந்தவைகளுள் ஒன்று.

உடன்படிக்கைப்படி, ஜார் பிரதேசம், சர்வதேச சங்கத்தின் நிர்வாகத்திற்குட்படுத்தப்பட்டதல்லவா? இந்தப் பிரதேசம் முன்னர் ஜெர்மனியைச் சேர்ந்திருந்தது. இங்குள்ள மக்களில் பெரும்பான்மையோர் ஜெர்மானியர்கள், யுத்த முடிவில், ஆல்சேஸ் - லோரெயின் ஜில்லாக்களைப் பழையபடி தனக்குச் சேர்த்துக்கொண்டு விட வேண்டுமென்றும், அந்த ஜில்லாக்களில் நடைபெறும் இரும்புத்தொழிலுக்கு, ஜார் ஜில்லாவில் உற்பத்தியாகும் நிலக்கரி துணை செய்வதாக இருக்குமென்றும் பிரான்ஸ் கருதியது. ஆல்சேஸ் - லோரெயின், ஜார், ரூர் முதலிய பிரதேசங்களில் உற்பத்தியாகும் இரும்பு, நிலக்கரி, மரவகைகள் முதலியவை ஜெர்மனியின் கைத்தொழிலபிவிருத்திக்கு உயிர் நாடிபோல் இருந்தன. ஜெர்மனியின் கொட்டத்தை அடக்க வேண்டுமானால் இந்தப் பிரதேசங்களை அதனின்று பறித்துவிட வேண்டியது அவசியமல்லவா?

யுத்தம் நடைபெற்றுக்கொண்டிருந்தபோதே, பிரான்சுக்கு இந்த நோக்கம் இருந்து கொண்டிருந்தது. 1917ஆம் ஆண்டு பிப்ரவரி மாதம் பிரான்ஸும் ருஷ்யாவும் ஒரு ரகசிய உடன்படிக்கை செய்துகொண்டன. போலந்து விஷயத்தில் அதனிஷ்டப்படி நடந்துகொள்ள ருஷ்யா அனுமதிக்கப்பட்டது.

ஜார் பிரதேசத்தைத் தன்னோடு சேர்த்துக்கொள்ளும் விதமாக, தன் கிழக்கெல்லைப் புறத்தை வகுத்துக்கொள்ள பிரான்ஸுக்கும் உரிமையளிக்கப்பட்டது. யாருடைய தேசத்தை யார் பங்கு போட்டுக்கொள்ள யார் உடன்படிக்கை செய்து கொள்வது?

வார்சேல் சமாதான மகாநாட்டில் தனது எண்ணத்தை நேரடியாகப் பூர்த்தி செய்து கொள்ள - அதாவது, ஜார் பிரதேசம் தனக்கே சேர வேண்டுமென்று நேர்முகமாகச் சொல்ல பிரான்ஸுக்குப் போதிய துணிச்சல் உண்டாகவில்லை. அப்படி செய்வது வில்ஸனுடைய சுய நிர்ணய உரிமைத் தத்துவத்தை அவன் எதிரிலேயே கவிழ்த்துவிட்டது போலாகுமல்லவா? எனவே, வேறு வழிகளில் - அதாவது வெளியுலகத்தாருக்கு நியாயம் என்று படுகிற வழிகளில் - ஜார் பிரதேசத்தை பிரான்ஸுடன் சேர்க்க, பிரெஞ்சுப் பிரதிநிதிகள் முயன்றார்கள். மேற்படி பிரதேசத்தில் பிரெஞ்சுக்காரர்களின் ஜனத்தொகை அதிகமென்றும், ஜார் பிரதேச வாசிகள், பிரெஞ்சு ஆதிக்கத்திற்குட்பட்டு வாழவே விரும்புகிறார்களென்றும் என்னென்னவோ சொல்லிப் பார்த்தார்கள். கடைசியில், இந்தப் பிரதேசம், சர்வதேச சங்கத்தின் நிர்வாகத்திற்குப் பதினைந்து ஆண்டு வரை உட்படுத்தப்பெற்றது. இங்குள்ள நிலக்கரிச் சுரங்கங்களின் அனுபவ பாத்தியதை பிரான்ஸுக்குக் கொடுக்கப்பெற்றது. பதினைந்து ஆண்டுகளுக்குப் பிறகு எடுக்கப்பெறும் பொது மக்கள் வாக்கின் படி, இந்தப் பிரதேசம் மீண்டும் ஜெர்மனியைப் போய்ச் சேருமானால், மேற்படி அனுபவ உரிமையை, ஜெர்மனி, ஒரு மதிப்பு வைத்து வாங்கிக் கொள்ள வேண்டுமென்றும் சொல்லப்பட்டது.

ஜார் பிரதேசத்திலுள்ளவர்கள் ஜெர்மனியோடு சேர வேண்டுமென்கிற விதமாகவே தங்கள் மனப்பான்மையைக்காட்டி வந்தார்கள். நாஜி அரசாங்கமும், தனக்கு இயற்கையாயமைந்துள்ள பிரசாரத் திறமையினால், இந்த மனப்பான்மை வளரும் வண்ணம் துணை செய்தது. ஆனால் இது பிரான்ஸுக்குப் பிடிக்கவில்லை. 1934ஆம் ஆண்டு, இதைப்பற்றிக் கண்டித்து ஜெர்மனிக்கு எழுதியது.

கடைசியில் 1935ஆம் ஆண்டு ஜனவரி மாதம் 13ந் தேதி, ஞாயிற்றுக் கிழமை, ஜார் பிரதேசத்தில் பொதுமக்கள் வாக்கு எடுக்கப்பெற்றது. 100க்கு 85 பேர் ஜெர்மனியோடு சேர்ந்துவிட வேண்டுமென்ற விருப்பத்தையே தெரிவித்தார்கள். இந்தச் சமயத்தில் ஜெர்மனியர் காட்டிய பிரச்சாரத் திறமையும், ஒழுங்கு முறையும் பெரிதும் வியக்கத்தக்கன. ஜார் பிரதேசத்திலிருந்த

எல்லா ஜெர்மனியாரும் 'ஓட்' போடும் வண்ணம் ஏற்பாடு செய்தார்கள். ஆஸ்பத்திரிகளில் நோயாய்ப் படுத்துக் கிடந்தவர்களையெல்லாம் சௌகரியமாக அழைத்து வந்து 'ஓட்' போடுவித்தார்கள். ஜார் வாசியான ஒரு வயோதிக ஸ்திரீ, சீனாவிலுள்ள ஷாங்காய் நகரத்தில் வசித்து வந்தாள். ஜெர்மனிக்குச் சாதகமாக 'ஓட்' போட இவள், பதினாறு நாட்கள் ரெயில் பிரயாணம் செய்து, 'ஓட்' தினத்தன்று காலையில் பெர்லின் நகரத்தையடைந்தாள். அங்கிருந்து இவளை ஆகாய விமானத்தில் ஏற்றிக் கொண்டுபோய் ஜார் பிரதேசத்தில் 'ஓட்' போடு வித்தனர் நாஜி கட்சியினர். இந்தக் கிழவிக்குத் தாய்நாட்டுப் பற்று இருந்தவாறென்னே!

1935ஆம் ஆண்டு மார்ச் மாதம் முதல் தேதி வெள்ளிக்கிழமை ஜார் பிரதேசம் ஜெர்மனி வசம் ஒப்புவிக்கப்பெற்றது. ஹெர் புர்கெல் 'ரய்ஹ்ஸ் கமிஷனராக' நியமிக்கப் பெற்றான். அன்று தலைநகரமாகிய ஜார்ப்ரூகெனில் என்ன உற்சாகம்! மக்களிடையே என்ன ஆனந்தம்! எதிர்பாராத விதமாக அன்று ஹிட்லரும் வந்து சேர்ந்தான். மாலை 'டவுன் ஹாலு'க்கு எதிரே கூடிய கூட்டத்தில் பின்வருமாறு பேசினான்: –

"நீங்கள் சுதந்திரம் பெற்ற இச்சமயத்தில் உங்களுடன் இருப்பதைக் குறித்து மகிழ்ச்சி கொள்கிறேன். ஜெர்மனிக்கு இன்று சந்தோஷ நாள். ஐரோப்பாவுக்கே இன்று சந்தோஷ நாள் என்று கருதுகிறேன். ஏனென்றால் இரண்டு நாடுகளுக்கும் இடையேயிருந்த நெருக்கடியானது இன்றோடு தீர்ந்ததல்லவா? நமது அயல்நாடும் (பிரான்ஸ்) நம்மோடு சேர்ந்து, சமாதானத்தைத் தேடும் என்று நம்புவோமாக. இரண்டு நாடுகளும் கை கோத்து, சமாதானத்திற்கு இடையூறாயிருப்பனவற்றை யெல்லாம் இடித்துத் தள்ளுமாக."

ஜார் பிரதேசம், பதினைந்து ஆண்டுகளுக்குப் பிறகு, மீண்டும் ஜெர்மனியோடு சேர்ந்தது.

ஆனால், ஐரோப்பிய சமாதானத்திற்காக பிரான்ஸூம் ஜெர்மனியும் கை கோத்துக் கொள்ளவில்லை. இரண்டு நாடுகளுக்கும் இடையே புகைந்து கொண்டிருக்கும் பரம்பரைப் பகைமையானது எப்பொழுது பற்றி எரியுமோ என்று ஐரோப்பிய ராஜதந்திரிகள் இப்பொழுதும் கவலை கொள்ளாமலில்லை.

பிரான்ஸ் விஷயத்தில், ஹிட்லருக்குச் சிறு வயதிலிருந்தே நம்பிக்கை கிடையாது. தனது சுய சரித்திரத்தில், ருஷ்யாவும் பிரான்ஸூம், ஜெர்மனியின் ஜன்மசத்துருக்கள் என்னும் கருத்துப்படவே எழுதுகிறான். பிரிட்டனிடத்திலும் இத்தலியிடத்திலும் இவனுக்கு நம்பிக்கை இருக்கிறது. பிரிட்டிஷ்

- இத்தாலிய ஜெர்மன் கூட்டுறவின் மூலம், ஐரோப்பிய சமாதானத்தை நிலைநிறுத்த முடியும் என்பதில் இவன் உறுதி கொண்டவனாயிருக்கிறான். ஆனால், எந்த நாடும் ஜெர்மனிக்காகத் தன்னலத்தை விட்டுக்கொடாது என்பதை நன்கு தெரிந்து கொண்டுமிருக்கிறான்.

"ஐரோப்பிய வல்லரசுகளிலே ஒன்றாக ஜெர்மனி இருக்கக் கூடாதென்பது கிரேட் பிரிட்டன் எண்ணம். ஆனால் பிரான்ஸோ, ஜெர்மனி ஒரு வல்லரசாகவே ஆகக் கூடாது என்று கோருகிறது. இரண்டுக்கும் வித்தியாசம் உண்டல்லவா?"

என்று சுய சரித்திரத்தின் ஓரிடத்தில் கேட்கிறான்.

நாஜி அரசாங்கத்தின் கீழ் ஜெர்மனியானது நாளுக்கு நாள் வளர்ந்து வருவது பிரான்ஸுக்குப் பிடிக்கவில்லை. எங்குத் தனது கிழக்கெல்லைப் புறத்திற்கு ஆபத்து வரப்போகிறதோ என்று அஞ்சிய வண்ணம் இருந்தது. ஜார் பிரதேசம், ஜெர்மனிக்குப் போய்ச் சேர்ந்தவுடன் இந்த அச்சம் அதிகமாயிற்று. இந்த அச்சத்தினால் தற்காப்புச் செய்து கொள்ளவும், பிற நாடுகளுடன் சிநேக ஒப்பந்தங்கள் செய்து கொள்ளவும் முற்பட்டது. இவையெல்லாம் தனக்கு விரோதமாகச் செய்யப்படுவதாகவே ஜெர்மனி கருதுகிறது. பரஸ்பர அவ நம்பிக்கையே எல்லாவற்றிற்கும் காரணம். இவற்றைச் சிறிது விஸ்தரித்துக் கூறினால்தான் விளங்கும்.

வார்சேல் உடன்படிக்கைக்குப் பிறகு, ஜெர்மனியை தோல்வியடைந்த சமூகமாகவே, நேசக் கட்சியினர் மதித்து நடத்தி வந்திருக்கின்றனர். இதை ஜெர்மனியின் குடியரசு அரசாங்கத்தினர் விரும்பவில்லை. ஆனால் இதைக் கண்டிக்கவும் அவர்கள் துணிவு கொள்ளவில்லை. ஹிட்லர், அதிகாரத்திற்கு வந்த பிறகு, ஜெர்மனியின் அதிருப்தியைப் பலவகையாலும் தெரிவித்து வந்திருக்கிறான். வெற்றியடைந்தவர்களுக்கு ஒரு நியாயமும், தோல்வியடைந்தவர்களுக்கு ஒரு நியாயமுமா என்று இவன் பல முறை கேட்டிருக்கிறான்.

வார்சேல் ஒப்பந்தமானது, ஜெர்மானிய ராணுவ பலத்தை வரையறுத்தது. அதே மாதிரி எல்லா நாடுகளும் வரையறுத்துக் கொள்ள வேண்டுமென்று திட்டப்படுத்தப் பெற்றது. ஜெர்மனி, இந்த உடன்படிக்கைப்படி எவ்வாறு நடந்துகொண்டதென்பதை ஹிட்லர் பின்வருமாறு தெளிவுபடுத்திக் கூறுகிறான்:-

"தன் மீது சுமத்தப்பட்ட சமாதான ஒப்பந்தத்தின் சரத்துக்களை, ஜெர்மனி தீவிரமாக நிறைவேற்றியது. இதன் பயனாக அதன் செல்வ

நிலைமை சீர் குலைந்தது. பொருளாதார வாழ்வு அழிந்துவிட்டது. ராணுவ பலமோ, பாதுகாப்புக்குத் தக்கதில்லாதபடியாகிவிட்டது."

கீழ்க்கண்ட ஆயுதங்கள் அழிக்கப்பட்டன.

தரைப்படை சம்பந்தமாக

59,000	–	பீரங்கிகள், பீரங்கிக் குழாய்கள்
130,000	–	யந்திர பீரங்கிகள்
31,000	–	சுரங்க பீரங்கிகள்
6,007,000	–	துப்பாக்கிகள்
243,000	–	யந்திர பீரங்கிக் குழாய்கள்
28,000	–	பீரங்கி வைப்புகள்
4,390	–	சுரங்க பீரங்கி வைப்புகள்
38,750,000	–	இரும்புக் குண்டுகள்
16,550,000	–	வெடி குண்டுகள்
60,400,000	–	வெடி மருந்துக்கு உபயோகப்படும் பவுடர் டப்பிகள்
491,000,000	–	துப்பாக்கிக் கருவிகள்
335,000	–	டன் துப்பாக்கி ரவைகள்
37,600	–	டன் வெடி மருந்து
212,000	–	டெலிபோன்கள்

ஆகாயப் படை சம்பந்தமாக

15,714	–	வெடி குண்டு எறியும் ஆகாய விமானங்கள்
27,757	–	ஆகாய விமான மோடார்கள்

கடற்படை சம்பந்தமாக

26	–	யுத்தக் கப்பல்கள்
4	–	துறைமுகக் காப்புக் கப்பல்கள்
4	–	லைட் க்ரூஸர்கள்
19	–	சிறிய க்ரூஸர்கள்
21	–	விசேஷ கப்பல்கள்
83	–	டார்பீடோ படகுகள்
315	–	நீர் மூழ்கிக் கப்பல்கள்

இவை போன்ற இன்னும் எண்ணிறந்த சாமான்கள் அழிக்கப்பட்டன."[2]

ஆனால் மற்ற நாடுகள், தங்களுடைய ஆயுத பலத்தை அதிகப்படுத்திக்கொண்டு போயின. பிரான்ஸ், கிரேட் பிரிட்டன், ருஷ்யா முதலிய பெரிய நாடுகளின் வரவு செலவுத் திட்டத்தில், ராணுவச் செலவுக்காக ஒதுக்கப்பட்ட தொகை, தற்காப்புக்கென்றே சொல்லப்பட்டது.

1932ல் ஆண்டு பிப்ரவரி மாதம் 2ந் தேதி ஜினீவாவில் ஆயுதப் பரிகரண மகாநாடு கூடியது. இரண்டு ஆண்டுகாலம் இது கூடிக் கூடிக் கலைந்தது. விளைந்த பயன் மட்டும் ஒன்றுமில்லை.

கடைசியில் ஜெர்மனி இந்த மகாநாட்டிலிருந்தும், சர்வதேச சங்கத்திலிருந்தும் 1933ஆம் ஆண்டு அக்டோபர் 22ந் தேதி விலகிக் கொண்டது.

நகைச்சுவையே இல்லாத ஒருவன், ஆயுதப் பரிகரண மகாநாட்டு நடவடிக்கைகளை மட்டும் கூர்ந்து கவனித்துக் கொண்டு வருவானாகில், தன்னையறியாமலே அவன் வாய்விட்டுச் சிரித்துவிடுவான் என்பதில் ஐயமில்லை. இந்த மகாநாட்டிலே கலந்து கொண்ட ஒவ்வொரு தேசமும், தன்னுடைய ராணுவத்தைக் குறைத்திருப்பதாகவும், மற்ற நாடுகள் தான் அளவுக்கு அதிகமாகத் தங்கள் ராணுவத்தைப் பெருக்கிக்கொண்டு செல்வதாகவும் கூறி வந்திருக்கின்றன. எல்லாம் புள்ளி விவரத்துடன் பேசப்படுகின்றன! அதுதான் ஆச்சரியம்!

பிரான்ஸோ, ஜெர்மனியைப்பற்றி அவ நம்பிக்கை கொண்டது. ஜெர்மனி, தன் ராணுவபலத்தை ரகசியமாகப் பெருக்கிக் கொண்டு வருவதாக அது நம்பியது. தற்காப்புக்காக, பெல்ஜியம், யூகோ ஸ்லோவியா, போலந்து முதலிய நாடுகளுடன் தனித் தனி உடன்படிக்கைகள் செய்து கொண்டது. தவிர, தனது கிழக்கெல்லைப் புறத்தில் பலமான கோட்டைகளும் கொத்தளங்களும் அமைத்துக் கொண்டது. வெறும் கோட்டைகளை மட்டும் கட்டிவிடுவதால் என்ன பயன் என்று கருதி, 1934ஆம் ஆண்டு ஜூன் மாதத்திலிருந்து மேற்படி ஸ்தலங்களில் பலமான ராணுவத்தை நிறுத்தி வைத்தது. ஜெர்மனி போருக்கு எழுமானால், அப்பொழுது ஒன்றுக்கொன்று உதவிசெய்து கொள்ள வேண்டுமென்ற நோக்கத்துடன் 1935ஆம் ஆண்டு மே மாதம் 2ந் தேதி பிரான்ஸும் சோவியத் ருஷ்யாவும் ஓர் ஒப்பந்தம் செய்து கொண்டன. இதற்குக்

காரணம் என்னவென்று பிரான்ஸைக் கேட்டால், 1935ஆம் ஆண்டு மார்ச் மாதம் 16ந் தேதி, ஜெர்மனியில் கட்டாய ராணுவச் சேவக முறை அமுலுக்குக் கொண்டு வரப்பட்டதைச் சுட்டிக் காட்டுகிறது. கட்டாய ராணுவச் சேவக முறையை ஏன் அமுலில் கொண்டுவந்தீர்கள் என்று ஜெர்மனியைக் கேட்டால், பிரான்ஸ், கோட்டை கொத்தளங்கள் நிர்மாணம் செய்து வருவதையும், ருஷ்யாவின் தரைப்படை, ஆகாயப்படைப் பெருக்கத்தையும் எடுத்துக் காட்டுகிறது. எனவே, இதில் யார் குற்றவாளி, யார் நிரபராதி என்று நிர்ணயித்துக் கூற முடியாது.

பிரான்ஸ், தனது கிழக்கெல்லைப் புறத்துப் பாதுகாப்பு ஸ்தலங்களில் துருப்புகளை நிறுத்திவைத்ததை ஆதாரமாகக் கொண்டும், பிரான்ஸுக்கும் ருஷ்யாவுக்கும் ஒப்பந்தம் ஏற்பட்ட தன் காரணமாகவும் ஜெர்மனியானது, தற்காப்பு நிமித்தம் 1936ஆம் ஆண்டு மார்ச் மாதம் 8ந் தேதி, ரைன்லாந்து பிரதேசத்தில் தனது துருப்புக்களைக் கொண்டு நிறுத்தியது. ஜெர்மனியின் மேற்கெல்லைப் பிரதேசமாகிய ரைன்லாந்தில், ஜெர்மனியானது, எவ்வித ராணுவத்தையும் வைத்துக் கொண்டிருக்கக் கூடா தென்று வார்சேல் உடன்படிக்கையிலும், லொகார்னோ ஒப்பந்தத்திலும் கூறப்பட்டிருந்தது. ஜெர்மனியின்மீது மற்ற வல்லரசுகள் கொண்டிருந்த சந்தேகம் இதற்குக் காரணமாயிருக்கலாம். ஆனால் அப்பொழுதைய நிலையில் ஜெர்மனி இந்த ஒப்பந்தங்களில் கையெழுத்திட்டது உண்மைதான்.

ரைன்லாந்து பிரதேசத்தில் ஜெர்மானியத் துருப்புகள் நிறுத்தப்பட்டதைக் கேள்வியுற்ற பிரான்ஸ் முதலிய நாடுகள், லொகார்னோ ஒப்பந்தம் முறியடிக்கப்பட்டதாகக் கூச்ச லிட்டன. ஹிட்லருக்கு இது தெரியாமலில்லை. இதைப்பற்றி 1936ஆம் ஆண்டு மார்ச் மாதம் 7ந் தேதி கூடிய ஜெர்மன் பார்லி மெண்டில் விஸ்தரித்துக் கூறியிருக்கிறான். ருஷ்யாவோடு ஒப்பந்தம் செய்து கொண்ட பிரான்ஸே முதலில் லொகார்னோ ஒப்பந்தத்தைப் பங்கப்படுத்தியதாகவும் லொகார்னோ, ஒப்பந்தத்தில் ஜெர்மனி கையெழுத்திட்டபோது, பிரான்ஸ் தன் கிழக்கெல்லைப் புறத்தைப் பந்தோபஸ்து செய்யுமென்று யாராவது எதிர் பார்த்தார்களா வென்றும் கேட்கிறான். தற்காப்புக்காகவே. இப்பொழுது ஜெர்மானியப் படைகள் ரைன்லாந்துப் பிரதேசத்தில் கொண்டு நிறுத்தப்பட்டதாகக் கூறி, தன், சமாதான எண்ணங்களையும் பின்வருமாறு தெரிவிக்கிறான்: -

(1) பிரான்ஸ், பெல்ஜியம் ஆகிய நாடுகள், தங்கள் எல்லைகளில் ராணுவ பந்தோபஸ்து செய்யாமலிருந்தால், தானும் செய்யாமலிருக்கத் தயார்.

(2) ஜெர்மனியின் மேற் கெல்லைப்புறம் பாதிக்கப்படாமலிருக்க பிரான்ஸ், பெல்ஜியம், ஜெர்மனி ஆகிய மூன்றும் ஒரு சமரஸ ஒப்பந்தம் செய்து கொள்ள வேண்டும். இந்த ஒப்பந்தத்தின் ஆயுட்காலம் 25 ஆண்டு.

(3) இந்தச் சமரச ஒப்பந்தத்தில் பிரிட்டனும், இத்தாலியும் ஜாமின் கையெழுத்துப் போட வேண்டும்.

(4) இந்த ஒப்பந்தத்தில் ஒரு பங்காளியாக இருக்க ஹாலந்து விரும்பினால் அதனையும் சேர்த்துக் கொள்ள ஜெர்மனி தயாராயிருக்கிறது.

(5) ஆகாய விமானங்கள் மூலமாக யுத்தம் நேரிடாதபடி பாதுகாக்க ஓர் ஒப்பந்தம் மேற்படி மேற்குப் பிரதேசங்களுடன் செய்து கொள்ள ஜெர்மனி தயாராயிருக்கிறது.

(6) இந்த மாதிரியே, தன் கிழக்கெல்லைப் பிரதேசங்களாகிய போலந்து, லிதூனியா முதலிய நாடுகளுடனும் சமரச ஒப்பந்தம் செய்து கொள்ள ஜெர்மனி சித்தமாயிருக்கிறது.

(7) ஜெர்மனியின் சம அந்தஸ்து இப்பொழுது ஏற்படுத்தப் பட்டபடியால், மீண்டும் அது, சர்வதேச சங்கத்தில் சேரச் சித்தமாயிருக்கிறது.

ஹிட்லருக்குப் பிரான்ஸின் மீதுள்ள துவேஷத்தைக் காட்டிலும் பதின்மடங்கு அதிகமான துவேஷம் சோவியத் ருஷ்யா மீது இருக்கிறது. இதை இவன் ஒளித்தும் வைக்கவில்லை. தனது சுயசரிதத்திலாகட்டும், 'சான்ஸலராக'ப் பின்னர் பேசிய பேச்சுக்களிலாகட்டும் இதைப்பற்றிப் பலமுறை பேசியிருக்கிறான்.[3] ருஷ்யாவின் பொதுவுடமைக் கொள்கையே இதற்குக் காரணம். ருஷ்யா, ஆசியா கண்டத்தின் வல்லரசுகளில் ஒன்றாகக் கருதப்படுகிறது. ஐரோப்பாவிலும் இதற்கு ஸ்தானம் உண்டு. "மற்றொரு கண்டத்தின் வல்லரசு ஐரோப்பாவில் தலை தூக்கக் கூடாது" என்பது ஹிட்லரின் கொள்கை. ருஷ்யாவையே இது சுட்டிக் காட்டுகிறதென்பதை, ருஷ்யாவின் அந்நிய நாட்டு மந்திரியான லிட்வினோப் எடுத்துக் கூறுகிறான்.[4] ஹிட்லருடைய இந்தக் கொள்கை சரியா தவறா என்பது இங்கு ஆராய வேண்டிய விஷயமில்லை. ராணுவ பலங்கொண்ட உலக வல்லரசுகளில் ஒன்றாக இப்பொழுது ருஷ்யா இருக்கிறதென்பதை ஹிட்லர்

உணர்கிறான். அதற்கான பந்தோபஸ்துகளைத் தனது நாட்டில் செய்து கொள்கிறேன். அவ்வளவுதான் நமக்கு வேண்டியது. ருஷ்யாவில், கட்டாய ராணுவச் சேவகமுறை, சிறிது காலமாக அனுஷ்டிக்கப்பட்டு வருகிறது. ராணுவத்தில் சேர வேண்டியவர்களின் வயது 21லிருந்து 19 ஆக இப்பொழுது குறைக்கப்பட்டிருக்கிறது. இதனால் துருப்புக்களின் எண்ணிக்கை அதிகப்படுகிறதல்லவா? இதற்குப் பதில் செய்வதுபோல், 1936ஆம் ஆண்டு ஆகஸ்ட் மாதக் கடைசியில் ஜெர்மனி ஒரு புதிய உத்திரவைப் பிறப்பித்திருக்கிறது. இதன்படி கட்டாய ராணுவச் சேவக காலம் இரண்டு ஆண்டாக நீடிக்கப்பட்டிருக்கிறது. எனவே, 1937ஆம் ஆண்டுக் கடைசியில், ஜெர்மனியின் மொத்த ராணுவ பலம் பத்து லட்சம் துருப்புக்களாக இருக்குமென்று அறிஞர்கள் கருதுகிறார்கள். இஃது இன்னும் அதிக பீதியை ஐரோப்பாவில் உண்டு பண்ணியிருக்கிறது.

இழந்துபோன குடியேற்ற நாடுகளை மீண்டும் அடைய வேண்டுமென்ற ஓர் இயக்கம் ஜெர்மனியில் சிறிது காலமாகத் துளிர்த்து வருகிறது. இது, வல்லரசுகளுக்கிடையே ஒரு பெரிய கலக்கத்தை உண்டு பண்ணியிருக்கிறது. ஹிட்லர் தன்னுடைய பேச்சுக்களில், ஜெர்மனிக்கு நாடு பரப்பும் ஆசை இல்லையென்றே சொல்லி வந்திருக்கிறான். ஆனால், சில சமயங்களில் இந்த ஆசையை ஐரோப்பா கண்டத்திற்கு மட்டும் வரையறுத்துக்கொண்டு பேசுகிறான். இதன் பொருளென்ன? மற்றும், இந்த நாடு பரப்பும் ஆசையானது, புதிய நாடுகளைக் குறிக்கவில்லையே தவிர, ஏற்கெனவே ஜெர்மனிக்குச் சொந்தமாயிருந்த குடியேற்ற நாடுகளை அது திருப்பிக் கேட்பதைப் பாதிக்காது என்று ஜெர்மனியில் ஒரு புதிய வியாக்கியானம் செய்யப்படுகிறது. இஃது எங்குக் கொண்டு போய்விடுமோ தெரியாது. ஆனால், கிரேட் பிரிட்டனில், இந்தக் குடியேற்ற நாட்டுப் பிரச்சனை பெரிய பரபரப்பை உண்டு பண்ணியிருக்கிறது. ஏனென்றால், ஆப்பிரிக்கா கண்டத்திலிருந்த ஜெர்மன் நாடுகள் பலவும், பிரிட்டனுடைய ஆதிக்கத்தில் வந்திருக்கின்றனவல்லவா? ஆப்பிரிக்காவில், ஐரோப்பிய வல்லரசுகள் கொண்டுள்ள அதிகாரத்தைச் சமன்படுத்தி வைக்க வேண்டுமென்பதற்காகவே, இத்தாலி - அபிசீனிய யுத்தத்திலும், கிரேட் பிரிட்டன் தலையிடாமல் இருந்ததென்று சொல்லப்படுகிறது.

ஹிட்லர், சான்ஸலராக வந்த பிறகு பேசியுள்ள பேச்சு ஒவ்வொன்றிலும், உலக சமாதானத்தை நாடுவதே ஜெர்மனியின் நோக்கமாயிருக்கிறதென்று கூறிவந்திருக்கிறான். ஆனால்

தற்போதைய ஜெர்மனியின் ராணுவபலம், வியக்கத்தக்க முறையில் அமைந்திருக்கிறது. ஜெர்மன் ராணுவத்திற்கு 'ரய்ஹ்ஸ்வேர்' என்று பெயர். கட்டாய ராணுவச் சேவக முறை அமுலுக்கு வந்த பிறகு, இதன் பெயர் 'வெஹர் மாச்ட்' என்று மாற்றப்பட்டது. பாதுகாப்பு மந்திரியாயிருந்தவன் யுத்த மந்திரி என்று அழைக்கப்பட்டான். நாஜி அரசாங்கத்தில் யுத்த மந்திரியாக இருப்பவன் வான் ப்ளாம்பெர்க் என்பவன். இவன் நாஜி கட்சியைச் சேர்ந்தவனல்லன். ஆயினும், இவனுடைய திறமைக்காக இவன் இந்தப் பதவியில் நியமிக்கப்பட்டிருக்கிறான். ஜெர்மனியின் தற்போதைய ராணுவத்தில் எத்தனை பேர் இருக்கின்றனர் என்று நிச்சயமாகக் கூற முடியாது. சிலர் எட்டு லட்சம் பேரென்றும், சிலர் மூன்று லட்சம் பேருக்கு மேல் இல்லையென்றும் கூறுகின்றனர். இவை சம்பந்தமாக வெளியாகும் புள்ளி விவரங்கள் நமக்குச் சரியான வழிகாட்டிகளாகா. ஆனால் 1940ஆம் ஆண்டிற்குள் - அதற்கிடையே ஐரோப்பிய யுத்தம் மூளாமலிருக்குமானால் - ஜெர்மானிய ராணுவமானது, உலகம் பிரமிக்கத்தக்க வண்ணம் பெரிதாகிவிடுமென்று ஊகிக்கலாம்.

இந்தியா விஷயத்தில் ஹிட்லருக்கு நல்ல எண்ணம் கிடையாது என்று சொல்லப்படுகிறது. இதற்காதாரமாக, இவனுடைய சுய சரித்திரத்திலிருந்து பின்வரும் வாக்கியங்கள் எடுத்துக்காட்டப்படுகின்றன.

> "கடைசி வரை முயன்று பாராமல் இங்கிலாந்து இந்தியாவைக் கை விட்டுவிடும் என்று எதிர்பார்ப்பது சிறு பிள்ளைத் தனமாகும்; அறியாமையுமாகும். இங்கிலீஷ் சாதித் தூய்மையானது, களங்கமுற்று அதன் மூலமாக அரசாங்க யந்திரம் உடைந்து போனால், அல்லது, பலமான சத்துருவினால் வெற்றி கொள்ளப்பட்டால், அப்பொழுதே, இங்கிலாந்து, இந்தியாவைக் கைசோர விடக்கூடும். இந்தியத் தலைவர்களால் இங்கிலாந்தை எதிர்த்துப் போராட முடியாது. இங்கிலாந்தை ஜெயிப்பது எவ்வளவு கடினம் என்பது ஜெர்மனியர்களாகிய நமக்கு நல்ல அனுபவம் இருக்கிறது. என்னைப் பொறுத்தமட்டில் மற்ற வல்லரசுகளின் கீழிருப்பதைக் காட்டிலும், இங்கிலீஷ் ஆட்சியின் கீழ் இந்தியா இருப்பதையே நான் விரும்புவேன்."[5]

1925ஆம் ஆண்டில் இவன் கொண்டிருந்த இந்த அபிப் பிராயத்தை, இன்னும் 1936ம் ஆண்டில் மாற்றிக் கொள்ளவில்லையானால் அது விசனிக்கத்தக்கதுதான். தனது தாய் நாட்டின் சுதந்திரத்திற்காக அல்லும் பகலும் உழைத்து

அதிலே வெற்றியும் கண்ட ஒருவன், மற்றொரு நாட்டின் சுதந்திர இயக்கத்திற்கு ஆதரவு காட்டாமலிருப்பது ஆச்சரியமே. ஆனால், சர்வாதிகாரிகளிடத்திலே காணப்படும் பொதுவான குறை இது. இவர்களின் பார்வையானது, தேசீயம் என்ற அளவோடுதான் நின்றுவிடுகிறதே தவிர, உலக சகோதரத்துவம், உலக சுதந்திரம் என்பவைகளை இவர்கள் எட்டிப் பார்ப்பதே கிடையாது. உலக சகோதரத்துவத்தில் இவர்களுக்கு நம்பிக்கையுமில்லை.

ஹிட்லருக்கும் மற்ற ஜெர்மனியர்களுக்கும், இந்தியாவின் கலைஞானத்திலும் புராதனப் பெருமையிலும் அதிக மதிப்பு உண்டு. "மதித்தற்குரிய கலைஞானப் பொக்கிஷங்கள் இந்தியாவிலும் ஜப்பானிலும் உண்டு. இதனாலேயே இவ்விரு நாட்டிலுள்ளவர்களுடைய உயர் தன்மைகள் வெளியாகின்றன வல்லவா?" என்று கெப்பல்ஸ் ஓரிடத்தில் கேட்கிறான். ஆனால், இந்த 'சர்டிபி கேட்'டைக் கொண்டு இந்தியர்கள் திருப்தியடைந்துவிட முடியுமா?

அடிக்குறிப்புகள்

1. Dr. Englebert Dollfuss - 1892ஆம் ஆண்டு பிறந்தவன். உருவத்தில் சிறியவன். ஆனால் அறிவிலும், ராஜ தந்திரத்திலும் பெரியவன். இதனாலேயே இவனை 'மில்லிமெட்டர்னிக்' என்று வியன்னாவாசிகள் அழைப்பார்கள். இவன் ஆஸ்திரியாவின் சர்வாதிகாரியாக வந்த பிறகு, ஐரோப்பிய வல்லரசுகள் இவனிடம் அதிக அன்பைக் காட்டத் தொடங்கின.

2. 21.5.35ல் ஹிட்லர் ஜெர்மன் பார்லிமெண்டில் செய்தபிரசங்கம்.

3. 9.9.1936ல் நியுரென்பர்க்கில் கூடிய நாஜி காங்கிரஸ் கூட்டத்தில் போல்ஷ்வெக் இயக்கத்தையும் ருஷ்யாவையும் பலமாகத் தாக்கிப் பேசியது இங்குக் கவனிக்கத்தக்கது.

4. 17.3.36ல் லண்டனில் கூடிய சர்வதேச சங்க கவுன்சில் கூட்டம்.

5. காந்தியடிகளின் கருத்து இங்குக் கவனிக்கற்பாலது :- "நமது இயக்கத்தைப் பற்றி இங்கிலாந்திலும் மற்ற வெளிநாடுகளிலும் ஏற்படும் கிளர்ச்சிகளையோ பாராட்டுதல்களையோ கவனிக்க வேண்டாமென்று பொதுமக்களைக் கேட்டுக் கொள்கிறேன். நம் காரியங்கள் பயன் தருவனவாக இருக்க வேண்டுமே தவிர, மற்றவர்களின் அச்சத்தினாலோ, புகழ்ச்சியினாலோ, நாம் நமது ஸ்தானத்தைப் பெற முடியாது." - யங் இந்தியா. பக்கம் 238.

25. சர்வாதிகாரி – ஆயினும் மனிதன்

நாஜி கட்சியைத் தவிர, நாட்டிலே வேறெவ்விதமான கட்சியும் நிலவக் கூடாதென்ற ஹிட்லரின் முயற்சி ஒருவாறு வெற்றி பெற்றது. ஆனால் 1934ஆம் ஆண்டு ஆரம்பத்தில், நாஜி கட்சிக்குள்ளேயே சில பிளவுகள் உண்டாயின. ஹிட்லரின் தீவிரமான சீர்திருத்த முறைகள், கட்சியைச் சேர்ந்த சில மிதவாதிகளுக்குப் பிடிக்கவில்லை. இவர்கள் கலகத்தைக் கிளப்பிவிட்டார்கள். 'ஹிட்லர் பதவி ஏற்று ஒரு ஆண்டு காலமாகியும் நமது பணவருமானம் எவ்விதத்திலும் அதிகப்படவில்லையே' என்கிற மாதிரியாகப் பாமர மக்கள் முணுமுணுத்தார்கள். கலை உலகத்தில், கெப்பல்ஸின் கட்டுப்பாடு, கற்றறிந்தவர்களுக்குப் பிடிக்கவில்லை. கட்சி நிதிக்காகப் பணங் கொடுத்துக் கொடுத்துப் பொது மக்கள் சலித்துப் போனார்கள். நாஜி கட்சியைச் சேர்ந்த தலைவர்களில் சிலருடைய ஆடம்பரமான வாழ்க்கை பலருடைய ஏச்சுப் பேச்சுக்களுக்கு இடங்கொடுத்தது. இத்தகைய தலைவர்களில் முக்கியமானவன் ரோயம் என்பவன். இவன் ராணுவத்தில் பிரதம தளகர்த்தனாயிருந்தான். இவன் திறமைசாலி; ஆனால் கர்வி. ஆடம்பரத்திலே ஈடுபட்டவன்; மற்றும் கீழ்த்தரமான ஆசைகளுக்கு அடிமை.

1918ஆம் ஆண்டிலிருந்து ஜெர்மனியின் ராணுவமான 'ரய்ஹ்ஸ்வேர்', எவ்வித அரசியல் புரட்சிகளிலும் சம்பந்தப்படாமலே இருந்து வந்திருக்கிறது. ராணுவத் தலைவர்கள், அவர்கள் ராணுவத்திறமைக்காக நியமிக்கப்பட்டார்களே தவிர, அதிகாரத்திலுள்ள கட்சியின் தாட்சண்யத்துக்காக அன்று. ரோயம் 'ரய்ஹ்ஸ்வேரை'யும் 'சூறாவளிப் படை'யையும் ஒன்று சேர்த்து, அதற்குத்தான் அதிகாரியாக வந்துவிட வேண்டுமென்று முயன்றான். இது ராணுவத்திலிருந்தவர்களுக்குப் பிடிக்கவில்லை.

1933ஆம் ஆண்டு அக்டோபர் மாதம் ஜெர்மனியானது, ஆயுதப் பரிகரண மகாநாட்டிலிருந்து விலகிக்கொண்டு விட்ட பிறகு, தன் ராணுவத்தைத் திருத்தியமைக்க முயற்சிகள் செய்தது. இச்சமயத்தில், ரோயம், நாஜி கட்சிக் கொள்கைகள் சிலவற்றை ராணுவத்தில் புகுத்தப் பார்த்தான். ராணுவத் தலைவர்களும் இவனுக்காக ஒரு சிலவற்றிற்கு உடன்பட்டார்கள். உதாரணமாக, ஆரியர் தவிர மற்றவர்கள் ராணுவத்தில் உத்தியோகம் வகிக்கக் கூடாதென்ற விதியை ஏற்றுக் கொண்டார்கள். இதனால் பல திறமையான உத்தியோகஸ்தர்கள் விலகிக்கொள்ள வேண்டியதாயிற்று. ஆனால், ராணுவ சம்பந்தமான விஷயங்களில் சிறிது கூட விட்டுக்கொடுக்க மறுத்துவிட்டார்கள். இவர்களுக்கு வான் ஹிண்டென் புர்க், பிரதம சேனாதிபதி என்ற முறையில் ஆதரவளித்து வந்தான். ஹிட்லர் ராணுவத்தின் பக்கம் சேர்ந்து கொண்டான். இதை ரோயம் எதிர்பார்க்கவில்லை. எனவே இவன், சில துணைவர்களைச் சேர்த்துக் கொண்டு, ஹிட்லரைக் கவிழ்த்துவிடத் தீர்மானித்தான்.

நாஜி கட்சிக்கு வெளியே, ரோயமுக்குத் துணை புரிந்தவர்கள் சிலர். இவர்களில் ஒரு பிரிவார் வான்ஷ்லைச்சரையும், மற்றொரு பிரிவார் வான் பாபனையும் தலைவர்களாகக் கொண்டிருந்தார்கள். ஷ்லைச்சரும் பாபனும் இதற்கு முன்னர் சான்ஸலர்களாயிருந்தவர்கள். இவர்களோடு வான் போஸ் என்ற ஒருவனும் சேர்ந்து கொண்டான். இவர்கள் அனைவரும் பொது மக்களில் ஒரு சாராருடைய அதிருப்தியைத் துணையாகக் கொண்டிருந்தார்கள்.

இவர்கள் புரட்சிக்காக என்னென்ன ஏற்பாடுகள் செய்திருந்தார்கள் என்பது தெரியவில்லை. ஆனால் மந்திரிச் சபை மாற்றியமைக்கப்பட வேண்டுமென்பது பற்றியும், ஹிட்லரின் அரசாங்கம் பேச்சுரிமையையும் தகைந்திருக்கிறதென்றும் இவர்களிற் சிலர் பேச ஆரம்பித்தனர். எந்தச் சமயத்தில் என்ன நேரிடுமோ என்று பொது மக்கள் கலக்கமடைந்திருந்தார்கள்.

ரோயம் கட்சியினருடைய திட்டங்கள் நடைமுறையில் வருவதற்கு முன்னர், ஹிட்லர், தீவிரமான நடவடிக்கைகள் எடுத்துக் கொள்ளத் தீர்மானித்து விட்டான். இவனுக்கு ஹிண்டென்புர்க்கின் பூரண ஆதரவு இருந்தது. கேரிங்கும், ரகசிய போலீஸ் இலாகா அதிகாரியான ஹிம்லரும் இவனுக்குத் துணையாயிருந்தார்கள்.

1934ஆம் ஆண்டு ஜுலை மாதம் 30ந் தேதி, ஜெர்மனியின் 'மூன்றாவது ஏகாதிபத்தியத்தி'ன் சரித்திரத்திலே அன்று ரத்தக்கறை படிந்த நாள். புரட்சி செய்ய உத்தேசித்தவர்களும், அதற்கு உடந்தையாயிருந்தவர்களும் திடீரென்று கைது செய்யப்பட்டார்கள். ரகசிய விசாரணை செய்யப்பட்டு பீரங்கி வாயில் வைத்துச் சுடப்பட்டார்கள். சிலர், தாங்களே தற்கொலை செய்து கொண்டார்கள். மொத்தம் மரணமடைந்தவர்கள் 77 பேர். இதன் பொறுப்பனைத்தையும் ஹிட்லர் ஏற்றுக் கொண்டான். 1934ஆம் ஆண்டு ஜுலை மாதம் 13ந் தேதி, 'ரய்ஹ்ஸ்டாக்'கின் விசேஷ கூட்டமொன்றில் பின்வருமாறு பேசினான்: -

> "அந்த நெருக்கடியான நேரத்தில், ஜெர்மானிய சமூகத்தின் தலை விதிக்கு நானே பொறுப்பாளியாக இருந்தேன். அந்த 24 மணி நேரமும், ஜெர்மனியர்களின் பிரதம நீதிபதியாக நானே இருந்தேன். அந்த 24 மணி நேரத்திலும், என் வாழ்க்கையிலேயே மிகவும் கடுமையான தீர்ப்புக்களைச் செய்ய வேண்டியிருந்தது. ஆனால் அதற்கான பொறுப்பனைத்தையும், சரித்திரத்தின் முன்னர் ஏற்றுக் கொள்ளச் சித்தமாயிருக்கிறேன்."

ஷ்லைச்சர் சுட்டுக் கொல்லப்பட்டான். ரோயம் தற்கொலை செய்து கொண்டான். பாபன் கைது செய்யப்பட்டு ஜுலை மாதம் 2ந் தேதி விடுதலை செய்யப் பெற்றான்.

அநாவசியமான ஓர் உள்நாட்டுக் குழப்பத்தைத் தடுப்பதற்காகவும், தாய் நாட்டின் மீது கொண்ட பற்றினாலும் ஹிட்லர், இந்தக் கடுமையான நடவடிக்கைகளை எடுத்துக் கொண்டான். அந்தச் சமயத்திலே இவன் சிறிது அயர்ந்து போயிருப்பானாயின், மூன்றாவது ஏகாதிபத்தியத்தின் சரித்திரம் அஃது ஆரம்பித்த ஒன்றரை ஆண்டிற்குள் வேறு விதமாக அமைந்திருக்கக்கூடும். ஆனாலும் ஹிட்லர், இவ்வளவு உயிர்களைப் பலி வாங்கியிருக்கக்கூடாது என்று சொல்வார் இல்லாமல் இல்லை.

ஜுலை மாதம் முதல் வாரத்தில், ஹிட்லர், நாஜி கட்சியினருக்குச் சில கண்டிப்பான உத்திரவுகளை விடுத்தான். கட்சியில் ஒழுங்கீனமாக நடந்து கொண்டவர்களை நீக்கிவிட்டான். கட்சியின் ஒழுங்குமுறைகளில் அதிகமான கண்டிப்பு காட்டப்பட்டது. நன்னடத்தையில் நாஜி கட்சியினர், மற்றவர்களுக்கு வழிகாட்டிகளாக இருக்க வேண்டுமென்று சொன்னான். பொது மக்களின் அதிருப்திக்குப் பாத்திரர்களாக

நடந்துகொள்ளும் தலைவர்கள் விலக்கப்படுவார்கள் என்று பயமுறுத்தி வைத்தான். கட்சிப் பணமானது, விருந்துகளுக்காகவும் அநாவசியமான செலவுகளுக்காகவும் உபயோகப்படுத்தப்படக் கூடாதென்று உத்திரவு போட்டான்.

இது முதற் கொண்டு, நாஜி கட்சியானது, ஜெர்மன் சமுதாயத்திற்கு முன் மாதிரியாக இருந்து கொண்டு வருகிறது.

1934ஆம் ஆண்டு ஆகஸ்ட் மாதம் 2ந் தேதி, ஹிண்டென்புர்க், தனது 82வது வயதில் காலமானான். ஜெர்மனியர்கள் பெரிதும் துக்கப்பட்டார்கள். பழைய ஏகாதிபத்தியத்தையும், புதிய ஏகாதிபத்தியத்தையும் பிணைத்துக் கொண்டிருந்த ஒரு சங்கிலிபோல் இவன் இருந்தானல்லவா?

அன்றே, ஹிட்லர் ஜெர்மனியின் சர்வாதிகாரியானான். 'பிரசிடெண்ட்' - 'சான்ஸலர்' என்ற இரண்டு பதவிகளையும் தானே ஏற்றுக் கொண்டான். ஆஸ்திரியாவிலே பிறந்து, ஜெர்மானியப் பிரஜா உரிமையும் ஒரு காலத்தில் மறுக்கப்பட்ட சாதாரண போர் வீரனாயிருந்த ஒருவன், தனது 45வது வயதில் சர்வ வல்லமை வாய்ந்த ஒரு சர்வாதிகாரியாகிவிட்டான்! 'ஜெர்மனியின் தலைவன்; ராணுவத்தின் பிரதம சேனாதிபதி என்ற முறையில் இவனுக்கு ஜெர்மானிய ராணுவம் விசுவாசப் பிரமாணம் செய்து கொடுத்தது. மக்கள், இவனைத் 'தலைவன்' (Fuhrer) என்று அழைக்கத் தொடங்கினார்கள்.

இப்பதவிகளை ஒன்றுபடுத்தி அதனைத்தான் ஏற்றுக் கொண்டதற்காகப் பொதுமக்களின் அங்கீகாரம் பெற வேண்டுமென்று 1934ஆம் ஆண்டு ஆகஸ்ட் மாதம் 18ந் தேதி பொது மக்கள் வாக்கு எடுப்பதற்கு ஹிட்லர் ஏற்பாடு செய்தான். இதற்காக ஹிட்லரும், நாஜி கட்சியினரும் பலத்த பிரசாரஞ் செய்தனர். ஹிண்டென்புர்க், எழுதிவைத்துப் போயிருந்த உயிலில், ஹிட்லரே தனக்குப் பின்னாடி தன் பதவியை வகிக்க வேண்டு மென்று குறிப்பிட்டிருந்தான். பொதுமக்கள் வாக்கு எடுக்கப் பெறுவதற்கு முன்னர், இந்த உயிலையும் நாஜி கட்சியினர் வெளிப்படுத்தினார்கள்.

பொது மக்கள் வாக்கு எடுக்கப் பெற்றது. நூற்றுக்கு 84 பேர் ஹிட்லருக்குச் சாதகமாக 'ஓட்' போட்டார்கள். நாஜிகள் அதிகாரத்தை ஏற்றுக்கொண்ட பிறகு, மூன்று முறை இத்தகைய பொதுஜன வாக்கு எடுக்கப் பெற்றது. இதே மாதிரி ஒவ்வொரு ஆண்டும் எடுக்க வேண்டுமென்று ஹிட்லர் தீர்மானித்திருக்கிறான். 1934ஆம் ஆண்டிற்குப் பிறகு எடுக்கப்

பெற்ற பொது மக்கள் வாக்குகளிலே, சராசரி நூற்றுக்கு 95 பேர், ஹிட்லருக்குச் சாதகமாகவே 'ஓட்' கொடுத்திருக்கின்றனர். நாஜி கட்சியினருடைய கட்டாயத்தின் பேரில் இத்தனை பேரும் 'ஓட்' கொடுத்தனர் என்று அலட்சியமாகச் சமாதானஞ் செய்து கொள்வதில் பயனில்லை. ஹிட்லருக்கு விரோதமாக 'ஓட்' கொடுத்தவர்களும் இல்லாமற் போகவில்லை. ஆனால் ஜெர்மனியர்கள், ஹிட்லரை உண்மையிலேயே நேசிக்கிறார்கள் என்பது மறுக்க முடியாத உண்மை.

வெளிநாட்டாருடைய பிரசாரத்தின் சக்தியோ என்னவோ, ஹிட்லர் படங்களில் கடுகடுத்த முகத்துடனேயே காணப்படுகிறான். இது சர்வாதிகாரிகளுக்குப் பொதுவாக ஏற்பட்ட சாபம் போலிருக்கிறது. ஆனால் உண்மையிலேயே இவர்கள் அப்படியில்லை. இவர்கள் மனித சுபாவம் நிறைந்தவர்கள். 'அன்பு, நாண், ஒப்புரவு, கண்ணோட்டம், வாய்மை' ஆகிய ஐந்தும் இவர்களிடத்திலும் உண்டு. இவர்களும் மற்றவர்களைப் போல் சிரிப்பார்கள்; விளையாடுவார்கள். வாழ்க்கையிலே எல்லாருக்கும் உள்ள பற்றைப்போல் இவர்களுக்கும் பற்று உண்டு. அதிலே இன்பம் நுகரும் சக்தியுமுண்டு. ஆனால், துரதிர்ஷ்டவசமாக, இவர்களுடைய ஒரு பக்கந்தான் எல்லாருக்கும் காட்டப்படுகிறது. மற்றொரு பக்கம் இருக்கிறதென்று கூட எண்ணப்படுவதில்லை. தாமஸ் ஹாலிபர்டன் என்ற ஓர் ஆசிரியன் கூறிய மாதிரி, ஒரு பக்கம் பார்த்தால் இருட்டாகத் தெரியும்; இரண்டு பக்கங்களும் பார்த்தால்தானே வெளிச்சம் தெரியும்.

ஹிட்லரின் முகத்திலே எப்பொழுதும் புன் சிரிப்பு விளையாடிக் கொண்டிருக்கும். யாருடனும் பணிவாகவே பேசுவான். தான் சர்வாதிகாரி என்பதைச் சிறிதும் காட்டிக்கொள்ள மாட்டான். அகம் பாவத்திற்குக் கெய்ஸரின் மீசை உதாரணப் பொருளாகக் காட்டப்படுவதைப் போல், ஹிட்லரின் மீசை இன்னும் அந்தக் கௌரவத்தைப் பெறவில்லை; பெறவும் பெறாது. ஏனென்றால், இவன் பாலியத்தில் அதிகமாகக் கஷ்டப்பட்டவனல்லவா?

ஹிட்லர் ஒழுக்கத்தில் சிறந்தவன். அதனாலேயே இவனிடத்தில் தன்னம்பிக்கையும், கண்டிப்பும் நிரம்பியிருக்கின்றன. இவன் சிகரெட் முதலியன உபயோகிப்பதில்லை. மதுபானம் செய்வதில்லை. மாமிசத்தைக் கையினால் தொடுவதுமில்லை. இவன் உண்ணும் மரக்கறி

ஆகாரமும் சாதாரண குடியானவர்களின் ஆகாரவகை போலவே இருக்கும். பலதினுசுகள் இரா. ரொட்டி, பழம், பால், பருப்பு தினுசில் ஒன்று ஆகிய இவற்றோடு இவன் திருப்தியடைந்து விடுவான். இந்த எளிய உணவையும் இவன் தனியாக உட்கார்ந்து சாப்பிடமாட்டான். யாராவது இரண்டொரு நண்பர்களை விருந்தினர்களாக வைத்துக்கொண்டுதான் சாப்பிடுவான். சாப்பிடும்போது உரக்கச் சிரிப்பான். உற்சாகத்துடன் பேசுவான். இந்த உற்சாகத்திலே சில சமயங்களில் தன்னை மறந்துபோய் எழுந்து நிற்பான்; மேஜையைத் தட்டுவான். பிறர் நகைப்புடன் பேசினால் அதனை பூராவும் அநுபவிப்பான். எல்லாருடனும் சமமாகப் பழகுவான்.

ஹிட்லருக்கு விவாகமாகவில்லை. ப்ரஹ்மசாரியாகவே காலங்கழித்து வருகிறான். இது விஷயமாக இவனிடம் எவ்விதமான குறைபாடும் கூற முடியாது. பெண்களிடத்தில் மிக அன்பாகவும் மரியாதையாகவும் நடந்து கொள்வான். தாய்மைக்குச் சட்டபூர்வமான ஒரு கௌரவ ஸ்தானம் கொடுத்திருப்பதைக்கொண்டே இவன் பெண்ணுலகத்தின் மீது காட்டும் பக்தி புலனாகும்.

காதல் வாசனை வீசப் பெறாத இவன், சங்கீதம், ஓவியம் முதலிய உயர்தரக் கலைகளில், தன் மனத்தை அப்படியே ஒப்புக் கொடுத்து விடுவான். நாடகங்கள் பார்ப்பதிலே இவனுக்கு அதிக ஆசையுண்டு என்று முன்னர்ச் சொல்லியிருக்கிறோமல்லவா? சங்கீதத்திலும் அப்படியே. சிறப்பாக, வாக்னர், பீத்ஹோவன் முதலியோரின் பாடல்களிலே இவனுக்கு அதிக பிரேமை உண்டு. அவற்றை யார் பாடினாலும் மெய் மறந்து கேட்பான். அச்சமயத்தில் தன் பதவி கௌரவத்தையும் கவனிக்கமாட்டான். பாட்டு முடிந்தவுடன், பாடியவரைக் கட்டித் தழுவிக் கொள்வான். அவர்களுக்கு, தன் கையிலே இருந்தால், பாராட்டுதலுக்கறிகுறியாக ஒரு பூச்செண்டையும் கொடுப்பான். அரசாங்க வேலைகளுக்கிடையே சிறிது ஓய்வு பெற வேண்டுமானால், சங்கீதம் கேட்டே மன அமைதி பெறுவான். அல்லது ஒரு காகிதமும் பென்சிலும் வைத்துக் கொண்டு சித்திரங்கள் வரைவான். எழுதி முடிந்ததும் அதனைத் திருப்பித் திருப்பிப் பார்ப்பான். அதில் மகிழ்ச்சி கொள்வான். இவன் அவ்வப் பொழுது வரைந்த சித்திரங்கள் இவன் வீட்டில் அலங்காரமாக வைக்கப்பட்டிருக்கின்றன.

காதலை வடிவமாகக் காணாத இவன், குழந்தைகளிடத்தில் - அவை யாருடைய குழந்தையாயிருந்தாலும் - மிக அன்பாகப் பேசுவான். அவைகளோடு வேடிக்கை செய்வான். ஓடி விளையாடுவான். குழந்தைகளிடத்தில் இவன் வைத்திருக்கும் அபாரமான பிரீதியைக்கண்டே, தேச மக்கள், இவனுடைய 47வது பிறந்த தினக்கொண்டாட்டத்தின் போது, (20.4.1936) சுமார் ஆயிரம் தொட்டில்கள் வாங்கிக் கொடுத்தனர். இவையனைத்தையும் இவன் ஏழைக் குழந்தைகளின் உபயோகித்திற்குக் கொடுத்து விடுமாறு உத்திரவு செய்தான்.

ஹிட்லர், பிறருடைய தயவுக்காகவோ, தாட்சண்யத்திற்காகவோ எதையும் செய்ய மாட்டான். சிறப்பாக, பொது பணத்தைக் கையாடும் விஷயத்தில் மிகவும் சிக்கனமாகவும் கண்டிப்பாகவும் இருப்பான். 1923ஆம் ஆண்டு நவம்பர் புரட்சியின்போது, இவனோடு மாறுபட்ட வான் கார் என்பவனே, "நான் ஹிட்லரோடு எல்லா விஷயங்களிலும் ஒற்றுமையான அபிப்பிராயங் கொள்ளவில்லை. ஆனாலும் அவன் மிகவும் நாணயஸ்தன் என்பதை நான் மறுக்க முடியாது" என்று கூறுகிறான்.

அரசாங்க தோரணையிலோ, தனி முறையிலோ, ஹிட்லருடன் யாராவது பேச வருவார்களானால் அவர்களை எழுந்து நின்றே வரவேற்பான். அவர்கள் விடைபெற்றுச் செல்லும்போது, கூடவே தொடர்ந்து சிறிது தூரம் வந்து வழி விடுவான்; தலை வணங்கி வந்தனங் கூறுவான். இவனுடைய உடை, பாவனை ஆகிய இரண்டையும் பார்த்தால், சாதாரண ஒரு கீழ்த்தர உத்தியோகஸ்தனுக்கும் இவனுக்கும் எவ்வித வேற்றுமையும் காணப்படமாட்டாது. மற்றெல்லாவகையிலும் போலவே, உடையிலும் இவன் ஆடம்பரமில்லாதவனே.

ஹிட்லருக்கு நாய்களிடத்தில் அதிக பிரியம். மக், வுல்ப், பிளாண்டா என்ற பெயருள்ள மூன்று நாய்களை இவன் அநேகமாகக் கூடவே வைத்துக் கொண்டிருப்பான். அவைகளுடன் குதித்து விளையாடுவான்.

ஆபர்ஸால்ஸ் பெர்க்கிலுள்ள பெர்க்டஸ் காடன் என்ற பிரதேசத்தில் ஹிட்லருக்குச் சொந்தமான வீடு ஒன்று இருக்கிறது. இதற்கு 'வாகென் பெல்ட்' என்று பெயர். ம்யூனிக்கிலிருந்து மூன்று மணிநேரம் ரெயிலில் பிரயாணம் செய்தால் இங்குப் போய்ச் சேரலாம். மலையடிவாரமும் ஏரிக்கரையும் சந்திக்கிற இடத்திலே இந்த வீடு அமைந்திருக்கிறது. இங்கு

வந்துதான் ஹிட்லர் ஓய்வு கொள்வது வழக்கம். அல்லது, அரசாங்கக் காரியங்களில் முக்கியமானவற்றை அமைதியாக இருந்து கவனிப்பதற்கு இங்கு வருவான். 'வாகென் பெல்ட்' ஆடம்பரமில்லாத முறையில் அமைக்கப்பட்டிருக்கிறது. இதன் நிர்வாகம், ஹிட்லரின் சகோதரி அஞ்சேலா ரௌபாலின் கீழ் இருக்கின்றது. விருந்தினரை எளிய முறையில் உபசரிக்கும் பொறுப்பு முழுவதையும் இவள் ஏற்றுத் திறமையாக நடத்தி வருகிறாள்.

ஹிட்லர், இந்த இடத்திற்கு வந்து அமைதியாக இருந்து வேலையைக் கவனிக்க விரும்பினாலும், மக்கள் இவனைச் சும்மா விடுவதில்லை. இவனைத் தரிசிக்க வேண்டுமென்ற நோக்கத்துடன், பல தூரப் பிரதேசங்களிலிருந்து, ஆண், பெண், சிறுவர், வயோதிகர் பலரும் நூற்றுக்கணக்காக வந்து கூடுவார்கள். ஹிட்லர் எந்தச் சமயம் வெளியே வந்து காட்சி கொடுப்பான் என்று மணிக்கணக்காகக் காத்துக் கொண்டிருப்பார்கள். பனி வெயிலையும் பார்க்கமாட்டார்கள். ஹிட்லர், அடிக்கடி வெளியே வந்து, இவர்களுக்கு முன்னர்த் தோன்றுவான். சில பேரோடு கலந்து பேசுவான்; சிலரைக் கைகுலுக்கிப் பெருமைப்படுத்துவான். தலைவன், தங்களோடு பேசிவிட்டான், கைகொடுத்துவிட்டான் என்பதற்காக மக்கள் தெய்வ தரிசன சந்தோஷத்தைப் பெறுவார்கள்; ஆனந்தக் கண்ணீர் விடுவார்கள்.

இவன் சர்வாதிகாரியாக வந்த பிறகு, முதன் முதலாக இவனுடைய 46வது பிறந்ததினக் கொண்டாட்டம் (20.4.35) ஜெர்மனியெங்கும் கொண்டாடப்பட்டது. அப்பொழுது 'சூறாவளிப்படை'யினர் ஒன்று சேர்ந்து இவனுக்கு 27 ஆகாய விமானங்களையும், ஐரோப்பிய யுத்தத்திலே கலந்து கொண்ட போர் வீரர்கள் ஒன்று கூடி 14 ஆகாய விமானங்களையும் பரிசாக அளித்தார்கள்.

ம்யூனிக்கில், இவன் உத்தியோக அலுவல்களுக்காக வரும்போது 'பிரின்ஸ் ரீஜண்டென் - அறை 16' என்ற இடத்தில் தங்குவான். அல்லது நாஜி கட்சியின் காரியாலத்தில் இருப்பான். ம்யூனிக்கில், தனி மனிதனாக எப்படி வசித்து வந்தானோ அப்படியே, இப்பொழுதும், சர்வாதிகாரி என்ற முறையிலும் கூட ஆடம்பரமின்றி வசிக்கிறான்.

பெர்லினிலும் இவன் மிக எளிய முறையிலேயே வசிக்கிறான். இங்குள்ள இவன் வேலை பார்க்கும் அறையானது சுமார்

60 அடி நீளமும் 30 அடி அகலமும் கொண்டது. இதில் ஒரு மூலையில், ஜன்னலுக்கருகாமையில் பெரிய மேஜை போடப்பட்டிருக்கிறது. அதைச் சுற்றிச் சில நாற்காலிகள். வேறுவிதமான ஆடம்பர வஸ்துக்கள் இங்குக் கிடையா. இந்த இடத்திலிருந்து கொண்டுதான் ஹிட்லர், ஒரு நாளைக்குப் பதினெட்டு மணிநேர வீதம் வேலை செய்கிறான்.

ஹிட்லர் எதையும் கூர்ந்து கவனிப்பான். ஆழ்ந்து படிப்பான். படித்தவற்றுள் முக்கியமானவற்றை அவ்வப்பொழுது குறித்துக் கொள்வான். முஸோலினியைப் போல் இவன் பெரிய படிப்பாளி என்று சொல்ல முடியாது. ஆனால் அநுபவ ஞானம் இவனுக்கு நிரம்ப உண்டு. இவன் மக்களின் மனிதன். பாமர மக்களை வசியப்படுத்தும் ஆற்றல் இவனுக்கு இருப்பதைப்போல் வேறெவருக்கும் இல்லையென்று சொல்லப்படுகிறது.

ஜார் பிரதேசம், ஜெர்மனியிடம் ஒப்புக்கொடுக்கப்பட்ட தினத்தன்று (1.3.1935) இவன் ஜார்ப்ரூகெனுக்குத் திடீரென்று வந்தானல்லவா? அன்று நல்ல மழை. ஆனால் ஹிட்லரைப் பார்க்க வேண்டுமென்ற ஆவலினால், லட்சக்கணக்கான மக்கள், வீதிகளில் மழையில் நனைந்த வண்ணம் நின்று கொண்டிருந்தார்கள். ஹிட்லர், ஒரு மோட்டார் வண்டியின் மீது நின்று கொண்டு மக்களுக்குக் காட்சி தந்தான். இவன், எதிரே, துருப்புக்கள் அணிவகுத்துச் சென்றன. அப்பொழுது ஹிட்லர், 'மழைக் கோட்' ஒன்று மேலே போட்டுக் கொண்டிருந்தான். இத்தனை மக்களும் மழையிலே நனையும்போது, நமக்கு மட்டும் இந்த பாதுகாப்பு எதற்கு என்று சொல்லி, 'மழைக்கோட்டை' கழற்றி எறிந்துவிட்டான். தானும் மழையிலே நனைந்தான். சுமார் ஒரு மணி நேரத்திற்குமேல் நின்ற இடத்திலேயே, மக்களுக்கும் துருப்புக்களுக்கும் பதில் மரியாதை செய்தான். இதனால் இவனுக்கு ஜலதோஷம் பிடித்தது. ஆனால் இது மக்களை எவ்வளவு தூரம் வசீகரப்படுத்திவிட்டது? இந்தத் தன்னலமற்ற தன்மையினாலேயே, இவனை ஜெர்மானியர்கள் தெய்வமாகப் போற்றுகிறார்கள்.

மக்களுடைய இந்த நம்பிக்கைக்கு ஆதாரமாக, இவன் உயிருக்கு மூன்று முறை ஆபத்து ஏற்பட்ட போதும் இவன் மயிரிழையில் தப்பியிருக்கிறான். ஒரு சமயம் யுத்தகளத்தில் இவன் சில நண்பர்களுடன் ஒரு சுரங்கத்தில் உட்கார்ந்து சாப்பிட்டுக் கொண்டிருந்தான். 'இந்த இடத்தில் இருந்தால் உனக்கு ஆபத்து ஏற்படும்' என்று யாரோ இவன் மனதிற்குள்

சொன்னாற் போலிருந்தது. உடனே அந்த இடத்தை விட்டு இருபது கஜ தூரத்திற்கப்பால் சென்றான். ஏன் இப்படி திடீரென்று எழுந்து போகிறான் என்று நண்பர்கள் ஏறிட்டுப் பார்த்தார்கள். ஆனால் அதற்குள் அந்தச் சுரங்கத்தில் பெரிய வெடிகுண்டொன்று வந்து வீழ்ந்தது. அனைவரும் மரணமடைந்தார்கள். ஹிட்லர் மட்டும் தப்பினான்.

மற்றொரு சமயம், நாஜி கட்சியின் சார்பாகப் பிரசாரஞ் செய்ய இவன் ஓர் ஊருக்குச் சென்றிருந்தான். இவனுடைய எதிர்க்கட்சியினர் இவனைக் கொலை செய்துவிடுவதென்று கூட்டமாகக் கூடிக் காத்துக் கொண்டிருந்தனர். இவன் தெரியாமல் அந்தக் கூட்டத்தினருகில் போய்விட்டான். இனித் திரும்பிச் செல்லவும் முடியாது. என்ன செய்வதென்று இவன் திகைத்துக் கொண்டிருக்கையில், இவனைப்போல் உருவம் அமைந்த ஒருவனை, மக்கள் பிடித்துக் கொண்டார்கள். அவனே ஹிட்லர் என்று கருதி, ஹிம்சைப் படுத்தி அருகாமையில் ஓடும் ஆற்றிலே தள்ளி விட்டார்கள். ஹிட்லர் மெதுவாகத் திரும்பி வந்துவிட்டான்.

இன்னொரு சமயம், ஹிட்லர் மோடாரில் தனது கிராம வாச ஸ்தலத்திற்குச் சென்று கொண்டிருந்தான். அப்பொழுது இவனைப்போலவே இருந்த இவனுடைய 'மோட்டார் டிரைவரை'ப் பார்த்து, அவன்தான் ஹிட்லர் என்று கருதி அவன்மீது எவனோ ஒருவன் துப்பாக்கிப் பிரயோகம் செய்தான். தெய்வாதீனமாக ஹிட்லர் உயிர் தப்பினான். ஆனால் அந்த 'டிரைவர்' மடிந்தான்.

இதனாலேயே ஹிட்லர், தான் ஏதோ ஒரு பெரிய காரியத்தைச் சாதிக்கும் பொருட்டுக் கடவுளால் அனுப்பப்பட்டவன் என்ற முறையிலேயே பேசுவான். இவன் பேச்சிலே அடிக்கடி 'விதி' என்ற சொல்லை உபயோகிப்பான். தான் ஒரு சரித்திர புருஷன் என்ற தன்னம்பிக்கையும் இவனுக்கு உண்டு. "நான் சொல்வனவும் செய்வனவும் சரித்திரத்தைச் சேர்ந்தவை" என்று ஓரிடத்தில் சொல்லியிருக்கிறான். ஹிட்லருக்கு வாய்ப் பேச்சு வீரர்களைக் கண்டால் பிடிக்காது. "ஜே கோஷம் போடும் தேச பக்தி எனக்கு வேண்டாம்" என்று சுயசரித்திரத்தில் கூறுகிறான். ஆனால் அதற்காக மௌனமாக இருந்து வேலை செய்கிறதாகச் சொல்வோரிடத்திலும் இவனுக்கு நம்பிக்கையில்லை.

"மௌனமாக இருந்து வேலை செய்வதாகச் சொல்கிறார்களே, அவர்களுடைய வலையிலே விழுந்துவிட வேண்டாமென்று, புதிதாகத் தொடங்கப்பெறும் எந்த இயக்கத்திற்கும் எச்சரிக்கை செய்கிறேன். இங்ஙனம் சொல்கிறவர்கள்; கோழைகள் மட்டுமல்ல; திறமையற்றவர்கள்; சோம்பேறிகள். சில காரியங்கள் நடைபெறுகின்றன; அவைகளினால் ஆபத்துண்டாகுமென்று இவர்களுக்குத் தெரிகிறது. இவர்கள் கண்முன்னர் பரிகாரமும் தென்படுகிறது. என்ன செய்ய வேண்டும்? தீமையை எதிர்த்து நிற்கவேண்டும். பரிகாரத்திற்கு வேலை செய்ய வேண்டும். அப்படி செய்யாதவர்கள் பலஹீனர்கள்; கடமையை மறந்தவர்கள்."

எல்லாச் சரித்திர புருஷர்களையும்போல் ஹிட்லர் சாதாரண ஒரு குடியானவனாகவே இருந்துவிட விரும்புகிறான். எளிய வாழ்க்கை நடத்துவதிலே திருப்தியடைகிறான். இதனாலேயே இவன் ஏழை மக்களிடத்திலும் விவசாயிகளிடத்திலும் அதிக விசுவாசமாயிருக்கிறான். அவர்களுடைய பிரீதியைச் சம்பாதிக்க வேண்டுமென்பதிலே ஆவலுள்ளவனாகவும் இருக்கிறான்.

"ஒரு தேசத்தின் அஸ்திவாரமாக அமைந்திருப்பவர்கள் விவசாயிகள். ஜெர்மானியர்கள், நகரங்களின்றி வாழ முடியும். ஆனால் குடியானவர்களின்றி வாழ முடியாது."

* * *

"லட்சக்கணக்கான மக்கள் ஆண்டு முழுவதும் உழைக்கிறார்கள். உழைத்துப் பணக்காரர்களாக முடிகிறதோ? அல்லது கவலையின்றி வாழ்க்கையை நடத்த முடிகிறதோ? இல்லை. இத்தகையவர்களுக்கே நாம் நமது வணக்கத்தைச் செலுத்த வேண்டும். ஏனென்றால் சமூக வாழ்வின் உயிர் நாடியானது, இவர்களுடைய நிஷ்காமிய கர்மத்திலேதான் இருக்கிறது."

* * *

"தற்போதைய உலக வாழ்க்கையிலே, பணம் ஒன்று தான் பிரதானமாகக் கருதப்படுகிறது. ஆனால், அதை விடச் சிறந்த சக்திகளின் முன்னர், மனிதர்கள் தலைவணங்க வேண்டிய காலம் வரும்."

குழந்தைகளிடத்திலே இவனுக்கு எவ்வளவு பிரீதியுண்டோ அதைவிட அதிகமாக இவன் இளைஞர்களை நேசிக்கிறான். ஏனென்றால் அவர்கள், ஜெர்மனியின் 'வருங்காலத்துச் சேனாபல'மல்லவா? இவன் சுற்றுப் பிரயாணம் செய்யும்போது, இளைஞர்களைச் சந்தித்து அவர்கள் என்னென்ன படிக்கிறார்கள்

என்பவற்றைப் பற்றிக் கேட்பான். அவர்கள் முதுகைத் தட்டிக் கொடுத்து உற்சாகப்படுத்துவான். தனது 'வாகென் பெல்ட்' வீட்டில் இளைஞர்களைத் தருவித்து விருந்துகள் நடத்துவான். இளைஞர்களுக்குக் கடவுள் நம்பிக்கையும் தேச பக்தியும் நிரம்பி இருக்க வேண்டுமென்பது இவன் விழுமிய நோக்கம். ஜெர்மனியின் பள்ளிக் கூடங்களிலே கீழ்க்கண்ட தேசியகீதமே பாடப்பட்டு வருகிறது: -

"பரம பிதாவே!
எமது நாடும் மக்களும் நின்னடைக்கலம்.
எமது முன்னோரின் நாண்ஆனாய்; வலிமையானாய்
எமக்குத் துணைக்கருவியானாய்; பாதுகாப்பானாய்,
வஞ்சத்தினின்று எம்மை விடுதலை செய்வாய்.
விடுதலைப் போரில் எம்மை வலியராக்குவாய்.
நின்னுயரிய திண்மை எமக்கே நேருக.
ஒழுக்கம் உயருக. சுதந்திரம் வருக.
இவற்றால் நல னெலாம் விளைக
ஜெர்மானியா! விழித்தெழு! கடவுளே! எம்மை விடுதலைசெய்.
இவையே எமது சொல்! இவையே எமது ஆணை.

ஜெர்மனியின் ஆசை, நம்பிக்கை, லட்சியம் இவையெல்லாம் உருவெடுத்தாற்போல் ஹிட்லர் இருக்கிறான். ஜெர்மானியர்களை இவன் வசப்படுத்திவிட்டான். ஜெர்மானியர்களும் இவன் வசத்திலே ஈடுபட்டுவிட்டார்கள்.

ஜெர்மனி எங்கே? ஹிட்லருக்குப் பின்னாலே சென்று கொண்டிருக்கிறது. ஹிட்லர் எங்கே? ஜெர்மனிக்கு முன்னாலே, மிடுக்காகப் போய்க் கொண்டிருக்கிறான்.

வாழ்க ஹிட்லர்!

அநுபந்தம் 1

ஜெர்மனியிலுள்ள விவசாயிகளின் நிலை சம்பந்தமாக
தேசீய சமூகவாதக் கட்சியினர் வெளியிட்ட அறிக்கை
ம்யூனிக், மார்ச் 6ந் தேதி 1930

1. விவசாயிகளும் விவசாயமும் ஜெர்மனிக்கு மிகவும் முக்கியம்

ஜெர்மனியானது, வெளிநாடுகளிலிருந்து உணவுப் பொருள்களை இறக்குமதி செய்து கொள்வதன் மூலம், தனக்குத் தேவையான உணவில் பெரும்பாகத்தை அடைகிறது. உலக யுத்தத்திற்கு முன்னர், கைத்தொழிற் பொருள்களை ஏற்றுமதி செய்வித்தும், நமது வியாபாரத்தைக் கொண்டும், வெளிநாடுகளில் நமது மூலதனத்தைப் போட்டு வைத்திருப்பதன் மூலமாகவும், இந்த இறக்குமதிகளை ஈடுபடுத்தினோம். யுத்தத்தின் விளைவு, இந்த முறைக்கும் முடிவு கட்டிவிட்டது.

இப்பொழுது இறக்குமதியாகும் உணவுப் பொருள்களுக்கு, அந்நிய நாடுகளிலிருந்து பெறும் கடன் தொகைகளின் உதவியைக் கொண்டு பணஞ் செலுத்துகிறோம். இதனால், ஜெர்மானிய சமூகமானது, கடன் கொடுக்கிற சர்வதேச தேவாதேவிக்காரர்களுக்கு இன்னும் அதிகமான கடனாளியாக வேண்டியிருக்கிறது. இப்பொழுதுள்ளது போல் இந்த முறையானது இன்னும் நீடித்துச் செல்லுமானால் ஜெர்மானியர்கள் இன்னும் பரம ஏழைகளாகி விடுவார்கள்.

இந்த அடிமைத்தனத்திலிருந்து தப்ப ஓரே வழிதானுண்டு. ஜெர்மனியிலேயே நமக்கு அவசியமாகத் தேவையாயுள்ள உணவுப் பொருள்களை உற்பத்தி செய்து கொள்வதே அந்த வழியாகும். ஜெர்மானிய சமூகம் உயிரோடு இருப்பதா, இறப்பதா வென்ற விஷயம், அதன் அதிக விவசாய உற்பத்தியைப் பொறுத்திருக்கிறது.

மற்றும் பொருளாதாரத்தில் சிறந்து அதிக உற்பத்தியைச் செய்யக்கூடிய சக்தி பெற்று இருக்கிற கிராம வாசிகளே நமது கைத்தொழிலுக்குத் தேவை. இந்தக் கைத்தொழிற் பொருள்கள், இனி ஜெர்மனியிலேயே அதிகமாகப் பரவ வேண்டும்.

கிராம மக்களே, ஆரோக்கியத்தின் சந்ததிகள்; தேசத்து இளைஞர்களை உற்பத்தி செய்யும் ஊற்றுக்களம்; சேனாபலத்தின் முதுகெலும்பு.

தேசத்தின் பொதுமக்கள் தொகையானது விருத்தியாகிக் கொண்டு போகிற அளவுக்கு, திறம்பட்ட விவசாயிகளின் தொகையையும் அதிகரிக்கச் செய்வது தேசீய சமூகவாதத் திட்டத்தின் முக்கிய அம்சமாகும். ஏனென்றால் நமது இயக்கமானது, வருங்காலத்து எல்லா மக்ளுடைய நன்மையையும் நாடுகிறது.

2. தற்போதைய அரசாங்கம் விவசாயத்தையும் விவசாயிகளையும் புறக்கணிக்கிறது.

விவசாய உற்பத்தியானது இன்னும் அதிகப்படுத்தப்படக் கூடிய நிலைமையில் இருக்கிறது. ஆனால் இப்பொழுது அது தடைப்பட்டிருக்கிறது. ஏனென்றால் விவசாயிகள் நாளுக்கு நாள் அதிக கடனாளிகளாகிக் கொண்டு வருவதால், அவர்கள் விவசாய உற்பத்திக்கு அவசியமான பொருள்களை வாங்கிக் கொள்ள முடியாத நிலையில் இருக்கிறார்கள். மற்றும், விவசாயத்தினால் அதிக வருமானங் கிடைப்பதில்லையென்ற காரணமானது, அதிக உற்பத்தி செய்ய வேண்டுமென்ற தூண்டுதலையும் உற்சாகத்தையும் நிறுத்தி விடுகிறது.

விவசாயமானது போதுமான பலனை ஏன் அளிப்பதில்லை யென்பதற்கான காரணங்களை இங்கு ஆராயலாம்.

1. தற்போதைய சுங்க வரி முறையானது, விவசாயத்தின் மீது அதிக பளுவைச் சுமத்துகிறது. இதற்குக் காரணம் அரசியல் கட்சிகளின் வேற்றுமையும் யூதர்களுடைய பண 'மார்க்கெட்டு'மே. இந்த 'மார்க்கெட்டே,' ஜெர்மனியின் பார்லிமெண்டரி ஜனநாயகத்தைக் கட்டுப்படுத்துவதாயிருக்கிறது. இது ஜெர்மன் விவசாயத்தை அழிக்க விரும்புகிறது. ஏனென்றால் அப்படி அழிப்பதன் மூலம் பொதுவாக ஜெர்மானிய சமூகமும் சிறப்பாக ஜெர்மானிய விவசாயிகளும் அதன் தயவுக்குட்பட்டிருக்கும்.

2. சாதகமான நிலைமையில் வேலை செய்யும் அந்நிய விவசாயிகளுடன் ஜெர்மனிய விவசாயிகள் போட்டி போட வேண்டியிருக்கிறது. இந்த அந்நிய விவசாயப் போட்டியைத் தகைந்து நிற்கக்கூடிய மாதிரி ஜெர்மானிய விவசாயிகள் பாதுகாக்கப் பெறவில்லை.

3. பொருள்களை உற்பத்தி செய்கிறவர்களுக்கும் வாங்குகிறவர்களுக்கும் இடையே வலிய வந்து விழும் தரகர்கள் ஏராளமான லாபம் சம்பாதிக்கிறார்கள்.

4. பெரும்பாலும் யூதர்களால் நடத்தப் பெறும் ஸ்தாபனங்களிலிருந்து கிடைக்கும் மின்சார சக்திக்கும் செயற்கை எருவுக்கும் அதிக பணம் கொடுக்க வேண்டியிருக்கிறது.

நிலத்திலிருந்து கிடைக்கும் சொற்ப வருமானத்திலிருந்து, விவசாயிகள் அதிக வரியைச் செலுத்த முடியவில்லை. இதனால் விவசாயியானவன் கடன் வாங்கும் நிர்ப்பந்தத்திற்குட்படுகிறான். அப்படி வாங்கும் கடனுக்கு அதிக வட்டி செலுத்த வேண்டியிருக்கிறது. இந்தக் கடன் கொடுமையில் வர வர ஆழமாகப் புதைந்துபோய் கடைசியில் தன்னிடமுள்ள எல்லாவற்றையும் யூத லேவாதேவிக்காரனிடம் பறிமுதல் கொடுத்துவிடுகிறான்.

ஜெர்மன் விவசாயிகள், ஜெர்மன் சமூகத்தினின்று விலக்கப்பட்டு வருகிறார்கள்.

3. ஜெர்மன் ஏகாதிபத்தியத்தில் நில உரிமைகள் பாதுகாக்கப் பெற வேண்டும்; ஜெர்மனிக்கென்று ஒரு விவசாய திட்டமும் இருக்க வேண்டும்

ஜெர்மானிய அரசாங்கமானது, சர்வதேச பணலேவா தேவிக் காரர்களுடைய ஆதிக்கத்திற்குட்பட்டிருக்கும் வரையில், பார்லிமெண்டரி ஜனநாயக ஆட்சிமுறையினால் நிர்வகிக்கப் படுகிற வரையில், கிராம மக்களுடைய தரித்திர நிலையில் எவ்வித விசேஷமான அபிவிருத்தியோ, விவசாய வளர்ச்சியோ ஏற்பட முடியாது. ஏனென்றால், நிலத்தை அடிப்படையாகக் கொண்ட ஜெர்மனியின் பலத்தை இவைகளே சீரழிகின்றன.

நாம் கோருகிற புதிய, சீர்திருந்திய ஜெர்மனியில் விவசாயிகளும் விவசாயமும் அவர்களுக்கு உரிமையாயுள்ள கவனத்தைப் பெறுவார்கள். ஏனென்றால் உண்மையான

தேசீய ஜெர்மனிய சமுதாயத்திற்கு விவசாயமே முக்கிய ஆதாரமாயிருக்கும்.

1. ஜெர்மானிய சமூகத்தினால் ஸ்வீகரிக்கப் பெற்றுப் பாதுகாக்கப் பெறுகிற ஜெர்மன் நிலப் பிரதேசமானது, ஜெர்மன் சமூகத்திற்கு உபயோகப்படுவதாயிருக்க வேண்டும். அதுவே அவர்களுடைய வாசஸ்தலமாகவும், ஜீவனோபாயமாகவும் இருக்க வேண்டும். நிலத்தில் குடியிருப்பவர்கள் இந்த அர்த்தத்திலேயே இதனை நிர்வாகம் செய்ய வேண்டும்.

2. ஜெர்மானிய சமூகத்தின் அங்கத்தினர்களே நிலத்தையுடையவர்களாயிருக்கலாம்.

3. சட்ட ரீதியாக இவர்களால் ஸ்வீகரித்துக் கொள்ளப் பெற்ற நிலமே, பிதிரார்ஜித சொத்தாகக் கருதப்படும். சொத்துரிமையுடையவர்கள். அந்த உரிமையை தேசீய நன்மைக்காக உபயோகிக்க வேண்டுமென்ற கட்டாயமுண்டு. இது சம்பந்தமாகக் கண்காணிக்க விசேஷ நியாய ஸ்தலங்கள் ஏற்படுத்தப் பெறும். இந்த நியாய ஸ்தலத்தில் நிலச் சொந்தக்காரர்களின் பல பிரிவினரின் பிரதிநிதிகளும், அரசாங்கத்தின் பிரதிநிதியொருவரும் அங்கத்தினர்களாயிருப்பார்கள்.

4. ஜெர்மன் நிலமானது, பண வருமான நோக்கத்துடன் கைமாறும் கருவியாக உபயோகிக்கப் பெறக் கூடாது. மற்றும், இந்த நிலமானது, அதன் சொந்தக்காரனுக்கு உழைப்பின்றி ஊதியம் தரும் பொருளாகவும் இருக்கக்கூடாது. எவனொருவன் நிலத்தைப் பண்படுத்திச் சாகுபடி செய்யத் தயாராயிருக்கிறானோ அவனே அந்த நிலத்தை ஸ்வீகரித்துக் கொள்ள உரிமையுடையவனாகிறான். ஆதலின் எந்த ஒரு நிலக் கிரயத்தையும் முதற்கிரயமாக வாங்க அரசாங்கத்துக்கு உரிமை உண்டு.

   தனிப்பட்ட லேவாதேவிக்காரர்களிடம் நிலத்தை அடமானமாக வைக்கக் கூடாது. நிலத்தைச் சாகுபடி செய்வதற்கு வேண்டிய கடன் தொகையானது, சுலபமான நிபந்தனைகளின் பேரில், அரசாங்கத்தினாலேயோ அல்லது அரசாங்க அங்கீகாரம்பெற்ற சங்கங்களினாலேயோ விவசாயிகளுக்குக் கொடுக்கப்பெறும்.

5. நிலத்தை உபயோகப்படுத்திக் கொள்வதற்காக, நிலத்தின் விஸ்தீரணம், அதன் உற்பத்தித் திறமை

முதலியவற்றிற்குத்தக்கபடி அரசாங்கத்திற்குக் கட்டணஞ் செலுத்தப்பெறும். இந்த நிலவரி தவிர, வேறு நிலவரி இராது.

6. இவ்வளவு அளவு சாகுபடி செய்ய வேண்டுமென்பதைப் பற்றி எவ்வித நிர்ணயமான விதியும் ஏற்படுத்தப்படமாட்டாது. நமது மக்கள்தொகையின் அளவை முன்னிட்டு, சிறியதும், மத்தியதரமாயுள்ளதுமான ஏராளமான பண்ணைகள் வேண்டும். விஸ்தீரணமான பண்ணைகளில் பெருவாரியாகச் சாகுபடி செய்வது அவசியந்தான். ஆனால், அதனால் சிறிய பண்ணைகளுக்குப் பாதகம் உண்டாகாமல் சாதகமாயிருக்க வேண்டும்.

7. சொத்துக்கள் பல பிரிவுகளாகப் பங்கு போடப் பெறாமலும், அதன் மீது அதிக கடன் சுமை ஏறாமலும் இருக்க, வாரிசுச் சட்டம் ஒன்று வேண்டும்.

8. *(அ)* ஜெர்மன் சமூகத்தைச் சேர்ந்தவரல்லாதார் நிலத்தின் சொந்தக்காரராயிருந்தாலும்,

(ஆ) நிலக் கோர்ட்டுகளின் தீர்ப்புப்படி, நிலத்தின் சொந்தக்காரன் சரியான முறையில் சாகுபடி செய்யாமல் தேச நன்மைக்கு விரோதமாக நடந்து கொண்டாலும்,

(இ) நிலச் சொந்தக்காரன் தானே உழுது பயிரிடாமலிருந்தால், அந்த நிலத்தில் உழுது பயிரிடும் விவசாயிகளைக்கொண்டு குடியேற்றுவதற்காகவும்,

(ஈ) தேச நன்மையை முன்னிட்டு (போக்கு வரவு, தேசப் பாதுகாப்பு இவைகள் சம்பந்தமாக) அரசாங்கத்தாருக்கு விசேஷ காரணங்களுக்காகத் தேவையாயிருந்தாலும், அரசாங்கமானது, தகுந்த நஷ்ட ஈடு கொடுத்து, நிலங்களைச் சுவாதீனப்படுத்திக் கொள்ள உரிமையுடையதாயிருக்கும். ஜெர்மன் சட்டத்திற்கு விரோதமாக ஸ்வீகரித்துக் கொள்ளப்பட்ட நிலங்கள் யாவும் நஷ்ட ஈடு இன்றியே பறிமுதல் செய்யப்படலாம்.

9. அகப்பட்ட நிலங்களில் மக்களைக் குடியேற்றுவிப்பது அரசாங்கத்தின் கடமையாக இருக்கும். மக்கள் தொகைப்பற்றிய மேலான உத்தேசங்களைக் கொண்ட திட்டத்தை அடிப்படையாகக்கொண்டு இந்தக் கடமை நிறைவேற்றப்பெறும். ஜீவனோபாயமாக இருக்கக்கூடிய தன்மையில், இந்த நிலங்கள், குடியேறுபவர்களின் பரம்பரைப் பாத்தியப் பொருளாகச் செய்யப்படும். பிரஜா உரிமைக்கும்,

தொழில் திறமைக்கும் லாயக்குடையவர்களாவென்று பரீட்சித்தே குடியேறுபவர்கள் பொறுக்கியெடுக்கப் பெறுவார்கள். வாரிசு பாத்தியம் பெறாத விவசாயிகளின் பிள்ளைகளுக்கு விசேஷ சலுகை காட்டப்பெறும்.

கிழக்கெல்லைப்புற பிரதேசங்களில் குடியேறுவது மிகவும் முக்கியமானது. இங்கு, வெறும் விவசாயப் பண்ணைகளை மட்டும் உண்டுபண்ணி விடுவது போதாது. விவசாயப் பொருள்களை விற்பனை செய்ய ‘மார்க்கெட், நகரங்களும் ஏற்படுத்தப் பெறல் வேண்டும். சிறிய பண்ணைகளை லாபந்தரக் கூடிய முறையில் அமைக்க வேண்டுமானால் இதுவே தக்கவழி.

விருத்தியடைந்து கொண்டு வரும் ஜெர்மனியின் மக்கள் தொகைக்கு உணவு வழங்கவும், இருக்க வசதி செய்து கொடுக்கவும் விசாலமான பிரதேசங்களை ஏற்படுத்திக் கொடுப்பது ஜெர்மனியின் அன்னிய நாட்டுக் கொள்கையாக இருக்கும்.

4. விவசாயிகள், பொருளாதார சம்பந்தமாகவும் கல்வி அபிவிருத்தி சம்பந்தமாகவும் உயர்த்தப்படவேண்டும்.

1. விவசாயிகளின் தற்போதைய தரித்திரத்தை, உடனே வரி வஜா செய்வதன் மூலமாகவும், வேறு அவசர முறைகளின் மூலமாகவும் நீக்க வேண்டும்.
2. விவசாயத்தை லாபந் தரக்கூடிய தொழிலாகச் செய்ய வேண்டுவது அரசாங்கத்தின் கடமையாக இருக்க வேண்டும். சுங்கவரி விதிப்பது, இறக்குமதிகளை அரசாங்கச் சட்டத்தின் மூலம் ஒழுங்கு படுத்துவது, தேசீயப் பயிற்சிக்காக ஒரு திட்டம் போடுவது இவற்றின் மூலம் ஜெர்மானிய விவசாயமானது பாதுகாக்கப்பட வேண்டும்.

‘மார்க்கெட்டு’களில் பொருள்கள் விலையேறுவதும் இறங்குவதுமாயிருக்கும் தன்மையிலிருந்து, விவசாயப் பொருள்களின் விலை நிர்ணயமானது விடுதலைபெற வேண்டும். விவசாயிகளின் விளை பொருள்கள் தரகர்கள் மூலம் விற்கப் பெறுவதை நிறுத்த வேண்டும். இந்த வேலையை விவசாயச் சங்கங்கள் செய்யுமாறு ஆதரவு கொடுக்க வேண்டும்.

இந்த விவசாயச் சங்கங்கள் விவசாயிகளின் செலவைக் குறைக்கவும், உற்பத்தியை அதிகப்படுத்தவும் உதவி செய்ய வேண்டும். விவசாயச் சங்கங்கள் தங்கள் வேலையைச் செய்வதற்கு, (விவசாயக் கருவிகள், உரம், விதை, கால் நடைகள்,

பூச்சிகளினின்று பாதுகாத்தல், இலவசமாக ஆலோசனை சொல்லுதல், ரசாயன ஆராய்ச்சி முதலியவை சம்பந்தமான உதவி) அரசாங்கமானது பூரண உதவியளிக்க வேண்டும். சிறப்பாக செயற்கை உரம், மின்சார சக்தி முதலியவை குறைந்த செலவில் கிடைப்பதற்கு அரசாங்கம் முயற்சி செய்ய வேண்டும்.

3. பண்ணைகளில் வேலை செய்யும் தொழிலாளர்களை, சமூக அந்தஸ்தில் ஒன்றுபட்டவராகச் செய்ய இந்த விவசாயச் சங்கங்கள் பிரயத்தனம் செய்யவேண்டும். இவ்விஷயமாக, மேற்பார்வை செய்வதும் மத்தியஸ்தம் செய்வதும் அரசாங்கத்தின் கடமைகளாயிருக்கின்றன. சிறந்த தொழிலாளர்கள் பண்ணைச் சொந்தக்காரர்களாக வருதல் சாத்தியமாக வேண்டும். விவசாய நிலைமையானது பொதுவாக அபிவிருத்தியடைந்ததேயானால், விவசாயத் தொழிலாளர்களுடைய வாழ்க்கை அந்தஸ்தும் கூலி விகிதமும் தாமாகவே உயரும். விவசாய நிலைமையானது அபிவிருத்தியடையும் பட்சத்தில், நிலத்தில் அந்நியத் தொழிலாளர்களை வேலைக்கு வைத்துக் கொள்ளவேண்டிய அவசியமில்லை. இந்த வழக்கமானது இனி நிறுத்தப்படும்.

5. விவசாயிகளுக்கு வேண்டிய எல்லா உதவிகளையும் விவசாயச் சங்கங்கள் செய்ய முடியாது. ஜெர்மானிய சுதந்திரத்திற்காக உழைக்கும் தேசீய சமூகவாதக் கட்சியின் அரசியல் இயக்கமே இதைச் செய்ய முடியும்.

ஜெர்மன் சமூகமனைத்தும் ஏழ்மையிலிருப்பதால் கிராம மக்களும் வறுமையுள்ளவர்களாயிருக்கிறார்கள். ஜெர்மன் சமுதாயத்திற்குப் பொதுவாக ஏற்படும் கஷ்ட நஷ்டங்களினின்று, தொழிலாளர்களில் ஒரு பிரிவினர் தப்பித்துக்கொள்ள முடியுமென்று நினைப்பது தவறு. நன்மைக்கோ தீமைக்கோ ஒன்று பிணைக்கப்பட்டிருக்கும் நகரவாசிகளுக்குள்ளும் கிராமவாசிகளுக்குள்ளும் பொறாமையை உண்டு பண்ணுவது குற்றமாகும்.

தற்போதைய அரசியல் திட்டத்தின் கீழ் பொருளாதார உதவி செய்வதனால் நிரந்தரமான நன்மை உண்டாகாது. ஏனென்றால் நமது மக்களின் வறுமைக்கு மூலகாரணமாயிருப்பது அரசியல் அடிமைத்தனம். ஆதலின் அரசியல் முறைகளே இந்த வறுமையை நீக்க முடியும்.

தேச அடிமைத்தனத்திற்குப் பொறுப்பாளிகளாயிருந்த, இருக்கின்ற பழைய அரசியல் கட்சிகள், சுதந்திர பாதையில் தலைவர்களாயிருக்க முடியாது.

பொருளாதார சம்பந்தமான முக்கிய வேலைகள் பல, நமது எதிர்கால அரசாங்கத்தில், தொழிற் ஸ்தாபனங்களினால் செய்யப் பெறக் காத்துக் கொண்டிருக்கின்றன. இப்பொழுதுகூட அவை, மேற்படி துறையில் பூர்வாங்கமான வேலைகள் பலவற்றைச் செய்யலாம். புதிய பொருளாதார ஒழுங்குக்கு அடிகோலுகிற விடுதலைப் போராட்டமின்றேல் அவை தகுதியுடையனவல்ல. இந்த விடுதலைப் போராட்டமானது, ஒரு தொழிற்கட்சிக்காகவல்ல, தேசப் பொதுவுக்காகவே நடைபெற வேண்டும்.

கடைசிவரை விடுதலைக்காக அரசியல் போரை நடத்தும் கட்சியானது தேசீய சமூகவாதக் கட்சியேயாகும்.

(ஒப்பம்) அடோல்ப் ஹிட்லர்.

இருபத்தைந்து திட்டங்கள்

1920ஆம் ஆண்டு பிப்ரவரி மாதம் 24ந் தேதி ம்யூனிக்கில் ஹாப்ராவ் ஹவுஸ் பெஸ்ட்ஸாலில் நடைபெற்ற பொதுக் கூட்டத்தில் தேசீய சமூகவாத ஜெர்மன் தொழிற் கட்சியார், தங்களுடைய வேலை திட்டத்தை உலகத்தாருக்குப் பின்வருமாறு அறிவித்தனர்:-

(கட்சிச் சட்டத்தின் இரண்டாவது பிரிவுப்படி இந்த வேலைத் திட்டமானது மாற்றப்படாதது என்று வலியுறுத்தப்பட்டிருக்கிறது.)

1. சமூகங்களினால் அனுபவிக்கப்படுகிற சுய நிர்ணய உரிமையை அடிப்படையாகக் கொண்டு, பெரிய ஜெர்மனியை உண்டாக்குவதற்கு எல்லா ஜெர்மானியர்களும் ஐக்கியப்பட்டிருக்க வேண்டுமென்று நாங்கள் கோருகிறோம்.

2. மற்றச் சமூகங்களுடன் நடவடிக்கைகள் நடத்தும் போது, ஜெர்மானியர்கள் சம உரிமை பெற்றவர்களாக நடத்தப் பெற வேண்டுமென்றும், வார்சேல் உடன்படிக்கையையும் செயிண்ட் ஜெர்மேன்[1] உடன்படிக்கையையும் ரத்து செய்ய வேண்டுமென்றும் நாங்கள் கேட்கிறோம்.

3. நமது மக்களின் உணவுப் பொருள் தேவைக்காகவும், அதிகப்படியான நமது மக்கள்தொகையைக் குடியேற்றுவிக்கவும் நமக்கு நிலமும் தேசங்களும் (குடியேற்ற நாடுகள்) வேண்டுமென்றும் கேட்கிறோம்.

4. ஜெர்மானிய சமூகத்தைச் சேர்ந்தவர்களைத் தவிரவேறெவரும், அரசாங்கத்தின் பிரஜையாக இருக்கக் கூடாது. ஜெர்மானிய ரத்தக் கலப்புள்ளவர்களைத் தவிர வேறெவரும், அவர்கள் எப்பிரிவினராயிருந்தாலும், சமூகத்தின் அங்கத்தினர்களாயிருக்கக் கூடாது. ஆதலின் யூதர் எவரும் சமூக அங்கத்தினராயிருக்க முடியாது.

5. அரசாங்கத்தின் பிரஜையாக இல்லாது ஜெர்மனியில் வசிக்கும் யாரும் விருந்தினராகவே கருதப்படுவர். அந்நிய நாட்டுச் சட்டங்களுக்குட்பட்டவராகவே அவர்கள் நடத்தப்படுவர்.

6. தேச அரசாங்கத்திலும் சட்ட சபையிலும் வாக்குக்கொடுக்கும் உரிமையை தேசப் பிரஜைகள் மட்டுமே அநுபவிக்கலாம். ஆதலின், ராஜ்யத்திலோ, நாட்டிலோ அல்லது சிறிய பிரதேசங்களிலோ உள்ள எல்லா அரசாங்க உத்தியோகங்களும், தேசப் பிரஜைகளுக்கு மட்டுமே கொடுக்கப்பட வேண்டுமென்று நாங்கள் கோருகிறோம்.

7. தேசப் பிரஜைகளின் ஜீவனோபாயத்தையும் கைத்தொழிலையும் அபிவிருத்தி செய்வது அரசாங்கத்தின் முதற் கடமையாக இருக்க வேண்டுமென்று நாங்கள் கோருகிறோம். தேச மக்களனைவரையும் போஷிப்பது சாத்தியமில்லாமற் போனால், அந்நியப் பிரஜைகளை (தேசப் பிரஜைகளல்லாதரை) ஜெர்மன் ராஜ்யத்தினின்று விலக்க வேண்டும்.

8. ஜெர்மானியரல்லாதார், ஜெர்மனிக்குள் வந்து குடிபுகுவதைத் தடுக்க வேண்டும். 1914ஆம் ஆண்டு ஆகஸ்ட் மாதம் இரண்டாந்தேதிக்குப் பிறகு ஜெர்மனிக்குள் பிரவேசித்த ஜெர்மானியரல்லாதார் அனைவரும், ஜெர்மன் ராஜ்யத்தினின்று புறப்பட்டுப் போய்விடவேண்டுமென்று நாங்கள் கோருகிறோம்.

9. உரிமைகள், கடமைகள் என்பவற்றைப் பொறுத்தமட்டில் தேசப் பிரஜைகள் யாவரும் சமமானவர்களே.

10. தனது அறிவினாலேயோ அல்லது தேகத்தினாலேயோ வேலை செய்ய வேண்டியது ஒவ்வொரு பிரஜையினுடைய

முதற்கடமையாக இருக்க வேண்டும். தனிப்பட்ட ஒருவருடைய உழைப்பானது, பொதுமக்கள் நன்மைக்கு முரண்பட்டதாயிருக்கக் கூடாது. சமூக சட்டத்திற்குட்பட்டு எல்லாருடைய நன்மைக்கும் ஏற்றதாக அந்த உழைப்பு இருக்க வேண்டும்.

ஆதலின் நாங்கள் கோருவது என்னவென்றால்: -

11. உழைப்பினால் சம்பாதிக்கப் பெறாத வருமானத்தையெல்லாம் ஒழித்தல் வேண்டும்.

12. ஒவ்வொரு யுத்தத்தினாலும் ஏராளமான உயிர்ச்சேதமும் பொருட் சேதமும் ஏற்படுவதால், யுத்தத்தின் காரணமாக ஒருவன் பணக்காரனாவதென்பது, தேசத்திற்குச் செய்த குற்றமாகக் கருதப்படவேண்டும். ஆதலின் யுத்தத்தினால் பெற்ற லாபங்களையெல்லாம் கண்டிப்பாகப் பறிமுதல் செய்ய வேண்டும்.

13. தற்போது வரை, கம்பெனிகளாக (டிரஸ்டுகள்) நிர்மாணிக்கப்பட்டுள்ள வியாபாரங்கள் யாவும் தேசிய மயமாக்கப்பட வேண்டும்.

14. மொத்த வியாபாரத்தில் கிடைக்கும் லாபத்தைஎல்லாரும் பங்கு போட்டுக் கொள்ள வேண்டும்.

15. வயோதிகமடைந்தவர்களுக்குச் செய்யப் பெற்றுள்ள ஏற்பாட்டை இன்னும் அதிகமாக அபிவிருத்தி செய்ய வேண்டும்.

16. திறமையுள்ள மத்திய வகுப்பினரைச் சிருஷ்டி செய்து அவர்களைக் காப்பாற்ற வேண்டும். மொத்த வியாபாரம் செய்யும் ஸ்தலங்களை சமூக உடமையாக உடனே செய்ய வேண்டும். அவற்றைச் சில்லரை வியாபாரிகளுக்குக் குறைந்த கட்டணத்தில் குத்தகைக்கு விட வேண்டும். சாமான்களைச் சில்லரையாக விநியோகிக்கும் எல்லாருக்கும், அதிகமான சலுகை காட்டப்பட வேண்டும்.

17. நமது தேசத் தேவைகளுக்குத் தக்கமாதிரி நிலச்சீர்திருத்தம் செய்யப்பெற வேண்டும். குறிப்பிட்ட ஒரு சமூகத்திற்காக உபயோகிக்கப்பெறும் நிலத்தை நஷ்ட ஈடு கொடாமல் பறிமுதல் செய்யலாமென்று சட்டம் நிறைவேற்றப்பட வேண்டும். அடமானங்களின்மீது வட்டி வாங்குவது ஒழிக்கப்பட வேண்டும். பண வருவாயை உத்தேசித்து நிலமானது கை மாறுவதை நிறுத்த வேண்டும்.[2]

18. பொது நன்மைக்கு விரோதமாயிருப்பவர்களனைவரையும் கண்டிப்பான தண்டனைக்குள்ளாக்க வேண்டும். தேசத்திற்கு விரோதமாகக் குற்றஞ்செய்கிறவர்களை, அநியாயமாக வட்டி வாங்குகிறவர்களை, கொள்ளை லாபம் சம்பாதிப்போரை, அவர்கள் எந்த வகுப்பினராயிருந்தாலும், எந்த ஜாதியினராயிருந்தாலும் அவர்களுக்கு மரண தண்டனை விதிக்க வேண்டும்.

19. லௌகீகத் துறைக்குப் பயன்படுகின்ற ரோமன்சட்டத்தை எடுத்துவிட்டு அதற்குப் பதிலாக ஜெர்மனி முழுவதற்கும் பயன்படக்கூடிய சட்டமுறையை ஏற்படுத்த வேண்டும்.

20. திறமையும் உழைப்பும் உள்ள ஜெர்மானியர்கள்உயர்தரக் கல்வி பெற்று முன்னேற்றமடையும் பொருட்டு, நமது தேசீயக் கல்வி முறையைத் திருத்தியமைக்கவேண்டிய அவசியத்தை அரசாங்கம் ஆலோசிக்க வேண்டும். எல்லாக் கல்வி ஸ்தாபனங்களினுடைய பாட முறைகளையும், அனுபவ வாழ்க்கைக்குப் பயன்படத்தக்கவிதமாகத் திருத்தியமைக்க வேண்டும். தேசத்தைப்பற்றிய எண்ணத்தைப் பிள்ளைகளுக்கு அறிவு வளர்ச்சி பெறத் தொடங்குவதிலிருந்து புகுத்துவதே பள்ளிக்கூடத்தின் லட்சியமாக இருக்க வேண்டும். ஏழைப் பெற்றோர்களுடைய புத்திசாலிப் பிள்ளைகளை - அவர்கள் எந்த வகுப்பினராயிருந்தபோதிலும் எந்தத் தொழில் செய்து கொண்டிருந்தபோதிலும் - அரசாங்கச் செலவில் படிப்பிக்க வேண்டும்.

21. தாய்மார்களையும் கைக்குழந்தைகளையும் காப்பாற்றுவதன் மூலமும், குழந்தைப் பிரசவத்தைத் தடுப்பதன் மூலமும், சட்டபூர்வமாக நிர்ணயிக்கப்பட்ட விளையாட்டுகளைக் கட்டாயமாகச் செய்யச் சொல்லுவதன் மூலமாகவும், இளைஞர்களின் தேகப் பயிற்சிக்காக ஏற்படுத்தப்பெறும் சங்கங்களை ஆதரிப்பதன் மூலமாகவும் தேச மக்களின் தேகாரோக்கியம் விருத்தியடைவதை அரசாங்கம் கவனிக்க வேண்டும்.

22. சம்பளத்திற்காக உழைக்கும் ராணுவத்தை எடுத்துவிட்டு தேசீய ராணுவத்தை அமைக்க வேண்டும்.

23. மனமறிந்து கூறப்படும் அரசியல் பொய்களையும் அவற்றைப் பத்திரிகைகளில் பிரசாரம் செய்வதையும் தடுக்க சட்ட ரீதியான யுத்தம் தொடுக்கப்பெற வேண்டும். - ஜெர்மன்

தேசியப்பத்திரிகை ஸ்தாபனமொன்றை நிறுவுவதற்குச் சுலபமாக நாங்கள் கீழ்க்கண்டவைகளைக் கோருகிறோம்:

(அ) ஜெர்மன் பாஷையில் வெளியாகும் எல்லாப் பத்திரிகைகளின் ஆசிரியர்களும் அவர்களின் உதவியாளர்களும் ஜெர்மன் சமூகத்தைச் சேர்ந்தவர்களாயிருக்க வேண்டும்.

(ஆ) ஜெர்மானியரல்லாதார், பத்திரிகைகள் வெளியிடுவதற்கு முன்னர், அரசாங்கத்தினுடைய விசேஷ உத்திரவு பெற வேண்டும். இவை ஜெர்மன் பாஷையிலேயே இருக்க வேண்டுமென்ற அவசியமில்லை.

(இ) ஜெர்மானியரல்லாதார், ஜெர்மன் பத்திரிகைகள் விஷயத்தில் பண உதவி செய்வதையோ வேறுவிதமான செல்வாக்கை உபயோகிப்பதையோ சட்டத்தின் மூலம் தடுக்க வேண்டும். இந்தச் சட்டத்திற்கு விரோதமாக நடக்கும் எந்த பத்திரிகையும் நிறுத்தப் பெற்று அதில் சம்பந்தம் பெற்ற ஜெர்மானியரல்லாதாரை நாடு கடத்த வேண்டும்.

தேச நன்மையை நாடாத பத்திரிகைகள் வெளியாவது நிறுத்தப்படவேண்டும். நமது சமூக வாழ்வைச் சீர்குலைக்கும் வண்ணம் தோன்றும் கலை, இலக்கியம் முதலியவற்றின் போக்கை சட்டரீதியாக அடக்க வேண்டும். மேற்படி தேவைகளுக்கு விரோதமாகப் போராடும் ஸ்தாபனங்களை அடக்கிவிடவேண்டும்.

24. தேசத்திலுள்ள எல்லா மதத்தினருக்கும் சம உரிமை வழங்கப்பெற வேண்டும். ஆனால், இவை, ஜெர்மானிய சமூக ஒழுக்கத்திற்கு விரோதமாக இல்லாமல் இருக்க வேண்டும்.

தேசீய சமூகவாதக் கட்சியானது, ஒழுங்கான கிறிஸ்தவ மதத்தை ஆதரிக்கிறது. ஆனால் குறிப்பிட்ட ஒரு கொள்கைக்குத் தன்னைக் கட்டுப்படுத்திக் கொள்ளவில்லை. நமக்குள்ளேயும் வெளியேயும் இருக்கிற யூதர்களின் உலகாயதக் கொள்கையை எமது கட்சி எதிர்க்கிறது. நமது சமூகமானது நிரந்தரமான ஆரோக்கியத்தைப் பெற வேண்டுமானால் சுய நலத்துக்கு முன்னர் பொது நலம் என்ற தத்துவத்தை அடிப்படையாகக் கொள்ள வேண்டும்.

25. மேற்கூறப்பெற்ற அனைத்தும் நிறைவேறுவதற்கு அரசாங்கத்தின் பலமான மத்திய ஸ்தாபனம் ஒன்று

தோற்றுவிக்கப்பட வேண்டும். ஜெர்மன் ராஜ்யத்தின் மீதும் அதன் ஸ்தாபனங்களின் மீதும் எல்லையற்ற அதிகாரம் செலுத்தும் உரிமை அந்த அரசியல் மத்தியபார்லிமெண்டுக்கு இருக்க வேண்டும். ஜெர்மன் ஐக்கிய அரசியலுக்குட்பட்ட எல்லா நாடுகளிலும் பிரயோகிக்கப்படுகிற சட்ட திட்டங்களை நிறைவேற்ற அரசியல் ஸ்தாபனங்களும் தொழிற் ஸ்தாபனங்களும் ஏற் படுத்தப்பெற வேண்டும்.

விளைவது இன்னது என்று கருதாமல் கட்சித் தலைவர்கள் நேராக முன்னுக்குச் செல்ல உறுதி கொள்கிறார்கள். அவசியமானால், மேலே கூறிய திட்டங்களை நிறைவேற்றி வைக்கும் வகையில் தங்கள் உயிரையும் தியாகம் செய்யத் தயாராயிருக்கிறார்கள்.

ம்யூனிக், பிப்ரவரி 24 ந் தேதி 1920

அடிக்குறிப்புகள்

1. *செயிண்ட் ஜெர்மேன் என்பது பிரான்ஸிலுள்ள ஒரு நகரம். இங்கு, 1919ஆம் ஆண்டு செப்டம்பர் மாதம் நேசக் கட்சியாருக்கும் ஆஸ்திரியாவுக்கும் ஓர் ஒப்பந்தம் ஏற்பட்டது. இதன் மூலம் ஆஸ்திரியாவின் எல்லைகள் நிர்ணயிக்கப்பெற்றன.*

2. *1928ஆம் ஆண்டு ஏப்ரல் மாதம் 13ந் தேதி அடோல்ப் ஹிட்லர் பின்வரும் அறிக்கையை வெளியிட்டான்: பதினேழாவது திட்டத்திற்கு நமது எதிர்க்கட்சியினர் தவறான வியாக்கியானம் செய்கிறார்களாதலால் அதற்கு விடை கொடுக்க வேண்டியது அவசியமாகிறது. தேசீய சமூகவாத ஜெர்மன் தொழிற் கட்சியினர், தனிப்பட்டவர்களுடைய சொத்துரிமையை அங்கீகரிக்கிறார்களாதலால், "நஷ்ட ஈடு இல்லாமல் பறிமுதல் செய்வது" என்ற சொற்றொடரானது, சட்டத்திற்கு முரணாக ஆக்ரமித்துக் கொள்ளப்பட்ட நிலத்தையும், தேச நன்மைக்கு ஏற்றவிதத்தில் நிர்வகிக்கப் பெறாத நிலத்தையும் பறிமுதல் செய்ய சட்ட ரீதியாக அதிகாரம் வேண்டுமென்பதற்காகவே பொறிக்கப்பட்டதென்பது வெளிப்படை. தேச நன்மையை முன்னிட்டே இங்ஙனம் செய்யப்பட்டிருக்கிறது. முதலாவது, இந்தத் திட்டமானது, நிலத்தை வைத்துக்கொண்டு பண மாறுதல் செய்யும் யூதர் கம்பெனிகளுக்கு விரோதமாகவே ஏற்படுத்தப்பெற்றது. [ஒப்பம் : அடோல்ப் ஹிட்லர், ம்யூனிக் 13.4.1928]*

~

அநுபந்தம் 2

சில முக்கிய சம்பவங்கள்

1889	ஹிட்லரின் பிறப்பு
1903	தந்தை காலமானது
1908	தாயாரின் மரணம் வியன்னா வந்தது 1912 ம்யூனிக்கில் வாசம்.
1914	ஆஸ்திரிய இளவரசன் சுட்டுக் கொல்லப்பட்டான். ஜெர்மனி பெல்ஜியத்தின் மீது படையெடுத்தது. ஹிட்லர் ராணுவத்தில் போர் வீரனாகப் பதிவு செய்து கொண்டான்.
1916	யுத்தகளத்தில் ஹிட்லர் காயமடைந்தது.
1918	விஷப்புகையினால் ஹிட்லர் கண் பார்வை இழந்தது. ஜெர்மனியில் புரட்சி. கெய்ஸர் முடிதுறந்து ஹாலந்துக்குச் சென்றது. யுத்த நிறுத்தம். ஜெர்மனியில் குடியரசு ஆரம்பம்.
1919	வய்மார் அரசியல் திட்டம் அமுலுக்கு வந்தது. வார்சேல் உடன்படிக்கை கையெழுத்திடப் பெற்றது.
1920	ம்யூனிக்கில் நாஜி கட்சியின் ஆரம்பம். கட்சியின் 25 திட்டங்களையும் ஹிட்லர் வெளிப்படுத்தினான்.
1921, 1922	ஜெர்மனியில் பொருளாதாரச் சோர்வு
1923	ரூர் பிரதேச ஆக்கிரமிப்பு. ம்யூனிக்கில் புரட்சி. ஹிட்லர் கைதியானது.
1924	ஹிட்லருக்கு ஐந்து ஆண்டு சிறைவாச தண்டனை. டாஸ் திட்டம் அமுலுக்கு வந்தது.

1925	ஹிட்லரின் விடுதலை. நாஜி கட்சி இரண்டாவது முறை துவக்கப்பட்டது. லொகார்னோ ஒப்பந்தத்தில் ஜெர்மனி கையெழுத்திட்டது.
1926	ஜெர்மனி சர்வ தேச சங்கத்தில் சேர்த்துக் கொள்ளப்பட்டது.
1928	யங் திட்டம் அமுலுக்கு வந்தது.
1930, 1931	ஜெர்மனியில் மறுபடியும் பொருளாதாரச் சோர்வு.
1933	ஹிட்லர் பிரதம மந்திரியானான். சர்வதேச சங்கத்திலிருந்தும் ஆயுதப் பரிகரண மகாநாட்டிலிருந்தும் ஜெர்மனி விலகிக்கொண்டது.
1934	ஹிண்டென்புர்க்கின் மரணம். ஹிட்லர், பிரசிடெண்ட் - சான்ஸலரானது.
1935	ஜார் பிரதேசம் ஜெர்மனிக்குத் திரும்பியது.
1936	பிரெஞ்ச் - ருஷ்ய உடன்படிக்கைக்குப் பதிலாக, ரைன்லாந்தில் ஜெர்மனி துருப்புகளை நிறுத்தியது. ஜெர்மனியில் ராணுவச் சேவகத்தின் கால அளவு இரண்டு ஆண்டுகளாக நீடிக்கப்பட்டது. ஆஸ்திரியாவில் டாக்டர் ஷுஸ்நிக், சர்வாதிகாரியானான்.

~

அநுபந்தம் 3

பூகோள அமைப்பு முதலியன

நிலப்பரப்பு: ஜெர்மனி சுமார் 182,000 சதுர மைல் விஸ்தீரணமுள்ளது. வடக்கே பால்டிக் கடலையும், கிழக்கே, போலந்து, ஜெக்கோ - ஸ்லோவோகியா நாடுகளையும், தெற்கே, ஆஸ்திரியா, ஸ்விட்ஜர்லாந்து முதலிய தேசங்களையும், மேற்கே, பிரான்ஸ், பெல்ஜியம் ஆகியவற்றையும் எல்லைகளாக உடையது. நாட்டின் பெரும் பாகம் சம தரையே. தென் மேற்கில் 9,000 அடி உயரமுள்ள சில உயர்ந்த மலைச் சிகரங்கள் இருக்கின்றன. ரைன், எல்பே, வீஸர், ஓடர் முதலியவை முக்கிய நதிகள்.

விளைபொருள்கள்: நிலக்கரி, இரும்பு ஆகியவை ஏராளமாகக் கிடைக்கின்றன. காடடர்ந்த பிரதேசங்கள் அதிகமானபடியால் மர வகைள் வெளிநாடுகளுக்கு ஏற்றுமதி செய்யப்படுகின்றன. மற்ற உலோகப் பொருள்கள் ஆங்காங்கு சொற்பம் சொற்பமாகக் கிடைக்கின்றன. கோதுமை, பார்லி, புகையிலை முதலியன விவசாய விளை பொருள்கள். ஆடுகள் வளர்ப்பதை, விவசாயிகள் முக்கிய தொழிலாகக் கொண்டிருக்கிறார்கள்.

கைத்தொழில்கள்: சாக்ஸணி மாகாணத்தில் ஜவுளி தினுசுகள் உற்பத்தி செய்யப்படுகின்றன. பெர்லினில் மின்சாரப் பொருள்கள் பல செய்யப்படுகின்றன. ரசாயனப் பொருள்களின் உற்பத்தியும் ஜெர்மனியில் விசேஷம். கப்பல் தொழிலும் அதிகம். கப்பல்கள் செல்லக்கூடிய விதமாக நதிகள் இருக்கின்றமையால் நதியோரமாகவுள்ள நகரங்கள் வியாபாரத்தில் சிறந்து நிற்கின்றன. சுமார் ஐயாயிரம் மைல் நீளமுள்ள ரெயில் பாதைகள் உண்டு.

நகரங்கள்: ஜெர்மனியின் மொத்த ஜனத்தொகை சுமார் 660 லட்சம். இதில் ரோமன் கத்தோலிக்கர் 400 லட்சம் பேர்.

புராடெஸ்டெண்டுகள் 200 லட்சம் பேர். ஒரு லட்சம் பேருக்கு அதிகமான மக்கள்தொகையுடைய நகரங்கள் 52 இருக்கின்றன.

பெர்லின்: இது ஜெர்மனியின் தலை நகரம். இதன் விஸ்தீரணம் சுமார் 334 சதுர மைல். மக்கள் தொகை சுமார் 43 லட்சம். உலகத்திலுள்ள பெரிய நகரங்களில் இஃதொன்று. நகர எல்லைக்குள் 1,562 மைல் நீளமுள்ள ரெயில் பாதைகளும் 197 ரெயில்வே ஸ்டேஷன்களும் இருக்கின்றன. இவை தவிர, பூமிக்குக் கீழும், பூமிக்கு மேலும் 134 ஸ்டேஷன்கள் இருக்கின்றன. மற்றும் 74 டிராம்லைன்களும் 38 பஸ் வழிகளும் உண்டு. பெர்லினில் மொத்தம் 45 பொருட்காட்சி சாலைகள் (ம்யூசியம்) இருக்கின்றன. இவற்றில் முக்கியமானவை ஆறு. மாஜி கெய்ஸரின் பெர்லின் வாசஸ்தலம் இப்பொழுது இக்காட்சி சாலைகளில் ஒன்றாக விளங்குகிறது. இதில் 800 அறைகள் இருக்கின்றன. இவற்றில் 80 அறைகளே பொது மக்களுக்குக் காட்டப்படுகின்றன. பெர்லின், பெரிய வியாபார ஸ்தலங்களுக்குப் பிரசித்தமானது. நகரத்தின் மத்தியில் ஐந்து ஏகரா விஸ்தீரணமுள்ள கட்டிடத்தில் வெர்த்தீம்ஸ் கம்பெனி என்றொரு கம்பெனி உண்டு. இதில் எல்லா வகைச் சாமான்களும் கிடைப்பதோடு, ஹோட்டல் வசதிகளும் பாங்கிங் வசதிகளும் கிடைக்கின்றன. இங்குள்ள சிப்பந்திகள் பத்துவித பாஷைகளைப் பேசக்கூடியவர்கள். இதே மாதிரி பல கம்பெனிகள் இருக்கின்றன.

ம்யூனிக்: பவேரியா மாகாணத்தின் தலை நகரம். மக்கள் தொகை சுமார் 6¾ லட்சம். இங்கு பீர் வியாபாரம் அதிகம். பெரிய பொருட்காட்சி சாலையொன்று உண்டு. இங்கு யந்திரவகைகளும் மற்றப் பொருள்களும் ஆதியிலிருந்து அவ்வப்பொழுது எப்படி அபிவிருத்தியடைந்து வந்திருக்கின்றனவென்பது வரிசைக்கிரமமாகக் காட்டப்படுகிறது. இதைச் சுற்றிப் பார்க்க ஒன்பது மைல் நீளம் பிடிக்கிறது. இதைத் தவிர, 44 பொருட் காட்சிசாலைகள் இருக்கின்றன. நகரத்தின் மத்தியில் 'இங்கிலீஷ் தோட்டம்' என்ற பெயருள்ள ஒரு பார்க் உண்டு. இது 600 ஏகரா விஸ்தீரணமுள்ளது. ஐரோப்பாவிலுள்ள சிறந்த பார்க்குகளில் இஃதொன்று.

கோலோன்: ரைன்லாந்தின் தலைநகரம். சுமார் 7½ லட்சம் மக்கள்தொகையுடையது. இங்குள்ள மாதா கோயில் ஐரோப்பாவிலேயுள்ள சிறந்த கட்டிடங்களுள் ஒன்றெனக் கருதப்படுகிறது. இதன் சிகரம் 520 அடி உயரமுடையது. ஔஷதமாகவும் வாசனைப் பொருளாகவும்

உபயோகிக்கப்படுகிற ஓடி-கோலோன் (*Ean-de-cologue*) என்பது இங்குதான் உற்பத்தி செய்யப்படுகிறது.

லைப்ஸிக்: உலகத்தில், புத்தக வியாபாரம் அதிகமாக நடை பெறும் நகரங்கள் நான்கு. அவையே லண்டன், பாரிஸ், நியூயார்க், லைப்ஸிக் என்பன. புத்தக வியாபார சம்பந்தமான கம்பெனிகள் லைப்ஸிக்கில் மட்டும் 1,100 இருக்கின்றன. பொதுவாக ஜெர்மானியர்கள் புத்தகப் பிரியர்கள். புத்தகங்களைச் சிறந்த முறையில் அச்சிடுதல், வெளியிடல் முதலிய துறைகளில் ஜெர்மனியே தலையாக இருக்கிறது. லைப்ஸிக்கின் மக்கள்தொகையைக்காட்டிலும் நியுயார்க்கின் மக்கள்தொகை பத்து மடங்கு அதிகம். ஆனால் அங்குள்ள புத்தகக் கம்பெனிகள் 300க்கு மேலில்லை. லைப்ஸிக்கின் நீதி ஸ்தலக் கட்டிடம் மிக விசேஷமானது. உலகப் பிரசித்தி பெற்ற பெரிய விசாரணைகள் இங்கு நடைபெற்றன. இதுவே ஜெர்மன் அரசாங்கத்தின் தலைமையான நீதி ஸ்தலம்.

இவை தவிர, ட்ரெஸ்டன், ஹாம்பர்க், நியுரென்பர்க் ஹைடெல்பர்க், முதலிய முக்கிய நகரங்கள் உள்ளன.

ஜெர்மனியில் மொத்தம் 23 சர்வகலாசாலைகள் இருக்கின்றன.

அரசாங்க அமைப்பு: ஒரு சர்வாதிகாரிக்குட்பட்ட 'பெடரல்' அரசாங்கமாக இருக்கிறது. இதில் 17 மாகாணங்கள் இணைக்கப்பட்டிருக்கின்றன. மாகாண அரசாங்கங்களின் அதிகாரங்கள் யாவும் பெர்லினிலுள்ள மத்திய அரசாங்கத்தோடு ஒருமுகப்படுத்தப்பட்டிருக்கின்றன. முக்கிய மாகாணங்கள், விஸ்தீரணவாரியாக, ப்ரஷ்யா, பவேரியா, ஊர்ட்டம்பெர்க், பாடன், சாக்ஸனி, மெக்லென்புர்க், துரிஞ்சியா, ஹெஸ்ஸே, ஓல்டன்புர்க், ப்ரன்ஸ்விக் முதலியன.

பொது: ஜெர்மனியர்கள், உடை, உணவு முதலியவற்றில் சுத்தமானவர்கள். 'தூய்மையே தெய்வத்தன்மை' என்ற பழமொழியை அநுபவத்தில் கொண்டு வந்திருக்கிறவர்கள். ஜெர்மனியில் எங்குச் சென்று பார்த்தாலும் சுத்தமாகவே இருக்கும். தெருவிலே எவரும் குப்பையைப் போடமாட்டார்கள். ஒரு சிறு காகிதத்துண்டைக் கூட தெருவிலே எறியக் கூடாது. அப்படி எறிந்தால் 'இவன் என்ன அந்நிய நாட்டானோ?' என்று கடுத்த முகத்துடன் பார்ப்பார்கள். குப்பைக் கூடைகள் தெருக்கள் தோறும் வைக்கப்பட்டிருக்கின்றன.

ஜெர்மனியர்கள் பொதுவாக நாணயஸ்தர்கள். ஹோட்டல்களுக்கோ, வியாபாரக் கம்பெனிகளுக்கோ சென்றால், 'பில்'களில் கூடவோ குறைச்சலோ இராது. ஹோட்டல்களில், பலகாரம் சாப்பிட வருவோர்களுக்கு 'பூட்ஸ்' முதல் துடைத்துக் கொடுக்கிறார்கள். இதற்கென்று எவ்வித கட்டணமும் வாங்குவதில்லை.

ஜெர்மனியர்கள் தன் மதிப்புள்ளவர்கள். ரெயில்வே ஸ்டேஷன்களிலோ, துறைமுகங்களிலோ, கூலிக்காரர், பிரயாணிகளின் சாமான்களை எடுப்பதில் போட்டி போடமாட்டார்கள். வியாபாரத்தில் பேரம் கிடையாது. சாமான்களை வாங்கிக் கொள்ளுமாறு வற்புறுத்த மாட்டார்கள்.

ஜெர்மனியர்கள் விளையாட்டிலே மிகவும் பிரியமானவர்கள். ஆண்களோ, பெண்களோ பருமனாயிருப்பது அநாகரிகமாகக் கருதப்படுகிறது. தேகப்பருமனில்லாத தேகபலமே விரும்பப்படுகிறது. இதற்காக 'புதிய வழி' என்ற ஒரு பத்திரிகையும் நடத்துகிறார்கள். 1936ஆம் ஆண்டு ஆகஸ்ட் மாதம் முதல் தேதி தொடங்கிய ஒலிம்பிக் விளையாட்டுகளில், ஜெர்மானியர் வெற்றி பெற பெரிய முயற்சிகள் செய்ததிலிருந்தே இது புலப்படும்.

தற்போதைய ஜெர்மானியர்கள் போலித்தனத்தையும் ஆடம்பரத்தையும் வெறுக்கிறார்கள். உபசாரங்களையெல்லாம் செய்வார்கள். ஆனால் அதற்காக எப்பொழுதும் பல்லை இளித்துக் கொண்டிருக்கமாட்டார்கள்.

ஹிட்லர் ஆதிக்கத்தின் கீழ் ஜெர்மனி, எல்லா வகையிலும் முன்னேறியிருக்கிறது. சிறப்பாக, ரெயில்வேக்களைப் பற்றியும் தபாலாபீஸ்களையும் பற்றிச் சிறிது குறிப்பிட வேண்டியிருக்கிறது. இவை பொதுமக்கள் நன்மைக்காக ஏற்பட்டுள்ள ஸ்தாபனங்கள் என்பதை உணர்ந்து இவற்றின் சிப்பந்திகள் நடந்து கொள்கிறார்கள். பிரயாணிகளுக்கு எல்லா விதமான சௌகரியங்களையும் செய்து கொடுக்கிறார்கள். தபாலாபீஸ்களில் கார்ட், கவர், ஸ்டாம்பு முதலியவை, யந்திரங்கள் மூலமாகவே வழங்கப்படுகின்றன. எழுதுவதற்கு வேண்டிய லெட்டர் பேபர், இங்கி, டைப் அடிக்க வேண்டுமானால் டைப் மிஷின் முதலியனயாவும் சொற்ப தொகைக்குக் கொடுக்கப்படுகின்றன. தபாலாபீஸ்களில் உள்ள சிப்பந்திகள், மக்களை அவ்வப்பொழுது கவனித்து உடனுக்குடன் அனுப்பிவிடுகிறார்கள்.

ஜெர்மனியில், மார்க், பென்னிக் என்ற இருவகை நாணயங்கள் வழக்கத்திலிருக்கின்றன. இவற்றில் தங்க நாணயங்களும் வெள்ளி நாணயங்களும் உண்டு. ஒரு மார்க்கின் மதிப்பு சராசரி 12 அணா. ஆனால் இது ஏறவும் இறங்கவும் செய்கிறது.

பட்டங்கள் முதலியன:

Herr ஹெர். ஸ்ரீமான் என்று பொருள். ஆங்கிலத்தில் *Mr.* என்பதைப்போல.

Herrin ஹெர்ரின். ஸ்ரீமதி *Mrs.*

Frau ப்ராவ்லின். மிஸ் *Miss.*

Von வான். பிரபு - *Lord.*

Graf க்ராப். பிரபுவின் பட்டப்பெயர். *Duke, Count, Earl* என்ற மாதிரி.

Der Fuhrer ப்ருஹ்ரர் - தலைவன் *The Leader.*

~